ஒரு முகமூடியின்
ஒப்புதல் வாக்குமூலம்

ஒரு முகமூடியின் ஒப்புதல் வாக்குமூலம்

யுகியோ மிஷிமா

ஆங்கிலத்தில்: மெரிடித் வெதர்பை

தமிழில்: கார்த்திகைப் பாண்டியன்

எதிர் வெளியீடு

ஒரு முகமூடியின் ஒப்புதல் வாக்குமூலம்
யுகியோ மிஷிமா
தமிழில்: கார்த்திகைப் பாண்டியன்

முதல் பதிப்பு: ஜனவரி 2016
இரண்டாம் பதிப்பு: டிசம்பர் 2017

எதிர் வெளியீடு,
96, நியூ ஸ்கீம் ரோடு, பொள்ளாச்சி - 642002.
தொலைபேசி: 04259 - 226012, 99425 11302.

விலை: ரூ. 300

Confessions of A Mask
Yukiyo Mishima
Translated by Karthigai Pandiyan

First Edition: January 2016
Second Edition: December 2017

Published by
Ethir Veliyeedu, 96, New Scheme Road, Pollachi - 642 002.
email: ethirveliyedu@gmail.com
www.ethirveliyedu.in

Price: ₹ 300

ISBN: 978-93-84646-43-1

Printed at Jothy Enterprises, Chennai.

All rights reserved. No part of this book may be reprinted or reproduced or utilised in any form or by any electronic, mechanical or other means, now known or hereafter invented, including photocoping and recording, or in any information storage or retrieval system, without permission in writing from the Publisher.

நன்றி

ந. ஜயபாஸ்கரன்
பா. திருச்செந்தாழை
நேசமித்ரன்
ஸ்ரீதர் ரங்கராஜ்
வி. பாலகுமார்
போகன் சங்கர்
அன்புவேந்தன்

யுகியோ மிஷிமா (1925-1970)

இரண்டாம் உலகப்போருக்குப் பிறகான ஜப்பானிய இலக்கியத்தின் மிக முக்கியமான ஆளுமைகளில் ஒருவர் என யுகியோ மிஷிமாவைக் குறிப்பிடலாம். நாவல், சிறுகதை, நாடகம், கவிதை மற்றும் திரைப்படங்கள் என தான் ஈடுபாடு கொண்டிருந்த அனைத்திலும் தனக்கென ஒரு தனித்த அடையாளத்தை உருவாக்கிக் கொண்டவர். மூன்று முறை இலக்கியத்துக்கான நோபல் பரிசுக்கு மிஷிமா பரிந்துரைக்கப்பட்டிருக்கிறார்.

மிஷிமாவின் இயற்பெயர் கிமிடகே ஹிரோகா. வசதி வாய்ந்த குடும்பத்தில் பிறந்தாலும் அவருடைய சிறுவயது வாழ்க்கை துன்பம் நிறைந்ததாய் இருந்தது. எளிதில் நோய்வாய்ப்படக்கூடியவராக இருந்த மிஷிமா தன் பெற்றோரைப் பிரிந்து பாட்டியிடம்தான் வளர்ந்தார். பன்னிரண்டு வயதில் பெற்றோரிடம் திரும்பி வந்தாலும் ராணுவத்தில் மிகுந்த ஆர்வம் கொண்டிருந்த தன் அப்பாவால் மனதுக்கு ஒவ்வாத பல விஷயங்களை மிஷிமா செய்ய வேண்டியிருந்தது. கதைகள் எழுதுவதில் தனக்கிருந்த ஈடுபாட்டை வெளிப்படுத்தியபோதும் “அது பெண்களின் வேலை” என்று குடும்பத்தினரால் உதாசீனப்படுத்தப்பட்டார். இந்த காலகட்டத்தில் உடல்ரீதியாகவும் உளரீதியாகவும் அவர் அனுபவித்த சங்கடங்களைத்தான் அவரது கதைகளின்

மாந்தர்கள் வெளிப்படுத்தினார்கள். அவருடைய அனைத்து கதாபாத்திரங்களும் ஒருபோதும் தாங்கள் அடைந்திட முடியாத தினசரி வாழ்வின் சந்தோசத்துக்காக ஏங்குபவர்களாக இருந்தார்கள். மரணம் மற்றும் தற்கொலையின் மீது தனக்கிருந்த பிரமிப்பை தொடர்ச்சியாகத் தன் படைப்புகளில் மிஷிமா வெளிப்படுத்தி வந்திருக்கிறார். இருபதுக்கும் அதிகமான நாவல்கள், தொண்ணூறு சிறுகதைகள், நாற்பதுக்கும் மேற்பட்ட நாடகங்கள் மற்றும் எண்ணற்ற கட்டுரைகள் ஆகியவை இலக்கிய உலகத்துக்கு மிஷிமா அளித்திருக்கும் கொடை.

வெளிப்பார்வைக்கு ஒற்றை மனிதராகத் தெரிந்தாலும் மிஷிமாவுக்குள் பல மனிதர்கள் உறைந்திருந்தார்கள் என்பதற்கான மிகச் சிறந்த எடுத்துக்காட்டு "ஒரு முகமூடியின் ஒப்புதல் வாக்குமூலம்". அவர் எழுதிய இந்த முதல் நாவலை கிட்டத்தட்ட மிஷிமாவின் சுய—சரிதை என்றே சொல்லலாம். பிறழ்ந்த காமத்தை இயல்பாகக் கொண்டிருக்கும் இளைஞனின் பார்வையினூடாக வாழ்வின் அபத்தத்தையும் மரணத்தின் அற்புதங்களையும் இந்த நாவல் விரிவாகப் பேசுகிறது.

மேற்குலக இலக்கியங்களின் பாதிப்பு மிஷிமாவுக்கு இருந்தாலும் மனதளவில் அவர் தன்னை ஒரு தூய்மையான ஜப்பானியனாகவே உணர்கிறார். வெளிப்படையாகச் சொன்னால் ஜப்பானின் கடந்த காலத்தை அவர் தீவிரமாகக் காதலித்தார். உலகப்போருக்குப் பிந்தைய ஜப்பானின் வெறுமையான, பொருளாசை நிரம்பிய வாழ்க்கைமுறையின் மீது கடுமையான விமர்சனங்கள் அவருக்கு இருந்தது. பாரம்பரிய ஜப்பானை மீட்டெடுப்பதற்கான வழியென்று அவர் சாமுராய்களின் வாழ்க்கை முறையை முன்வைத்தார். "ததன்கோய்" என்றழைக்கப்பட்ட வீரர்களின் படையையும் உருவாக்கினார். ராணுவ ஆட்சியை விட்டு விலகி மீண்டும் மன்னராட்சியைக் கொண்டு வருவதன் மூலம் ஜப்பான் தன் பழைய பெருமைக்குத் திரும்பும் என்பது மிஷிமாவின் நம்பிக்கையாக இருந்தது.

நவம்பர் 25, 1970 அன்று மிஷிமாவும் அவருடைய படையைச் சேர்ந்த நான்கு வீரர்களும் டோக்கியோவிலிருந்த ஒரு ராணுவ முகாமைக் கைப்பற்றினார்கள். கிட்டத்தட்ட ஆயிரம் வீரர்களின் முன்னிலையில் பாரம்பரிய ஜப்பானை மீட்டெடுப்பதன் முக்கியத்துவம் பற்றியும் மன்னராட்சியை மறுபடியும் கொண்டு வருவது குறித்தும் மிஷிமா உரையாற்றினார். ஆனால் அங்கு

குழுமியிருந்த ராணுவ வீரர்கள் அவரை ஏளனம் செய்து சிரித்தார்கள். தன்னுடைய முயற்சி தோல்வியடைந்த நிலையில் மீண்டும் அலுவலகத்துக்குள் சென்ற மிஷிமா உடனிருந்த ததன் கோய் வீரர்களின் உதவியோடு சாமுராய்களின் வழக்கப்படி "செப்புக்கு" எனும் முறையில் தன் உயிரை மாய்த்துக் கொண்டார். மனதளவில் தன்னை ஒரு சாமுராய் வீரனாகவே உணர்ந்த மிஷிமா அதே வழிமுறையைப் பின்பற்றி தனக்கான முடிவுரையையும் எழுதிக்கொண்டார்.

காா்த்திகைப் பாண்டியன்

1981 ஆம் வருடம் மதுரையில் பிறந்த கார்த்திகைப் பாண்டியன் பொறியியலில் முனைவர் பட்டம் பெற்றவர். தற்போது நெல்லையில் தனியார் பொறியியல் கல்லூரியொன்றில் பேராசிரியராக பணிபுரிந்து வருகிறார். எஸ்.ராமகிருஷ்ணனை தனது ஆதர்ஷமாகக் கொண்டவர். சிறுகதைகள் எழுதவதோடு மொழிபெயர்ப்பிலும் தீவிர ஆர்வம் செலுத்தி வருகிறார். நல்ல தொரு இலக்கிய வாசகனாக அடையாளம் காணப்படுவதே தனக்குத் திருப்தியளிப்பதாகச் சொல்கிறார்.

இதுவரை வெளியாகியுள்ள தொகுப்புகள்:

1. எருது — மொழிபெயர்ப்புச் சிறுகதைகள்.
2. மர நிறப் பட்டாம்பூச்சிகள் — சிறுகதைகள்.

தொடர்புக்கு: 98421 71138.

... அழகு என்பது மிகவும் பயங்கரமானதும் கொடூரமானதுமான விசயம்! அது ஏன் பயங்கரமானது என்றால் இதுவரைக்கும் யாராலும் அதன் ஆழத்தை அறிந்து கொள்ள முடிந்ததில்லை. இனிமேலும் முடியாது. ஏனெனில் கடவுள் நமக்குப் புதிர்களைத் தவிர்த்து வேறெதையும் கையளிப்பதில்லை. அழகுக்குள் இரு கரைகளும் சந்தித்துக் கொள்வதோடு அனைத்து முரண்பாடு களும் அங்கே அருகருகே இருக்கின்றன. நானொரு மேன்மை யான மனிதனில்லை, சகோதரனே, ஆனால் இது குறித்து நிறைய யோசித்திருக்கிறேன். உண்மையில் முடிவே இல்லாத மர்மங்களும் உள்ளன! அளவுக்கதிகமான புதிர்கள் மனிதனை பூமியின் மீது அழுத்துகின்றன. அவற்றைப் பற்றி நம்மால் முடிந்தளவு யோசிக்கிறோம். பிறகு நீருக்குள்ளிருந்து உலர்ந்தவர்களாக வெளியேறி வருகிறோம். அழகு! மேன்மையான மனமும் கம்பீரமான அறிவும் கொண்டதொரு மனிதன் கன்னிமேரியைத் தன் குறிக்கோளாகக் கொண்டு கிளம்பி தன்பால் புணர்ச்சியின் குறிக்கோளில் முடிந்து போகிறான் எனும் எண்ணத்தை என்னால் தாங்கிக்கொள்ள முடிவதில்லை. இதில் மேலும் கொடூரமானது என்னவென்றால், தன்னுடைய ஆன்மாவில் தன்பால் புணர்ச்சியின் குறிக்கோளைக் கொண்டிருக்கும் மனிதன் கன்னிமேரிக்கான குறிக்கோளை முற்றிலுமாகத்

துறப்பதில்லை. மனதின் அடியாழத்தில் அவன் இன்னும் நெருப்பில் வெந்து கொண்டிருக்கலாம். தன் களங்கமற்ற இளமையின் நாட்களைப்போலவே, அழகிய குறிக்கோளுக்கான ஏக்கத்தோடு பாசாங்கற்று வெந்து கொண்டிருக்கக்கூடும். ஆம், மனிதனின் இதயம் பரந்தது; உண்மையாகவே மிகப் பரந்தது. எனக்கு அது குறுகியதாக இருந்தாலே போதும். அதை என்ன செய்ய வேண்டுமென்பதை சாத்தான் மட்டுமே அறிவான்! ஆனால் அசிங்கம் என்பதாக ஓர் அறிவாளிக்குத் தோன்றுவது பெரும்பாலும் மனதுக்கு அதியற்புத அழகாகவேத் தென்படுகிறது. தன்பால் புணர்ச்சியில் அழகு இருக்கிறதா? என்னை நம்பு, பெரும்பாலான ஆண்கள் தன்பால் புணர்ச்சியில் தங்கள் அழகைக் கண்டுகொள்கிறார்கள். உனக்கு இந்த ரகசியம் தெரியுமா? பயங்கரமானது என்பதோடு மட்டுமல்லாமல் அழகு மர்மமானதும் கூட என்பதுதான் அச்சமூட்டும் சங்கதி. கடவுளும் சாத்தானும் அங்கே சண்டையிட்டுக் கொள்கிறார்கள். மனிதமனம்தான் அவர்களின் போர்க்களம். ஆனால் ஒரு மனிதனின் மனம் தன்னுடைய வலியைப் பற்றி மட்டுமே பேச விரும்புகிறது. கவனி, அது என்ன சொல்கிறது என்பதை இப்போது நான் உனக்குச் சொல்கிறேன்...

- தஸ்தயேவ்ஸ்கி
(கரம்சோவ் சகோதரர்கள்)

அத்தியாயம் ஒன்று

எனது பிறப்பின்போது பார்த்த நிகழ்வுகள் எனக்கு ஞாபகம் இருந்ததாகப் பல வருடங்களுக்கு நான் உரிமை கோரி வந்தேன். எப்போதெல்லாம் அப்படி நான் சொன்னேனோ, வளர்ந்தவர்கள் முதலில் சிரிப்பார்கள். ஆனால் பிறகு, ஒருவேளை தாங்கள் ஏமாற்றப்படவில்லை என்பதாக வியந்தபடி, அந்தக் குழந்தையைப் போலல்லாத குழந்தையின் வெளிறிய முகத்தை அருவருப்பாகப் பார்ப்பார்கள். சில சமயங்களில் குடும்பத்துக்கு நெருங்கிய நண்பர்களாய் இருந்திராத விருந்தினர்களின் மத்தியில் இதை நான் சொல்ல நேர்ந்தது. என் பாட்டி, என்னை முட்டாள் எனக் கருதி விடுவார்கள் என பயந்தவளாக, உடனே கூர்மையான குரலால் குறுக்கிட்டு வேறு எங்காவது சென்று விளையாடச் சொல்லுவாள்.

தங்கள் உரத்த சிரிப்பினூடாகப் புன்னகைத்தபடி இருந்தாலும், வளர்ந்தவர்கள் எப்போதும் ஏதாவது அறிவியல் விளக்கங்களின் மூலம் என்னை மறுதலிக்க முயற்சிப்பார்கள். ஒரு குழந்தையின் மூளை புரிந்து கொள்ளக்கூடிய விளக்கங்களை உருவாக்க முயற்சித்தபடி, நாடகத்தன்மை நிரம்பிய கிளர்ச்சிக்குச் சற்றும் குறையாமல் எப்போதும் முணுமுணுக்கத் தொடங்குவார்கள். ஒரு குழந்தையின் கண்கள் பிறப்பின்போது திறந்திருப்பதில்லை.

அல்லது அவனுடைய கண்கள் முழுமையாகத் திறந்திருந்தாலும் கூட, புதிதாய்ப் பிறந்த குழந்தையால் பெரும்பாலும் ஞாபகம் வைத்துக் கொள்ளும்படியாக விஷயங்களைத் தெளிவாகப் பார்க்க முடியாது என்றும் சொல்வார்கள்.

"அது சரிதான் இல்லையா?", இன்னும் அதனை ஒத்துக் கொள்ளவியலாத சிறுவனின் சிறிய தோள்களைக் குலுக்கியபடி அவர்கள் சொல்வார்கள். ஆனால் அப்போதுதான் அந்தக் குழந்தையின் தந்திரங்களுக்குத் தங்களை ஒப்புக்கொடுக்கிறோம் என்கிற எண்ணத்தால் தாக்குண்டவர்களைப் போலிருப்பார்கள். இவனை குழந்தை என்றெண்ணினாலும் கூட, நாம் நமது மரியாதையை இழக்கக்கூடாது. கண்டிப்பாக இந்தப் போக்கிரிச் சிறுவன் 'அது' குறித்து அவனிடம் பேசுவதை நோக்கி நம்மை திசைதிருப்ப முயலுகிறான். மேலும் பிறகு, இன்னுமதிகமான களங்கமற்ற குழந்தைமையோடு கேட்பதிலிருந்து எது அவனைத் தடுக்கப்போகிறது: "நான் எங்கிருந்து வந்தேன்? நான் எப்படிப் பிறந்தேன்?" பிறகு இறுதியாக அவர்கள் என்னை மீண்டும் உற்றுப்பார்ப்பார்கள். அமைதியாக, ஒரு மெல்லிய புன்னகை அவர்களது உதடுகளில் உறைந்திருக்கும். ஏதோவொரு காரணத்தால் அவர்களுடைய உணர்வுகள் ஆழமாகக் காயம் பட்டிருப்பதை உணர்த்தும்படியாக, என்னால் ஒருபோதும் அதைப் புரிந்து கொள்ள முடிந்ததில்லை.

ஆனால் அவர்களுடைய பயங்கள் ஆதாரமற்றவை. 'அது' குறித்து கேட்கும் சின்னதொரு ஆசையும் எனக்கு இருந்ததில்லை. அப்படியே நான் கேட்க விரும்பியிருந்தாலும் தந்திரங்களைப் பயன்படுத்தும் எண்ணங்கள் எனக்குத் தோன்றாதபடி பெரியவர்களின் உணர்வுகளைக் காயப்படுத்துவது பற்றிய பெரும் பயம் எனக்கிருந்தது.

எத்தனைதான் அவர்கள் விளக்கம் சொன்னாலும், எவ்வளவு தான் என்னை எள்ளி நகையாடினாலும், என் பிறப்பு எனக்கு நினைவிருந்ததை என்னால் நம்பாமலிருக்க முடிய வில்லை. அனேகமாக, எனது நினைவுக்கான அடிப்படை அந்த நேரத்தில் அங்கிருந்த யாரோவொருவரிடம் கேட்ட ஏதோவொன்றாக இருக்கலாம். அல்லது அது என் சொந்த விருப்பத்துக்குரிய கற்பனையாகவும் இருக்கக்கூடும். அது எப்படியிருந்தாலும், எனது கண்களால் நான் தெளிவாகப் பார்த்ததாக என்னை நம்பச்செய்யும் விஷயமொன்று இருந்தது.

நான் முதன்முதலாய் நீராடிய நீர்த்தொட்டியின் விளிம்பு. அது ஒரு புத்தம்புது நீர்த்தொட்டி. மரத்தினாலான அதன் மேற்பரப்பு புதியதாகவும் பட்டினை ஒத்த மென்மையோடும் இழைக்கப்பட்டிருந்தது. மேலும் நான் உள்ளிருந்து பார்த்தபோது, வெளிச்சக்கதிரொன்று அதன் விளிம்பின் ஒரு புள்ளியில் பாய்ந்து கொண்டிருந்தது. தங்கத்தாலானதைப் போல அந்த ஓர் இடத்தில் மட்டும் மரப்பகுதி பளிச்சிட்டது. நீரின் நா—நுனிகள் அந்தப்புள்ளியைத் துழாவுவதைப்போல் அலைகளோடு அசைந்து ஊர்ந்தன. என்றாலும் அதைத் தீண்ட முடியவில்லை. மேலும், ஒரு பிரதிபலிப்பின் காரணமாகவோ அல்லது வெளிச்சக்கதிர் நீர்த்தொட்டியையும் ஊடுருவிப் பாய்ந்த காரணத்தினாலோ, தொட்டியின் அந்தப் பகுதியின் கீழிருந்த நீர் மென்மையாக மின்னியது. மேலும் சிறிய ஒளிபொருந்திய அலைகள் எப்போதைக்குமாகத் தங்களுடைய தலைகளை ஒட்டுமொத்தமாக அங்கே மோதிக்கொள்கின்றன என்றும் தோன்றியது...

இந்த ஞாபகத்துக்கெதிரான மிகத்தீவிரமான மறுப்பாக இருந்த விஷயம், நான் பிறந்தது பகலல்ல; மாறாக, இரவு ஒன்பது மணிக்கு என்பதுதான். அந்த நேரத்தில் பாய்ந்திடும் சூரியவொளி இருந்திருக்க முடியாது. “ஆகவே, அதுவொரு மின்னொளியாக இருக்கக்கூடும்” எனப் பகடி செய்யப்பட்டாலும், என்னதான் அது நள்ளிரவாக இருந்தபோதும், சூரியவொளி கண்டிப்பாக நீர்த்தொட்டியின் அந்த ஒரு புள்ளியில் மட்டுமாவது பாய்ந்தது என்கிற அபத்தத்தின் நம்பிக்கையினூடாக என்னால் பெரிய சிரமம் ஏதுமின்றி நடந்து செல்ல முடிந்தது. இவ்வகையில் அந்த நீர்த்தொட்டியின் விளிம்பும் படபடக்கும் ஒளியும் எனது முதல் நீராடலின்போது உறுதியாக நான் பார்த்தவொன்றாக எனது நினைவுகளில் நீடித்திருந்தன.

மாபெரும் நிலநடுக்கத்துக்குப் பிறகான இரண்டு வருடங்கள் கழித்து நான் பிறந்தேன். பத்து வருடங்களுக்கு முன்பு, குடியேற்ற ஆளுநராகப் பணிபுரிந்த காலத்தில் நடைபெற்ற ஒரு ஊழலின் பொருட்டு, தனது உதவியாளரின் தவறுகளுக்கான பொறுப்பினை ஏற்று என் தாத்தா தன்னுடைய வேலையை ராஜினாமா செய்திருந்தார். (நான் வெறுப்பில் பேசவில்லை. இதுவரையில் மனிதர்கள் மீது என் தாத்தா கொண்டிருந்த மொத்தமான முட்டாள்தனமான நம்பிக்கைகளைப் போல ஒருபோதும் நான் பார்த்ததில்லை.) அதன்பிறகு என் குடும்பம்,

இழப்பதற்கு ஒன்றுமில்லை என்கிற மனநிலையில் வேகமாகச் சரியத் தொடங்கியது. அவ்வாறு நிகழ்ந்தபோது அவர்கள் உல்லாசமாக இசைத்தபடி வீழ்ந்தார்கள் என்பதை என்னால் கிட்டத்தட்ட உறுதியாகச் சொல்லமுடியும் — பெருத்த கடன் கள், நீதிமன்ற அறுதியீடு, குடும்ப எஸ்டேட்டின் விற்பனை, மேலும் பிறகு, பொருளாதாரச் சிக்கல்கள் அதிகரித்தபோது, ஒரு நோயுற்ற வெறுமை ஏதோ தீய ஆற்றலைப்போல மென்மேலும் கொழுந்து விட்டெரிந்தது...

அதன் விளைவாக, நான் டோக்கியோவின் அத்தனை நலமில்லாத ஒரு பகுதியில், ஒரு வாடகை வீட்டில் பிறந்தேன். அது ஒரு மூலையிலிருந்த, சற்றே குழப்பமான தோற்றத்தையும் மங்கலான தீய்ந்த உணர்வுகளையும் கொண்டிருந்த பகட்டான வீடு. கம்பீரமானதொரு இரும்பு வாயிற்கதவை அது கொண்டி ருந்தது. ஒரு நுழைவுப்பூங்கா, மேலும் புறநகர தேவாலயத்தின் உட்புறத்தைப்போல பெரிதானதொரு மேற்கத்திய பாணியிலான வரவேற்பறை. மேற்பகுதியில் இரு அடுக்குகளும் கீழ்ப்பகுதியில் மூன்றும் இருந்தன, எண்ணற்ற இருண்ட அறைகள், மேலும் ஆறு பணிப்பெண்கள். இழுப்பறைகளாலான பழைய அடுக்குப் பெட்டியைப் போல் கிறீச்சிட்ட இந்த வீட்டில், காலையிலும் மாலையிலும் பத்து மனிதர்கள் எழுவதும் படுத்துறங்குவதுமாய் இருந்தார்கள் — என் தாத்தாவும் பாட்டியும், அப்பா மற்றும் அம்மா, மேலும் பணியாளர்கள்.

வியாபார நிறுவனங்கள் மீதான என் தாத்தாவின் தீவிர விருப்பமும் பாட்டியின் உடல்நலக்குறைவும் ஊதாரித்தனமான வழிமுறைகளும் குடும்பத்தின் பிரச்சினைகளுக்கான வேரா யிருந்தன. என் தாத்தா, அவரது நம்பகமற்ற நண்பர்கள் வரும்போது கொண்டுவரும் திட்டங்களால் சலனப்பட்டு, தங்கம் பற்றிய கனவுகளைக் கனவாய்க் கண்டபடி, தொலை தூர இடங்களுக்கு அடிக்கடி பயணம் செய்தார். என் பாட்டி பழமையானதொரு குடும்பத்திலிருந்து வந்தவள். என் தாத்தாவை வெறுக்கவும் இகழவும் செய்தாள். அவளுடையது ஒரு குறுகிய மனப்பான்மையுடைய, பிடிவாதம் நிரம்பிய, மற்றும் சற்றே முரட்டுத்தனம் கொண்ட கவித்துவமான ஆத்மா. நீடித்ததொரு தலைவலி மறைமுகமாக ஆனால் நிதானமாக அவளுடைய நரம்புகளை அரித்துக் கொண்டிருந்தது என்றாலும் அதேவேளையில் அவளுடைய அறிவாற்றலில் தேவையற்ற கூர்மையையும் அது அதிகப்படுத்தியது. தன்னுடைய மரணம்

வரை அவள் கொண்டிருந்த மனச்சோர்வின் வலிப்பு என்பது என் தாத்தா தனது பிரதான காலகட்டங்களில் ஈடுபட்டிருந்த கேடுகெட்ட செயல்களின் நினைவுச்சின்னம் என்பதை யார் தான் அறியக்கூடும்?

இந்த வீட்டுக்குள்தான் என் அப்பா என் அம்மாவை — மென்மை நிரம்பிய அழகானதொரு மணப்பெண்ணை — அழைத்து வந்திருந்தார்.

ஜனவரி 4, 1925 காலையில் என் அம்மா பிரசவ வலியால் தாக்கப்பட்டாள். அன்று மாலை ஒன்பது மணிக்கு ஐந்து பவுண்ட்கள் மற்றும் ஆறு அவுன்ஸ்கள் எடையிருந்த சிறிய குழந்தையை அவள் ஈன்றெடுத்தாள்.

ஏழாவது நாளின் மாலைப்பொழுதில் வெளிர்மஞ்சள் நிறப் பட்டு மற்றும் கம்பளியாலான கீழாடைகளாலும் சிதறலான வேலைப்பாடுகள் கொண்ட மெல்லிய பட்டாலான கிமோனாவாலும் குழந்தை அலங்கரிக்கப்பட்டது. கூடியிருந்த குடும்பத்தாரின் முன்னிலையில் என் தாத்தா என்னுடைய பெயரை சடங்குகளுக்கான தாளின் ஒரு கீற்றில் எழுதி டோகோனோமாவின் வழிபாட்டு மேடையின் மீது வைத்தார்.

வெகு காலத்துக்கு என்னுடைய கேசம் பொன்னிறமாய் இருந்தது. ஆனால் அது கறுப்பு நிறமாக மாறும்வரை அவர்கள் அதற்கு ஆலிவ் எண்ணெய் தேய்த்துக் கொண்டிருந்தார்கள்.

என் பெற்றோர் வீட்டின் இரண்டாவது மாடியில் வசித்தார்கள். ஒரு குழந்தையை மேல்மாடியில் வளர்ப்பதென்பது ஆபத்தானது என்கிற சாக்கில், எனது நாற்பத்து ஒன்பதாவது நாளில் என் அம்மாவின் கரங்களிலிருந்து பாட்டி என்னைப் பறித்துக் கொண்டாள். நிரந்தரமாக மூடிக்கிடக்கும், மேலும் முதுமை மற்றும் நோய்மையின் நாற்றங்களால் மூச்சைத் திணறடிக்கும் என் பாட்டியின் நோயாளர் அறைக்கு எனது படுக்கை மாற்றப்பட்டது. அவளது நோய்ப்படுக்கையின் அருகே நான் வளர்க்கப்பட்டேன்.

ஒரு வயது இருக்கும்போது நான் படிக்கட்டுகளின் மூன்றாவது படியிலிருந்து கீழே விழுந்து என்னுடைய நெற்றியில் காயப் பட்டேன். என் பாட்டி நாடக அரங்கத்துக்குச் சென்றிருந்தாள். என் அம்மாவும் அப்பாவின் ஒன்றுவிட்ட சகோதரர்களும்

அந்தத் தற்காலிக ஓய்வை ஆரவாரக் கூச்சலோடு கொண்டாடிக் கொண்டிருந்தார்கள். என் அம்மா இரண்டாவது மாடிக்கு எதையோ மேலே எடுத்துச் செல்ல வேண்டி இருந்தது. அவளைப் பின்தொடர்ந்து அவளுடைய கிமோனோவின் தவழுகிற கீழாடை யில் சிக்கிக் கீழே விழுந்தேன்.

கபுக்கி நாடக அரங்கிலிருந்து என் பாட்டி தொலைபேசியின் மூலம் வரவழைக்கப்பட்டாள். அவள் வந்தபோது என் தந்தை அவளைச் சந்திக்க வெளியே சென்றார். தனது காலணிகளைக் கழற்றாமல் அவள் வாசலில் நின்றாள். தன்னுடைய வலது கையில் பிடித்திருந்த ஊன்றுகோலின் மீது சாய்ந்தபடி என் தாத்தாவை தீர்க்கமாக உற்றுப்பார்த்தாள். அவள் பேசியபோது, ஒவ்வொரு வார்த்தையையும் செதுக்குவதைப்போல அதுவொரு அசாதாரணமான அமைதியுடன் கூடிய குரலாயிருந்தது.

“அவன் இறந்து விட்டானா?”

“இல்லை.”

பிறகு, தனது காலணிகளைக் கழற்றிவிட்டு நுழைவாயிலிலிருந்து நகர்ந்து வந்து, ஒரு பெண் பூசாரியினுடையதைப் போன்ற நம்பிக்கையோடு எட்டு வைத்து அவள் தாழ்வாரத்தில் நடந்து சென்றாள்.

எனது நான்காவது பிறந்தநாளுக்கு சற்றே முன்பாக புது வருடத்தின் காலையில் காப்பியின் நிறத்தில் எதையோ வாந்தி எடுத்தேன். குடும்ப மருத்துவர் அழைக்கப்பட்டார். என்னைப் பரிசோதித்த பிறகு நான் மீளக்கூடும் என்பதில் அவருக்கு நம்பிக்கை இல்லை என்று சொன்னார். குண்டூசி செருகி வைக்கப் பயன்படும் மெத்தையைப் போலாகும்வரை எனக்கு கற்பூரமும் குளுக்கோசும் கலந்த ஊசிகள் போடப்பட்டன. எனது கையின் மேல்புறம் மற்றும் மணிக்கட்டு ஆகிய இரு பகுதிகளிலும் நாடித்துடிப்பு புலப்படாமல் போனது.

இரண்டு மணி நேரங்கள் கடந்தன. அவர்கள் எனது பிணத்தைப் பார்த்தபடி நின்றிருந்தார்கள்.

சவச்சீலை தயார் செய்யப்பட்டது. எனக்குப் பிரியமான பொம்மைகள் சேகரிக்கப்பட்டன. மேலும் உறவினர்கள் அனை வரும் கூடிவிட்டார்கள். கிட்டத்தட்ட இன்னொரு மணிநேரம்

கடந்து போனது, பிறகு திடீரென மூத்திரம் பிரிந்தது. என் அம்மாவின் சகோதரர் — அவர் ஒரு மருத்துவர் — சொன்னார்: "அவன் உயிரோடு இருக்கிறான்!" அது மீண்டும் இதயம் துடிக்க ஆரம்பித்ததைத் தெரிவித்ததாக அவர் சொன்னார்.

சிறிது நேரம் கழித்து மீண்டும் மூத்திரம் பிரிந்தது. நிதானமாக வாழ்வின் நிச்சயமற்ற ஒளி எனது கன்னங்களில் உயிர்த்தெழுந்தது.

அந்த நோய் — சுயமயக்கம் — எனக்குத் தீராத ஒன்றாக மாறிப்போனது. மாதம் ஒரு முறை என்னைத் தாக்கியது, சில நேரங்களில் சாதாரணமாக, சில நேரங்களில் தீவிரமாக. நான் நிறைய ஆபத்தான நிலைகளை எதிர்கொண்டேன். அது நெருங்கி வருகையில் ஒலிக்கும் நோயின் கால்சுவடுகளின் சத்தத்தைக் கொண்டு அதன் தாக்கம் கிட்டத்தட்ட மரணத்தைத் தொடக் கூடும் அல்லது இல்லை என்பதை என்னால் உணர முடிந்தது.

எனது மிகப்பழமையான நினைவு - கேள்விக்குட்படுத்தவியலாத ஒன்று - விசித்திரமான தீவிரம் நிரம்பியதொரு உருவத்தால் என்னை வருத்துவது - அந்தக் காலத்திலிருந்துதான் தொடங்கியது.

என்னைக் கைப்பிடித்து அழைத்துப் போனது என் அம்மாவா, செவிலியா, பணிப்பெண்ணா அல்லது அத்தையா யார் என்பது எனக்குத் தெரியவில்லை. உடன் வருடத்தின் அந்தப் பருவமும் தெளிவாயில்லை. மதியநேரத்து சூரியவொளி சரிவிலிருந்த வீடுகளின் மீது மங்கலாக வீழ்ந்து கொண்டிருந்தது. எனக்கு ஞாபகத்தில் இல்லாத பெண்மணியின் கையால் அழைத்துச் செல்லப்பட்டவனாக நான் வீட்டை நோக்கிய சரிவில் ஏறிக் கொண்டிருந்தேன். சரிவில் யாரோ இறங்கி வந்தார்கள். உடனே அந்தப்பெண் என் கைகளை உதறினாள். நாங்கள் வழியிலிருந்து விலகி ஒருபுறமாகக் காத்து நின்றோம்.

எண்ணற்ற தடவைகள், ஒருமுகப்படுத்தி, ஆழ்ந்து தீவிரமாக மதிப்பிடப்பட்ட ஒவ்வொரு முறையும், அன்று நான் பார்த்த உருவம் புதிய அர்த்தங்களைக் கொண்டிருந்தது என்பதில் யாதொரு சந்தேகமும் இல்லை. ஏனெனில் அந்தக் காட்சியின் தெளிவற்ற எல்லைக்குள் மற்ற எல்லாவற்றையும் விட 'சரிவில் இறங்கி வரும் யாரோ ஒருவர்' என்கிற பிம்பம் மட்டுமே ஒப்புமையற்ற தெளிவோடு தனித்து நிற்கிறது. மேலும் காரணம்

இல்லாமல் இல்லை. இதே உருவம்தான் வாழ்நாள் முழுவதும் என்னைப் பயமுறுத்தியும் இம்சித்தும் வந்தவற்றில் மிகப் பழமை யான ஒன்று.

எங்களை நோக்கிக் கீழிறங்கி வந்து கொண்டிருந்தது. ஒரு இளைஞன், அழகிய சிவந்த கன்னங்களோடும் மினுங்கும் கண்களோடும், அழுக்குப்படிந்த துணியுருண்டையை தலையைச் சுற்றி வேர்வைப்பட்டையாக அணிந்திருந்தான். அவன் தனது ஒரு தோளின் மீது கழுநீர்க்கூளத் தொட்டிகளைக் கொண்டி ருந்த நுகத்தடியை ஏந்தியபடி, அவற்றின் பாரத்தை தன் கால்சுவடுகளால் சாகசமாக சமன் செய்து, சரிவில் இறங்கிக் கொண்டிருந்தான். அவன் ஒரு கழுநீர்க்கூள மனிதன், மலத்தை அப்புறப்படுத்துபவன். உள்ளங்கால் பகுதிகள் ரப்பரால் செய்யப்பட்ட குதிபிளந்த காலணிகளையும் கறுப்பு கான்வாஸ் மேலாடைகளும் அணிந்து, உடலோடு ஒட்டிப் பொருந்தும் ‘தொடைகளைக் கவ்வுகிற’ வகைமையைச் சேர்ந்த கருநீல பருத்தியாலான காற்சட்டைகளும் என, ஒரு பண்ணையாளைப் போல அவன் உடையணிந்திருந்தான்.

அந்த இளைஞனுக்கு நான் வழங்கிய விவரணைகள் நான்கு வயது குழந்தையின் இயல்புக்கு மாறாக வெகு நெருக்க மானது. அந்த நேரத்தில் நான் அதைத் தெளிவாகக் கவனிக்காத போதும், ஏதோவொரு பிரத்தியேகமான சக்தி குறித்த எனது வெளிப்பாட்டுக்கான அடையாளமாக அவன் விளங்கினான், விசித்திரமும் ரகசியமும் நிரம்பிய ஏதோவொரு குரலின் எனக்கான முதல் அழைப்புகளுக்கும், ஒரு கழுநீர்க்கூள மனிதனின் வடிவில் எனக்கு இது முதன்முதலாகப் பிரகடனப் படுத்தப்பட்டது என்பது மிக முக்கியமானது. மலம் என்பது நிலத்தின் அடையாளம், மேலும், என்னை அழைத்துக் கொண்டி ருந்தது எந்த சந்தேகத்துக்கும் இடமின்றி பூமித்தாயின் வல்லமை நிரம்பிய அன்புதான்.

கிலேசமுண்டாக்கும் வலியைப் போன்ற ஒருவகையான ஆசை இவ்வுலகில் உள்ளதாக அப்போது எனக்கொரு முன்முடிவு இருந்தது. அந்த அழுக்கான இளைஞனைப் பார்த்து, “நான் அவனைப்போல மாற விரும்புகிறேன்” என யோசித்தபடி, “நான் அவனாக இருக்க விரும்புகிறேன்” என யோசித்தபடி, நான் ஆசையால் மூச்சுத் திணறிப்போனேன். எனது ஆசை இரண்டு குவிமையங்களைக் கொண்டிருந்ததை என்னால்

தெளிவாக நினைவுறுத்த முடியும். முதலாவது அவனுடைய கருநீல 'தொடைகளைக் கவ்வுகிறவை', மற்றது அவனுடைய பணி. நெருங்கிப் பொருந்துகிற ஜீன்ஸ் வளைந்து நகர்ந்தவாறு என்னை நோக்கி வருவதைப் போலிருந்த அவனுடைய உடலின் கீழ்ப்பகுதியை வெறுமனே கோடிட்டது. விவரிக்க முடியாத தொரு காதல் அந்தக் காற்சட்டையின் மீதாக என்னுள் பிறந் திருந்தது. ஏன் என்று எனக்குப் புரியவில்லை.

அவனுடைய பணி, அந்தத் தருணத்தில், நினைவுகளின் அறிவைப் பெற்றவுடன் தளபதிகள் ஆக விரும்பும் மற்ற குழந்தைகளைப் போலவே, நான் கழுநீர்க்கூள மனிதனாய் ஆகும் ஆசையால் ஆட்கொள்ளப்பட்டேன். இந்த ஆசையினுடைய பிறப்பின் ஒரு பகுதி கருநீல ஜீன்ஸாக இருந்திருக்கலாம். ஆனால் கண்டிப்பாக அது மாத்திரமே அல்ல. காலத்தில் இந்த ஆசை இன்னும் அதிகமாக வலிமையானது. மேலும், என்னுள் விரிவடைவதாக, ஒரு வினோதமான வளர்ச்சியைக் கொண்டி ருந்தது.

நான் என்ன சொல்ல வருகிறேன் என்றால் அவனுடைய பணியில் நான் துளையிடும் துயரத்தை, உடலைத் திருகும் படியான துயரத்தை, அது போன்ற ஏதோவொன்றுக்கான ஆவலை உணர்ந்தேன். அவனுடைய பணி 'துன்பவியல் நாடகம்' என்கிற உணர்வை அந்த வார்த்தைக்கான புலன்களைப் பாதிக்கக்கூடிய அர்த்தத்தோடு தந்தது. 'சுய மறுப்பு' என்கிற பிரத்தியேக உணர்வு, அலட்சியத்தின் பிரத்தியேக உணர்வு, ஆபத்தோடு நெருக்கம் கொண்டிருப்பதன் பிரத்தியேக உணர்வு, ஜீவாதாரமான சக்தி மற்றும் சூன்யத்தின் பிரத்தியேகக் கலவை என்கிற உணர்வு — இந்த எல்லா உணர்வுகளும் அவனது அழைப்பிலிருந்து வெளிப்படையாக என்னை மொய்த்துக் கொண்டன. நான்கு வயதில் என்னுள் துளையிட்டு என்னைப் பணயக்கைதியாக எடுத்துக் கொண்டன. அனேகமாக நானொரு கழுநீர்க்கூள மனிதனுடைய பணி குறித்து தவறான புரிதலைக் கொண்டிருக்கலாம். ஆனால் அவனுடைய உடைகளால் தவறாக வழிநடத்தப்பட்டு நான் கேள்விப்பட்டிருந்த வழிமுறைகளுக்குள் கட்டாயப்படுத்தி அவனுடைய பணியினை பொருத்திக் கொண்டிருந்தேன். என்னால் வேறெப்படியும் அதனை விளக்க முடியவில்லை.

இதுதான் உண்மையாக இருக்கவேண்டும். ஏனெனில் தற்போது

என்னுடைய விருப்பமெல்லாம் அதே உணர்வுகளோடு ஹனா—டென்ஷாவை இயக்குபவர்களை நோக்கி மாறியிருந்தது—திருவிழா நாட்களுக்காக மலர்களால் பிரகாசமாக அலங்காரம் செய்யப்படும் அந்த ரதங்கள் — அல்லது மீண்டும் சுரங்க நுழைவுச்சீட்டுகளில் துளையிடுபவர்களிடம். இரண்டு பணி களுமே நான் அறிந்திராத, அவற்றிலிருந்து என்றைக்குமாக நான் விலக்கப்பட்டதாய் உணர்ந்த, 'துன்பமயமான வாழ்க் கைகள்' குறித்த பலமான எண்ணங்களைத் தந்தன. சுரங்கப் பாதை நுழைவுச்சீட்டு துளையிடுபவர்களின் சங்கதியில் இது மிகச்சரியான உண்மையாக இருந்தது. அவர்களுடைய நீலச் சீருடைகளின் தளர்ந்த உட்சட்டைகளில் இருந்த தங்கநிறப் பொத்தான்களின் வரிசைகள் அந்நாட்களில் சுரங்கப்பாதைகளில் மிதந்தலையும் வாசனையோடு எனது மூளையில் பொருந்திக் கொண்டன — அது ரப்பரின் வாசனை, அல்லது பெப்பர்மிண்டினுடையது. 'துயர நிகழ்வுகளுக்கான' மன அவசங்களை உடனடியாக அவை அழைத்து வந்தன. இப்படியான வாசனைக்கிடையே ஒரு மனிதன் தன் வாழ்வை அமைத்துக் கொள்வதென்பது 'துயரம்' என்பதாக எப்படியோ நான் உணர்ந்தேன். என்னோடு எவ்வித உறவும் கொள்ளாது நிகழும் இருப்புகள் மற்றும் நிகழ்வுகள், எனது புலன்களை இளகச் செய்ததோடு மட்டுமல்லாது மேலுமதிகமாக, எனக்கு மறுக்கப்பட்ட இடங்களில் நிகழ்ந்து — இவை, அவற்றில் ஈடுபட்டிருந்த மக்களோடு சேர்ந்து 'துன்பியல் நிகழ்வுகள்' குறித்த என்னுடைய வரையறையை உருவாக்கின. நிரந்தரமாக ஒதுக்கப்படுவது பற்றிய எனது துயரமென்பது எப்போதும் என்னுடைய கனவுகளில் அந்த மனிதர்களுக்கான மற்றும் அவர்களது வாழ்வியல் முறைகளுக்கான துயரம் என்ப தாகவே உருமாற்றம் கொண்டதாகத் தோன்றியது. மேலும் என்னுடைய சொந்தத் துயரத்தின் வழியாக மட்டுமே நான் அவர்களுடைய இருப்பினைப் பகிர்ந்து கொள்ள முயன்றேன்.

இதுதான் உண்மையெனில், 'துன்பியல் நிகழ்வுகள்' என்றழைக் கப்பட்டவை, நான் உணரத் துவங்கியிருந்த, இன்னும் வரக் காத்திருந்த தனிமை நிரம்பிய வெளியேற்றத்தின், எதிர் காலத்தில் இன்னும் பெரிதாகவிருந்த துயரத்தின் மினுங்குகிற முன்முடிவுகளால் உண்டான நிழல்களே!

மற்றுமொரு பழைய நினைவு உண்டு. ஒரு படப்புத்தகம் பற்றியது. நான் ஐந்து வயதாக இருக்கும்போது வாசிக்கவும் எழுதவும் கற்றுக்கொண்டு விட்டாலும் என்னால் புத்தகத்திலிருந்த வார்த்தைகளை வாசிக்க முடியவில்லை. எனவே இந்த நினைவும் நான்கு வயது பிராயத்தினுடையதாகத்தான் இருக்க வேண்டும்.

அந்த நேரத்தில் என்னிடம் நிறைய படப்புத்தகங்கள் இருந்தன. ஆனால், முழுமையாகவும் தனிப்பட்டதாகவும் இதனால் மட்டுமே என்னுடைய விருப்பம் கைப்பற்றப்பட்டது — மேலும் அதிலிருந்த ஒரு விழிப்புணர்வூட்டும் படத்தால் மட்டுமே. நீளமான அலுப்பூட்டும் மதிய நேரங்களை அதனை உற்றுப் பார்த்தபடி கனவுகளினூடாக என்னால் கடந்து போக முடிந்தது. இருந்தாலும் கூட அங்கே யாராவது வருகையில், காரணம் ஏதுமின்றி நான் குற்றவுணர்ச்சி கொண்டவனாக சட்டென்று வேகமாக வேறொரு பக்கத்தைத் திருப்பிக் கொள்வேன். ஒரு செவிலியினுடைய அல்லது பணிப்பெண்ணினுடைய கண்காணிப்பு என்னை பொறுமைக்கும் அதிகமாய் சோதித்தது. நாள் முழுமையும் அந்தப் படத்தை உற்றுப்பார்க்க என்னை அனுமதிக்கும் வாழ்க்கைக்காக நான் ஏங்கினேன். அந்தப் பக்கத்தைத் திருப்பும் போதெல்லாம் எனது இதயம் வேகமாகத் துடித்தது. வேறு எந்தப் பக்கமும் எனக்கு எந்த அர்த்தத்தையும் வழங்கவில்லை.

அந்தப் படம் வாளினை மேல் நோக்கிப் பற்றியபடி வெள்ளைக் குதிரையில் வீற்றிருக்கும் ஒரு போர்வீரனைக் காட்டியது. நாசித்துவாரங்கள் ஒளிர்ந்திட, குதிரை தனது பலம்பொருந்திய முன்னங்கால்களால் நிலத்தைக் கீறிக்கொண்டிருந்தது. போர்வீரன் அணிந்திருந்த வெள்ளிக்கவசத்தின் மீது யுத்தத் தளவாடங்களைக் கொண்டதொரு மேலங்கி கிடந்தது. தலைக் கவச இடைவெளியினூடாக போர்வீரனின் அழகிய முகம் எட்டிப்பார்த்தது தனது உருவியெடுக்கப்பட்ட வாளினை அதியற்புதமாக நீலவானை நோக்கி அவன் சுழற்றினான் மரணத்தையோ அல்லது ஆகக் குறைந்தபட்சம், முழுமையும் தீயசக்தியால் நிரம்பியதாக சடசடவென பெருத்த ஒலியோடு வீழ்ந்திடும் ஏதோவொரு பொருளை எதிர்கொள்பவனாக. அடுத்த கணமே அவன் கொல்லப்படக்கூடும் என நான் நம்பினேன். பக்கத்தை வேகமாகத் திருப்பினால் நிச்சயமாக

அவன் கொல்லப்படுவதை நான் பார்க்க முடியும். கண்டிப் பாக அப்படி ஏதோவொரு ஏற்பாடு இருக்கிறது. அதன் மூலமாக, ஒருவர் அதனை அறிந்து கொள்ளும் முன்பே ஒரு படப்புத்தகத்திலிருக்கும் படங்களை 'அடுத்த தருணம்' என் பதாக மாற்றி விட முடியும்.

ஆனால் ஒருநாள் என் செவிலிப்பெண் புத்தகத்தின் அந்தப் பக்கத்தைத் திறக்க நேர்ந்தது. நான் திருட்டுத்தனமாக பக்கவாட்டுப் பார்வை பார்த்துக் கொண்டிருந்தபோது அவள் சொன்னாள்:

"இந்தப் படத்தின் கதையைக் குட்டி எஜமானன் அறிவாரா?"

"இல்லை... எனக்குத் தெரியாது..."

"இது ஒரு ஆணைப் போலத் தெரிகிறது. ஆனால் அது ஒரு பெண். உண்மையில் அவளுடைய பெயர் ஜோன் ஆப் ஆர்க். அவள் ஒரு ஆண்மகனின் உடைகளை அணிந்து கொண்டு நாட்டுக்குச் சேவை செய்யப் போருக்குச் சென்றாள் என்பது தான் கதை"

"ஒரு பெண்?"

நான் மூர்ச்சையுறும்படி அடித்து வீழ்த்தப்பட்டதாக உணர்ந் தேன். அவன் என்பதாக நான் நினைத்திருந்தது ஒரு அவள். இந்த அழகான போர்வீரன் என்பது ஆண் என்றல்லாது பெண் எனில், அங்கு என்னதான் மீதமிருந்தது? (இன்றும், ஆண்களின் உடைகளிலிருக்கும் பெண்கள் மீது, விவரிக்க முடியாத, ஆழமாக ஊன்றிப்போன முரண்பாட்டினை நான் உணர்கிறேன்). இதுதான் நான் என் வாழ்வில் சந்தித்த முதல் 'யதார்த்தத்தின் பழியுணர்வு', மேலும் அது மிகக் கொடூரமானதாகத் தோன்றியது. குறிப்பாக அவனுடைய மரணம் பற்றி நான் போற்றி வளர்த்த கற்பனைகளின் மீது. அந்த நாள் முதல் நான் அந்தப் படப்புத்தகத்தை வெறுக்கத் தொடங்கினேன். நான் ஒருபோதும் அதை என் கைகளில் மீண்டும் எடுக்க மாட்டேன் என்கிற அளவுக்கு. வருடங்கள் கழித்து ஒரு அழகிய போர்வீரனுடைய மரணத்தின் மேன்மையை ஆஸ்கர் வைல்டின் ஒரு பாடலில் நான் கண்டுபிடிக்க இருந்தது.

கொலையுண்டு வீழ்ந்து கிடக்கும் போர்வீரன் அழகு ஜனத் திரளுக்கும் நாணற்கூட்டத்துக்கும் மத்தியில்.

தன் புதினமான *லாபாஸ்ஸில்*, கில்ஸ் தே ராய்ஸின் கதா

பாத்திரம் குறித்து ஹைஸ்மேன்ஸ் விவரிப்பார். ஏழாம் சார்லசின் அரச கட்டளையால் ஜோன் ஆப் ஆர்க்கின் பாது காவலனாக நியமிக்கப்பட்டவன், 'மிக மோசமான குற்றங்கள், மிகக் கொடுமை யான குற்றங்கள்' ஆகியவை நோக்கி வெகு விரைவாகத் தடம் மாறினாலும் கூட, அவனுடைய மறைஞானத்துக்கான அடிப்படை உத்வேகம் ஜோன் ஆப் ஆர்க் நிகழ்த்திய சகல விதமான அதிசயச் செயல்களை தன்னுடைய கண்களால் நேரடியாகப் பார்க்க நேர்ந்ததிலிருந்தே வந்தது. அவள் என் மீது எதிர்மறையான தாக்கத்தைக் கொண்டிருந்தாலும் கூட, என் னுள் வெறுப்பின் உணர்வைத் தூண்டினாலும், என்னுடைய விசயத்தில் *மெய்ட் ஆப் ஆர்லியன்ஸு*ம் ஒரு முக்கியமான பங்கு வகித்தது...

மேலும் ஒரு நினைவு: என்னை முன்னோக்கிச் செலுத்திய, என்னுடைய ஏக்கங்களைத் தட்டியெழுப்பிய, என்னை அடக்கி ஆட்கொண்ட, வியர்வையின் மணம்...

எனது காதுகளைத் துளைக்கிற, திரையிட்டதைப் போல மற்றும் மிக மெல்லியதாக, அச்சுறுத்துவதைப் போல, நெரிக்கிற சத்தத்தை நான் கேட்கிறேன். எப்போதாவது ஒரு முறை எக்காளமும் இணைந்து கொள்கிறது. எளிமையான, விசித்திரமான துயரம் நிரம்பிய பாடலின் சத்தம் நெருங்குகிறது. பணிப்பெண்ணின் கையைப் பிடித்திழுத்து, அவளுடைய கைகளைப் பற்றி, வாயிலில் போய் நிற்க பிடிவாதம் கொண்டவனாக, விரைந்து போகும்படி அவளை வற்புறுத்துகிறேன்.

உடற்பயிற்சி முறைகளை முடித்துத் திரும்புகிற படைப் பிரிவினர்தான் எங்கள் வாயிலைக் கடந்து போனது. வீரர்களுக்கு குழந்தைகளைப் பிடிக்கும். மேலும் நான் எப்போதும் அவர் களிடமிருந்து சில காலியான தோட்டாக்களைப் பெறுவதை எதிர்நோக்கி இருப்பேன். இந்தப் பரிசுகளைப் பெறுவதிலிருந்து, அவை ஆபத்தானவை எனச் சொல்லி, என் பாட்டி எனக்குத் தடை விதித்திருந்ததால், ரகசியத்தின் மகிழ்ச்சியில் எனது எதிர்பார்ப்பு கூர்தீட்டப்பட்டது. ராணுவக் காலணிகளின் வலுவான தப்படிகள், கறைபடிந்த சீருடைகள் மற்றும் ரைபிள் களை ஏந்திய தோள்களின் வனம் முதலானவை எந்தவொரு குழந்தையையும் முற்றிலும் வசியம் செய்யப் போதுமானவை. ஆனால் வெறுமனே அவர்களுடைய வியர்வையின் மணம் தான்

என்னை வசீகரித்தது. அவர்களிடமிருந்து தோட்டாக்களைப் பெறுகிற என்னுடைய நம்பிக்கையின் அடியில் மறைந்து கிடந்த தூண்டுகோலை அது உருவாக்கியது.

வீரர்களுடைய வியர்வையின் மணம் — அந்த மணம், கடல் காற்றைப் போல கடற்கரையின் மீதாக, தங்கமென எரிந்து போன காற்றைப்போல — எனது நாசித்துவாரங்களைத் தாக்கி என்னை மயக்கியது. பெரும்பாலும் இதுதான் மணங்களைப் பற்றிய எனது மிகப்பழமையான நினைவு. சொல்லத் தேவை யின்றி அந்த நேரத்தில் மணத்தால் நிச்சயமாக பாலின உணர்வு களோடு எந்த நேரடியான தொடர்பும் கொண்டிருக்க முடியாது, ஆனால் படிப்படியாகவும் உறுதியாகவும் அது எனக்குள் இம் மாதிரியான விசயங்களுக்கான புலன்சார்ந்த இச்சையைக் கிளர்ந்தெழச் செய்தது. வீரர்களின் விதிப்பயன், அவர்களுக்கான அழைப்புகளின் துயரார்ந்த தன்மை, அவர்கள் பார்க்கக்கூடிய தூர தேசங்கள், அவர்கள் மரணிக்கக்கூடிய வழிகள்!

இந்த விசித்திரமான பிம்பங்கள்தான் நான் என் வாழ்வில் எதிர்கொண்ட முதல் சங்கதிகள். ஆரம்பத்திலிருந்தே அவை என் முன் உண்மையான வீறாப்புடன் கூடிய முழுமையோடு நின்றிருந்தன. பிந்தைய வருடங்களில் நான் என்னுடைய சொந்த உணர்வுகளுக்கும் செயல்களுக்குமான ஊற்றுக்கண்ணை அவற் றில் தேடினேன். ஆனால் மீண்டும் ஒரு விசயம் கூடக் குறைவா யிருந்ததில்லை.

குழந்தைப் பருவத்திலிருந்தே மனித இருப்பு பற்றிய என்னு டைய எண்ணங்கள் ஒருபோதும் முன்முடிவு பற்றிய *அகஸ்தினிய தத்துவத்திலிருந்து* வேறுபட்டதில்லை. வீணான சந்தேகங்களால் நான் மீண்டும் மீண்டும் துன்புறுத்தப்பட்டேன்— இன்றும் கூட நான் துன்புறுத்தப்படுகிறேன் — ஆனால் இத்தகைய சந்தேகங் களை பாவத்தை நோக்கிய சபலத்தின் மற்றொரு வகையாகவே நான் கருதினேன். மேலும் எனது தீர்மானமான பார்வைகளில் அசைவுறாமலே இருந்தேன். என் வாழ்க்கையின் எல்லாத் துன்பங்களையும் உள்ளடக்கிய முழுமையான பட்டியல் எனச் சொல்லக்கூடிய ஒன்று, அதை வாசிக்க முடியாத அளவுக்கு சிறுவனாக இருந்த போது, எனக்குக் கையளிக்கப்பட்டது. ஆனால் நான் செய்ய வேண்டி இருந்ததெல்லாம் என்னுடைய குறுந்துணியை அணிந்து மேசையைப் பார்ப்பதுதான். இந்த

மாதிரியான வினோதமான புத்தகத்தை இப்போது நான் எழுதிக் கொண்டிருப்பேன் என்கிற விசயம் கூட, எனது கண்களின் எதிரில், ஆரம்பத்திலிருந்தே அது இருந்திருக்கக்கூடிய இடத்தில், மிகத்துல்லியமாக பட்டியலில் குறிப்பிடப்பட்டிருந்தது.

குழந்தைப்பிராயத்தின் பருவம் என்பது காலமும் வெளியும் ஒன்றுகலக்கும் குழப்பமான மேடை. எடுத்துக்காட்டாக, வெவ்வேறு நாடுகளில் நடைபெற்ற நிகழ்வுகள் பற்றி பெரியவர்களிடமிருந்து நான் கேள்விப்பட்ட செய்திகள் இருந்தன — சொல்வதெனில், ஒரு எரிமலையின் வெடிப்பு அல்லது ஒரு படையின் புரட்சி — மேலும் என் கண்களின் முன் நிகழ்ந்த செயல்பாடுகள் — என் பாட்டியின் வசைகள் அல்லது சிறுமையான குடும்பச் சண்டைகள் — பிறகு நான் அப்போது மூழ்கிப்போயிருந்த தேவதைக்கதைகளினுடைய உலகின் கற்பனையான நிகழ்வுகள். இந்த மூன்றுமே எப்போதும் எனக்கு ஒரே வகையைச் சேர்ந்தவையாகவும் ஒரே மதிப்புடையவையாகவும் தோன்றின. இந்த உலகம் என்பது கட்டிட அடுக்குகளாலான ஒரு வடிவத்தைக் காட்டிலும் எந்த வகையிலும் சிக்கலானதாக இருக்கக்கூடும் என்பதை, அல்லது நான் தற்போது நுழைய வேண்டிய, 'சமூக வாழ்க்கை' என அழைக்கப்படுவது, தேவதைக்கதைகளின் உலகை விட மிகப்பகட்டானதாக இருக்கும் என்பதை என்னால் நம்ப முடியவில்லை. இப்படியாக, எனக்குத் தெரியாமலேயே என் வாழ்வின் ஒரு தீர்மானம் செயல்பாட்டுக்கு வந்திருந்தது. மேலும் அதற்கு எதிரான என் போராட்டங்களின் காரணமாக, ஆரம்பத்திலிருந்து விசித்திரமான முழுமையோடும் தனக் குள்ளாகவே மிகத்தீவிரமான ஆசையை ஒத்திருந்த என்னுடைய ஒவ்வொரு கற்பனையும் நம்பிக்கையின்மையின் சாயலைக் கொண்டிருந்தன.

ஓர் இரவில், என்னைச் சுற்றியிருந்த இருளின் பெரும்பாப்பின் மீது மிதந்து சென்ற பளபளப்பான நகரத்தை, என்னுடைய படுக்கையிலிருந்து நான் கண்டேன். விசித்திரமானதொரு மோன அமைதி நிலவியது. என்றாலும் அதை மீறி அழகும் மாயமும் வழிந்தோடின. அந்த நகரத்திலிருந்த மனிதர்களுடைய முகங்களில் ஒரு மாய அடையாளம் அப்பிக்கிடந்ததை என்னால் தெளிவாகப் பார்க்க முடிந்தது. அவர்கள் பெரியவர்களாய் இருந்தார்கள். சங்கேத அடையாளங்கள் மற்றும் ரகசிய

பாஷை போன்ற ஏதோவொன்றின் மிச்சங்களை பேச்சிலோ சைகையிலோ இன்னும் தேக்கியபடி, ரகசிய அமைப்பொன்றின் அறிகுறி என்பதைப் போல இரவின் முடிவில் வீடு திரும்பிக் கொண்டிருந்தார்கள். மேலும், முகத்தை முழுமையாகப் பார்ப் பதிலிருந்து அவர்களை வெட்கம் கொள்ளச் செய்வதான பிரகாசமான சோர்வு அவர்களுடைய முகத்தில் தென்பட்டது. ஒருவர் அவற்றைத் தொடும்போது விரல்நுனிகளில் வெள்ளிநிறப் பூச்சுகளை விட்டுப்போகும் விடுமுறைக்கால முகமூடிகளைப் போலவே, என்னால் அவர்களுடைய முகத்தை மட்டும் தொட்டுவிட முடிந்தால், இரவின் நகரம் அவர்களுடைய முகத்தில் வரைந்திருந்த நிறமிகளின் வண்ணங்களை என்னால் கண்டுபிடிக்க முடியும் எனத் தோன்றியது.

தற்போது இரவு என் கண்களின் முன்னே, *சோக்யோகுசாய் தென்கட்சு* தன்னுடைய மாயங்களை நிகழ்த்திய மேடையைப் புலப்படுத்தி, திரையை நேரடியாக உயர்த்தியது. (அவள் அப்போது ஷின்ஜூகு மாகாணத்திலிருந்த அரங்கமொன்றில் வெகு அரிதாகத் தோன்றியிருந்தாள். சில வருடங்களுக்குப் பிறகு அதே அரங்கில் நான் காண நேர்ந்த மாயமந்திரக்காரர் தாந்தேயின் நிகழ்ச்சி அவளுடையதைக் காட்டிலும் பல மடங்கு பிரம்மாண்டமாக இருந்தாலும் கூட, தாந்தேயோ அல்லது ஹேகன்பெக் சர்க்கஸின் உலகளாவிய காட்சியோ தென்கட்சுவை முதல் முறை பார்த்ததைப்போல என்னை பரவசப்படுத்தவில்லை.)

அவள் சோம்பலோடு மேடை மீது ஒய்யாரமாக நடமாடினாள். அவளது செழுமையான உடல் *அபோகாலிப்ஸின்* புகழ்மிக்க *ஹார்லட்டினுடையதைப்* போல துணிகளினூடாக அசைந்தது. அவளுடைய கரங்களில் செயற்கைக் கற்கள் பதித்த பகட்டான கைவளைகள் இருந்தன. நாட்டுப்புறப்பாடல்களைப் பாடித் திரியும் பெண் பாடகியைப் போல அவளது ஒப்பனை மிக அதிகமாயிருந்தது. வெள்ளைப்பூச்சின் ஒரு பகுதி அவளுடைய கால்நகங்களின் நுனி வரை கூட நீண்டிருந்தது. மேலும் தனது பிம்பத்தை, மலிந்த கீழ்த்தரமான பொருட்கள் மட்டுமே தரக்கூடிய செருக்குமிகுந்த பளபளப்பினைப் போன்றதொரு இயல்பிடம் இழக்கக்கூடிய, அற்பமான உடையணிகளை அவள் அணிந்திருந்தாள். ஆனாலும், ஆச்சரியப்படும்படி. இவை எல்லாம் இணைந்து, செப்பிடு வித்தைக்காரர்களின் குணநலன்களையும் நாடுகடத்தப்பட்ட பிரபுக்களையும் ஒத்த,

அவளது தனித்தன்மையான இருண்மை நிரம்பிய வசீகரத்தால், அவளது கதாநாயகியைப் போன்ற நடத்தையால், அவளது சுய முக்கியத்துவத்தின் கர்வம் நிரம்பிய காற்றோடு இணைந்து மயக்கமானதொரு ஒத்திசைவை எய்தியிருந்தன. இந்த இணக்க மற்ற கூறுகளால் வார்க்கப்பட்ட நிழலின் நுண்மையான வண்ணம் தனக்கேயான ஆச்சரியமூட்டும் மற்றும் ஒத்திசைவின் தனித்த மாயத்தோற்றத்தை உருவாக்கியது.

நான் புரிந்து கொண்டேன், தெளிவில்லாமல்தான். 'தென்கட்சு ஆவது' என்கிற ஆசையும் 'தேர்களை இயக்குபவனாக ஆவது' என்பதும் அடிப்படை சாரத்தில் வித்தியாசம் கொண்டிருந்தன. அவற்றுக்கிடையே அதிகம் கவனிக்கத்தக்க வேறுபாடு தென் கட்சுவின் வழக்கில் அந்த 'துன்பியல் தன்மை'க்கான ஏக்க மென்பது கிட்டத்தட்ட முற்றிலுமாய் இல்லாமலிருந்தது என்கிற விசயம்தான். தென்கட்சு ஆக விருப்பம் கொள்வதில் நான் அந்த ஏக்கம் மற்றும் அவமானத்தின் கசப்பான கலவையை ருசிக்க வேண்டியதில்லை. இருந்தாலும் கூட ஒரு நாள், எனது இதயத்துடிப்புகளை சமனப்படுத்த கடுமையாக முயற்சித்தபடி, நான் என் அம்மாவின் அறைக்குள் திருட்டுத்தனமாக நுழைந்து அவளுடைய உடைகளை அடுக்கும் பெட்டியின் இழுப் பறை களைத் திறந்தேன்.

என் அம்மாவின் கிமோனோக்களுக்கிடையிலிருந்து அவை எல்லாவற்றிலும் மிக அழகான ஒன்றை, அழுத்தமான வண்ணங்களைக் கொண்டிருந்ததை, நான் இழுத்தெடுத்தேன். இடைக்கச்சைக்காக எண்ணெயால் வரையப்பட்ட அடர்சிவப்பு ரோஜாக்களைக் கொண்டிருந்த ஓபியைத் தெரிவு செய்து துருக்கிய பாஷாவைப் போல என் இடையில் சுற்றி அணிந்து கொண்டேன். க்ரீப் தெ சைனினாலான போர்வைத்துணியால் என் தலையை மூடினேன். நான் ஆடியின் முன் நின்றபோது எனது கன்னங்கள் கட்டுக்கடங்காத மகிழ்ச்சியால் மின்னின. மேலும், இந்தப் புதுமையான தலைப்பாகை டிரஷர் ஐலேண்டினுடைய கொள்ளைக்காரர்களை நினைவூட்டுவதையும் நான் பார்த் தேன்.

ஆனால் எனது வேலை முழுமை பெறுவதிலிருந்து இன்னும் வெகு தொலைவில் இருந்தது. எனது ஒவ்வொரு புள்ளியையும், என்னுடைய விரல்நகங்களின் கடைசி நுனி வரை, மர்மத்தின் உருவாக்கத்துக்குத் தகுதியானதாகச் செய்ய

வேண்டும். என்னுடைய இடைக்கச்சையில் ஒரு கை கண்ணாடியைத் திணித்து வைத்து விட்டு மெலிதாக முகத்தில் அலங்காரப்பூச்சினை பூசிக்கொண்டேன். ஒரு வெள்ளி நிற பளீரிடும் விளக்கு, பழங்கால பாணியைச் சேர்ந்த இழைக்கப்பட்ட உலோகத்தாலான பவுண்டைன் பேனா, மேலும் என் கண்களைத் தாக்கிய எல்லாவற்றைக் கொண்டும் என்னை நானே ஆயத்தப்படுத்திக் கொண்டேன்.

பெருமிதத்தின் காற்றை அனுமானம் செய்து கொண்டு, மேலும் இது போல உடையணிந்தவனாக, நான் என் பாட்டியின் ஓய்வறைக்குள் வேகமாக நுழைந்தேன். எனது பைத்தியக்காரத்தனமான சிரிப்பையும் சந்தோசத்தையும் கட்டுப்படுத்த முடியாமல் அழுதபடியே அறைக்குள் ஓடினேன்.

"நான்தான் தென்கட்சு! நான், நான்தான் தென்கட்சு!"

என் பாட்டி நோயுற்றவளாக அங்கே படுக்கையில் கிடந்தாள். உடன் என் அம்மாவும், ஒரு பார்வையாளரும் மற்றும் நோயர் அறைக்கென ஒதுக்கப்பட்டிருந்த செவிலிப்பெண்ணும். ஆனால் ஒரு மனிதர் கூட என் கண்களுக்குத் தென்படவில்லை. என்னுடைய ஆவேசம் எல்லாம், எனது ஆள்மாறாட்டத்தின் மூலமாக, தென்கட்சு பலருடைய கண்களில் வெளிப்படுகிறாள் என்கிற எண்ணத்தின் மீதே குவிந்திருந்தது. சுருக்கமாக, என்னைத் தவிர வேறெதையும் என்னால் பார்க்க முடியவில்லை.

அதன் பிறகு என் அம்மாவின் முகத்தினை எதேச்சையாகப் பார்க்கும் வாய்ப்பு எனக்குக் கிட்டியது. அவள் சற்றே வெளிறிப் போயிருந்தாள். மேலும் தன்னை மறந்தவளைப் போல வெறுமனே அங்கு அமர்ந்திருந்தாள். எங்கள் பார்வைகள் சந்தித்தன. அவள் கண்களைத் தாழ்த்தினாள்.

நான் உணர்ந்து கொண்டேன். கண்ணீர்த்துளிகள் என் விழிகளை மங்கச் செய்தன.

அந்தத் தருணத்தில் நான் புரிந்து கொண்டது அல்லது புரிந்து கொள்வதற்கான விளிம்பில் இருந்தது என்பது என்ன? பிந்தைய வருடங்களுக்கான உள்நோக்கம் — 'பாவத்துக்கு முன்னுரையான கழிவிரக்கம்' பற்றியவை — தங்களுடைய தொடக்கத்துக்கான முதல் அடையாளத்தை இங்கே காட்டினவா? அல்லது எனது தனிமையென்பது அன்பின் கண்களில் எத்தனை கொடுமை

யானதாகத் தென்படக்கூடும் என்பதை அந்தத் தருணம் கற்றுத் தந்ததா அல்லது அதே நேரத்தில், பாடத்தின் மறுபக்கத்தில், அன்பை ஏற்றுக் கொள்ள முடியாத எனது இயலாமையை நான் கற்றுக் கொண்டிருந்தேனா?...

பணிப்பெண் என்னை இறுகப்பற்றி மற்றொரு அறைக்குத் தூக்கிச்சென்றாள். நானென்னவோ அறுப்பதற்கான கோழிக் குஞ்சு என்பதைப் போல ஒரு நொடியில் என்னுடைய வழக்கமீறிய மாறுவேடத்தை என்னிடமிருந்து அவள் பறித்தெடுத்தாள்.

நான் திரைப்படங்களுக்குச் செல்ல ஆரம்பித்தபோது இவ்வாறு உடையணிவதற்கான எனது ஆர்வம் மிகத் தீவிரமானது. என்னுடைய ஒன்பதாவது வயது வரை இது குறிப்பிடும்படியாகத் தொடர்ந்தது.

ஒருமுறை நான் எங்களுடைய மாணவ வேலைக்காரனோடு ஃப்ரா டியவோலோ என்கிற இசை நாடகத்தின் திரைப்பட வடிவைப் பார்க்கச் சென்றிருந்தேன். டியவோலோவாய் நடித்த பாத்திரம் மணிக்கட்டுகளில் வார் இழைகளின் பூவேலைப் பாடுகளைக் கொண்ட மறக்கமுடியாததொரு நீதிமன்ற அங்கியினை அணிந்திருந்தது. அது போன்ற உடை மற்றும் அது போல பொய்மயிர்த்தோகையும் அணிய நான் எத்தனை விருப்பம் கொண்டிருந்தேன் என்பதைச் சொன்னபோது அந்த மாணவன் பரிகாசமாகச் சிரித்தான். என்றாலும் கூட வேலைக்காரர்களின் குடியிருப்பில் அவன் அடிக்கடி கபுக்கி கதாபாத்திரமான இளவரசி ஏகாகியை கேலி செய்வதன் மூலம் அங்கிருந்த பணிப்பெண்களை சந்தோசப்படுத்தினான் என்பதை நான் அறிந்திருந்தேன்.

தென்கட்சுவுக்குப் பிறகு என்னை வசியம் செய்ய கிளியோபாட்ரா வந்தாள். ஒரு முறை டிசம்பர் மாத இறுதியின் பனிமிகுந்த நாளில் நம் பார்த்த மருத்துவர் ஒருவர், எனது கெஞ்சல்களால் மனம்கரைந்து, அவளைப் பற்றிய படத்தைப் பார்க்க என்னை அழைத்துப்போனார். அது வருடத்தின் இறுதி என்பதால் குறைந்த அளவிலான பார்வையாளர்களே இருந்தார்கள். மருத்துவர் தனது கால்களை தடுப்புச்சட்டங்களின் மீது தூக்கி வைத்துத் தூங்கிப்போனார். தன்னந்தனியாக பேராவலோடு நான் உற்றுப் பார்த்திருந்தேன், முழுமையாக வசியம் செய்யப்பட்டவனாக. பழங்கால மற்றும் வினோதமான

வடிவில் உருவாக்கப்பட்ட பல்லக்கில், காற்றில் அசைந்தாடி, எண்ணற்ற அடிமைகளின் தோள்கள் சுமந்து வர, எகிப்தின் அரசி ரோமுக்குள் தனது வருகையை நிகழ்த்துகிறாள். மயக்கும் விழிகள், இமைகள் அழுத்தமாக கண் மையினால் சாயம் பூசப்பட்டிருந்தன. மற்றொரு லோகத்தைச் சேர்ந்த அவளது ஆடை அணிகலன்கள். மேலும், அதன் பிறகு, பெர்சியக் கம்பளத்தின் வழியே பார்வைக்குத் தென்பட்ட, அவளுடைய அரை நிர்வாண, பொன்மஞ்சள் நிற உடம்பு...

இந்த முறை, தவறான நடத்தைகளில் ஏற்கனவே பூரண மகிழ்ச்சியை உணர்ந்த நிலையில், என் பாட்டி மற்றும் பெற்றவர்களின் கண்களிலிருந்து நழுவி, என் தங்கை மற்றும் தம்பி ஆகியோரை கூட்டாளிகளாக்கிக் கொண்டு, கிளியோபாட்ராவாக வேடமிடுவதில் நான் என்னை அர்ப்பணித்துக் கொண்டேன். இந்தப் பெண்களுக்கான ஆடையிலிருந்து என்ன கிடைக்குமென்று நான் நம்பிக் கொண்டிருந்தேன்? அது அப்போது தெரியவில்லை. வெகு பின்னால் என்னுடைய நம்பிக்கைகளைப் போல அப்படியே *ஹீலியோகாபலஸிடம்* கண்டு கொள்ளும் வரை. ரோமினுடைய அழிவுக்காலத்தில் சக்கரவர்த்தியாக இருந்தவன்; ரோமின் பண்டைய கடவுள்களை அழித்தவன்; சிதைவுற்ற, அந்த மிருகத்தனமான அரசன்.

கழுநீர்க்கூள மனிதன், மெய்ட் ஆப் ஆர்லியன்ஸ், மேலும் வீரர்களின் வியர்வை மணம் ஆகியன என் வாழ்வுக்கான ஒருமாதிரியான முகவுரையை உருவாக்கியிருந்தன. தென்கட்சுவும் கிளியோபாட்ராவும் இரண்டாவது. இன்னும் மூன்றாவதாக விவரிக்கப்பட வேண்டிய ஒன்றும் உண்டு.

குழந்தையாக இருந்தபோது என் கைகள் தீண்ட முடிந்த எல்லா அற்புதக்கதைகளையும் வாசித்திருந்தாலும், நான் எப்போதும் இளவரசியை நேசித்ததில்லை. நான் இளவரசர்களின் மீது மட்டும்தான் விருப்பம் கொண்டிருந்தேன். கொலை செய்யப்பட்ட அல்லது மரணம் விதிக்கப்பட்ட இளவரசர்களின் மீதே என் மொத்த விருப்பமும். கொலை செய்யப்படும் எந்த இளைஞனோடும் நான் முழுமையான அன்போடிருந்தேன்.

ஆனால் இதுவரை ஏனென்று எனக்குப் புரியவில்லை, ஆண்டெர்சனின் நிறைய தேவதைக் கதைகளுள், அவருடைய 'ரோஸ் எல்ப்' மட்டுமே என் இதயத்தின் மீது ஆழமான நிழல்

களை வீசிப்போனது. அந்த அழகான இளைஞன் மட்டுமே, அவனுக்குப் பிரியமானவளால் பரிசாகத் தரப்பட்ட ரோஜாவை முத்தமிடும்போது, எதிரியால் நீண்டதொரு கத்தியைக் கொண்டு குத்தி தலை வெட்டப்பட்டு இறப்பவன். இதுவரை ஏனென்று எனக்குப் புரியவில்லை. வைல்டின் எண்ணற்ற தேவதைக்கதை களிலிருந்து, 'மீனவன் மற்றும் அவனுடைய ஆன்மா' என்கிற கதையில் வரும், தனது நெஞ்சோடு ஒரு கடற்கன்னியை அணைத்த படி கரையொதுங்கும் இளம் மீனவனின் பிணம் மட்டுமே என்னை வசீகரித்தது.

இயல்பாகவே நான் மற்ற குழந்தைமையான விசயங்களிலும் ஆர்வம் கொண்டிருந்தேன். நான் வெகுவாக விரும்பிய ஆண்டெர்சனின் 'நைட்டிங்கேல்', மேலும் குழந்தைத்தனமான பல சித்திரக்கதை புத்தகங்களிலும் நான் மகிழ்ச்சியடைந்தேன். ஆனால் மரணம், இரவு மற்றும் குருதியின் மீதான என் இதயத்தின் சாய்வை மறுப்பதற்கில்லை.

'இளவரசர்களின் கொலை' பற்றிய கனவுகள் என்னை விடாப் பிடியாகத் துரத்தின. அந்த இளவரசர்கள் அணிந்திருந்த உடலை வெளிக்காட்டுகிற இறுக்கமான உடைகள் அவர்களுடைய குரூர மரணத்தோடு தொடர்பு கொண்டிருந்தவை என்பதான கற்பனைகளில் நான் ஏன் அதீத மகிழ்ச்சி கொண்டிருந்தேன் என்பதை யார்தான் எனக்கு விளக்கியிருக்க முடியும்? இது தொடர்பாக எனக்குக் குறிப்பாக நினைவிலிருக்கும் ஒரு ஹங்கேரிய தேவதைக்கதை ஒன்றும் உண்டு. வெகு காலத்துக்கு என் மனம் இந்தக் கதைக்கான தீவிர யதார்த்தம் கொண்டதொரு விளக்கப்படத்தால் ஆக்கிரமிக்கப்பட்டிருந்தது.

அடிப்படை நிறங்களில் அச்சடிக்கப்பட்ட இந்தப்படம், இளவரசன் கறுப்பு நிற இறுக்கமான காற்சட்டைகளையும் மார்பில் தங்கநூற்பினாலான பூவேலைகளைக் கொண்ட ரோஜாநிற வெளி அங்கியையும் அணிந்திருப்பதைக் காட்டியது. அடர்சிகப்பு நிறத்தில் அடித்துணி பொருத்தப்பட்டு மின்னிய கருநீல கைகளற்ற மேலாடை அவனது தோள்களில் இறுகிக் கிடந்தது. மேலும் அவனது இடையைச் சுற்றி பச்சைநிற தங்க வாரும் இருந்தது. பசுந்தங்கத்தில் செய்த தலைக்கவசம், பிரகாசமான சிவப்புநிற வாள், மற்றும் பச்சைநிற தோலால் நெய்த அம்பறாத்துணி ஆகியவற்றை அவன் ஏந்தியிருந்தான். வெண்ணிறத் தோலால் உறையிடப்பட்ட அவன் இடது கரம்

ஒரு வில்லைப் பற்றியிருந்தது. அவன் வலது கரம் காட்டின் பழமையான மரங்களில் ஒன்றினுடைய கிளைகளில் வீற்றிருந்தது. சவக்களை பொருந்திய, கட்டளையிடும் முகத்தோடு, தன் மீது பரவக் காத்திருந்த வெறிகொண்ட டிராகனின் பயமுறுத்தும் தொண்டையினை அவன் பார்த்துக் கொண்டிருந்தான். அவனுடைய முகத்தில் மரணத்தின் தீர்க்கம். இந்த இளவரசன் மட்டும் டிராகனுடனான தனது சந்திப்பில் வெற்றி கொள் பவனாக விதிக்கப்பட்டிருந்தால், அவனுக்கான எனது வசீகரம் எத்தனை சிறியதாய் இருந்திருக்கும். ஆனால் அதிர்ஷ்டவசமாக இளவரசன் மரணிக்க விதிக்கப்பட்டிருந்தான்.

இருந்தாலும், நான் வருத்தப்படும் வகையில், அவனுடைய மரணத்தின் விதி அத்தனை துல்லியமானதாய் இல்லை. அவன் தங்கையை மீட்கவும் அழகிய இளவரசியை மணம் புரியவும், ஏழு முறை இந்த இளவரசன் மரணத்தின் கடுமையான சோதனை களைச் சகித்துக்கொள்ள வேண்டியதானது. மேலும், அவன் தனது வாயினடியில் வைத்திருந்த வைரத்தின் மாய சக்திகளுக்கு நன்றி. ஏழு முறையும் அவன் மரணத்திலிருந்து உயிர்த்தான். இறுதியாக, பிறகு எப்போதைக்குமான மகிழ்ச்சியோடு வாழ்ந் தான்.

அந்தப் படம் முதல் மரணத்துக்கு சற்றே முன்பான காட்சி யொன்றைக் காட்டியது — ஒரு டிராகனால் விழுங்கப்படுவதை. அதன் பிறகு அவன் மாபெரும் எட்டுக்கால் பூச்சியிடம் பிடிபட்டு, அதன் தீண்டல்களால் உடல் முழுவதும் விஷம் ஏறியபிறகு, பேராசையோடு உண்ணப்பட்டான். பின்பும் அவன் மூழ்கடிக்கப்பட்டான். தீயில் வாட்டப்பட்டான். குளவிகள் கொட்டவும் பாம்புகள் தீண்டவும் செய்தன. தங்கள் கூர்மையான முனைகள் மேல்நோக்கி இருக்க எத்தனை பெரிய கத்திகள் வரிசையாக நீண்டிருந்தன எனச் சொல்ல முடியாதவொரு பள்ளத்துக்குள் உடல் வீசியெறியப்பட்டது. மற்றும் ‘பிரவாகமெனப் பொழியும் மழை போல’ வீழ்ந்த எண்ணற்ற பெரும்பாறைகளால் நசுக்கிக் கொல்லப்பட்டான்.

டிராகனால் விழுங்கப்பட்டு சாகும் அவனுடைய மரணம் மிகக்குறிப்பான தகவல்களால் விளக்கப்பட்டிருந்தது:

“ஒரு பொழுதையும் வீணாக்காமல், டிராகன் இளவரசனைப் பேராசையோடு சிறு துண்டுகளாக மென்றது. அது அவனால்

தாங்கிக் கொள்ள முடிந்ததைக் காட்டிலும் அதிகமாய் இருந்தது. ஆனால் இளவரசன் தனது எல்லா தைரியத்தையும் வரவழைத்துக் கொண்டு, இறுதியாக தான் சுக்குநூறாக மென்று தீர்க்கப்படும்வரை, அந்தக் கொடுமையைப் பொறுத்துக் கொண்டான். பிறகு, மின்னலைப்போல அவன் திடீரென மீண்டும் ஒன்றாக இணைக்கப்பட்டு டிராகனின் வாயிலிருந்து இலாவகமாகக் குதித்து வெளியேறி வர நேர்ந்தது. அவனுடைய உடலில் எங்கேயும் சிறு சிராய்ப்பு கூட இல்லை. டிராகன் தரையில் வீழ்ந்து அந்த இடத்திலேயே இறக்கும்படி ஆனது.”

நான் இந்தப் பகுதியை பலநூறு தடவை வாசித்தேன். ஆனால், “அவனுடைய உடலில் எங்கேயும் சிறு சிராய்ப்பு கூட இல்லை” என்கிற வரி குறைபாடுடையதாக, மறுக்கமுடியாத ஒன்றாக இருக்கவியலாததென எனக்குத் தென்பட்டது. இதனை வாசித்தபின்பு, ஆசிரியர் எனக்குத் துரோகம் செய்ததாகவும் மிகக்கடுமையான தவறிழைத்ததாகவும் நான் உணர்ந்தேன்.

காலம் கடக்கும் முன்பு நான் ஒரு கண்டுபிடிப்பை நிகழ்த்தினேன். அது இந்தப் பகுதியை எனது கைகளினடியில் மறைத்து வைத்து வாசிப்பது. திடீரென மீண்டும் ஒன்றாக இணைக்கப்பட்டு டிராகனின் வாயிலிருந்து இலாவகமாகக் குதித்து வெளியேறி வர நேர்ந்தது. அவனுடைய உடலில் எங்கேயும் சிறு சிராய்ப்பு கூட இல்லை. டிராகன். பலனாக, கதை தன் குறிக்கோளை அடைந்தது:

“ஒரு பொழுதையும் வீணாக்காமல், டிராகன் இளவரசனைப் பேராசையோடு சிறு துண்டுகளாக மென்றது. அது அவனால் தாங்கிக் கொள்ள முடிந்ததைக் காட்டிலும் அதிகமாய் இருந்தது, ஆனால் இளவரன் தனது எல்லா தைரியத்தையும் வரவழைத்துக் கொண்டு, இறுதியாக தான் சுக்குநூறாக மென்று தீர்க்கப்படும் வரை, அந்தக் கொடுமையைப் பொறுத்துக் கொண்டான். பிறகு, மின்னலைப்போல, அவன் தரையில் வீழ்ந்து அந்த இடத்திலேயே இறககுமபடி ஆனது.”

இப்படி வெட்டும் முறையில் இருக்கக்கூடிய அபத்தத்தை ஒரு வளர்ந்த மனிதர் கண்டிப்பாகப் பார்த்திருக்கலாம். மேலும் அந்த சிறிய மற்றும் பிடிவாதம் நிரம்பிய தணிக்கைக்காரனும் “சுக்குநூறாக மென்று தீர்க்கப்படும்வரை” மற்றும் “தரையின் வீழ்ந்து” என்பதற்கான உரிமைகளின் வேறுபாட்டினைக் கண்டு

கொண்டான். ஆனால் அவன் தன்னுடைய சொந்தக் கற்பனை களால் எளிதில் ஈர்க்கப்பட்டு இரண்டு சொற்றொடர்களையும் இன்னும் உதறித்தள்ள முடியாதவனாக இருந்தான்.

மற்றொரு புறம், நானே போர்க்களத்தில் மடிந்து போகும் அல்லது கொல்லப்படும் சூழல்களைக் கற்பனை செய்வதில் நான் மகிழ்ச்சி கொண்டிருந்தேன். இருந்தும் கூட எனக்கு மரணத்தின் மீது மிகக்கடுமையான அச்சம் இருந்தது. ஒரு நாள் நான் பணிப்பெண்ணை அவள் கண்ணீர் சிந்தும்படி கொடுமை செய்வேன், எதுவுமே நடவாதது போல மறுநாள் காலையில் மலர்ச்சியான சிரித்த முகத்தோடு அவள் காலையுணவினை பரிமாறிக் கொண்டிருப்பதைப் பார்ப்பேன். பின்னர் அவளது சிரிப்பில் அனைத்து தவறான அர்த்தங்களையும் என்னால் உணர முடியும். வெற்றி குறித்த முழுமையான நம்பிக்கை யிலிருந்து வரும் அசுரத்தனமான சிரிப்புகள் அவை என்பதைத் தவிர்த்து வேறெப்படியும் என்னால் அவற்றை நம்ப முடிந்ததில்லை. பழிவாங்குவதற்காக என்னை விஷமிட அவள் திட்டமிடுவது எனக்கு நிச்சயமாகத் தெரியும். என் மார்பில் பய அலைகள் மோதி அலைக்கழித்தன. எனது சூப் கிண்ணத்தில் நஞ்சிடப்பட்டிருப்பதாக நான் உறுதியாய் நம்பினேன். இந்த வாழ்க்கை முழுமைக்குமாக அதைக் கண்டிப்பாகத் தொட மாட்டேன். இப்படியாகப் பல உணவுவேளைகளில் மேசை யிலிருந்து எம்பிக் குதித்து, மேலும் பணிப்பெண்ணைத் தீவிரமாக வெறித்து, “ஆக இதுதான் இல்லையா” என்று சொல்வதைப்போல நான் முடிப்பேன். எனக்கு விஷமிடுகிற அவளது திட்டங்கள் குலைந்து போவதில், அந்தப் பெண்மணி மிகுந்த குழப்பம் கொண்டிருந்ததாக எனக்குத் தோன்றியது. அவளால் கேள்வியெழுப்ப முடியாத நிலை. இப்போது முழுதாய் ஆறிப்போயிருந்த, அதன் மேற்பரப்பில் ஏதோ தூசு மிதந்த சூப்பை, விஷம் பயன்தராத வகையில் சற்று அதிகமாக விட்டு விட்டேன் என தனக்குதானே சொல்லியபடி மேசையின் மறுபுறமிருந்து உற்றுப் பார்க்க மட்டுமே அவளால் முடிந்தது.

எனது பலஹீனமான உடல்நிலையின் மீது கொண்ட அக்கறையாலும் தீய விசயங்களைத் தெரிந்து கொள்வதிலிருந்து என்னை விலக்கி வைப்பதற்காகவும் அருகாமையிலிருந்த சிறுவர் களோடு விளையாட என் பாட்டி என்னைத் தடை செய்திருந்தாள். மேலும் பணிப்பெண்களையும் செவிலியரையும் தவிர்த்து,

சுற்றுப்புறப் பெண்களிலிருந்து பாட்டி தேர்ந்தெடுத்த மூன்று பெண்கள் மட்டுமே என்னுடைய விளையாட்டுத்தோழிகளாய் இருந்தார்கள். மிக மெலிதான இரைச்சல் கூட என் பாட்டியின் நரம்பு மண்டலத்தைப் பாதித்தது — கதவை வன்மையாகத் திறப்பதும் மூடுவதும், பொம்மை ஊதுகுழல், மல்யுத்தம், அல்லது ஏதாவது குறிப்பான ஒலி அல்லது அதிர்வு போன்ற எதுவாக இருந்தாலும் — மேலும் எங்களுடைய விளையாட்டுகளும் கூட பெண்களிடையே பொதுவாக இருப்பதைக் காட்டிலும் அமைதியாக இருக்க வேண்டியிருந்தது. இதை விட, நானாக ஒரு புத்தகம் வாசிப்பதிலோ, என்னுடைய கட்டிட வடிவங்களோடு விளையாடுவதிலோ, எனக்கு விருப்பமான கற்பனைகளில் ஈடுபடுவதிலோ அல்லது படங்கள் வரைவதிலோ, இப்படி இருப்பதையே நான் மிகுதியாக விரும்பினேன். என் தம்பியும் தங்கையும் பிறந்தபோது, என்னைப் போல என் பாட்டியின் கரங்களில் அவர்கள் தரப்படவில்லை. மாறாக குழந்தைகளுக்குப் பொருத்தமான சுதந்திரத்தோடு அவர்கள் வளர்க்கப்பட்டார்கள் என்பதை என் தந்தை உறுதி செய்தார். என்றபோதும் அவர்களுடைய சுதந்திரம் மற்றும் போக்கிரித்தனங்களின் மீது நான் பெரிதாகப் பொறாமை ஏதும் கொண்டிருக்கவில்லை.

ஆனால் என் அத்தை பிள்ளைகளின் வீடுகளுக்கு நான் விருந்தினனாகச் சென்றபோது விசயங்கள் வேறுமாதிரி இருந்தன. அப்போதும் கூட நான் ஒரு பையன் என்றே அழைக்கப்பட்டேன். ஒரு ஆண்பிள்ளை தொடர்பு படுத்தப்பட வேண்டியதொரு சம்பவம், என்னுடைய ஏழாவது வருடத் துவக்கத்தின் வசந்தகாலத்தில், நான் ஆரம்பப் பள்ளிக்குள் நுழைவதற்கு முன்பாக, சுகிகோ என்றழைக்கப்படக்கூடிய ஒரு குறிப்பிட்ட அத்தை பெண்ணின் வீட்டுக்கு நான் சென்றபோது நிகழ்ந்தது. நாங்கள் அங்கே சென்றபோது— என் பாட்டியும் என்னோடு வந்திருந்தாள் — என் பெரிய அத்தை என்னை வானளவுக்குப் புகழ்ந்தாள் — "இவன் எப்படி வளர்ந்து விட்டான்! எத்தனை பெரிதாக இவன் வளர்ந்து விட்டான்!"— இந்தப் போலியான புகழ்ச்சியில் மயங்கி, நான் அங்கே உண்ட உணவுகளுக்கு விசேச அனுமதி வழங்குமளவுக்கு என் பாட்டி அதனுள்ளே இழுபட்டிருந்தாள். அது வரைக்கும் நான் ஏற்கனவே சொல்லியிருக்கும் சுயமயக்கத்தின் இடைவிடாத தாக்குதல்களின் மீது அவள் மிகவும் அச்சம் கொண்டிருந்ததால் என்னை 'நீலத்தோல்' கொண்ட எல்லா மீன்களையும் சாப்பிடு

வதிலிருந்து தடை செய்திருந்தாள். எனது உணவுமுறை மிகக் கவனமாக வரையறுக்கப்பட்டிருந்தது. மீன்களில் ஹாலிபாட், டர்பாட் அல்லது சிவப்பு ஸ்னாப்பர்கள் என்பது போன்ற வெள்ளைச்சதை கொண்டவையே எனக்கு அனுமதிக்கப்பட்டன. உருளைகளில், நன்றாகக் குழைத்து வடிதட்டின் வழியே நசுக்கி எடுக்கப்பட்டவை மட்டுமே. இனிப்புகளில், எல்லா பீன் ஜாம்களும் தடுக்கப்பட்டிருக்க லேசான பிஸ்கட்டுகள், வேஃபர்கள் மற்றும் இதுபோன்ற மற்ற வறண்ட பண்டங்களே இருந்தன. மேலும் பழங்களில், மெல்லிய துண்டுகளாக வெட்டப்பட்ட ஆப்பிள்கள் மட்டும். அல்லது மேண்டரின் ஆரஞ்சுகளின் சிறு பகுதிகள். ஆகவே இந்த வருகையில்தான் நான் என்னுடைய முதல் நீலத்தோல் மீனை உண்டேன் — ஒரு மஞ்சள்வால் — அளவிடமுடியாத திருப்தியோடு அதனை விழுங்கினேன். இறுதியாக, வளர்ந்தவர்களுக்கான என்னுடைய உரிமைகளில் முதலாவது எனக்கு அளிக்கப்பட்டதற்கான அடையாளமாக அதன் நுண்மையான ருசி இருந்தது. ஆனால் அதே நேரத்தில் இன்னும் சரியாகச் சொல்வதென்றால் என் நாக்கின் நுனியில் அமைதியின்மையின் கசப்பான முனையை அது விட்டுச் சென்றது — பெரியவன் ஆவதின் அமைதி யின்மை — எப்பொழுதெல்லாம் அந்த தனிச்சுவையை ருசிக் கிறேனோ அப்போதெல்லாம் இன்னும் அசௌகரியத்தின் உணர்வை என்னுள் திருப்பியழைக்கிறது.

சுகிகோ, வாழ்வின் சாரம் ததும்பி வழியும். ஒரு ஆரோக்கிய மான பெண். என்னால் நானாக எப்போதும் எளிதாகத் தூங்க முடிவதில்லை. மேலும் அவளுடைய வீட்டில் தங்கி ஒரே அறையில் அவளுடையதற்கு அடுத்ததாக இருக்கும் கோரைப் பாயின் மீது படுத்துக்கொண்டு, ஒரு இயந்திரத்தைப் போல, சுகிகோ எப்படி தலையணையில் தலையைச் சாய்த்த மறுகணமே தூங்கிப்போகிறாள் என்பதை பொறாமை மற்றும் ஆச்சரியத்தின் கலவையோடு நான் பார்த்துக் கொண்டிருப்பேன்.

என்னுடையதைக் காட்டிலும் சுகிகோவின் வீட்டில் எனக்கு பல மடங்கு அதிகமான சுதந்திரம் இருந்தது. என்னைத் திருடிப் போக விழையும் கற்பனையான எதிரிகள் — சுருக்கமாக, என்னைப் பெற்றவர்கள் — அங்கிருக்கவில்லை. எனக்கு அதிக சுதந்திரம் தருவதில் எனது பாட்டிக்கு எந்தத் தடுமாற்றமும் இல்லை. வீட்டிலிருப்பதைப் போல. அவளுடைய கண்களின் எல்லைக்குள் என்னை எப்போதும் வைத்திருக்கும் அவசிய

மில்லை.

இருந்தாலும் கூட எனக்கு அளிக்கப்பட்ட இந்த சுதந்திரத்தால் என்னால் பெரிய அளவில் மகிழ்ச்சி கொள்ள முடியவில்லை. பிணியாறுதலின்போது தனது முதல் அடிகளை எடுத்து வைக்கிற நோயாளியைப்போல ஏதோ கற்பனையான கடமையுணர்வின் கட்டாயத்தின் கீழ் நான் இப்படி நடந்து கொள்வதாக ஒரு பிடிவாத உணர்வு எனக்குள் இருந்தது. நான் எனது சோம்பல் நிரம்பிய படுக்கையை இழந்து நின்றேன். மேலும் இந்த வீட்டில் நான் ஒரு பையனைப் போல நடந்து கொள்ள வேண்டுமென்பது மறைமுகமான தேவையாயிருந்தது. விருப்பமற்ற மாறுவேடம் தொடங்கி விட்டது. இந்த நேரத்தில், மக்கள் என் கணக்கில் ஒரு நிலைப்பாடு என நினைத்தது உண்மையில் எனது நிஜமான இயல்பை உறுதி செய்வதற்கான என்னுடைய தேவை சார்ந்த வெளிப்பாடு என்கிற செயல்நுட்பத்தை. மேலும் மிகச்சரியாக என்னுடைய உண்மையான தன்மை என்பதாக மக்கள் எதைக் கருதினார்களோ அதுவொரு மாறுவேடம் என்பதை. நான் தெளிவற்று புரிந்து கொள்ளத் துவங்கியிருந்தேன்.

எனக்கு விருப்பமில்லாத இந்த மாறுவேடம்தான் என்னை இப்படிச் சொல்ல வைத்தது:

"நாம் போர் விளையாட்டு விளையாடலாம்."

இரண்டு பெண்கள் என்னுடைய கூட்டாளிகளாக இருந்த தால் — சுகிகோவும் இன்னொரு அத்தை பெண்ணும் — போர் விளையாட்டென்பது அத்தனை சரியான விளையாட்டாக இல்லை. இன்னும் மோசமாக, எதிர்த்து நின்ற அமேசான்கள் ஆர்வத்தின் எந்த அறிகுறியும் காட்டாமல் நின்றார்கள். இந்த விளையாட்டை நான் முன்மொழிவதற்கான காரணம் சமூகக் கடமை பற்றிய எனது பிறழ்ந்த அறிவிலும் மூழ்கியிருந்தது. சுருக்கமாக, பெண்களோடு நான் மிருதுவாக இருக்கக்கூடாது எனத் தோன்றியது, மாறாக எப்படியாவது அவர்களுக்கு கடினமான நேரங்களைத் தர வேண்டும்.

பரஸ்பரம் சலிப்பாயிருந்தாலும், வெளிச்சம் நிரம்பிய வீட்டின் உள்ளும் வெளியிலுமாக எங்களுடைய அலங்கோலமான போரின் விளையாட்டைத் தொடர்ந்தோம். ஒரு புதரின் பின்னி ருந்து சுகிகோ இயந்திரத் துப்பாக்கியின் சத்தத்தை போலச் செய்து கொண்டிருந்தாள்:

"பாங்! பாங்! பாங்!"

விவகாரத்துக்கு முடிவு கட்டும் நேரம் என இறுதியாக முடிவு செய்து வீட்டுக்குள் ஒரு பயங்கரமான ஓட்டத்தை முன்னெடுத்தேன். பாங்—பாங்—பாங்குகளின் தொடர்ச்சியான முழக்கங்களைத் தந்தபடி பெண் வீரர்கள் எனக்குப் பின்னால் ஓடி வந்தார்கள். நான் இதயத்தை இறுக்கிப் பிடித்துக் கொண்டு மண்டபத்தின் மத்தியில் துவண்டு விழுந்தேன்.

"என்ன ஆனது கோச்சான்?" கவலை தோய்ந்த முகங்களோடு நெருங்கி வந்து அவர்கள் கேட்டார்கள்.

"போர்க்களத்தில் நான் இறந்து கொண்டிருக்கிறேன்" என்று பதிலளித்தேன். என்னுடைய கண்களைத் திறக்காமலும் கையை அசைக்காமலும்.

வளைந்தும் வீழ்ந்தும் எனது உருவம் அங்கே கிடக்கும் கனவில் நான் அளவில்லா இன்பமடைந்தேன். சுடப்படுவதிலும் மரணத்தின் முனையில் இருப்பதிலும் சொல்ல முடியாத சந்தோசம் இருந்தது. அது நான் என்பதால், உண்மையிலேயே ஒரு தோட்டாவால் தாக்கப்பட்டால் கூட, கண்டிப்பாக எந்த வலியும் இருக்காது என்று எனக்குத் தோன்றியது.

பால்யத்தின் வருடங்கள்!

அந்த வருடங்களின் அடையாளமாக இருக்கிற ஒரு காட்சியை நோக்கி என் நினைவு நேராக ஓடுகிறது. இன்று நான் என்பதாக இருக்கும் எனக்கு அந்தக் காட்சி, கடந்த மற்றும் மீட்டெடுக்கவியலாத பால்யத்தையே பிரதிநிதித்துவப் படுத்துகிறது. நான் அந்தக் காட்சியைப் பார்த்தபோது என்னிடமிருந்து பிரிந்து போகக்கூடிய பால்யத்தின் விடைபெறும் கரத்தை நான் உணர்ந்தேன். அந்தத் தருணத்தில் கற்பனையான காலம் அல்லது காலமின்மை பற்றிய என்னுடைய அனைத்து உணர்வுகளும் என்னுள்ளிருந்து ஒருநாள் பொங்கி வந்து அந்தக் காட்சியின் வார்ப்புக்குள் வெள்ளமெனப் பாயக்கூடும். அந்த மக்கள், அவர்களுடைய அசைவுகள் மற்றும் சத்தங்களின் துல்லியமான நகலாக மாறிட; உடன் நிகழ்வாக, இந்த நகல் முழுமையடையும் அதே வேளையில், அசல் என்பது உண்மையான மற்றும் பாரபட்சமற்ற காலத்தின் தொலைதூர நோக்கங்

களில் உருகிப்போகலாம் என்றும் மேலும் வெற்று நகலைத் தவிர்த்து வேறேதும் என்னிடம் இல்லாமல் போகலாம். அல்லது வேறு வகையில் சொல்வதென்றால், எனது பால்யத்தின் மிகத் துல்லியமாகத் திணிக்கப்பட்ட மாதிரியைத் தவிர்த்து வேறேதும் இல்லை என்பதாக, எனக்கொரு முன்னுணர்வு தோன்றியது.

ஒவ்வொருவரும் இப்படியான சம்பவத்தைத் தங்களுடைய பால்யத்தில் உணர்கிறார்கள். என்றாலும், பெரும்பாலான வேளைகளில், ஒரு சம்பவம் எனச் சொல்வதற்குக் கூட சிறிதும் தகுதியற்றதாக, அதைக் கவனிக்காமல் கடந்து போவதே சிறந்தது என்பதாக, வெகு மெல்லிய வடிவை அது பாவனை செய்து கொள்கிறது!

நான் சொல்கிற காட்சி, கோடைத் திருவிழாவைக் கொண் டாடும் கூட்டம் எங்கள் நுழைவாயில் வழியாக வந்தபோது நிகழ்ந்தது.

எனக்காகவும் அவளுடைய மோசமான காலின் காரண மாகவும், என் பாட்டி மாகாணத்தின் திருவிழா ஊர்வலங்கள் எங்கள் நுழைவாயிலின் முன்பிருந்த சாலையின் வழியாகச் செல்லும்படி ஏற்பாடு செய்ய அருகாமை தீயணைப்பு வீரர்களை இணங்கச் செய்திருந்தாள். உண்மையில் திருவிழாக்களுக்கான ஏற்கனவே வரையறுக்கப்பட்ட மற்றொரு வழி இருந்தது. ஆனால் ஒவ்வொரு வருடமும் சின்னதாய் வழி மாறி வருவதை ஏற்பாடு செய்யும் பொறுப்பை தலைமைத் தீயணைப்பாளர் ஏற்றுக் கொண்டிருந்தார். எனவே எங்கள் வீட்டைக் கடந்து செல்வது வழக்கமாகி விட்டிருந்தது.

இந்தக் குறிப்பிட்ட தினத்தில் குடும்பத்தின் மற்ற அங்கத்தின ரோடு நான் நுழைவாயிலின் முன்பு நின்றிருந்தேன். திராட்சை வடிவிலான நுழைவாயிலின் இரு இலைகளும் திறந்து கிடந்தன. வாயிலுக்கு வெளியேயிருந்த நடைபாதைக் கற்களின் மீது நேர்த்தியாகத் தண்ணீர் தெளிக்கப்பட்டிருந்தது. மேளங்களின் தயக்கமான சப்தங்கள் நெருங்கிக் கொண்டிருந்தன.

மெல்லிய உச்சரிப்புடனான துயரம் நிரம்பிய இன்னிசை, மிக மெதுவாகப் புரிபட்ட அதன் தனித்த வார்த்தைகள், திருவிழா வின் குழப்பமான இரைச்சலைத் துளைத்துச் சென்றன. இந்த மேலோட்டமான அர்த்தமற்ற ஆரவாரத்தின் உண்மையான அர்த்தம் எனச் சொல்லக் கூடியதை வெளிப்படையாக

அறிவித்தபடி — இதுமாதிரியான பக்தி தவழும் துன்மார்க்கத்தால் மட்டுமே நிறைவேறக்கூடியது என்பதைப்போன்ற, மனிதத் தன்மை மற்றும் முடிவின்மையின் ஆகப்பெரிய இழிவான இணைப்பின் வெளிப்படையான அரற்றல். குழப்பமான சப்தங் களின் கூட்டத்தில், ஊர்வலத்தின் முன்னால் சென்ற பாதிரியார் ஏந்திய கழியிலிருந்த வளையங்கள் எழுப்பிய உலோக சத்தங்களை என்னால் மெதுவாக வேறுபடுத்த முடிந்தது. மேளங்களின் தடுமாற்றமான முழக்கம், மேலும் புனிதப்பேழையைச் சுமந்த இளைஞர்களின் ஒத்திசைவான சத்தங்களின் கலவை. என் னால் நிற்கக்கூட முடியாமல் திணறலாக எனது இதயம் துடித்துக் கொண்டிருந்தது. (அன்றிலிருந்து வன்மையான எதிர் பார்ப்பென்பது எனக்கு மகிழ்ச்சியைக் காட்டிலும் பெருந்துயர் என்பதாகவே இருக்கிறது.)

கழியைச் சுமந்து சென்ற பாதிரியார் நரி முகமூடியை அணிந்திருந்தார். இந்த ரகசிய மிருகத்தின் தங்கநிறக் கண்கள் தங்களோடு என்னை வெகு தீவிரமாகக் கட்டிப்போட்டன. என்னை மயக்குவது போல என்னுடைய கண்களின் முன்பாக நகர்ந்து சென்ற அந்த ஊர்வலம் பயங்கரவாதத்தை ஒத்த சந்தோசத்தை எனக்குள் எழுப்பியது. நான் அதனை அறிவதற்குள், என்னருகே நின்றிருந்த எங்கள் வீட்டைச் சேர்ந்த யாரோ ஒருவருடைய கீழங்கியினை இறுகப் பற்றுவதை உணர்ந்தேன். முதல் வாய்ப்பில் அங்கிருந்து ஓடத் தயராயிருந்தேன். (அந்த நாட்களிலிருந்தே இத்தகைய மனப்பான்மையுடன்தான் நான் எப்போதும் வாழ்வை எதிர்கொண்டிருக்கிறேன். வெகுவாகக் காத்திருந்த விசயங்கள் தொடங்கி, எதிர்பார்ப்புடனான பகல் கனவுகளால் வெகுவாக அலங்கரித்துக்கொண்டு, இறுதியில் ஓடிப்போவதைத் தவிர்த்து என்னால் வேறெதுவும் செய்ய முடிவதில்லை.)

பாதிரியாருக்குப் பின்னால் தீயணைப்பாளர்களின் ஒரு குழு வந்தது. வளைக்கப்பட்ட நாரினாலான புனித மாலைகளால் அலங்கரிக்கப்பட்ட காணிக்கைப்பெட்டியைத் தங்களுடைய தோள்களில் சுமந்தபடி. பிறகு சிறிய, விளையாட்டாகக் குதிக்கிற புனிதப்பேழையைத் தூக்கிக்கொண்டு வந்த குழந்தை களின் கூட்டம். இறுதியாக ஊர்வலத்தின் முக்கியமான பேழை நெருங்கி வந்தது. கம்பீரமான கறுப்பு மற்றும் தங்கநிற ஓமிகோஷி. தொலைவிலிருந்து அதன் உச்சியிலிருந்த தங்க நிற ஃபீனிக்ஸை நாங்கள் ஏற்கனவே பார்த்திருந்தோம். இரைச்

சலையும் அமளியையும் மீறி ஜகஜோதியாக ஆடியும் அசைந்தும், அலைகளினூடே அங்குமிங்கும் மிதக்கும் பறவையைப்போல. ஏற்கனவே இந்தக் காட்சி அச்சமின்மையின் ஒருவகையான திக்குத்தெரியாத உணர்வை எங்களுக்குள் நிரப்பியிருந்தது. இப்போது புனிதப்பேழையே பார்வைக்கு வர, மயான அமைதியின் கடுமையான நிலை அங்கே படர்ந்தது. வெப்பமண்டலக் காற்றைப் போல அது பேழையின் மீது தனித்துக் கவிழ்ந்திருந்தது. ஓமிகோஷியைச் சுமந்து சென்ற இளையவர்களின் நிர்வாணத் தோள்களின் மேலே வன்மையான சோம்பல் சூடாக நெளிந்தபடி இருப்பதாகத் தோன்றியது. மேலும் தடிமனான சிவப்பு மற்றும் வெள்ளை நிறக் கயிறுகளினூடாக கருப்பு, அரக்கு மற்ற தங்க நிற வடங்களுக்குள் வேகமாகப் பூட்டப்பட்ட தங்க இலையின் அந்தக் கதவுகளுக்குப் பின்னால் வண்டல் கருப்பினாலான நான்கடி உயர கன சதுரம் இருந்தது.

வெறுமையான இரவின் இந்தத் துல்லியமான கனசதுரம், மேலும் கீழும், முன்னும் பின்னுமாக, ஓயாது ஊசலாடியபடியும் குதித்தபடியும், கோடைக்கால ஆரம்பத்தின் மேகங்களற்ற மதிய நேரத்தை தைரியமாக ஆட்சி செய்தது.

புனிதப்பேழை இன்னுமதிகமாக நெருங்கி வந்தது. அதைச் சுமந்து வந்த இளைஞர்கள் ஒரே மாதிரியான கோடைக்கால கிமோனோக்களை அணிந்திருந்தார்கள். மெல்லிய பருத்தித்துணி கிட்டத்தட்ட அவர்களுடைய மொத்த உடம்பையும் வெளிப் படுத்துவதாய் இருந்தது. மேலும் அவர்களது அசைவுகள் புனிதப் பேழையே ஒருவேளை குடியால் தடுமாறுகிறதோ என்பதாய் தோன்றச் செய்தது. அவர்களுடைய கால்கள் ஒரு மாபெரும் முடிச்சைப் போலிருந்தன. மேலும் அவர்களது கண்கள் இவ்வுலகின் விசயங்களைப் பார்க்கவில்லை என்ப தாகவும் தோன்றியது. அதிகாரத்தின் மரியாதைக்குரிய வட்ட வடிவக் காற்றாடியைச் சுமந்து சென்ற இளைஞன் குழுவின் விளிம்புகளைச் சுற்றி, அவர்களை அற்புதமான உரத்த சப்தங் களால் தூண்டியபடி ஓடிக் கொண்டிருந்தான். அவ்வப்போது புனிதப் பேழை பித்தேறியதெனக் குலுங்கும். பின்னர், இன்னும் தீவிரமான அலறல்களோடு அது மீட்டெடுக்கப்படும்.

இந்தப் புள்ளியில் — அனேகமாக என் குடும்பத்தைச் சேர்ந்த பெரியவர்கள் தங்கள் உள்ளுணர்வால் அதைக் கணித்திருந்ததால் முன்பைப் போலவே அந்த இளைஞர்கள் அணிவகுத்துச்

செல்வதாகத் தோன்றினாலும் கூட, வடிகாலை யாசித்து நின்ற ஏதோவொரு தீயசக்தி அவர்களுக்குள் இருந்தது — நான் தொற்றிக்கொண்டிருந்த மனிதரின் கையால் சட்டென பின்னால் இழுபட்டேன்.

"கவனம்!" யாரோ கத்தினார்கள்.

அதன் பிறகு நடந்தது என்னவென்பதை என்னால் சொல்ல முடியவில்லை. கையால் இழுக்கப்பட்டு, நுழைவுப்பூங்கா வழியாகத் தலைதெறிக்க ஓடி நான் பக்கவாட்டுக் கதவின் வழியாக வீட்டுக்குள் நுழைந்தேன்.

யாரோடோ இரண்டாவது மாடிக்கு விரைந்து மாடத்துக்கு வந்தேன். அங்கிருந்து மூச்சிழந்தவனாக நான் அந்தக் காட்சியைப் பார்த்தேன். அந்தத் தருணத்தில்தான் தங்களுடைய கருப்பு நிறப் புனிதப்பேழையைச் சுமந்தபடி அவர்கள் நுழைவுப்பூங்காவுக்குள் கூட்டமாக நுழைந்திருந்தார்கள்.

வெகுகாலத்துக்குப் பிறகும், எந்த விசை அவர்களை இப்படியொரு செயலைச் செய்யத் தூண்டியது என நான் வியந்தேன். எனக்கு இன்னும் தெரியாது. கணநேரத்தில் மற்றும் ஒருமனதாக, எங்கள் வாயிலின் வழியே விரைந்து வருவதென்கிற முடிவுக்கு எப்படி இந்த இளைஞர்களின் கூட்டம் சட்டென வந்திருக்க முடியும்?

செடிகளின் கொடூர அழிவில் அவர்கள் மகிழ்ச்சி கொண்டார்கள். ஒரு வார்த்தையின் எல்லா அர்த்தங்களிலும் அது ஒரு கலகம். வெகுகாலமாக எனக்குள் இருந்த எல்லா ஆசைகளையும் இல்லாது போக்கடித்திருந்த நுழைவுப்பூங்கா, சட்டென்று வேறொரு உலகமாக உருமாறியது. அதன் ஒவ்வொரு அங்குலத்தின் மீதும் புனிதப்பேழையின் அணிவகுப்பு நிகழ்ந்தது. பெருத்த சப்தங்களோடு அறுத்தெறியப்பட்ட புதர்கள் காலடியில் நசுக்கப்பட்டன. அங்கே நிகழ்ந்து கொண்டிருப்பது இன்னதென்று என்னால் சொல்ல முடியாத அளவுக்குக் கடினமாயிருந்தது. கூச்சல்கள் ஒன்றையொன்று சமன் செய்து கொண்டிருந்தன. மேலும் மிகச்சரியாக, என்னுடைய காதுகள் உறைந்த மௌனம் மற்றும் அர்த்தமற்ற உறுமல்களின் இடைவிடாத அலைகளால் தாக்கப்படுவதாகத் தோன்றியது. போலவே நிறங்களும் — பொன்னிறம் மற்றும் சிந்தூரம், ஊதா மற்றும் பச்சை, மஞ்சள் மற்றும் கருநீலம், எல்லாம் துடிதுடித்துப்

பொங்கி ஒற்றை நிறமாக, அதில் அவ்வப்போது பொன்னிறம், அல்லது அவ்வப்போது சிந்தூரம்தான் கம்பீரமான வர்ணம் என்பதாகத் தோன்றியது.

அதனூடாக ஒரேயொரு உயிர்ப்புள்ள தெளிவான விசயம் மட்டுமே புலப்பட்டது. எனது இதயத்தைக் கணக்கிடமுடியாத துயரத்தால் நிரப்பிய என்னை பயமுறுத்தவும் கிழித்துப் போடவும் செய்த விசயம். புனிதப்பேழையைச் சுமந்து வந்த இளைஞர்களின் முகத்திலிருந்த உணர்வு — உலகத்திலுள்ள மிகக்கேவலமான மற்றும் ஒப்பனையற்ற குடிபோதையின் ஓர் உணர்வு!

அத்தியாயம் இரண்டு

கிட்டத்தட்ட ஒரு வருடமாக, இப்போது அபூர்வமானதொரு பொம்மை கிடைக்கப்பெற்ற குழந்தையின் பெருந்துயரை நான் அனுபவித்து வந்தேன். எனக்குப் பனிரெண்டு வயது நிரம்பி யிருந்தது.

ஒவ்வொரு வாய்ப்பிலும் இந்த பொம்மையின் கன பரிமாணம் அதிகரித்ததோடு, சரியாகப் பயன்படுத்தினால், இதுவொரு மகிழ்ச்சியான சங்கதியாக இருக்கக்கூடும் என்பதையும் குறிப்பால் உணர்த்தியது. ஆனால் அதன் பயன்பாட்டுக்கான வழிமுறைகள் எங்கும் எழுதப்படவில்லை. ஆகவே, என்னோடு விளையாடும் விருப்பத்துக்கான முன்முயற்சியை அந்த பொம்மை மேற்கொண்டபோது எனது தயக்கம் தவிர்க்க முடியாததாய் இருந்தது. அவ்வப்போது என்னுடைய அவமானவுணர்வும் பொறுமையின்மையும் மிக மோசமாக வலுப்பட்டன. அந்த பொம்மையை அழிக்க விரும்புவதாகக்கூட நான் எண்ணினேன். என்றாலும், இறுதியில் அதன் இனிமையான ரகசிய உணர்வோடு, அந்தக் கீழ்ப்படிதலற்ற பொம்மையிடம் ஒப்புக்கொடுத்து என்ன நடக்கிறதென்பதைப் பார்க்க எதிர்ப்பற்றுக் காத்திருப்பதைத் தவிர்த்து என் பக்கம் செய்யக்கூடியது வேறொன்றும் இல்லை.

பின்னர் அந்த பொம்மையின் விருப்பங்களைச் சற்று உணர்ச்சிவசப்படாமல் கேட்க முயல்வதை நான் என்னுடைய தலைக்குள் ஏற்றிக்கொண்டேன். அவ்வாறு நான் செய்தபோது தனக்கான தீர்க்கமான மற்றும் தவறாகக் கொள்ள முடியாத சுவைகளை அல்லது அதன் சொந்தத் தொழில்நுட்பம் என்று சொல்லக்கூடிய ஒன்றை, அது ஏற்கனவே பெற்றிருப்பதை வேகமாக அறிந்து கொண்டேன். எனது பால்ய நினைவுகளோடு மட்டும் என்றல்லாது, ஆனால் ஒன்றன் பின் ஒன்றாக, கோடைக்காலக் கடற்கரையில் பார்த்த இளைஞர்களின் நிர்வாண உடம்புகள், *மெய்ஜி* குளத்தில் பார்த்த நீச்சல் குழுக்கள், என் அத்தை பெண் மணந்து கொண்ட கரிய இளைஞன் மற்றும் சாகசக்கதைகளின் பல வீரதீர நாயகர்கள் என்பது போன்ற விசயங்களில் அதன் சுவைகளின் இயல்புகள் கட்டுண்டு கிடந்தன. அதுவரை இது போன்ற விசயங்களில் நான் கவித்துவமாக மட்டுமே ஈர்க்கப்பட்டதாகத் தவறாக எண்ணியிருந்தேன். இப்படியாக என்னுடைய புலன்சார்ந்த விருப்பங்களின் இயல்பினை அழகியலின் ஒழுங்குமுறையோடு குழப்பிக் கொண்டேன்.

மேலும் பொம்மையும் தனது தலையை மரணம் மற்றும் ரத்தக்குளங்கள் மற்றும் திண்ணிய தசைகளை நோக்கி உயர்த்தியது. மாணவ வேலைக்காரனிடமிருந்து நான் ரகசியமாகக் கடன் வாங்கிய சாகசக்கதைப் புத்தகங்களின் முகப்பிலிருந்த ரத்தம் தோய்ந்த சண்டைக்காட்சிகள், இளம் சாமுராய்கள் தங்கள் வயிற்றைப் பிளந்து திறக்கும் படங்கள் அல்லது பற்கள் கிட்டித்து காக்கி அணிந்த மார்புகளை இறுகப் பிடித்திருக்கும் கைகளினடுவே ரத்தம் சொட்டும் தோட்டாக்களால் தாக்கப் பட்ட வீரர்கள், மூன்றாம் தரத்தைச் சேர்ந்த, அதிகமாய் இன்னும் பெருத்திராத இறுகிய தசைகளாலான சுமோ மல்யுத்த வீரர்களின் புகைப்படங்கள் — இத்தகைய விசயங்களைப் பார்த்த மறுகணம் பொம்மை தனது ஆவல் நிரம்பிய தலையைத் தவறாமல் உயர்த்தும். ('ஆவல் நிரம்பிய' என்கிற உரிச்சொல் பொருந்தவில்லையெனில் அதனை 'காமம் கொண்ட' அல்லது 'பெரும் இச்சை கொண்ட' என்று மாற்றி வாசிக்கலாம்.)

இந்த விசயங்களைப் புரிந்து கொண்ட பிறகு நான் பிரக்ஞையோடும் வேண்டுமென்றும் உடலின்பத்தைத் தேடத் தொடங்கினேன். தேர்வுமுறை மற்றும் முன்னேற்பாடுகளின் நியமங்கள் செயல்பாட்டுக்குக் கொண்டு வரப்பட்டன.

சாகசக்கதைப் புத்தகத்திலிருக்கும் படத்தின் தொகுப்பு குறை பாடு கொண்டதாக உணரும்போது, முதலில் அதனை வண்ணக் குச்சிகளைக் கொண்டு நகல் செய்வேன். பிறகு என் திருப்திக்கேற்ப அவற்றைத் திருத்துவேன். பின்னர், அது முழங்கால்களில் வீழ்ந்து தனது மார்பிலிருக்கும் தோட்டாக்காயத்தை இறுகப் பற்றியிருக்கும் ஒரு இளம் சர்க்கஸ் கலைஞனுடைய படமாக மாறும். அல்லது கீழே விழுந்ததால் மண்டை பிளந்து இறந்து கொண்டிருக்கும். பாதி முகத்தை ரத்தம் மூடியிருக்கும். கயிற்றின் மேல் நடப்பவனாய் இருக்கும். வீட்டிலுள்ள புத்தக அலமாரியின் இழுப்பறைக்குள் நான் ஒளித்து வைத்திருக்கும் இந்த ரத்ததாகம் நிரம்பிய படங்கள் எனது இன்மையில் கண்டுபிடிக்கப்படலாம் என்பதாக, என்னால் ஆசிரியரின் குரலைக் கூட கேட்க முடியாதபடி பள்ளியில் இருக்கும்போது அடிக்கடி நான் பயத்தில் ஆழ்ந்திடுவேன். அவற்றை வரைந்த பிறகு முறையாக அழித்திருக்க வேண்டும் என்பதை அறிவேன், ஆனால் நான் கண்டிப்பாக அவ்வாறு செய்ய முடியாமல் என்னுடைய பொம்மை அவற்றோடு மிக நெருக்கமாயிருந்தது.

இந்த வகையில் என்னுடைய கீழ்ப்படிதலற்ற பொம்மை தன்னுடைய இரண்டாந்தர லட்சியத்தைக் கூட அடையாமல்— எனது “தீய பழக்கம்” என நான் சொல்லக்கூடிய — அதன் ஆதாரமான, அதன் முதன்மையான லட்சியத்தைத் தவிர்த்து, பல பயனற்ற நாட்களையும் மாதங்களையும் கடத்தியது.

என்னைச் சுற்றி எண்ணற்ற மாற்றங்கள் நிகழ்ந்து கொண்டி ருந்தன. குடும்பம் இரண்டாகப் பிரிந்திருந்தது. நான் பிறந்த வீட்டை நீங்கி, ஒரே வீதியில் அரைத் தொகுதி தூரம் கூட இல்லாத தனித்தனி வீடுகளுக்கு நகர்ந்திருந்தோம். என் தாத்தாவும் பாட்டியும் நானும் ஒரு வீட்டில் இருக்க, என் பெற்றோர் மற்றும் தம்பி மற்றும் தங்கை மற்ற வீட்டில் இருந்தார்கள். இந்தக் காலத்தில் அலுவலக வேலை சம்பந்தமாக என் அப்பா வெளிநாடுகளுக்குச் சென்றார். ஐரோப்பாவின் பல்வேறு நாடுகளைச் சுற்றி வீடு திரும்பினார். சிறிது காலம் கழித்து என் பெற்றோர் மீண்டும் இடம்பெயர்ந்தார்கள். என்னைத் தனது குடும்பத்துக்குள் மீண்டும் திருப்பியெடுத்துக் கொள்ளும் காலந்தாழ்ந்த தீர்மானத்துக்கு இறுதியாக என் தந்தை வந்திருந்தார். மேலும் அவ்வாறு செய்ய இந்த வாய்ப்பினைப் பயன்படுத்திக் கொண்டார். என் பாட்டியைப் பிரியும்

காட்சியை நான் சகித்துக் கொள்ள வேண்டியிருந்தது — என் அப்பா அதனை 'நவீன நாடகம்' என்றழைத்தார் — இப்படியாக இறுதியில் என் பெற்றோரோடு வாழச்சென்றேன். இப்போது என் தாத்தாவும் பாட்டியும் வாழ்ந்து வந்த வீட்டிலிருந்து அரசாங்க ரயிலிலும், நகராட்சிப் பேருந்து வழியிலும் நான் பல நிறுத்தங்கள் தொலைவிலிருந்தேன். இரவும் பகலும் என் பாட்டி எனது புகைப்படத்தைத் தனது மார்போடு இறுகப் பற்றி அழுது கொண்டிருந்தாள். மேலும் ஒவ்வொரு வாரமும் ஒரு இரவை அவளோடு கழிக்க வேண்டும் என்கிற ஒப்பந்த விதியை நான் மீறினால் உடனடியாக வலிப்பால் ஆட்கொள்ளப்பட்டாள். பனிரெண்டு வயதில் எனக்கு அறுபது வயதான, உண்மையான அன்பால் நிரம்பிய காதலி இருந்தாள்.

சீக்கிரமே என் அப்பா ஒசாகாவுக்கு மாற்றல் செய்யப்பட்டார். எங்களை எல்லாம் டோக்கியோவில் விட்டு அவர் தனியாகச் சென்றார்.

ஒரு நாள், மெல்லிய ஜலதோசத்தின் காரணமாக பள்ளிக்குப் போகாமல் இருந்ததைப் பயன்படுத்திக் கொண்டு, தன் வெளி நாட்டுப் பயணங்களின் நினைவாக அப்பா கொண்டு வந்திருந்த சில கலைப்பிரதிகளின் தொகுதிகளை நான் வெளியே எடுத்து வந்தேன். மேலும் என்னுடைய அறைக்குக் கொண்டு சென்று அங்கே அவற்றை வெகு கவனமாகப் பார்த்தேன். குறிப்பாக, பல்வேறு இத்தாலிய அருங்காட்சியகங்களுக்கான கையேடுகளில் இருந்த கிரேக்க சிலைகளுடைய உலோக ஒப்புருக்களின் நிழற்படங்கள் என்னை வசீகரித்தன. நிர்வாணத்தை வரைவதில், தலைசிறந்த படைப்புகளின் எண்ணற்ற நகல்களின் நடுவே, கறுப்பிலும் வெள்ளையிலுமான இந்தத் தகடுகள்தான் எனது கற்பனைக்குப் பெரிதும் நெருக்கமாயிருந்தன. நகல்களில் கூட, சிலைகள் மட்டுமே மிகுந்த உயிர்ப்போடு இருந்தன எனும் எளிய விசயமே இதற்குக் காரணமாயிருக்கலாம்.

நான் இந்தப் புத்தகங்களைப் பார்ப்பது இதுதான் முதல் தடவை. கஞ்சத்தனம் நிரம்பிய என் அப்பா, குழந்தைகளின் கரங்கள் அந்தப் படங்களைத் தொட்டுக் கறைபடுவதை விரும்பாமல், மேலும் — எத்தனை தவறானது! — தலைசிறந்த படைப்புகளின் நிர்வாணப் பெண்களிடம் நான் ஈர்க்கப்படலாம் என்று பயந்து, புத்தகங்களை அலமாரியின் இடைவெளிகளில் ஆழமாகப் பதுக்கி வைத்திருந்தார். மேலும் என்னுடைய

பங்குக்கு, அது நாள் வரை சாகசக்கதைப் புத்தகங்களில் இருக்கும் படங்களைக் காட்டிலும் அவை சுவாரசியமானவையாக இருக்கும் என நான் கனவு கண்டதில்லை.

ஒரு புத்தகத்தின் இறுதியிலிருந்த பக்கத்தைத் திருப்பத் தொடங்கினேன். திடீரென, என் பொருட்டு, எனக்காகவே அங்கே காத்திருந்ததாக நான் நம்பும்படியான படமொன்று அடுத்த பக்கத்தின் ஒரு முனையிலிருந்து என் பார்வைக்கு வந்தது.

அது ஜெனோவாவிலுள்ள பலாஸ்ஸோ ரோஸாவின் சேகரிப் பில் தொங்கும் *கெய்டோ ரெனியின்* 'புனித செபாஸ்டியனு' டைய மறுஉருவாக்கம்.

கருத்தும் சற்றே சாய்ந்தும் இருந்த தண்டனை மரத்தின் அடிபாகம் இருண்மையான காடு மற்றும் சோம்பல் நிரம்பிய தொலைதூர மாலைநேர வானின் பிரம்மாண்ட ராட்சதனைப் போன்ற பின்னணியில் புலப்பட்டது. பிரகாசமான அழ கோடிருந்த இளைஞனொருவன் மரத்தின் அடிபாகத்தில் நிர்வாணமாகப் பிணைக்கப்பட்டிருந்தான். அவனுடைய கைகள் குறுக்காக மேலே உயர்ந்திருந்தன. அவனது மணிக்கட்டுகளைச் சுற்றியிருந்த நீண்ட தோல்வார் மரத்தோடு கட்டப்பட்டிருந்தது. வேறு எந்த பிணைப்பும் கண்களுக்குத் தட்டுப்படவில்லை. மேலும் அந்த இளைஞனுடைய நிர்வாணத்தை மறைக்கும் ஒரே போர்வையாக அவனுடைய இடையில் தளர்வாக முடிச்சிட்டி ருந்த ஒரு அடர்த்தியான வெள்ளைத்துணி மட்டுமே கிடந்தது.

அதுவொரு கிருத்துவ உயிர்த்தியாகத்தைக் காட்டும் ஓவியம் என்பதாக நான் யூகித்தேன். ஆனால், மறுமலர்ச்சிக் காலத்தை உள்வாங்கிக் கொண்ட தேர்ந்த பள்ளியைச் சேர்ந்த அழகி யலுணர்வு கொண்ட ஓவியரால் வரையப்பட்டதால், ஒரு கிருத்துவத் துறவியின் மரணத்தைப் பற்றிய இந்த ஓவியம் கூடத் தனக்குள் மதநம்பிக்கையின்மையின் மிகப் பலமானதொரு சாயலைக் கொண்டிருந்தது. இளைஞனின் உடல் — சிலைகளில் அழியாப்புகழ் கொண்டிருக்கும் *ஹாட்ரியனின்* அன்புக்குரிய *அண்டினௌஸின்* அழகோடு கூட அதனை ஒப்பிடலாம்— சமயப்பணியின் துன்பங்களுடைய எந்தச் சுவடுகளையும் அல்லது மற்ற துறவிகளின் ஓவியங்களில் தென்படும் தளர்ச்சி யையும் காட்டவில்லை. மாறாக, அங்கே இளமையின் வசந்த காலம் மட்டுமே இருந்தது. ஒளி மற்றும் அழகு மற்றும் மகிழ்ச்சி

மட்டுமே.

அவனுடைய வெண்மையான மற்றும் ஒப்பற்ற நிர்வாணம் அந்திப்பொழுதின் பின்னணியில் மின்னுகிறது. அவனது திண்மையான கரங்கள், வில்லை வளைக்கவும் வாள் வீசவும் பழகிய ரோமப் பேரரசின் போர்வீரனுடைய கரங்கள், வசீகரமான கோணத்தில் உயர்த்தப்பட்டுள்ளன. மேலும் அவனுடைய கட்டுண்ட மணிக்கட்டுகள் அவனது தலைக்கு நேர்மேலே குறுக்காக உள்ளன. அவனுடைய முகம் சற்றே மேல்நோக்கி திரும்பியிருக்கிறது. ஆழ்ந்த அமைதியோடு சொர்க்கத்தின் மகிமையை உற்றுப்பார்க்கிற கண்கள் அகலமாகத் திறந்திருக்கின்றன. அவனுடைய பிரயாசைப் படும் மார்பு, அவனது விறைத்த வயிறு, முறுக்கப்பட்ட இடை ஆகிய வற்றின் மீது வட்டமிடுவது வலியல்ல. ஆனால் இசையைப் போன்ற வருத்தந்தோய்ந்த இன்பத்தின் ஏதோவொரு பொறி. அவனுடைய இடது அக்குளிலும் வலது புறத்திலும் தங்களுடைய தண்டுகளோடு ஆழமாய்ப் பதிந்த அம்புகள் மட்டும் இல்லாதிருந்தால், களைப்பின் காரணமாக பூங்காவிலிருக்கும் இருளடர்ந்த மரத்தில் சாய்ந்து ஓய்வெடுக்கும் ரோம மல்லனைப் போல அவன் தோன்றக்கூடும்.

அம்புகள் அவனுடைய இறுகிய, நறுமணம் கொண்ட, இளமை யான சதைக்குள் புதைந்திருக்கின்றன. மேலும் மிதமிஞ்சிய துயரம் மற்றும் பரவசத்தின் சுடர்களால் அவனுடைய உடலை உள்ளிருந்து உட்கொள்ளும் நிலையில் இருந்தன. ஆனால் அங்கே வழிந்தோடும் உதிரமேதும் இல்லை. அல்லது செபாஸ்டியனின் உயிர்த்தியாகத்தைச் சொல்லும் மற்ற படங்களில் தென்படுகிற அம்புகளின் பெருந்திரளும் காணப்படவில்லை. மாறாக, இரண்டு தனித்த அம்புகள் தங்களுடைய அமைதியான மற்றும் நளினமான நிழல்களை, பளிங்கினாலான படிக்கட்டுகளின் மீது விழுகிற மரக்கிளையின் நிழல்களைப் போல அவனது மென்மையான தோலின் மீது படரச் செய்துள்ளன.

ஆனால் இந்த எல்லா விளக்கங்களும் அபிப்பிராயங்களும் பின்னர்தான் உருவாயின.

அன்றைய தினத்தில், நான் படத்தைப் பார்த்த அந்தத் தருணத்தில், எனது மொத்த உயிரும் மதநம்பிக்கையின்மையின் சந்தோசத்தால் நடுங்கியது. என்னுடைய ரத்தம் எழுச்சி கொண்டது. கடுங்கோபத்தில் இருப்பதாக எனது இடைப்பகுதி

வீங்கியது. எனக்குள் ஒரு பகுதியாய் வெடிக்கும் தருவாயிலிருந்த மிருகத்தனம், கோபமாய் பெருமூச்செறிந்து, என்னுடைய அறியாமையைக் கடிந்து கொண்டு, அதனை நான் பயன் படுத்துவதற்காக அதீத உற்சாகத்தோடு காத்திருந்தது. என்னுடைய கைகள், முழுமையாக உணர்வுகளற்று, இதுவரை அதற்கு பயிற்றுவிக்கப்படாததொரு அசைவைத் தொடங்கின. ரகசியமான, பிரகாசமான ஏதோவொன்று, வெகு வேகமாகத் தாக்க எனக்குள்ளிருந்து கிளம்புவதை நான் உணர்ந்தேன். திடீரென அது வெடித்துச் சிதறியது, உடன் குருடாக்குகிற மயக்கத்தைத் தன்னோடு அழைத்து வந்தது...

பிறகு, சிறிது நேரம் கழிந்தது. குழப்பமான உணர்வுகளோடு எனக்கு எதிரே இருந்த மேசையை சுற்றிப் பார்த்தேன். சாளரத்தி லிருந்த மேப்பிள் மரம் சகலத்தின் மீதும் — மைக்குடுவையின் மேல், எனது பள்ளிப்புத்தகங்கள் மற்றும் குறிப்புகள், அகராதி, புனித செபாஸ்டியனின் படம் — தனது பிரகாசமான பிம்பத்தை படர்த்தியிருந்தது. சுற்றிலும் சந்தேகத்துக்குரிய வெண்ணிறத் தீற்றல்கள் இருந்தன — பாடப்புத்தகத்தின் பொன்னிறத்தில் அச்சிட்ட தலைப்பின் மீது, மைக்குடுவையின் தோளில், அகராதியின் ஒரு முனையில் சில பொருட்கள் பயனற்றதாக, மந்தமாக நனைந்திருந்தன. மற்றவை எல்லாம், இறந்த மீனின் கண்களைப் போல மங்கலாக மினுங்கின. அதிர்ஷ்டவசமாக, படத்தைப் பாதுகாக்கும் என் கைகளின் அனிச்சைச் செயல் அதனை ஈரமாவதிலிருந்து காப்பாற்றியிருந்தது.

இதுதான் எனது முதல் வெளியேற்றம். அதுதான், விகாரமான மற்றும் முற்றிலும் முன்யோசனையற்ற, என்னுடைய 'தீய பழக் கத்தின்' ஆரம்பமும் கூட.

(எதிர்நிலையாளர்களுக்குப் பிரத்தியேக மகிழ்ச்சியைத் தரக்கூடிய கலைப் பொருட்களின் வகைமையில் 'புனித செபாஸ்டியனின் படங்களை' முதல் நிலையில் ஹிர்ஷ்ஃபெல்ட் வைக்க வேண்டும் எனச் சொல்வது ஒரு சுவாரசியமான ஒற்றுமைதான். ஹிர்ஷ்ஃபெல்டின் இந்த அவதானிப்பு, பிறழ்ச்சி பற்றிய பெரும்பான்மையான விவகாரங்களில், மிகக்குறிப்பாக உடன்பிறந்த பிறழ்ச்சியென்பது, தலைகீழான செயல்களும் கொடுஞ்செயல்களில் இன்பம் காண்பதற்கான உந்துதல்களும் விடுவிக்க இயலாமல் ஒன்றோடொன்று சிக்கிக் கொண்டுள்ளன எனும் அனுமானத்திற்கு எளிதாக இட்டுச் செல்கிறது.)

புனித செபாஸ்டியன் மூன்றாம் நூற்றாண்டின் நடுவில் பிறந்தார் என்றும், ரோமின் மெய்க்காவற்படையில் தலைவனாகி, முப்பது சில்லறை வருடங்களேயான தன்னுடைய சிறிய வாழ்க்கையை முடித்துக் கொண்டார் என்றும் நம்பப்படுகிறது. சக்கரவர்த்தி டையோக்ளேஷியனின் ஆட்சியின் போது 288-ஆம் வருடம் அவர் இறந்தார் என்பதாக சொல்லப்படுகிறது. டையோக்ளேஷியன், வாழ்க்கையின் பெரும்பகுதியைப் பார்த்திருந்த, தன்னைத் தானே செதுக்கிக் கொண்ட ஒரு மனிதன், அவருடைய தயாளகுணத்துக்காகப் பெரிதும் போற்றப்பட்டார். ஆனால் உபசக்கரவர்த்தியான மாக்ஸிமியன் கிருத்துவத்தை வெறுத்ததோடு, கிருத்துவ சமாதானத்தின் பெயரில், தேவையான யுத்த சேவையைச் செய்ய மறுத்ததற்காக நுமிடிய இளைஞன் மாக்ஸிமிலியனசுக்கு மரண தண்டனை விதித்தார். படைத்தலைவன் மார்செலசும் இதேபோன்ற மதம்சார்ந்த உறுதிக்காகவே கொல்லப்பட்டான். ஆக, இந்த வரலாற்றுப் பின்புலத்தில்தான், புனித செபாஸ்டியனின் தியாகத்தைப் புரிந்து கொள்ள முடிகிறது.

ரகசியமாகக் கிருத்துவத்துக்கு மாறிய செபாஸ்டியன், கைது செய்யப்பட்ட கிருத்துவர்களைத் தேற்ற ரோமப் பேரரசின் மெய்க்காவற்படையில் தனக்குக் கிட்டிய தலைவனின் பதவியைப் பயன்படுத்தினார். மேலும் நகராட்சித்தலைவர் உட்பட, பல ரோமானியர்களை மதம் மாற்றினார். இந்தச் செயல்கள் தெரிய வந்தபோது, அவருக்கு மரணதண்டனை விதிக்கப்பட்டது. எண்ணற்ற அம்புகளை எய்து அவர் மரணத்தின் வாயிலில் வீழ்த்தப்பட்டார். ஆனால் அவரைப் புதைக்க வந்த பக்தி நிரம்பிய விதவையொருத்தி உடல் இன்னும் வெதுவெதுப்பாய் இருப்பதைக் கண்டுகொண்டு அவரைக் காப்பாற்றினாள். என்றாலும், மீண்டும் அவர் சக்கரவர்த்தியின் கடவுள்களை நிந்தித்து சக்கரவர்த்தியை எதிர்த்தார். இம்முறை அவர் கனத்த தடிகளால் தாக்கிக் கொல்லப்பட்டார்.

இந்தப் பழங்கதை பற்றிய விரிவான குறிப்புகள் உண்மையாகக் கூட இருக்கலாம். கண்டிப்பாக இதுபோன்ற நிறைய தியாகங்கள் நிகழ்ந்திருக்கின்றன. நிறைய அம்புகள் தாக்கிய காயங்களைப் பெற்ற பிறகு எந்த ஒரு மனிதனும் வாழ்வை மீட்டெடுக்க முடியாது என்கிற சந்தேகத்தைப் பொறுத்தமட்டில், அதிசயங்களுக்கு ஏங்கும் மனிதகுலத்தின் தேவைக்கான மாற்றாக எப்

போதும் பயன்படும் உயிர்த்தெழுதலின் விதியைப் போல இது ஒரு பிற்சேர்க்கையாக ஏன் இருக்கக்கூடாது?

அந்த கட்டுக்கதையின் முன்பான, படத்தின் முன்பான என்னுடைய ஆனந்தப்பரவசத்தை, அது எத்தனை தீவிரமானது மற்றும் உணர்ச்சிவயமானது என்பதைத் தெளிவாகப் புரிந்து கொள்ள, பல வருடங்கள் கழித்து நான் எழுதிய, தொடரும் என்னுடைய முடிவுறாத பிரதியை இணைக்கிறேன்:

புனித செபாஸ்டியன் - ஒரு உரைநடைக் கவிதை

பள்ளிக்கூட அறையின் சாளரம் வழியே ஒருமுறை நான் காற்றில் அசைந்த நடுத்தர உயரமான மரமொன்றை நோட்ட மிட்டேன். நான் பார்த்திருக்க, என் இதயம் கிடுகிடுக்கத் தொடங்கியது. திடுக்கிடச் செய்யும் அழகான மரம். புல்வெளியின் மீது வட்டத்தின் சாயலுடனான நேரிய முக்கோணத்தை அது எழுப்பியிருந்தது; அதன் செழுமையினுடைய அபாரமான பாரம் அநேக கிளைகளால் ஏந்தப்பட்டிருந்தது. ஒரு சரவிளக்கின் சீரான சமநிலையோடு மேல்நோக்கியும் வெளியிலும் செலுத்தப் படுவதாக; மேலும் பசுமையின் கீழே, கருங்காலி மரத்தின் பீடத்தைப் போல உறுதியான அடிமரம் தென்பட்டது. அங்கே அது நின்றிருந்தது. அந்த மரம், கச்சிதமாக, நேர்த்தியாக வடிவமைக்கப்பட்டு, ஆனால் இயற்கையின் எந்தவொரு நளினத்தையும் கலையற்றதன்மையையும் இழந்து விடாமல், அது தானே தன்னை உருவாக்கிய படைப்பாளி என்பதான களங்கமற்ற அமைதியில் உறைந்திருந்தது. ஆனால் கண்டிப்பாக அதே தருணத்தில் அதுவோர் உருவாக்கப்பட்ட பொருள் தான். அனேகமாக ஒரு இசைத்தொகுப்பு. ஒரு ஜெர்மானிய திறமைசாலியினுடைய குழு இசையின் ஒரு துணுக்கு. இத்தகைய ஆன்மீக, அமைதியான சந்தோசத்தைத் தரக்கூடிய, அதனை தெய்வீகம் என்று மட்டுமே சொல்லும்படியான இசை, அந்தஸ்தான சுவர்ச்சீலைகளின் அலங்கார வேலைப்பாடுகளில் காணப்படும் பவித்திரம் மற்றும் ஏக்கத்தால் நிரம்பியும்.

ஆகவே மரத்தினுடைய வடிவம் மற்றும் இசையின் ஒலிகளுக் கிடையேயான உறவு எனக்கு ஏதோவொரு அர்த்தத்தைக் கொண்டிருந்தது. ஆக, தங்களுடைய கூட்டணியில் வெகு தீவிரமாக, அவையிரண்டும் ஒன்றிணைந்து என்னைத் தாக்கிய போது என்னுடைய விவரிக்கவியலாத, ரகசியமான உணர்வு

அதனை ஒத்ததாக இருந்தது என்பதில் எந்த ஆச்சரியமும் இல்லை, பாடல் வடிவத்தோடு அல்ல, மாறாக இசை மற்றும் மதத்தின் இணைப்பில் கிடைக்கும் வஞ்சனை நிரம்பிய மயக்கத்தோடு.

திடீரென நான் என் மனதுக்குள் கேட்டேன்: "இது அதே மரம் தான் இல்லையா — தனது கைகள் பின்னால் கட்டப்பட்டு, அடிமரத்தின் மீது மழைக்குப் பின்பான துளிகளைப் போல அவனுடைய புனித ரத்தம் சொட்டிக் கொண்டிருந்த, அந்த இளந்துறவி பிணைக்கப்பட்ட மரம்? மரணத்தின் இறுதித் துயரம் கொழுந்து விட்டெரிய, அனைத்து உலகாய சந்தோசங்கள் மற்றும் வலியின் சாட்சியமாக மரப்பட்டைகளின் மீது அவனுடைய இளமையான தசையினைக் கொடூரமாக உராய்ந்தபடி, வலியால் அவன் துடித்துக் கொண்டிருந்த ரோமானிய மரம்?"

உயிர்த்தியாகம் பற்றிய பாரம்பரியக் குறிப்புகளில் இது சொல்லப்படுகிறது. அரியாசனம் ஏறியதைத் தொடர்ந்த காலத்தில், டையோக்ளேஷியன் ஒரு பறவையின் தங்கு தடையற்ற பறத்தலைப் போன்ற எல்லையற்ற சக்தியைக் கனவு கண்டு கொண்டிருந்தபோது, ரோமானியப் பேரரசின் காவல்படையைச் சேர்ந்த இளம் தலைவனொருவன் தடை செய்யப்பட்ட கடவுளுக்குச் சேவகம் செய்ததாகக் குற்றம் சுமத்திக் கைது செய்யப்பட்டான். பேரரசர் ஹாட்ரியனால் பெரிதும் நேசிக்கப்பட்ட புகழ்பெற்ற கிழக்கத்திய அடிமையை நினைவூட்டுகிற இணக்கமான உடல் மற்றும் கடலைப் போல் உணர்வற்றுத்திகழும் ஒரு சதிகாரனின் கண்கள் என்கிற இரண்டும் ஒன்றாய் அமையப்பெற்ற இளம் தலைவன். அவன் வசீகரமான கர்வம் பொருந்தியவனாயிருந்தான். தனது தலைக்கவசத்தில், ஒவ்வொரு காலையும் நகரத்தின் பணிப்பெண்களால் பரிசளிக்கப்பட்ட, வெண்மையான அல்லி மலர்களை அணிந் திருந்தான். தீவிரமான விளையாட்டுப்போருக்குப் பிறகு அவன் ஓய்வெடுக்கையில் அவனுடைய ஆண்மை நிரம்பிய மயிரோடு சேர்ந்து கீழ்நோக்கி நளினமாகத் தொங்கும் அல்லி மலர்கள் மிகச்சரியாக அன்னப்பறவையின் கழுத்தின் பின்புறத்தைப் போல் தோன்றின.

அவனது பிறப்பின் இடம் அல்லது அவன் எங்கிருந்து வந்தான் என்பதை அறிந்தவர் யாருமில்லை. ஆனால் அவனைப் பார்த்தவர்கள் எல்லாருமே, ஒரு அடிமையின் உடலமைப்பும்

இளவரசனின் தன்மைகளும் கொண்ட இந்த இளைஞன், விரைவில் கிளம்பிச் சென்றுவிடக்கூடிய ஒரு வழிப்போக்கன் என்றே நினைத்தார்கள். அவர்களுக்கு, தனது கூட்டத்துக்குத் தலைமையேற்றுப் போகும் இந்த எண்டிமியோன் ஒரு நாடோடி; மற்ற மேய்ச்சல் நிலங்களைக் காட்டிலும் அதிகப் பசுமையான மேய்ச்சல் நிலத்தைக் கண்டுபிடிக்கத் தேர்ந்தெடுக்கப்பட்டவன்.

மேலும், அவன் கடலிலிருந்து வந்தான் எனும் தீர்க்கமான நம்பிக்கையில் இன்பம் கொள்ளும் பணிப்பெண்களும் இருந்தார்கள். ஏனெனில் அவனது மார்புக்குள் கடலின் சீற்றத்தைக் கேட்க முடிந்தது. ஏனெனில் கடற்கரையில் பிறந்து பலவந்தமாக அதனிடமிருந்து பிரிக்கப்பட்ட அனைவரின் கண்ணிலும் தனது நினைவுச்சின்னமாக கடல் விட்டுப்போகிற மர்மமான மற்றும் நிரந்தரமான அத்துவானம் அவனுடைய கண்களின் கருவிழிகளில் நிழலாடிக் கொண்டிருந்தது. ஏனெனில் அவனுடைய பெருமூச்சுகள், கரையின் மீது படர்ந்திருக்கும் கடற்பாசிகளின் மணத்தையொத்த வாசத்தோடு, முழுமையான கோடைக்காலத்தின் கடற்காற்றைப்போல வெப்பமாயிருந்தன.

இவன்தான் செபாஸ்டியன், ரோமப் பேரரசின் மெய்க்காவல் படையின் இளம் தலைவன். மேலும் அவனுடையதைப் போன்றதான இந்த அழகென்பது மரணிக்கத்தான் விதிக்கப் பட்டிருக்க வேண்டும் இல்லையா? ரோமின் வலுவான பெண்கள், எலும்புகளை உலுக்கும் அற்புதமான திராட்சை ரசத்தின் ருசியிலும் ரத்தம் சிவப்பாய் சொட்டுகிற மாமிசத்தின் சுவையிலும் தங்கள் புலன்களை வலுப்படுத்திக் கொண்டவர்கள் அவனுக்கு இன்னும் தெரிந்திருக்காத, அவனுடைய மோசமான நட்சத்திரத்தைக் கொண்ட விதியினை உடனடியாக கூர்ந்து ணர்ந்து, அந்தக் காரணத்திற்காகத்தானே அவனைக் காதலித் தார்கள்? அவனுடைய ரத்தம் அவனது வெண்மையான தசைக்குள் வழக்கத்தை விட மூர்க்கமான வேகத்தில், அந்தத் தசை வெகு விரைவில் கீழிருந்து பிளக்கும்போது தெறித்து வெளியேறுவதற்கான ஒரு திறப்பைத் தேடியபடி பாய்ந்து கொண்டிருந்தது. இதைப் போன்ற உதிரத்தின் கடுங்கொந்தளிப்பு நிரம்பிய ஆசைகளைக் கேட்பதிலிருந்து இந்தப் பெண்கள் எப்படித் தவறியிருக்க முடியும்?

அவனுடைய விதி பரிதாபப்படுவதற்கானது அல்ல. எந்த வகையிலும் அது பரிதாபத்துக்குரிய விதி கிடையாது. சரியாகச்

சொல்வதென்றால் அது பெருமைப்படும்படியானது மற்றும் துயரார்ந்தது, ஒளிர்கிறது என்று கூடச் சொல்லும்படியான விதி.

ஒருவர் நன்றாக யோசித்துப் பார்க்கையில், பெரும்பாலான நேரங்களில், ஒரு இனிய முத்தத்தின் மத்தியில் கூட, மரணத் துயரின் முன்னகர்வு அவனுடைய நெற்றியை வலியின் தற்காலிக நிழல்களைக் கொண்டு உழுதிருக்கும் என்பது சாத்தியம் என்றே தோன்றுகிறது.

மேலும், வழியில் தனக்கெனக் காத்திருப்பது உயிர்த்தியாகத் திற்குக் குறைவான வேறொன்றுமில்லை என்பதை ஒருவேளை மங்கலாகவும், அவன் முன்னரே கண்டிருக்கக்கூடும்; விதி அவன் மீது விதித்திருக்கும் இந்த அடையாளமென்பது மிகத் துல்லியமாக பூமியின் மற்ற சாதாரண மனிதர்களிடமிருந்து அவன் தனித்திருப்பதன் அறிகுறி.

இப்போது, அந்தக் குறிப்பிட்ட காலைப்பொழுதில், யுத்தக் கடமைகளால் உந்தப்பட்டு, செபாஸ்டியன் தன்னுடைய போர்வைகளை உதறித்தள்ளி நாளின் தொடக்கத்தில் படுக்கை யிலிருந்து துள்ளியெழுந்தான். விடியற்காலையில் அவன் கண்ட கனவொன்று இருந்தது — துர்சகுனங்களைக் கொண்ட கரிச்சான்கள் அவனுடைய மார்பில் மொய்க்கின்றன. பட படக்கும் சிறகுகளால் அவனது வாயை மூடியபடி— மேலும் அந்தக்கனவு அவனுடைய தலையணையிலிருந்து கூட மறைந்திருக்கவில்லை. ஆனால் ஒவ்வொரு இரவும் அவன் தன்னைக் கிடத்திக் கொண்ட குரூரமான படுக்கை, கரையில் படர்ந்திருக்கும் கடற்பாசிகளின் மணத்தை உதிர்த்துக் கொண்டிருந்தது; கண்டிப்பாக அப்போது இது மாதிரியான நறுமணம் பல இரவுகளுக்கு அவனை கடல் மற்றும் அகண்ட அத்துவானம் பற்றிய கனவுகளுக்குள் வரும்படி அவனை வசப்படுத்தியிருக்கும்.

சாளரத்தினருகே நின்று தனது கிரீச்சிடும் கவசத்தை அணிகையில், தோப்பால் சூழப்பட்ட கோயிலை அவன் அந்தப் பாதையில் பார்த்தான். மேலும் அதன் மேலிருந்த வானத்தில் மஸராத் என்றழைக்கப்பட்ட நட்சத்திரக்கூட்டம் வீழ்வதைக் கண்டான். அந்த அற்புதமான, மதநம்பிக்கைக்கெதிரான கோயிலை அவன் பார்த்தான். அவனுடைய இமைகளின் மெல்லிய வளைவில், கிட்டத்தட்ட துன்பத்தை ஒத்ததாகவும்

அதே வேளையில் அவனுக்கு அழகூட்டுவதாகவும், அங்கே ஓர் ஆழ்ந்த நிந்தனை வந்தடைந்தது. ஒரே கடவுளின் பெயரைத் துணைக்கழைத்து, அவன் வேதப்புத்தகங்களின் சில அற்புதமான வரிகளை மென்மையாக உச்சரித்தான். அதன் பலனாக, அவனுடைய உச்சாடனத்தின் வலுவற்றதன்மை பல்லாயிரம் மடங்கு அதிகரித்து கம்பீரமான ஒத்திசைவோடு எதிரொலித்ததைப் போல சந்தேகமின்றி, அந்த சபிக்கப்பட்ட கோயிலிலிருந்து, நட்சத்திரங்களையொத்த வானுலகைப் பிரிக்கிற ஸ்தூபிகளின் வரிசையிலிருந்து, வல்லமை வாய்ந்த முனகலொன்றை அவன் கேட்டான். அந்தச் சத்தம் வானின் நட்சத்திரம் பொதிந்த கூரையில் மோதி எதிரொலிக்கும் ஏதோ விசித்திரமான பெருங்குவியல் துகள்களாய்ச் சிதறுவதைப் போலிருந்தது.

அவன் புன்னகைத்து சாளரத்தின் கீழிருந்த புள்ளியில் தன் பார்வையைத் தாழ்த்தினான். காலைநேரப் பிரார்த்தனைகளுக்காக, ஒவ்வொரு விடிகாலைப் பொழுதுக்கு முன்பும் இருளினூடாக வருகிற அவர்களது வழக்கத்தின்படி, ஒரு பணிப்பெண்களின் குழு ரகசியமாக மேலேறி அவனுடைய அறையை நோக்கி வந்து கொண்டிருந்தது. மேலும் ஒவ்வொரு பணிப்பெண்ணும் தன்னுடைய கரத்தில் இன்னும் குவிந்து உறங்கிக் கொண்டிருந்த அல்லியை ஏந்தியிருந்தாள்...

இடைநிலைப்பள்ளியில் என்னுடைய இரண்டாவது வருடத்தின் குளிர்காலம். அதற்குள் நாங்கள் நீண்ட காற்சராய்களுக்கும் மற்றவர்களை அலங்காரமற்ற குடும்பப்பெயர்களால் அழைப்பதற்கும் பழகியிருந்தோம். (கீழ்நிலைப் பள்ளியில் எங்களுடைய சிறிய காற்சட்டைகளின் கீழே எங்களது முழங்கால்களை ஆடையில்லாமல் விட ஒருபோதும் நாங்கள் அனுமதிக்கப் பட்டதில்லை. கோடைக்காலத்தின் உச்சத்தில் கூட, மேலும் இதன் காரணமாகவே நீண்ட காற்சட்டைகளை முதன் முதலில் அணிகிற எங்கள் சந்தோசம், இனி எப்போதும் நாங்கள் எங்களுடைய தொடைகளை வலியோடு இழைக்கச்சையினால் கட்ட வேண்டியதில்லை என்றறிய வந்தபோது இரட்டிப்பாக்கியது. கீழ்நிலைப் பள்ளியில் ஒருவரையொருவர் பெயர் சொல்லி அழைக்கும்போது வெகு சம்பிரதாயமான வடிவத்தை நாங்கள் பயன்படுத்தவும் வேண்டியிருந்தது.) ஆசிரியர்களைக் கேலி செய்யும் அட்டகாசமான வழக்கமும் எங்களுக்குப் பழக்க

மாகியிருந்தது, பள்ளி தேநீர் விடுதியில் ஒவ்வொருவரும் முறைமாற்றி உபசரித்துக் கொள்ள, பள்ளிக்கூட மரங்களுக்கு நடுவே பாய்ந்து செல்கிற காடுகளின் விளையாட்டுக்கு, மேலும் விடுதி வாழ்க்கைக்கும். இந்த எல்லா வேடிக்கைகளிலும் நான் பங்கேற்றேன். விடுதி வாழ்க்கை தவிர்த்து எப்போதும்— எச்சரிக்கையாய் இருக்கும் என் பெற்றோர் எனது மோசமான உடல்நிலையைக் காரணமாக்கி ஒவ்வொரு மாணவனும் தங்களுடைய இடைநிலைப் பள்ளிக்காலத்தில் ஒன்றோ அல்லது இரண்டு வருடங்களோ விடுதியில் தங்க வேண்டும் என்கிற முறைமையிலிருந்து எனக்கு விதிவிலக்கு பெற்றுத் தந்தார்கள். ஆக மீண்டும் இதற்கான அவர்களுடைய முக்கிய காரணம் என்னைத் 'தீய பழக்கங்களிலிருந்து' விலக்கி வைக்க வேண்டும் என்பதைத் தாண்டி வேறொன்றுமில்லை.

வீட்டிலிருந்து வரும் மாணவர்களின் எண்ணிக்கை வெகு சொற்பமாயிருந்தது. எங்களுடைய இரண்டாம் வருடத்தின் இறுதிப்பருவத்தில் ஒரு புதியமுகம் எங்கள் சிறிய குழுவில் இணைந்தது. அவன் ஓமி. விபரீதமான ஏதோ நடத்தையின் காரணமாக அவன் விடுதியிலிருந்து வெளியேற்றப்பட்டிருந்தான். அதுவரைக்கும் நான் அவன் மீது குறிப்பிட்ட கவனம் ஏதும் கொண்டிருக்கவில்லை. ஆனால் அவனுடைய வெளியேற்றம் 'குற்றம்' என்றழைக்கப்படும் பிழையற்ற வகைமையை அவன் மீது சுமத்துகையில், திடீரென நான் அவன் மீதிருந்து என் கண்களை விலக்குவதென்பது எனக்குக் கடினமாயிருந்தது.

ஒரு நாள் நல்ல மனதுடைய, பருத்த நண்பனொருவன், கேலியாகச் சிரித்துக் கொண்டு தன் கன்னக்குழிகளைக் காட்டிய படி என்னை நோக்கி ஓடி வந்தான். எனக்குப் பழக்கமான இந்த அடையாளங்களின் மூலம் அவன் ஏதோவொரு ரகசியத் தகவலைக் கைப்பற்றி வந்திருக்கிறான் என்பதை நான் அறிந் திருந்தேன். "ஆனால் நான் உன்னிடம் சொல்வதற்கான விசயங்கள் என்னிடம் உள்ளன!" என்றான்.

குளிரூட்டும் கருவியின் அருகிலிருந்து விலகி என்னுடைய நல்ல மனதுடைய நண்பனோடு நான் தாழ்வாரத்துக்குச் சென்றேன். காற்று சுழன்றடித்த வில்வித்தை மைதானத்தை மேற்பார்வையிட்டபடி ஒரு சாளரத்தின் மீது சாய்ந்து கொண் டோம். அந்தச் சாளரம்தான் ரகசியங்களைப் பகிர்ந்து கொள் ளும் எங்களுடைய வழக்கமான இடம்.

“நல்லது, ஓமி” என்னுடைய நண்பன் ஆரம்பித்தான். பிறகு, தொடர்வதற்கு ரொம்ப சங்கடப்படுகிறவனைப் போல நாணிய படி அவன் நிறுத்தினான். (ஒருமுறை, கீழ்நிலைப் பள்ளியின் ஐந்தாம் வருடத்தைப் போல, ‘அது’ குறித்து நாங்கள் எல்லோரும் பேசிக் கொண்டிருந்தபோது, மிகக்கடுமையான வார்த்தையில் இந்தப் பையன் எங்களை அடியோடு மறுதலித்தான்: “இது முழுக்கவே பொய். மனிதர்கள் இப்படியொரு விசயத்தைச் செய்வதில்லை என்பது எனக்குக் கண்டிப்பாகத் தெரியும்.” இன்னொரு முறை, நண்பனொருவனுடைய அப்பாவுக்கு முடக்குவாதம் இருப்பதாகக் கேள்விப்பட்டபோது, முடக்குவாதம் தொற்றுநோய் என்றும் எதற்கும் நான் அந்த நண்பனிடம் மிக நெருங்கிச் செல்ல வேண்டாம் என்றும் எச்சரித்தான்.)

“ஹே ! ஓமிக்கு என்ன வந்தது ?” வீட்டில் இன்னும் நான் தன்மை யான, பெண்மை நிரம்பிய சாயல்களோடு பேசிக் கொண்டி ருந்தாலும் கூட, பள்ளியில் இருக்கும்போது, மற்ற பையன்களைப் போல அநாகரிகமாகப் பேசத் தொடங்கியிருந்தேன்.

“இதுதான் உண்மை. அந்தப் பையன் ஓமி — சரி, அவன் ஏற்கனவே நிறைய பெண்களை அடைந்திருக்கிறான் எனச் சொல்லுகிறார்கள், அவ்வளவுதான் !”

அது நம்புவதற்கு எளிதாயிருந்தது. இரண்டு அல்லது மூன்று முறை தேர்ச்சி பெறத் தோற்றுப் போயிருந்ததால் ஓமி எங்களைக் காட்டிலும் பல வருடங்கள் மூத்தவனாயிருக்க வேண்டும். அவன் எங்களனைவரையும் உடலமைப்பில் விஞ்சினான். மேலும் அவனுடைய முகத்தின் வரிகளில், எங்களுடையதைக் காட்டிலும் மிக அதிகமாக, சற்றே மேம்பட்ட இளமையின் சில அடையாளங்களைப் பார்க்க முடிந்தது. இயற்கையாய் கர்வம் நிரம்பிய தன்னிச்சையானதொரு அலட்சியம் அவனிடம் இருந்தது. அவமதிக்கத் தகுதியற்றது என அவன் எண்ணும்படியான விசயமென்று ஒன்றுகூட இல்லை. எங்களைப் பொறுத்தமட்டில் மரியாதைக்குரிய மாணவனென்பவன் மரியாதைக்குரிய மாணவன் என்கிற விசயத்தில் எந்த மாற்றமுமில்லை. ஒரு ஆசிரியர் என்பவர் ஆசிரியர்; காவலதிகாரிகள் அல்லது பல்கலைக்கழக மாணவர்கள் அல்லது அலுவலர்கள் எனில் மிகச்சரியாக அவர்கள் காவலதிகாரிகள் அல்லது பல்கலைக்கழக மாணவர்கள் அல்லது அலுவலர்கள்தான். இதுவழியில் ஓமி என்றால் அது வெறுமனே ஓமி, மேலும் அவனுடைய கர்வம்

நிரம்பிய கண்கள் மற்றும் அலட்சியமான புன்னகையிலிருந்து தப்புவது இயலாததாக இருந்தது.

“நிஜமாகவா?” நான் கேட்டேன். மேலும் ஏதோவொரு புரியாத காரணத்துக்காக உடனே சாரணர் பயிற்சிக்கு நாங்கள் பயன்படுத்துகிற துப்பாக்கிகளை சுத்தம் செய்யும் ஓமியின் செயல்திறமிக்க கைகளையும் நினைத்துக் கொண்டேன். பயிற்சிக்குழுவின் தலைவனாக, உடற்பயிற்சி ஆசிரியருக்கும் ஜிம்னாஸ்டிக்ஸ் பயிற்றுவிப்பவருக்கும் மட்டும் தனித்துப் பிடித்தவனாக இருந்த அவனது அழகிய தோற்றத்தை எண்ணிப் பார்த்தேன்.

“அதனால்தான் — அதுதான் அதற்குக் காரணம்” நடுநிலைப் பள்ளி மாணவர்கள் மட்டுமே புரிந்து கொள்ளகூடிய விரக தாபத்துடனான கனைப்பை எனது நண்பன் வெளியிட்டான். “அதோடு, அவனுடைய உனக்குத் தெரியும் — என்னவென்று அச்சமூட்டும் அளவில் பெரிது என்றும் அவர்கள் சொல் கிறார்கள். அடுத்த முறை அசிங்கமான விளையாட்டின் போது நீ தொட்டுணர்ந்து பார். அதனை அது நிரூபிக்கும்.”

‘அசிங்கம்’ என்பது எங்கள் பள்ளியின் மரபான விளையாட்டு. பையன்களிடம் எப்போதும் அவர்களுடைய முதலாம் மற்றும் இரண்டாம் வருடங்களின்போது மிகப் பரவலாயிருக்கும். மேலும் பொழுதுபோக்குக்கான எந்தவொரு வெறியினையும் போலவே. விளையாட்டு என்பதைக் காட்டிலும் அதுவோர் ஆரோக்கியமற்ற நோயாகவே இருந்தது. நாங்கள் அதை, முழுமையாகப் பொதுமக்களின் முன்னிலையில், கடும்பகலில் விளையாடினோம். ஏதோவொரு பையன் — அவனை ஏ (ஆங்கில எழுத்து *A*) என்றழையுங்கள் — தன்னிலை மறந்து நின்று கொண்டிருப்பான். இதை கவனிக்கும் இன்னொரு பையன்— பி (ஆங்கில எழுத்து *B*) — அருகிலிருந்து பாய்ந்து வந்து நன்கு— குறிபார்த்து பிடிப்பான். அவனுடைய பிடி வெற்றிபெற்றால், பி வெற்றிகரமாகப் பின்வாங்கி சற்று தொலைவாகச் சென்று ஊளையிடத் தொடங்குவான்:

“ஓ, அது பெருசு! ஓ, ஏ-வினுடையது எத்தனை பெரிதாய் இருக்கிறது!”

விளையாட்டுக்குப் பின்னாலிருந்த உந்துசக்தி எதுவாக இருந்தாலும், அதனுடைய ஒரே நோக்கம் பாதிக்கப்பட்டவன்

தன்னுடைய புத்தகங்களை. அல்லது அவன் சுமந்து செல்கிற எதையும் தவற விட்டு, தன்னுடைய இரு கரங்களையும் தாக்குதலுக் குள்ளாகும் பகுதியைப் பாதுகாக்கப் பயன்படுத்துவதில் உருவாகிற நகைப்புக்கிடமான தோற்றத்தை ரசிப்பது என்ப தாகவே இருந்தது. உண்மையில், இந்த விளையாட்டில் பையன்கள் அவர்களுடைய நகைப்பொலியால் பொதுவில் அம்பலப்படுத்தப்பட்ட தங்களு டைய வெட்கத்தைத்தான் கண்டுகொண்டார்கள். அதன் பிறகு, இன்னும் பலமான நகைப்பொலியின் பாதுகாப்பான தடத்திலிருந்து கொண்டு, இந்த பாதிக்கப்பட்டவனின் வெட்கம் அப்பிய கன்னங்களின் இயல்பிலான, தங்களுடைய பொதுவான நாணத்தைப் பரிகசிக்கும் திருப்தி அவர்களுக்குக் கிட்டியது.

ஏற்கனவே ஏற்பாடு செய்திருந்ததைப்போல பாதிக்கப்பட்ட வன் கத்துவான்:

"ஓ, அந்த பி — அவன் அசிங்கமானவன்!"

பிறகு பார்வையாளர்கள் அதை ஒத்துக்கொள்வதான முறை யில் கூட்டமாக ஒத்திசைப்பார்கள்:

"ஓ, அந்த பி — அவன் அசிங்கமானவன்!"

இந்த விளையாட்டில் ஓமி மிகக் கில்லாடியாயிருந்தான். ஒரு வேளை இந்தப் பையன்கள் ஓமி தங்களைத் தாக்குவதை ரகசியமாக எதிர்பார்த்தார்கள் என்பதாக ஐயம் கொள்ளும் வாய்ப் பினை உண்டாக்குமளவிற்கு மிக அதிக அளவில், அவனுடைய தாக்குதல்கள் பெரும்பாலும் எப்போதும் வேகமாக வெற்றியில் முடிந்தன. மேலும், பதிலுக்கு அவனால் பாதிக்கப்பட்டவர்கள் அவனைப் பழிவாங்கத் தொடர்ந்து காத்திருந்தார்கள். ஆனால் அவன் மீதான யாருடைய முயற்சியும் ஒருபோதும் வெற்றி பெறவில்லை. அவன் எப்போதும் தன்னுடைய ஒரு கையைக் கால்சராயின் பைக்குள் நுழைத்தபடியே நடந்தான். ஆக எப்போது அவன் ஒளிந்திருந்து தாக்கப்பட்டாலும் உடனடியாக பைக்குள் இருக்கும் தன்னுடைய கை மற்றும் சுதந்திரமான மற்றொரு கையாலும் இரட்டிப்புக் கவசத்தை உருவாக்கிடுவான்.

என் நண்பனுடைய அந்த வார்த்தைகள் என்னுள் ஆழமாக விதைக்கப்பட்ட விஷம்தோய்ந்த களையையொத்த எண்ணத்துக்கு உரமிட்டதைப் போலாயின. அதுவரைக்கும் அசிங்கமான விளையாட்டுகளில் மற்ற பையன்களுடையதைப்

போல முழுக்கவே கபடமற்ற உணர்வுகளோடு மட்டும்தான் இணைந்து கொண்டேன். ஆனால் என் நண்பனுடைய வார்த்தைகள் என்னுடைய 'தீய பழக்கத்தை' — என்னையும் அறியாமல் நான் கண்டிப்பாக மறைத்து வைத்திருந்த அந்தத் தனித்த வாழ்க்கையை — இந்த விளையாட்டிலிருந்து பிரித்துப் பார்க்க முடியாத ஓர் உறவுக்குள், இத்தோடு என்னுடைய சமூக வாழ்க்கையிலும், வெளிக்கொண்டு வந்ததாகத் தோன்றியது. திடீரென இப்படியொரு இணைப்பு எனது மனதுக்குள் உருவாகி இருக்கிறது என்பதை நானதைச் செய்கிறேனோ இல்லையோ, "தொட்டுணர்ந்து பார்" என்கிற அவனுடைய வார்த்தைகள் குறிப்பிடும்படியான முக்கியத்துவத்துடன் எனக்குள் உருவேறி யிருந்ததும், என்னுடைய எளிய நண்பர்களால் ஒருபோதும் புரிந்து கொள்ள முடியாத முக்கியத்துவம் என்பதான உணர்வு உறுதி செய்தது.

அந்த நொடியிலிருந்து நான் அசிங்கமான விளையாட்டுகளில் கலந்து கொள்வதில்லை. ஓமியைத் தாக்க வேண்டி வரக்கூடிய தருணத்தை நான் அஞ்சினேன். மேலும் அதைக் காட்டிலும் அதிகமாக ஓமி என்னைத் தாக்கக்கூடிய தருணத்தை எப்போதும் நான் கவனமாயிருந்தேன். எப்போதெல்லாம் விளையாட்டு தொடங்குவதற்கான அறிகுறிகள் தென்பட்டனவோ — கலகம் அல்லது கிளர்ச்சியைப் போல வெகு இயல்பான நிகழ்வி லிருந்து அது எழக்கூடும் — நான் வழியிலிருந்து விலகிப் பாதுகாப்பான தூரத்திலிருந்து ஓமியின் மீது என் கண்களைப் பொருத்தியிருப்பேன்.

உள்ளபடியாக, நாங்கள் அதைத் தெரிந்து கொள்ளுமுன்பே ஓமியின் வசீகரம் எங்களை மயக்க ஆரம்பித்திருந்தது. எடுத்துக்காட்டுக்கு காலுறைகள். அந்த நாட்களில் வீரர்களை உருவாக்குவதை இலக்காகக் கொண்டிருந்த கல்விப்புலத்தின் அரிமானம் ஏற்கனவே எங்கள் பள்ளியையும் வந்தடைந்து இருந்தது. ஜெனரல் எனோகியின் மரணப்படுக்கை வாசகம்— "எளிமையாகவும் ஆண்மையோடும் இருங்கள்" — மறு உருவேற்றப்பட்டுப் பரிமாறப்பட்டன. ஆகவே பகட்டான கழுத்துத்துணிகளும் காலுறைகள் போன்ற பொருட்களும் ஒதுக்கி வைக்கப்பட்டவையாக இருந்தன. உண்மையில், எந்தவொரு கழுத்துத்துணியும் முகச்சுளிப்பை உண்டாக்கியது, மேலும் சட்டைகள் வெள்ளை நிறத்திலும் காலுறைகள் கருப்பிலும் இருக்க வேண்டுமென்பது அல்லது குறைந்தபட்சம் திடமான

நிறத்தில் என்பது விதிமுறையானது. ஆனால் ஓமி மட்டும் வெண்ணிற பட்டினாலான கழுத்துத்துணியையும் எடுப்பான வேலைப்பாடுகளையுடைய காலுறைகளையும் அணியத் தவறியதேயில்லை.

தடை செய்யப்பட்டவைகளின் இந்த முதல் எதிராளி தனது துஷ்டத்தனத்தைக் கிளர்ச்சியின் நியாயமான பெயரில் ஒளித்து வைக்கும் சாதுர்யமான திறமையைக் கொண்டிருந்தான். தன்னுடைய சொந்த அனுபவங்களின் மூலமாகக் கிளர்ச்சியின் வசீகரத்தில் மாணவர்களுக்கிருந்த பலவீனத்தை அவன் அறிந்திருந்தான். உடற்பயிற்சி ஆசிரியருக்கு முன்பு — நாட்டுப் புறத்தைச் சேர்ந்த இந்தப் பொறுப்பற்ற அலுவலர் ஓமியின் அந்தரங்க நண்பனாக இருக்க வேண்டும். அல்லது இன்னும் சரியாகச் சொல்வதெனில், அவனுடைய அடியாள் என்பதாகத் தோன்றியது — கழுத்துத்துணியைத் தன்னுடைய கழுத்தில் சுற்றவும் பகட்டாக நெப்போலியத் தன்மையோடு தனது பொன்னிற பொத்தான்களைக் கொண்ட மேலங்கியின் மார்பை ஒட்டிய பின்மடிப்புப்பகுதியைத் திருப்பியணியவும் வேண்டுமென்றே நேரம் எடுத்துக்கொள்வான்.

என்றாலும், வழக்கம் போலவே குருட்டு ஜனங்களின் கிளர்ச்சியென்பது அற்பமாக நகலெடுப்பதைத் தாண்டிச் செல்வதில்லை. பின்விளைவாக வரக்கூடிய ஆபத்துகளிலிருந்து தப்பித்து கிளர்ச்சி தரும் சந்தோசங்களை மட்டும் ருசிக்கும் நம்பிக்கை கொண்டவர்களாக, நாங்கள் ஓமியின் தைரியமான எடுத்துக்காட்டிலிருந்து அவனுடைய காலுறைகளைத் தவிர்த்து வேறெதையும் திருடவில்லை. மேலும், இந்தத் தருணத்தில் நானும் கூட்டத்தில் ஒருவனாயிருந்தேன்.

பள்ளிக்குக் காலையில் வந்து சேர்ந்து, இருக்கையின் மீது அமராமல், மாறாக மேசையின் மேலமர்ந்து பாடம் தொடங்கு முன் வகுப்பறைக்குள் நாங்கள் சலசலவென்று அரட்டையடித்துக் கொண்டிருப்போம். நவீன வேலைப்பாடுகளைக் கொண்ட பகட்டான காலுறைகளை அணிந்து வரும் யாரும் மேசையின் மீது அமரும்போது தங்களுடைய காற்சராயின் மடிப்புகளை இழுத்துவிடும்போது அற்புதமான காட்சியாயிருக்கும். மறுகணம் ஆர்வமிக்க கண்களின் ஆச்சரியம் ததும்பும் அலறல்கள் அவனுக்குப் பரிசாகக் கிடைக்கும்:

"ஆஹா! பளீரிடும் காலுறைகள்!"

எங்கள் சொல்லகராதி பளீரிடும் என்கிற வார்த்தையைத் தாண்டிச் செல்லும்படியான எந்த வாழ்த்துச்சொல்லையும் கொண்டிருக்கவில்லை. இறுதிக்கணம் வரைக்கும் ஓமி எப் போதும் பிரசன்னம் ஆனதில்லை. ஆனால் நாங்கள் பளீரிடும் எனச் சொல்கிற மறுகணம், சொல்பவனுக்கும் கேட்பவனுக்கும் ஒரேபோல, அவனுடைய ஏளனமான பார்வையின் மனத் தோற்றம் எங்கள் அனைவரின் முன்பாகவும் எழுந்து நிற்கும்.

ஒரு காலைப்பொழுதில் பனி வீழ்ந்து ஓய்ந்த சற்றைக்கெல்லாம் நான் வெகு சீக்கிரமாகப் பள்ளிக்குச் சென்றேன். முந்தைய நாள் மாலையில், மறுநாள் காலை ஒரு பனிச்சண்டை நிகழவிருப் பதாக நண்பனொருவன் தொலைபேசியில் சொல்லியிருந்தான். எந்தவொரு பெரிதாய் எதிர்பார்க்கப்படும் நிகழ்வுக்கும் அதற்கு முந்தைய இரவில் விழித்திருப்பதென்பது இயல்பாயிருக்க, மறு நாள் காலையில் என்னுடைய கண்களைத் திறந்த மறுகணமே, நேரம் பற்றிய கவனமின்றி நான் பள்ளிக்குப் புறப்பட்டேன்.

பனி அரிதாகவே என் காலணிச்சுவடுகளைத் தீண்டியது. பின்னர், உயரமான ரயிலினுடைய சாளரத்தின் வழி நான் நகரத்தைப் பார்த்தபோது, எழும் சூரியனின் கிரணங்களை முழுதாகப் பற்றிக்கொண்டிராத பனியின் காட்சி, அழகாகத் தெரிவதைக் காட்டிலும் மங்கலாகவே இருந்தது. பனி அந்த நகரத்தின் வெடித்த புண்களை மறைக்கும் அழுக்கான பட்டைத் துணியைப் போல, போகிற போக்கிலான வீதிகள் மற்றும் கோணல்மாணலான சந்துகள், நம்முடைய நகரங்களின் பரந்த தோற்றத்தில் தென்படக்கூடிய ஒரே அழகினைத் தரும் முற்றங்கள் மற்றும் அவ்வப்போது தலைகாட்டுகிற வெற்று நிலங்களின் மனைகள் போன்ற எல்லா ஒழுங்கற்ற வெட்டுக்காயங்களையும் மறைப்பதாகத் தோன்றியது.

கிட்டத்தட்ட காலியாயிருந்த ரயில் எனது பள்ளிக்கான நிலையத்தை நெருங்கியபோது தொழிற்கோட்டத்துக்கு அப்பால் சூரியன் உதிப்பதை நான் பார்த்தேன். காட்சி சடாரென்று சந்தோசமானதாகவும் உல்லாசமானதாகவும் மாறியது. இப்போது, தீய அறிகுறிகளோடு உயர்ந்து நிற்கும் புகைபோக்கிகளின் வரிசைகளும் சோர்வூட்டும் சிலேட்டு நிறக் கூரைகளின் இருண்மையான ஏற்றத்தாழ்வுகளும் பிரகாச மாக ஜொலிக்கும்

பனி முகமூடியினுடைய கூச்சல் நிரம்பிய சிரிப்பின் பின்னால் வெட்கப்பட்டு ஒடுங்கின. இதுபோலொருபனிபடர்ந்தநிலம்தான் கிளர்ச்சி அல்லது புரட்சிக்கான துயரார்ந்த களமாக அடிக்கடி மாறிவிடுகிறது. மேலும், கடந்து செல்பவர்களின் முகங்கள் கூட, பனியில் பட்டு பிரதி பலிக்கையில் சந்தேகத்துக்குரியதாக வெளிறி, எப்படியோ எனக்கு சதிகாரர்களை நினைவூட்டின.

பள்ளிக்கு முன்பாகயிருந்த நிலையத்தில் நான் இறங்கியபோது பனி உருக ஆரம்பித்திருந்தது, அடுத்ததாக இருந்த ஏற்றுமதி நிறுவனத்தின் கூரைகளின் மேல் தண்ணீர் வழிந்தோடுவதைக் கேட்க முடிந்தது. கதிர்வீச்சுதான் அங்கே சிதறிக்கிடக்கிறது எனும் கற்பனையை என்னால் அசைக்க முடியவில்லை. அதன் பிரகாசமான மற்றும் மினுங்குகிற கதிரலைகள், கடந்து செல்லும் காலணிகளின் சேற்றில் அப்பிக்கிடந்த நடை பாதை யின் கள்ளம் நிரம்பிய புதைகுழிகளில் தற்கொலை செய்து கொள்வதென சுழன்றடித்தன. தாழ்வாரத்தின் கீழ் நான் நடக்கையில் ஒரு கதிரலை தவறுதலாக என் பின்னங்கழுத்தில் சுற்றிக்கொண்டது.

பள்ளியின் நுழைவாயிலுக்குள் பனியில் ஒரு கால்தடம் கூட இல்லை. பெட்டக அறை இன்னும் இறுக்கமாகப் பூட்டப்பட்டி ருந்தது, ஆனால் மற்ற அறைகள் திறந்திருந்தன.

கீழ்த்தளத்திலிருந்த, இரண்டாம் வருட வகுப்பறையின் சாளரமொன்றைத் திறந்து, பள்ளியின் பின்னாலிருந்த சோலையில் கிடந்த பனியைப் பார்த்தேன். அங்கே பின்பக்க வாசல்வழியிலிருந்து கிளம்பி, சோலையினுடைய மேடுகளில் தொடர்ந்து, நானிருந்த கட்டிடத்தை நோக்கி வருவதாக பெரிய காலடித்தடங்களை என்னால் பார்க்க முடிந்தது. ஒரு குறிப்பிட்ட பாதையில் வந்து நான் பார்த்துக் கொண்டிருந்த சாளரத்தின் நேர் கீழேயிருந்த புள்ளியை நோக்கி அவை நீண்டன. பிறகு காலடித்தடங்கள் பின்னோக்கித் திரும்பி, இடதுபக்கம் குறுக்குவாக்கில் தென்படக்கூடிய, அறிவியல் கட்டிடத்துக்குப் பின்னால் மறைந்து போயின.

யாரோ ஏற்கனவே வந்திருக்கிறார்கள். அவன் பின்வாசல் வழியாக ஏறி வந்து, சாளரத்தின் வழியாக உள்ளே எட்டிப்பார்த்து, அங்கே யாருமில்லை என்பதைக் கண்டுகொண்டு, தானாகவே அறிவியல் கட்டிடத்தின் பின்னால் நடந்து போயிருக்கிறான் என்பது தெளிவாகப் புரிந்தது. வீட்டிலிருந்து வரும் மாணவர்

களில் வெகு சிலரே பின்வாசல் வழியாக வருவார்கள். அந்த வெகுசிலரில் ஒருவனாக ஓமி, ஒவ்வொரு காலையும் ஏதோவொரு பெண்ணின் வீட்டிலிருந்து வந்ததாக ஒரு வதந்தி நிலவியது. ஆனால் வகுப்பு உருவாகிற இறுதிநொடிக்கு முன்பாக ஒருபோதும் அவன் காட்சி தருவதில்லை. ஆயினும், வேறு யார் அந்தக் காலடித்தடங்களை உருவாக்கி இருப்பார்கள் என்பதை என்னால் யூகிக்க முடியவில்லை. மேலும் அவற்றினுடைய பெரிய அளவுகளைக் கொண்டு தீர்மானிக்கையில் அது அவனுடையதுதான் என நான் நம்பினேன்.

சாளரத்தின் வெளியே சாய்ந்து கண்களைக் கூர்மையாக்கி, காலணித் தடங்களிலிருந்த அவற்றை எப்படியோ தீர்மானம் நிரம்பியதாகவும் சக்திமிகுந்ததாகவும் தோன்றச்செய்த புதிய கருப்பு மணலின் நிறத்தைக் கண்டேன். விவரிக்க முடியாததொரு சக்தி என்னை அந்தக் காலணித்தடங்களை நோக்கித் தள்ளியது. சாளரத்திலிருந்து தலை முதலில் வெளியே விழுந்து அவற்றில் என் முகத்தைப் புதைக்க நான் விருப்பம் கொண்டிருக்க வேண்டும் என்பதாய் நான் உணர்ந்தேன். ஆனால், எப்போதும் போல என்னுடைய மந்தமான இயக்க நரம்பணுக்கள் என்னை எனது சட்டென்ற ஆர்வக்கோளாறிலிருந்து காப்பாற்றின. சாளரத்திலிருந்து தாவுவதற்குப் பதிலாக, என்னுடைய புத்தகப் பையை மேசையின் மேல் வைத்துவிட்டு, பின்னர் மெதுவாக சாளரத்தின் நிலைப்படியின் மீது ஏறினேன். எனது சீருடைச் சட்டையின் முன்பகுதியிலிருந்த கொக்கிகளும் அவற்றின் துவாரங்களும், எனது மெலிந்த விலாவெலும்புகளை கத்தி முனையில் இருத்துமுன்பாக கல்லாலான சாளரத்தின் நிலைப் படியை எதிர்த்து மெதுவாகவே அழுத்தியிருந்தன. மேலும் ஒரு மாதிரியான துன்பம் நிறைந்த இனிமையோடு முயங்கிய வலியை உருவாக்கின. சாளரத்திலிருந்து பனியின் மீது குதித்தபோது சாகசத்தின் நடுக்கம் நிரம்பிய உணர்வுகளால் என்னை நிரப்பிய ஒரு மெல்லிய வலி இனிமையான தூண்டுகோலாகத் தேங்கியிருந்தது. நான் காலடித்தடங்களுக்குள் என்னுடைய புறமிதியடிகளைப் பதித்தேன்.

தடங்கள் சற்றே பெரியதாகத் தோன்றின. ஆனால் இப்போது அவை கிட்டத்தட்ட என்னுடைய அளவிலானவை என்பதை நான் கண்டுகொண்டேன். அவற்றை உருவாக்கிய மனிதனும், அந்நாட்களில் எங்களிடையே நிலவிவந்த வழக்கத்தின்படி, புறமிதியடிகளை அணிந்திருக்கக்கூடும் என்கிற விசயத்தைக்

கணக்கிலெடுக்க நான் தவறியிருந்தேன். இப்போது அந்த எண்ணம் எனக்குத் தோன்றிட அந்தக் காலடித்தடங்கள் ஓமி யுனுடையதாக இருக்குமளவுக்குப் பெரியவையில்லை என நான் முடிவுசெய்தேன்.

என்றாலும், அறிவியல் கட்டிடத்தின் பின்னால் ஓமியைக் கண்டுபிடிக்கும் என்னுடைய உடனடி நம்பிக்கை தோற்பதால் ஏமாற்றம் கொள்வேன் என்கிற சங்கடமான உணர்வை விட, கருப்புக் காலணித்தடங்களைத் தொடர்ந்து செல்லும் யோசனையால் நான் எப்படியோ கட்டாயப்படுத்தப்பட்டேன். பெரும்பாலும் இந்தத் தருணத்தில், ஓமியைக் கண்டுபிடிக்கிற ஒற்றை நம்பிக்கையால் மட்டும் நான் அதற்குமேல் உந்தப் படவில்லை. ஆனால், மர்மமான விதிமீறலின் உணர்வில் எனக்கு முன்னால் வந்து பனியில் தன் காலடித்தடங்களை விட்டுச் சென்ற மனிதன் மீதான பழிவாங்குதல் மற்றும் விருப்பத்தின் கலவையான உணர்வுக்குள் அகப்பட்டிருந்தேன்.

கடுமையாக மூச்சுவிட்டபடி தடங்களைத் தொடர ஆரம் பித்தேன்.

படிகளில் நடப்பதைப்போல என் கால்களை ஒவ்வொரு காலடித்தடமாக நகர்த்திச் சென்றேன். தடங்களின் எல்லைக் கோடுகள் அவ்வப்போது கண்ணாடியைப் போன்ற கரிய நிலத்தைக் காட்டியது. அவ்வப்போது வெற்றுத்தரையை, அவ்வப் போது ஈரமான மற்றும் கெட்டித்த பனியை, அவ்வப்போது நடைபாதைக் கற்களை, அதனைப் பற்றி அறியாமலேயே, ஓமியைப் போன்ற நீண்ட எட்டுகள் வைத்து நடப்பதற்குள் நான் விழுந்திருப்பதை சட்டென்று கண்டுபிடித்தேன்.

தடங்களைத் தொடர்ந்து அறிவியல் கட்டிடத்தின் பின்னால் போய் அந்தக் கட்டிடம் பனியின் மீது படர்த்தியிருந்த நீண்ட நிழலின் வழியாகச் சென்றேன். பிறகு அகலமான தடகள மைதானத்தைப் பார்வையிட்டபடியே மேட்டுநிலத்தை நோக்கி நடந்தேன். எல்லாவற்றையும் போர்த்தியிருந்த மினுங்கும் பனியினாலான மேலாடையின் காரணமாக, முன்னூறு மீட்டர் நீள்வட்டத்தடம் அதன் உள்ளிருந்த மேடுபள்ளங்களினாலான நிலத்திலிருந்து வேறுபடுத்த முடியாமல் கிடந்தது. மைதானத்தின் ஒரு மூலையில் இரண்டு மாபெரும் *ஸெல்கோவா* மரங்கள் நெருக்கமாக நின்றிருந்தன. காலைச்சூரியனில் மிகப்பெரிதாய்

நீண்டிருந்த அவற்றின் நிழல்கள், எப்போதும் பேரழகை வழிமொழிகிற இயற்கையின் தன்மையிலான மகிழ்ச்சி ததும்பும் குறைகளோடு, காட்சிக்கு அர்த்தம் தருவதாக பனியின் மீது குறுக்காக விழுந்தன. பெரிய எல்ம் மாதிரியான மரங்கள் நெகிழியின் மென்மையோடு குளிர்கால நீலவானில் உயர்ந்து நின்றன. கீழிருந்த பனியின் பிரதிபலிப்பில், காலைச்சூரியனின் சாய்ந்த கதிர்களில் அவ்வப்போது. விறைப்பான, இலைகளற்ற கிளைகளால் மரத்தின் அடிமரங்களுக்கெதிராக உருவாகியிருந்த அடைப்புக்குறிகளிலிருந்து தங்கத்துகளைப் போல கொஞ் சமாகப் பனி உதிர்ந்தது. தடகள மைதானத்தைத் தாண்டி வரிசையாக நின்றிருந்த பையன்களுக்கான விடுதிகளின் கூரை உச்சிகளும் அவற்றில் பின்னாலிருந்த சிறு வனமும் தூக்கத்தில் அசைவற்றிருப்பதாகத் தோன்றியது. பனி சத்தமின்றி விழுவது கூடப் பெரிதாகவும் தீர்க்கமாகவும் எதிரொலிப்பதைப் போல எல்லாம் அவ்வளவு அமைதியாயிருந்தது.

ஒரு கணம் இந்தப் பிரகாசத்தின் விஸ்தீரணத்தில் என்னால் எந்தவொரு விசயத்தையும் பார்க்க முடியவில்லை.

பனிக்காட்சி ஒருவிதத்தில் அப்போதுதான் அழிக்கப்பட்ட அரண்மனையைப் போலிருந்தது. பழங்காலக் கோட்டைகளின் இடிபாடுகளில் மட்டுமே இருக்கக்கூடிய அதே எல்லையற்ற வெளிச்சம் மற்றும் அழகில் இந்த மாயக்கரமும் குளித்துக் கொண்டிருந்தது. மேலும் அங்கே கிடந்த மிச்சங்களின் ஒரு மூலையில், கிட்டத்தட்ட ஐந்து மீட்டர் அகலம் இருக்கக் கூடிய தடத்தின் பனியில், மிகப்பெரிய ரோமன் எழுத்துகள் வரையப்பட்டிருந்தன. எனக்கு மிக நெருக்கமாகப் பெரிய வட்டம், ஒரு ஓ (ஆங்கில எழுத்து *O*). அடுத்து வந்தது எம் (ஆங்கில எழுத்து *M*). அதைத் தாண்டி மூன்றாவது எழுத்து இன்னும் எழுதப்பட்டுக் கொண்டிருந்தது, நீளமான மற்றும் அடர்த்தியான ஐ (ஆங்கில எழுத்து *I*).

அது ஓமி தான். நான் தொடர்ந்து வந்த கால்தடங்கள் ஓ-வுக்கு இட்டுச்சென்றன. ஓ-விலிருந்து எம்-முக்கு, கடைசியாக, இரண்டு கைகளையும் மேற்சட்டையின் பைகளுக்குள் திணித்து, வெண்ணிற கழுத்துத்துணியின் மேலாகக் கீழே பார்த்தபடி, அப்போதுதான் தன்னுடைய ஐ-யை முடிப்பதற்காகத் தனது புறக்காலணிகளைப் பனியின் மீது இழைத்துக் கொண்டிருந்த ஓமியின் உருவத்திடமே அழைத்து வந்தன. மைதானத்திலிருந்த

செல்கோவா மரங்களின் நிழல்களுக்கு இணையாக பனியின் குறுக்கில் அவனுடைய நிழல் எதிர்த்து நீண்டது.

எனது கன்னங்கள் நெருப்பாய் சுட்டன. கையுறையிட்ட கரங்களில் ஒரு பனிப்பந்து செய்து அவன் மீது வீசினேன். அது முன்னதாகவே விழுந்தது.

அப்போதுதான் அவன் ஐ-யை எழுதுவதை முடித்துவிட்டு, எதேச்சையாக என் பக்கம் திரும்பினான்.

“ஹேய்!” நான் கத்தினேன்.

ஓமியின் எதிர்வினை மகிழ்ச்சியற்ற ஒன்றாக இருக்குமென பயந்தாலும் கூட, நான் சொல்ல முடியாத பேரார்வத்தால் தூண்டப்பட்டேன். மேலும் கத்தி முடித்தவுடனே சரிவான பள்ளத்தில் அவனை நோக்கி நானாகவே ஓடிக்கொண்டிருப்பதை உணர்ந்தேன். ஓடியபோது — கனவிலும் நினைத்திராத ஒரு சத்தம் என்னை நோக்கி எதிரொலித்தது — சக்திவாய்ந்த, நட்பு நிரம்பிய கூச்சல் அவனிடமிருந்து வந்தது.

“ஹேய்! எழுத்துகளை மிதித்து விடாதே!”

இந்தக் காலைநேரத்தில் கண்டிப்பாக அவன் வேறொரு மனிதனாகத் தென்பட்டான். விதிமுறை என்பதைப்போல வீட்டுக்குப் போனாலும் அவன் ஒருபோதும் வீட்டுப்பாடங்கள் செய்வதில்லை. மாறாக பள்ளிப்புத்தகங்களை தன்னுடைய பெட்டகத்தில் வைத்துவிட்டு, காலைவேளைகளில் தன்னுடைய இரு கைகளையும் மேற்சட்டை பைகளுக்குள் நுழைத்துக்கொண்டு பள்ளிக்கு வருவான். தன்னுடைய மேலங்கியை சாமர்த்தியமாகக் கழற்றிவிட்டு வகுப்பு ஆரம்பிக்கவிருக்கும் இறுதிக்கணத்தில் அதன் வால்பகுதியில் தன்னை இணைத்துக் கொள்வான். இன்று என்னவொரு மாற்றம்! அதிகாலையிலிருந்து அவன் தானாகவே பொழுதைப் போக்கிக் கொண்டிருந்தது மட்டு மல்லாமல், இப்போது என்னையும் ஒரே நேரத்தில் நட்போடும் கடுமையோடும் இருக்கக்கூடிய தன்னுடைய இணையற்ற புன்னகையோடு வரவேற்றான் — அவமதிப்பைத் தவிர்த்து, எப்போதும் ஊளை மூக்குக் குழந்தையாக மட்டுமே பாவித்த என்னை வரவேற்றான். நான் அந்தப் புன்னகைக்காக, இளமை யான வெண்ணிறப் பற்களின் அந்த மின்னலுக்காக, எப்படி எல்லாம் ஏங்கினேன்!

ஆனால், அவனுடைய புன்னகைக்கும் முகத்தைத் தெளிவாகப் பார்க்குமளவிற்கு நெருக்கமாகச் சென்றபோது, முந்தைய கணத்தின் விருப்பத்தை நான், “ஹேய்!” எனக் கத்தியபோது இருந்ததை என்னுடைய இதயம் தொலைத்திருந்தது. இப்போது, திடீரென்று நான் பீதியில் உறைந்திருந்தேன். மனதளவில் ஓமி ஒரு தனிமையான மனிதன் என்கிற பளிச்சிடும் உண்மை என்னைத் தடுத்து நிறுத்தியது. அவனுடைய புன்னகை பெரும் பாலும். என்னுடைய புரிதலின்வழி நான் உணர்ந்து கொண்ட, அவனது தளவாடங்களின் நலிந்த பகுதியை மறைப்பதற் கானதாய் இருக்கலாம். ஆனால் இந்த உண்மை நான் அவனைப் பற்றி உருவாக்கி வைத்திருந்த பிம்பத்துக்கு நேர்ந்த காயத்தின் அளவுக்கு என்னைக் காயப்படுத்தவில்லை.

பனியில் வரையப்பட்டிருந்த பிரம்மாண்டமான *OMI*யை நான் பார்த்த அந்தத் தருணத்தில், அனேகமாக பாதி—சுயநினை வற்று, அவனுடைய தனிமையின் அனைத்து முனைகளையும், நான் புரிந்து கொண்டேன் — அவனால் கூடத் தெளிவாகத் தன்னைப்பற்றிப் புரிந்து கொள்ள முடியாத, அவனைப் பள்ளிக்கு இத்தனை சீக்கிரமாக அழைத்து வந்த உண்மையான காரணத்தையும்... ஒருவேளை எனது ஆதர்ஷம் மனதளவில் என் முன் மண்டியிட்டிருந்தால், “நான் பனிச்சண்டைக்காக சீக்கிரம் வந்தேன்” என ஏதாவது காரணம் சொல்லியிருந்தால், அவன் இழக்கக்கூடிய மரியாதையைக் காட்டிலும் அதிக முக்கியத்துவம் கொண்ட எதையோ எனக்குள்ளாகவே நான் இழந்திருப்பேன். நான்தான் பேச வேண்டும் என்பதாகத் தோன்ற, எதையாவது சொல்வதற்கு நான் கலவரத்தோடு யோசித்தேன்.

“இன்றைய தினத்துக்கான பனிச்சண்டை தொடங்கி விட்டது, இல்லையா” இறுதியாக நான் பேசினேன். “என்றாலும் கூட இன்னும் அதிகமாய் பனி விழும் என்று நினைத்தேன்.”

“ஹ்ம்ம்ம்.” அலட்சியமானதொரு உணர்ச்சியை அவன் அணிந்து கொண்டான். அவனுடைய தாடையின் வலுவான எல்லைக்கோடுகள் இறுக கன்னங்கள் மீண்டும் கெட்டித்தன. என் மீது பாவப்படுகிற மாதிரியான அலட்சியம் அவனுள் மீண்டிருந்தது. உண்மையில், என்னைக் குழந்தையாய்ப் பாவிப்பது போன்ற முயற்சியை அவன் மேற்கொண்டான். மீண்டும் அவனுடைய கண்கள் அகந்தையாய் மின்னின. அவனுடைய மனதின் ஒரு பகுதியில் பனியிலிருந்த அவனது எழுத்துகள்

பற்றி நான் சின்ன விசாரணை கூடச் செய்யாததற்காக எனக்கு அவன் நன்றிக்கடன் பட்டிருக்க வேண்டும். மேலும் இந்த நன்றி யுணர்வை மறைக்க அவன் செய்த வலிமிகுந்த முயற்சிகளால் நான் வசீகரிக்கப்பட்டேன்.

“ஹூம்! குழந்தைகளின் கையுறைகளை அணிவதை நான் வெறுக்கிறேன்” என்றான்.

“ஆனால் வளர்ந்தவர்கள் கூட இதுபோன்ற கம்பளியினாலான கையுறைகளை அணிகிறார்கள்.”

“பாவம், தோலுறைகள் எப்படி இருக்கும் என்பதைக்கூட நீ அறிய மாட்டாய் என நான் பந்தயம் கட்டுகிறேன். இந்தா”

திடுமென்று, பனியில் நனைந்த தனது தோலுறைகளை அவன் எனது கன்னங்களின் மீது வீசினான்.

நான் தவிர்த்தேன். எனது கன்னங்களை சூடாக்கிய, பண் பாடற்ற பாலுணர்வு எனக்குள் பற்றிக்கொண்டது. பளிங்கினைப் போன்ற தெளிவான கண்களால் அவனை உற்றுப்பார்ப்பதாக உணர்ந்தேன்.

அந்தத் தருணத்திலிருந்து நான் ஓமியின் மீது காதல் கொண் டேன்.

எனக்கு இதுதான் என் வாழ்வின் முதல் காதல். மேலும், இப்படி வெளிப்படையாகப் பேசும் முறை மன்னிக்கப்படுமெனில், தெளிவாக, உடலின் ஆசைகளோடு நெருக்கமான உறவுகளைக் கொண்டிருந்த ஒரு காதல்.

நான் கோடைக்காலத்துக்காகப் பொறுமையற்றுக் காத்திருக்கத் தொடங்கினேன். அல்லது குறைந்தபட்சம் கோடைக் காலத்தின் ஆரம்பத்திற்காக. கண்டிப்பாக, நான் நினைத்தேன். கோடைக்காலம் தன்னோடு அவனது நிர்வாண உடலைப் பார்க்கும் வாய்ப்பையும் அழைத்து வரும். உடன், இன்னும் வெட்கக்கேடானதொரு விருப்பத்தை, எனக்குள் எண்ணிப் பூரித்தேன். அது, அவனுடைய அந்த ‘பெரிய சங்கதியைப்’ பார்ப்பது.

என்னுடைய நினைவுகளின் மின்னிணைப்புப் பலகையில் இரண்டு ஜோடி கையுறைகள் மட்டும் குறுக்குவெட்டுக்கம்பிகளால் ஆனவை. ஓமியின் அந்தத் தோல் கையுறைகள் மற்றும் சடங்குகளுக்கான வெண்ணிறக் கையுறைகளின் இணை. எந்த நினைவு உண்மையாக இருக்கலாம், எது பொய் என் பதை எப்போதும் என்னால் தீர்மானிக்க முடிவதில்லை. அனேகமாக தோல் கையுறைகள்தான் அவனுடைய முரட்டு குணங்களோடு ஒத்திசைவைக் கொண்டிருந்தன. இதற்குமேலும், துல்லியமாகச் சொன்னால், அவனுடைய முரட்டு குணங்களின் காரணமாக, வெண்ணிற ஜோடிதான் அனேகமாக அவனை உருவகிக்கக்கூடும்.

முரட்டு குணங்கள் — இந்த வார்த்தைகளை நான் பயன் படுத்தினாலும், உண்மையில் இப்படியொரு விளக்கமென்பது, பையன்களிடையே கலந்திருக்கும் தனித்த இளைஞனின் சாதாரணமான முகம் உருவாக்கக்கூடிய உணர்வென்பதைத் தாண்டி வேறொன்றுமில்லை. அவனுடைய உடலமைப்பு இணையற்றதாய் இருந்தாலும், உயரத்தில் எக்காரணம் கொண்டும் அவன் எங்கள் அனைவரையும் விட உயர்ந்த வனில்லை. கடற்படை அதிகாரியை நினைவுறுத்தும் எங்கள் பள்ளி வற்புறுத்திய தான்தோன்றித்தனமான சீருடை, எங்களுடைய இன்னும் முதிர்ந்திராத உடல்களில் நன்றாகப் பொருந்துவதில்லை. மேலும் ஓமி மட்டுமே அவனுடையதைத் தன் திண்ணிய எடையின் உணர்வாலும் ஒரு விதமான பாலின்ப ஆர்வத்தாலும் நிறைத்தான். கண்டிப்பாக அவனுடைய தோள்கள் மற்றும் மார்பின் தசைகளை, பொறாமை பொங்குகிற மற்றும் காதலிக்கிற கண்களால் பார்த்தது நான் மட்டும் இல்லை, நீலநிற செர்ஜ் சீருடைகளினடியில் கூட அது போன்ற தசைகளை எளிதில் கண்டுகொள்ளலாம்.

மேன்மையின் ரகசிய உணர்வு போன்ற ஏதோவொன்று எப்போதும் அவனுடைய முகத்தில் வட்டமிட்டுக் கொண்டி ருந்தது. பெரும்பாலும் இதுமாதிரியான உணர்வுதான் ஒருவரு டைய தற்பெருமை காயமடையும்போது இன்னுமதிகமாகவும் இன்னும் உயரமாகவும் கொழுந்து விட்டெரிவது. ஓமிக்கு, தேர்வுகளில் தோற்றுப்போவது மற்றும் வெளியேற்றப்படுவது போன்ற துரதிர்ஷ்டங்கள் எல்லாம், வெறுத்துப்போன விருப்ப மொன்றின் அடையாளம் என்று தோன்றியது. எதற்கான

விருப்பம்? அவனது 'தீய மேதைமை' ஏதோ காரணத்தை நோக்கி அவனைச் செலுத்துவதாக நான் நிச்சயமற்றுக் கற்பனை செய்து கொண்டேன். மேலும் தனக்கெதிரான இந்தப் பரந்த சூழ்ச்சி யின் முழுமையான ஆதாரத்தை அவனும் கூட அறிந்திருக்க மாட்டான் என்பதில் நான் உறுதியாயிருந்தேன்.

அவனுடைய முகத்தைப் பற்றிய ஏதோவொன்று அவனது அபரிமிதமான ரத்தம் உடல் முழுதும் வேட்டையாடுவதைப் போல வேகமாகப் பாய்ந்தோடுவதை ஒருவருக்கு உணர்த்தியது; கபிலநிறக் கன்னங்களிலிருந்து எழும் செருக்கு நிரம்பிய கன்னத்து எலும்புகளையுடைய வட்ட முகம், ஒரு மெல்லிய கோட்டில் தைக்கப்பட்டதாகத் தோன்றும் உதடுகள், திடமான தாடைகள், மற்றும் அகலமான ஆனால் நன்கு வடிவான, அவ்வளவாகத் துருத்திக் கொண்டிராத மூக்கு. இந்தக்கூறுகள் எல்லாமே அடங்க மறுக்கும் ஓர் ஆத்மாவுக்கான போர்வைகள். இப்படிப்பட்ட மனிதனுக்கு ஒரு ரகசிய, உள்ளார்ந்த வாழ்க்கை இருக்குமென்பதை யார்தான் எதிர்பார்த்திருக்கக்கூடும்? நாம் எல்லாருமே, வெகு தூரத்திலிருக்கும் கடந்த காலத்துக்குள் தொலைத்திட்ட, மறக்கடிக்கப்பட்ட பூரணத்துவத்தின் படி வத்தை, அவனுக்குள் கண்டுபிடிக்கலாம் என்கிற நம்பிக்கை மட்டுமே ஒருவருக்கு அவன் மீது இருக்கமுடியும்.

அறிவார்ந்த ஆனால் என் வயதுக்குப் பொருந்தாத புத்தகங் களை நான் வாசிக்கும்போது அவனுடைய ஆர்வக் கோளாறு அவற்றை நோக்கி அவனை இழுத்து வரும் சமயங்களும் இருந்தன. ஒவ்வொரு முறையும் உத்தரவாதமற்ற சிரிப்பொன்றை அவனுக்கு எப்போதும் தந்து விட்டு, அவனைப் பார்க்கவிடாமல், நான் கைகளில் வைத்திருக்கும் புத்தகம் எதுவாயிருந்தாலும் மூடிவிடுவேன். வெட்கத்தினால் அல்ல. மாறாக, அவனுக்குப் புத்தகம் போன்ற விசயங்களில் ஆர்வம் இருக்கக்கூடும் என் பதோ, அவற்றைப் பற்றிய தனது அசௌகரியத்தை வெளிப் படுத்திடலாம் என்பதோ, அல்லது தானறிந்திராத தன்னுடைய பூரணத்துவத்தால் அவன் சோர்ந்து போகலாம் என்பதற்கான எந்த அறிகுறியும் என்னைக் காயப் படுத்தியது. இந்த மீனவன் ஐயோனியாவுக்கான தன் பிறப்பை மறக்க, துறக்க, மறுக்கக்கூடும் என நினைக்கவும் எனக்குக் கசந்தது.

நான் ஓமியை, வகுப்பு மற்றும் விளையாட்டு மைதானங்கள் என இரண்டிலும், இடைவிடாது கண்காணித்தேன். இவ்வாறு

செய்கையில், அவனைப் பற்றிய துல்லியமான, குறைகளற்ற கற்பனையை நான் உருவாக்கினேன். அதனால்தான் என்னுடைய நினைவில் பதிந்திருக்கும் உருவத்தில் சிறு பிழையைக்கூட என்னால் கண்டுபிடிக்க முடியவில்லை. இதுமாதிரியான எழுத்து வடிவத்தில், ஏதாவது முக்கியமான சுபாவத்தை, ஏதாவது விரும்பும்படியானத் தவறைச் சொல்லியே ஒரு கதாபாத்திரத்துக்கு உயிரூட்ட வேண்டும், ஆனால் ஓமியைப் பற்றிய எனது நினைவிலிருந்து இதுபோன்ற ஒரு சிறு குறைபாட்டைக்கூட என்னால் பிரித்தெடுக்க முடியவில்லை. ஆனால், ஓமியிடமிருந்து எனக்குக் கிட்டிய, கணக்கிடவியலாத வகைகளினாலான, அனைத்தும் நுட்பமான வேறுபாடுகளால் நிரம்பிய, எண்ணற்ற பல கருத்துகள் இருந்தன. ஒரு வரியில், அவனிடமிருந்து நான் பெற்றுக் கொண்டது என்னவெனில், அவனுடைய கண்ணிமைகள், அவனுடைய நெற்றி, அவனுடைய கண்கள், அவனுடைய மூக்கு, அவனுடைய காதுகள், அவனுடைய கன்னங்கள், அவனுடைய கன்னத்து எலும்புகள், அவனுடைய உதடுகள், அவனுடைய தாடைகள், அவனுடைய கழுத்தின் பின்பகுதி, அவனுடைய தொண்டை, அவனுடைய தோற்றம், அவனுடைய தோலின் நிறம், அவனுடைய பலம், அவனுடைய மார்பு, அவனுடைய கைகள், மேலும் அவனுடைய தோற்றத்தின் எண்ணிக்கையிலடங்கா மற்ற யாவிலும் உருவகப் படுத்தப்பட்டிருந்த வாழ்க்கையின் பூரணத்துவம் மற்றும் ஆண்மையின் துல்லியமான விவரணைதான்.

இவற்றை அடிப்படையாகக் கொண்டு, தேர்வுமுறையின் நியமம் செயல்முறைக்கு வந்தது. நான் பிடித்தவை மற்றும் பிடிக்காதவற்றின் முறையான வடிவத்தை முழுமை செய்தேன். அவனால்தான் ஒரு புத்திக்கூர்மையான மனிதனை என்னால் காதலிக்க முடியாது. அவனால்தான் நான் கண்ணாடி அணிந்திருக்கும் மனிதனிடம் ஈர்க்கப்படுவதில்லை. அவனால் தான் நான் வலிமையை விரும்பத் தொடங்கினேன். வழிந்தோடும் உதிரத்தின் காட்சியை, புறக்கணிப்பை, கரடுமுரடான சைகைகளை, அக்கறையற்ற பேச்சை, மேலும் அறிவின் எந்தவிதச் சாயலுமற்று உடலில் இயற்கையாகவே அமையப்பெற்ற மூர்க்கம் நிரம்பிய துயரத்தை...

இருந்தபோதும், ஆரம்பத்திலிருந்தே என்னுடைய ஆசைகளை ஒருபோதும் அடைய முடியாததாய்ச் செய்ய, இந்தக் கொடூரமான சுவைகளில் ஒரு தர்க்கரீதியான இயலாமை

என்னோடு சம்பந்தப்பட்டிருந்தது. விதிமுறைகளின்படி பாலுறவு சார்ந்த உத்வேகத்தைக் காட்டிலும் தர்க்கரீதியானது வேறேது மில்லை. ஆனால் என் விசயத்தில், என்னை வசீகரித்த ஒரு மனிதனோடு அறிவுப்பூர்வமான புரிதல்களை நான் பகிர்ந்து கொள்ளத் தொடங்கிய உடனேயே அந்த மனிதன் மீதான என் விருப்பம் சிதைந்து போகும். துணையாக வருபவனிடம் இருக்கும் மிகக்குறைவிலான புத்திக்கூர்மையை அறிவது கூட விழுமியங்களைப் பற்றிய அறிவார்ந்த தீர்மானங்களை நோக்கி என்னைத் தள்ளும். காதலைப் போன்ற பரிமாற்ற உறவில், ஒருவன் தான் மற்றவனிடம் கோருகிற விசயத்தைத் தானும் தர வேண்டும். ஆக ஒரு துணைவனிடம் இருக்கவேண்டிய அலட்சியத்துக்கான என் விருப்பத்தில் தற்காலிகமாகவேனும், என்னுடைய பக்கத்திலிருந்து எந்த நிபந்தனையுமற்ற 'காரணத் துக்கு எதிரான புரட்சி' தேவைப்பட்டது. ஆனால் என்னைப் பொருத்தவரையில் இப்படியொரு புரட்சிக்கு கண்டிப்பாகச் சாத்தியமே கிடையாது.

இவ்வாறாக, அறிவின் கூர்மையால் பாதிக்கப்படாத கலப்படமற்ற மிருகத்தின் தசைகளுக்குச் சொந்தக்காரர்களை எதிர்கொள்கையில் — இளமையான போக்கிரிகள், கடலோடிகள், வீரர்கள், மீனவர்கள் — பொங்கி வழியும் அலட்சியத்தோடு எப்போதைக்குமாக தூரத்திலிருந்து அவர்களைப் பார்த்து, அவர்களோடு எப்போதும் வார்த்தைகள் எதையும் பரிமாறிக் கொள்ளாமல் இருப்பதைத் தவிர்த்து, நான் செய்வதற்கு ஏதுமில்லை. அனேகமாக நான் நிம்மதியாக வாழ்ந்திருக்கக்கூடிய ஒரே இடமென்பது, நான் அவர்களது மொழியில் பேசவியலாத, ஏதாவது நாகரீகமடையாத உஷ்ணமண்டல நிலமாக மட்டுமே இருக்க முடியும். இப்போது நான் அதை நினைக்கையில், காட்டுமிராண்டித்தனமான நிலங்களில் எப்போதும் கொதித்துக் கொண்டிருக்கும் வகையிலான அந்தத் தீவிரமான கோடைக் காலங்களின் மீது, என்னுடைய குழந்தைமையின் ஆரம்ப கட்டத்திலேயே நான் ஏக்கம் கொண்டிருந்தேன் என்பதை உணர்கிறேன்.

நல்லது. பிறகு, நான் சொல்ல வந்த வெண்ணிறக் கையுறை களும் இருந்தன.

எனது பள்ளியில் பாரம்பரிய நாட்களின்போது வெண்ணிறக்

கையுறைகளை அணிவது வழக்கம். வெறுமனே, ஆகச்சிறந்த முத்துக்களினாலான பொத்தான்கள் மணிக்கட்டுகளில் மின்ன, முதுகின் தையல்களில் மூன்று ஆழ்ந்த வரிசைகளோடு, வெண்ணிறக் கையுறைகளை அணிவது என்பதே, எல்லாப் பாரம்பரிய நாட்களுக்குமான அடையாளங்களை வெளிப்படுத்து வதாக இருந்தது. சடங்குகள் நடைபெற்ற சோபையான அரங்கம், விடைபெறுகையில் வழங்கப்படும் சியோட்ஸே இனிப்புகளின் பெட்டி, நடுநடுவே அற்புதமான சப்தங்களை எழுப்பிப் பின் உடைந்து போகும் இதுமாதிரியான நாட்களின் மேகங்களற்ற வானம்.

அது குளிர்காலத்தின் ஒரு தேசிய விடுமுறை தினம். சந்தேகத்துக்கிடமின்றி *சாம்ராஜ்ய தினம்*. அன்றைய காலை நேரத்தில் வழக்கத்துக்கு மாறாக ஓமி மீண்டும் பள்ளிக்கு சீக்கிர மாகவே வந்திருந்தான்.

பள்ளிக்கட்டிடங்களின் பக்கவாட்டிலிருந்த விளையாட்டு மைதானத்திலிருந்த ஊஞ்சலாடும் மரக்கட்டைகளிலிருந்து புதியவர்களை இரண்டாம் வருட மாணவர்கள் ஏற்கனவே விரட்டியடித்து, இவ்வாறு செய்வதில் குரூர சந்தோசம் கொண்டவர்களாக, இப்போது அவற்றை முழுமையாக ஆக்கிரமித்திருந்தார்கள். ஊஞ்சல் கட்டை போன்ற சிறு பிள்ளைத்தனமான விளையாட்டு சாதனங்களின் மீது வெளிப்பார்வைக்கு அலட்சியமாக நடந்து கொண்டாலும், இரண்டாம் வருட மாணவர்களுக்கு தங்கள் மனதுக்குள் அதன் மீது இன்னும் தயக்கம் நிரம்பிய ஈர்ப்பு மீந்திருந்தது. மேலும் புதியவர்களை வலுக்கட்டாயமாகத் துரத்தியடித்ததன் மூலம், தீவிரம் ஏதுமின்றி சற்றே பரிகாசம் கலந்து பொழுது போக்கு என்பதான தன்னிலை வழுவாத நடிப்போடு அதனை ஏற்றுக்கொள்ள அவர்களால் முடிந்தது. புதியவர்கள் மரத்திலிருந்து சற்றுத் தொலைவில் ஒரு வட்டத்தை உருவாக்கி தங்களுக்கு மேலிருப்பவர்களின் முரட்டு விளையாட்டைப் பார்த்துக் கொண்டிருந்தார்கள், பதிலுக்கு, இவர்களும் தங்களுக் கான பார்வையாளர்கள் உருவாகியிருப்பதை உணர்ந்திருந் தார்கள். சங்கிலிகளில் தொங்கிய மரக்கட்டை, சுவர்களைத் தகர்ப்பதற்கான உலோகப்பூணிட்ட பெருந்தூலத்தின் அசை வென்பதாக, முன்னும் பின்னுமாக லயத்தோடு ஆடியது. மேலும் மரக்கட்டையிலிருந்து மற்றவரைக் கீழே வீழ்த்துவது என்பதுதான் பந்தயம்.

ஆர்வத்தோடு எதிராளிகளைத் தேடுபவனாக, தன்னுடைய இரு பாதங்களையும் மரக்கட்டையின் நடுப்புள்ளியில் திடமாக ஊன்றி ஓமி நின்றிருந்தான். அந்தத் தோற்றம் அவனை மிகச் சரியாக, வெளிச்சத்துக்கு வந்ததொரு கொலைகாரனைப் போலத் தோன்றச் செய்தது.

எங்கள் வகுப்பிலிருந்த யாரும் அவனுக்கு ஈடாகவில்லை. ஏற்கனவே நிறைய பையன்கள் மரக்கட்டையின் மீது குதித்திருந்தார்கள். ஆனால் ஓமியின் கைகளால் கீழே தள்ளி விடப்பட்டார்கள். அதிகாலைச் சூரியவொளியில் மின்னிக் கொண்டிருந்த, கட்டையைச் சுற்றிப் படர்ந்திருந்த பூமியின் மீதான உறைபனியை அவர்களுடைய பாதங்கள் மிதித்து அகற்றியிருந்தன.

ஒவ்வொரு வெற்றிக்குப் பிறகும் ஓமி தனது கைகளை ஒன்றாய்ப் பிணைத்து, அபாரமாகச் சிரித்தபடி, வெற்றி பெற்ற குத்துச்சண்டை வீரனைப் போல கைகளைத் தலைக்கு மேலே உயர்த்துவான். தங்களை ஊஞ்சலிலிருந்து விரட்டுகிற கூட்டத்தின் தலைவனாக அவன் இருந்தான் என்பதை ஏற்கனவே மறந்தவர்களாக, முதலாம் வருட மாணவர்களும் கூட சேர்ந்து ஆரவாரம் செய்வார்கள்.

எனது கண்கள் அவனுடைய வெண்ணிறக் கையுறைகளைத் தொடர்ந்தன. அவை வெகு தீவிரமாக நகர்ந்து கொண்டிருந்தன. ஆனால் அபரிமிதமான துல்லியத்தோடு, ஒரு இளைய மிருகத்தின் பாதங்களைப் போல, அனேகமாக ஒரு ஓநாயைப் போல. எதிரியின் மார்பில் நேராகப் பாயும் அம்பின் சிறகுகளைப் போல் அவை அவ்வப்போது குளிர்கால காலைக்காற்றைக் கிழித்தன. மேலும் எப்போதும் எதிராளி உறைபனியினாலான நிலத்தின் மீது வீழ்வான். சில நேரம் தன் கால்களிலும், சில நேரம் தன் பிட்டத்திலும். வெகு அரிதாக, மரக்கட்டையிலிருந்து ஒரு எதிராளியைத் தள்ளி விடுகிற தருணத்தில், ஓமி தானும் விழும் நிலையிலிருப்பான். ஒரு பக்கமாகச் சாய்கிற உடலை எதிர்த்து தனது சமநிலையை அடையப் போராடுகிறபோது, மெலிதாக மின்னுகிற பனியால் வழுவழுப்பானதாகிப்போன மரக்கட்டையின் மேல் தாங்க முடியாத துயரத்தால் அவன் நெளிவதைப் போலிருக்கும். ஆனால் எப்போதும் அவனுடைய குழைந்த இடையின் வலிமை மீண்டும் அவனை அந்தக் கொலைகாரனைப் போன்ற தோற்றத்துக்கு மீட்டெடுக்கும்.

மரக்கட்டை இடதும் வலதுமாக யாரையும் சுட்டாது அசைந்து கொண்டிருந்தது. கலக்கமற்ற வளைவுகளில் ஆடியபடி...

பார்த்துக் கொண்டிருக்கும்போது நான் அசௌகரியத்தால் சுழன்றடிக்கும், தெளிவாக விவரிக்க முடியாத அசௌகரியத்தால், ஆட்கொள்ளப்பட்டேன். மரக்கட்டை ஊஞ்சலாடுவதைப் பார்ப்பதால் வரக்கூடிய மயக்கத்தை அது நினைவுறுத்தலாம். ஆனால் இது அது கிடையாது. அனேகமாக அது மனக் கலக்கமாகவே இருக்க வேண்டும். அவனுடைய அனைத்து அபாயகரமான அசைவுகளையும் பார்த்ததால் என்னுடைய உள்ளார்ந்த சமநிலை மொத்தமாய் அழிந்து போகும் புள்ளியில் இருந்ததனாலான அசௌகரியம். மேலும் இந்த ஸ்திரமின்மை, என்னை அலைக்கழித்த, அதிகாரத்துக்காகப் போட்டியிட்ட, எதிரெதிரான இரு சக்திகள் அதற்குள்ளாக இயங்கின என்கிற காரணத்தால் இன்னுமதிகமாக மோசமானது. ஒன்று சுயத்தைக் காப்பாற்றிக் கொள்வதற்கான தன்னுணர்வு. இன்னும் ஆழமாக, இன்னும் தீவிரமாக என்னுடைய உள்ளார்ந்த சமநிலையைக் குலைப்பதில் விருப்பம் கொண்டிருந்த — இரண்டாவது சக்தி— ஒரு மனிதன் தன்னிலையிழந்து சரணடைகிற, தந்திரமான மற்றும் ரகசிய உணர்வான, தற்கொலையை நோக்கிய கட்டாய மாக இருந்தது.

“உங்களுக்கு என்ன பிரச்சினை, கோழைகளின் கூட்டமே! வேறு யாரும் இல்லையா?”

மரக்கட்டையின் அசைவுகளை ஒத்து அவனுடைய இடுப்பும் மடங்க ஓமியின் உடல் இடதும் வலதுமாக மென்மையாக ஊசலாடிக் கொண்டிருந்தது. வெண்ணிறக்கையுறைகளணிந்த கரங்களை அவன் இடுப்பில் வைத்துக் கொண்டான். அவனுடைய தொப்பியிலிருந்த முலாம்பூசிய பதக்கம் காலைச் சூரியனில் பளபளத்தது. அந்தத் தருணத்திலிருந்ததைப் போல் அழகானவனாக நான் ஒருபோதும் அவனைப் பார்த்ததில்லை.

“நான் அதைச் செய்வேன்!” எனக் கத்தினேன்.

எனது இதயத்துடிப்புகள் சீரான வன்மையோடு அதிகரித் திருந்தன. மேலும் அவற்றை அளவுகோலாகப் பயன்படுத்தி, கடைசியாக இந்த வார்த்தைகளை எப்போது சொல்ல வேண்டும் என்கிற தருணத்தை நான் ஏற்கனவே கணக்கிட்டிருந்தேன். எப்போதுமே இதுபோன்ற தருணங்களில்தான் நான்

என்னுடைய விருப்பத்துக்கு ஒப்புக்கொடுக்கிறேன். வெறுமனே உணர்வுசார்ந்த ஓர் எதிர்வினை என்பதைக் காட்டிலும், நான் அங்கே சென்று மரக்கட்டையின் மேல் ஓமிக்கு எதிராக நிற்பதென்பது முன்தீர்மானிக்கப்பட்ட விசயம் என்பதாகத் தோன்றியது. பிந்தைய வருடங்களில், இதுபோன்ற செயல்கள் 'தீர்க்கமான மனங்கொண்ட மனிதன்' என எண்ணுவதற்கு என்னைத் தவறாக வழிநடத்திச் சென்றன.

"கவனம்! கவனம்! நீ மண்ணைக் கவ்வுவாய்" அனைவரும் கத்தினார்கள்.

அவர்களின் பரிகசிக்கிற கூச்சல்களின் நடுவே நான் மரக் கட்டையின் ஒரு முனையில் ஏறினேன். நான் எழுந்து கொள்ள முயற்சிக்கையில் எனது பாதங்கள் நழுவத் தொடங்கின. மறுபடி யும் காற்று கூச்சலிடும் பரிகாசங்களால் நிறைந்தது.

ஓமி என்னை ஒரு கோமாளியின் முகத்தோடு வரவேற்றான். தன்னுடைய மொத்த வலிமையோடும் முட்டாளைப் போல் நடித்தவன் விழுவதாகப் பாசாங்கு செய்தான். மறுபடியும், கையுறையணிந்த தனது விரல்களை என்னை நோக்கி சிறகசைப் பதாகக் கேலி செய்தான். என்னுடைய கண்களில் அந்த விரல்கள், என்னைக் கூறுபோடத் தயாராயிருந்த ஆபத்தான ஆயுதத்தின் கூரான முனைகள்.

எங்களுடைய வெண்ணிறக் கையுறையணிந்த கரங்களின் உட்பகுதிகள் பலமுறை வலிமிகுந்த அறைகளில் சந்தித்துக் கொண்டன, ஒவ்வொரு முறையும் நான் அடியின் விசையில் தள்ளாடினேன். அவன் மனம் நிறையும்வரை என்னை வைத்து விளையாடுவதைப்போல, இல்லையெனில் என்னுடைய வேக மான தோல்வி என்றாகக்கூடியதை ஒத்திப்போடுவதாக, அவன் வேண்டுமென்றே தன் வலிமையைப் பயன்படுத்தவில்லை என்பது அப்பட்டமாகத் தெரிந்தது.

"ஓ! எனக்கு பயமாயிருக்கிறது. நீ எத்தனை பலசாலியாக இருக்கிறாய்! நான் தோற்கப்போகிறேன். நான் விழப்போகிறேன். என்னைப்பார்!" தனது நாக்கை சுழலவிட்டு அவன் விழுவதாகப் பாசாங்கு செய்தான்.

அவனுடைய அழகை அவனே அறியாமல் அழிப்பதைப் போல. அவனுடைய கோமாளித்தனம் நிரம்பிய முகத்தைப்

பார்க்க எனக்குத் தாங்கவொண்ணாத வலியாக இருந்தது. இப்போது மெல்ல மெல்ல நான் மரக்கட்டையின் மேல் பின்தங்க நேர்ந்தாலும், என்னுடைய கண்களைத் தாழ்த்துவதை என்னால் தவிர்க்க முடியவில்லை. மிகச்சரியாக அந்தத் தருணத்தில்தான் நான் அவனுடைய வலது கையின் திடீர்த்தாக்குதலில் பிடி பட்டேன். கீழே விழுவதிலிருந்து எதிர்வினையாக எனது வலது கையால் காற்றில் துழாவினேன். அப்போது எதேச்சையாக, அவனுடைய வலதுகையின் விரல்நுனிகளை பொருத்திக் கொள்ள முடிந்தது. அவனது விரல்கள் கையுறைகளினுள்ளே சரியாகப் பொருந்தியிருப்பதன் வன்மையான உணர்வை நான் பற்றிக்கொண்டேன்.

ஒருகணம் நானும் அவனும் ஒருவர் மற்றவரின் கண்களுக்குள் உற்றுப்பார்த்தோம். உண்மையாக ஒரே ஒரு கணம்தான். கோமாளித்தனமான தோற்றம் மறைந்திருந்தது, மாறாக, அவனுடைய முகம் விசித்திரமான கபடமற்ற உணர்வால் ததும்பி வழிந்தது. ஒரு மாசற்ற, தீவிரமான எதுவோ, பகைமையோ வெறுப்போ அல்ல, வில்லின் நாணைப் போல அங்கே அதிர்ந்து கொண்டிருந்தது. அல்லது அனேகமாக இது என் கற்பனையாகக்கூட இருக்கலாம். பெரும்பாலும் விரல்நுனிகளால் இழுபட்டு, தன்னுடைய சமநிலையை இழப்பதாக அவன் எண்ணிய தருணத்தின் விறைப்பான, வெறுமையான தோற்றம் என்பதாகவும் இருக்கலாம். அது எப்படியிருந்தாலும், அந்தத் தருணத்தில் ஓமியை நான் பார்த்தது போலவேதான் அவனும் பார்த்தான் என்பது உள்ளுணர்வினாலும் தீர்மானமாகவும் எனக்குத் தெரிந்திருந்தது. எங்களுடைய விரல்நுனிகளுக்கிடையில் மின்னலைப் போல் வழிந்தோடிய துடிப்பான சக்தியை உணர்ந்து, என்னுடைய ரகசியத்தையும் யூகித்திருப்பான் — நான் அவனைக் காதலிக்கிறேன் என்பதை, இந்த உலகில் இருக்கும் வேறு யாரையும் அல்லாமல் அவனை மட்டும்.

கிட்டத்தட்ட அதே தருணத்தில் நாங்களிருவரும் மரக்கட்டை யிலிருந்து நழுவி விழுந்தோம்.

நான் எழுந்து கொள்ள உதவி கிடைத்தது. எனக்கு உதவியது ஓமிதான். என்னை முரட்டுத்தனமாகக் கையைப் பிடித்து மேலே இழுத்து, ஒரு வார்த்தை கூடச் சொல்லாமல், என்னுடைய சீருடையிலிருந்த தூசியைத் தட்டிவிட்டான். அவனுடைய முழங்கைகளும் கையுறைகளும் தூசி மற்றும் மினுமினுக்கும்

உறைபனியின் கலவையால் தீற்றப்பட்டிருந்தன.

அவன் என்னுடைய கைகளை எடுத்துக்கொண்டு என்னோடு சேர்ந்து அங்கிருந்து விலகி நடக்க ஆரம்பித்தான். இத்தகைய நெருக்கத்தை வெளிக்காட்டும் காட்சியைக் கண்டிப்பதைப்போல நான் அவனுடைய முகத்தை ஏறிட்டேன்.

எங்கள் பள்ளியில் கீழ்நிலைப் பள்ளி நாட்களிலிருந்தே நாங்கள் எல்லோரும் உடன்படிப்பவர்களாக இருந்தோம். ஆக ஒருவர் தோள் மீது மற்றவர் கைகளைப் போட்டுக் கொள்வதில் விசித்திரம் ஏதுமில்லை. உண்மையைச் சொல்வதானால், வகுப்பு தொடங்குவதற்கான ஊதல் ஒலித்தவுடன் அனைவரும் அதுபோன்ற நெருக்கமான முறையில்தான் விரைந்து செல்வார்கள். ஓமி என்னோடு சேர்ந்து தரையில் விழுந்தான் என்கிற விசயம், வெகுநேரம் பார்த்து ஏற்கனவே சோர்ந்து போயிருந்த நிலையில், நாங்கள் விளையாடிக் கொண்டிருந்த ஆட்டத்தின் முடிவு என்பதைத் தவிர்த்து அவர்களுக்கு வேறொன்றுமில்லை. மேலும் நானும் ஓமியும் பிணைந்த கரங்களோடு ஒன்றாக நடந்து சென்றதும் கூட கவனித்துப் பார்ப்பதற்கான சமாச்சாரமாக இருந்திருக்க முடியாது.

அது எல்லாவற்றிலும், அவனுடைய கரத்தின் மீது சாய்ந்து நடக்கையில் நான் உணர்ந்தது அதியற்புதமான சந்தோசத்தை. அனேகமாக என் மெலிந்த தேகத்தின் காரணமாக, வழக்கமாக எனது ஒவ்வொரு மகிழ்ச்சியிலும் தீமையின் முன்னுணர்வும் கலந்திருப்பதாக நான் உணர்வேன். ஆனால் இம்முறை அவனுடைய கரத்தின் தீவிரமான, ஆழமான உணர்வை மட்டுமே நான் உணர்ந்தேன். அது அவனுடைய கரத்திலிருந்து என்னுடையதிற்கு கடத்தப்பட்டதாகத் தோன்றியது, பிறகு, நுழைந்த பிறகு என்னுடைய மொத்த உடலையும் நிரப்புமட்டும் விரிந்து பரவியது. உலகின் இறுதிவரை இப்படியே அவனோடு சேர்ந்து நடக்க வேண்டும் என நான் எண்ணினேன்.

ஆனால் வகுப்பு உருவாகிற இடத்தை நாங்கள் வந்தடைந்தோம். அங்கே, வெகு சீக்கிரமாக, அவன் என் கைகளை விடுவித்து வரிசையில் தனக்குரிய இடத்தில் சென்று நின்றான். அதன்பிறகு அவன் என் திசையில் பார்க்கவில்லை. தொடர்ந்த நிகழ்ச்சியில், என்னிடமிருந்து நான்கு இருக்கைகள் தொலைவில் அவன் அமர்ந்தான். மீண்டும் மீண்டும் என் வெண்ணிறக் கையுறை

களிலிருந்த தீற்றல்களையும் ஓமியுனுடையதில் இருந்ததையும் நான் பார்த்துக் கொண்டிருந்தேன்.

ஓமி மீதான என்னுடைய குருட்டுத்தனமான பிரியமென்பது நேர்மையான விமர்சனத்தின் எந்தவொரு ஆதாரத்தையும் கொண்டிருக்கவில்லை. மேலும் இன்னும் மோசமாக அவனைப் பொறுத்தமட்டில் மனசாட்சியுடனான பார்வையென்று எதுவும் என்னிடமில்லை. நான் என்னுடைய நேசத்தின் உருவமற்ற எடையை பகுப்பாய்வின் எல்லைகளுக்குள் சிறைப்பிடிக்க முயன்றபோதெல்லாம், அது ஏற்கனவே மறைந்திருக்கும். கால அளவோ அல்லது முன்னேற்றமோ இல்லாத காதல் என்பதாய் ஒரு விசயம் இருக்குமெனில், துல்லியமாக அதுதான் என்னுடைய உணர்வு. நான் ஓமியைப் பார்த்த கண்கள் என்பது எப்போதுமே 'முதல் பார்வை'யினுடையவை. அல்லது, நான் இப்படிச் சொல்வதென்றால், 'ஆதிப்பார்வை'யினுடையவை. எனது தரப்பிலிருந்து அதுவொரு தூய்மையான தன்னிலையற்ற மனப்பான்மை. என்னுடைய பதினான்கு வயதேயான தூய்மையை சிதைவின் தொழில்முறையிலிருந்து பாதுகாக்கும் இடைவிடாத முயற்சி.

இது காதலாக இருக்கலாமோ? காதலின் ஒரு வகைமாதிரி என்று இதைச் சொல்லலாம். முதல் பார்வையில், வெறுமனே ஒரே வடிவத்தை மீண்டும் மீண்டும் போலச்செய்வதன் மூலம், தன்னுடைய புராதனத்தன்மையை எப்போதும் அது தக்கவைத்துக் கொள்ளும் என்பதாகத் தோன்றினாலும், அதுவும் தன்னளவில் தனித்த வகையிலான தரக்குறைவையும் சிதைவையும் கொண்டிருந்தது. மேலும் அது எந்தவொரு வழக்கமான காதலின் வகைமாதிரியைக் காட்டிலும் மிக மோசமான தரக்குறைவைக் கொண்டிருந்தது. உண்மையில், இந்த உலகிலுள்ள எல்லா வகையான சிதைவுகளிலும், அழிவின் தூய்மைதான் மிகக் கொடுமையானது.

என்றாலும், ஓமிக்கான என் எதிர்பார்ப்பற்ற காதலில், என்னுடைய வாழ்வில் நான் எதிர்கொண்ட இந்த முதல் காதலில், தன்னுடைய உண்மையாகவே களங்கமற்ற மிருகத் தனமான இச்சைகளைத் தன் சிறகுகளினடியில் மறைத்து வைக்கும் குஞ்சுப்பறவையைப் போல நானிருந்தேன். சொந்தம் கொண்டாடுவதற்கான ஆசையினால் அல்ல; மாறாக சாதாரண மாக, வெகு எளிமையான சபலத்தால் எனது மனவுறுதி சோதனைக்குள்ளானது.

குறைந்தபட்சம், பள்ளியில் இருக்கும்போது, குறிப்பாக சலிப்பூட்டும் வகுப்புகளில், ஓமியின் உருவத்திலிருந்து என்னால் என் கண்களை விலக்க முடியவில்லை. காதல் என்பது தேடுவது மற்றும் தேடப்படுவது என்பதை அறியாத நிலையில் நான் வேறு என்னதான் செய்திருக்க முடியும்? என்னைப் பொறுத்தமட்டில் காதல் என்பது பதில்கள் தரப்படாத சின்னஞ்சிறு விடுகதைகளின் உரையாடல். எனது நேசத்தின் ஆன்மாவைப் பொறுத்தவரை, அதுவொரு விடை தேவைப்படுகிற விசயம் என்பதாக நான் ஒருபோதும் யோசித்ததில்லை.

ஒரு நாள் எனக்கு ஜலதோசம் பிடித்திருந்தது. அது அத்தனை தீவிரமாக இல்லாதபோதும், பள்ளிக்குச் செல்லாமல் வீட்டில் இருந்தேன். மறுநாள் பள்ளிக்கு வந்தபோது, நான் தவறவிடத் தேர்ந்தெடுத்த நாள் என்பது எங்களுடைய மூன்றாம் வருடத்தின் முதல் வசந்தகால உடற்தேர்வுக்கான நாளாக அமைந்து போனதை அறிந்தேன். வேறு பல மாணவர்களும் இதே போல தேர்வைத் தவற விட்டிருந்தார்கள். நாங்கள் அனைவரும் சேர்ந்து மருத்துவ அலுவலகத்துக்குச் சென்றோம்.

அலுவலகத்தில் ஒரு வாயு அடுப்பு அது எரிந்து கொண்டிருப்பதை நிச்சயம் செய்ய முடியாத அளவுக்கு வெகு பலவீனமான நீலச்சுடரை மேலே சூரியவொளிக்குள் படரச் செய்திருந்தது. கிருமிநாசினிகளின் நாற்றத்தைத் தவிர்த்து வேறொன்றுமில்லை. சர்க்கரை கலந்த சூடான பாலையொத்த அந்த வெளுத்த இளஞ்சிவப்பு மணம், தங்களுடைய நிர்வாண உடல்கள் ஒன்றோடொன்று உரசியும் தள்ளிக்கொண்டும் உடற்தேர்வுக்காகக் காத்திருக்கும் பையன்களின் கூட்டத்தைக் கொண்டதொரு அறையின் பொதுவான குணாதிசயத்தை, ஒருக்காலும் கொண்டிருக்கவில்லை. மாறாக அங்கே வெகு சிலரே இருந்தோம், அமைதியாக எங்கள் உடைகளைக் களைந்தபடி கேவலமாக நடுங்கிக்கொண்டு.

என்னைப் போலவே எப்போதும் ஜலதோசம் பிடித்துக் கொள்கிற ஓர் ஒல்லியான பையன் இருந்தான். அளவுகோல்களின் மீது அவன் நின்றிருந்தான். அவனுடைய வெளுத்த எலும்பாலான மயிரடர்ந்த பின்புறத்தை நான் பார்த்தபோது, சட்டென்று ஓமியின் நிர்வாண உடம்பைப் பார்க்கும் எனது நெடிய தீவிரமான விருப்பம் எனக்கு நினைவுக்கு வந்தது. அந்த விருப்பத்தை அடைவதற்கான முழுமையான வாய்ப்பை

முந்தைய நாளின் உடற்தேர்வு வழங்கக்கூடும் என்பதை முன்னறிவோடு யோசிக்காமல் நான் எத்தனை முட்டாளாக இருந்திருக்கிறேன் என்பதை உணர்ந்தேன். இப்போது அந்த வாய்ப்பு தொலைந்து விட்டது. வருங்காலத்தில் ஏதாவது வாய்ப்பு தற்செயலாகக் கிடைக்கக் காத்திருப்பதைத் தவிர்த்து வேறெதுவும் செய்ய முடியாது.

நான் வெளுத்துப்போனேன். என்னை சட்டென்று மூடிய வெளிறிய தோலின் சிலிர்ப்பில் ஊடுருவும் குளிரைப்போன்ற ஒருவகையான துன்பத்தை நான் உணர்ந்தேன். என்னுடைய மெலிந்த கரங்களில் இருந்த அசிங்கமான தடுப்பூசித் தழும்புகளை சுரண்டியபடி வெறுமையோடு காற்றில் உற்று நோக்கினேன். எனது பெயர் அழைக்கப்பட்டது. அளவுகோல்கள் மிகத்துல்லியமாக, என்னுடைய மரணதண்டனையின் நேரத்தை அறிவிக்கிற விளம்பரப்பலகையைப் போலத் தோன்றின.

“எண்பத்து எட்டு” உதவியாளன் பள்ளி மருத்துவரிடம் உரைத்தான். இந்த உதவியாளன் இதற்கு முன்னால் ஒரு ராணுவ மருத்துவமனையில் துணை ஏவலாளாக இருந்தவன். அந்த நடத்தையை இன்னும் தக்க வைத்திருந்தான்.

எண்ணிக்கையை எனக்கான அட்டையில் எழுதியபோது மருத்துவர் தனக்குள் முணுமுணுத்துக் கொண்டார்.

“குறைந்தபட்சம் அவன் தொன்னூறு பவுண்டுகளாவது இருந்திருக்கலாம்.”

ஒவ்வொரு உடற்தேர்வின் போதும் இவ்வாறு நடத்தப்படுவது எனக்குப் பழகியிருந்தது. ஆனால் இன்று என்னுடைய அவமானத்தின் சாட்சியாக ஓமி அங்கே இல்லாததால் நான் நிம்மதியடைந்தேன். எனவே மருத்துவரின் வார்த்தைகள் என்னுள் வழக்கமான வெறுப்பை உருவாக்கவில்லை. ஒரு கணம் எனது நிம்மதியுணர்வு கிட்டத்தட்ட மகிழ்ச்சியாகவே மாறியது.

“நல்லது அடுத்தவன்!”

உதவியாளன் பொறுமையில்லாமல் என்னுடைய தோளில் நெட்டித்தள்ளினான். ஆனால் இந்த முறை, எப்போதும் அவனுக்கு வழங்குகிற வெறுப்பு நிரம்பிய மற்றும் எரிச்சலான பார்வையோடு நான் அவனைத் திரும்பி முறைக்கவில்லை.

இருந்தபோதும், மங்கலாகவாவது நான் என்னுடைய முதல் காதலின் முடிவை முன்னுணர்ந்திருக்க வேண்டும். எல்லா விதத்திலும் இந்தத் தீமையின் முன்னறிவிப்பு உண்டாக்கிய அசௌகரியமே என்னுடைய சந்தோசத்தின் மையமாக இருந்தது.

கோடையின் வரையறைச்சுருளிலிருந்து வெட்டியெடுக்கப் பட்ட தையற்காரனின் மாதிரியைப் போன்ற, அல்லது வர விருக்கும் பருவகாலத்துக்கான ஒத்திகை என்பதாக ஒரு தினம். வசந்தகாலத்தின் இறுதியில் வந்தது. வருடத்தின் அந்த நாள் கோடைக்காலத்தின் பிரதிநிதியாக அனைவருடைய ஆடைகளின் பெட்டியையும் ஆராய்ந்து அவற்றின் ஆயத்தநிலையை உறுதி செய்வதாக இருந்தது. கோடைக்காலச் சட்டைகளை அணிந்து தங்கள் வருகையை மக்கள் பதிவு செய்வதும் அந்த நாள் தான்.

நாளின் வெதுவெதுப்பைத் தாண்டி, எனக்கு ஜலதோசம் பிடித்திருந்தது. என்னுடைய மூச்சுக்குழாய்கள் எரிச்சலூட்டின. என்னுடைய நண்பர்களில் ஒருவன் வயிறு சரியில்லாமல் சிரமப்பட்டுக் கொண்டிருந்தான். ஆக நாங்களிருவரும், ஜிம்னாஸ்டிக் பயிற்சிகளில் பங்குபெறாமல் வெறும் பார்வை யாளர்களாக இருக்க எங்களை அனுமதிக்கக்கூடிய எழுத்து வடி விலான உத்தரவைப் பெறுவதற்காக, மருத்துவ அலுவலகத்துக்குச் சென்றோம்.

திரும்பி வரும்போது, ஜிம்னாசிய அரங்கை நோக்கி முடிந்த அளவுக்கு மெதுவாக நடந்தோம். மருத்துவ அலுவலகத்துக்குச் சென்றது தாமதமாய் வருவதற்கான ஒரு அருமையான காரணத்தை எங்களுக்குத் தந்திருந்தது. மேலும் ஜிம்னாஸ்டிக்ஸ் பார்க்க நாங்கள் செலவிட வேண்டிய அலுப்பூட்டும் நேரத்தை கொஞ்சமாகவேனும் குறைப்பதில் நாங்கள் ஆர்வமாயிருந் தோம்.

“ச்சேய், வெக்கையாக இருக்கிறது, இல்லையா?” என்னுடைய சீருடையிலிருந்து மேற்சட்டையைக் கழற்றியபடி சொன்னேன்.

“ஜலதோசத்தோடு நீ அதைச் செய்யாமல் இருப்பது நல்லது. மேலும் நீ இவ்வாறு இருப்பதைப் பார்த்தால் அவர்கள் உன்னை ஜிம்னாஸ்டிக்ஸ் செய்ய வைப்பார்கள்.”

நான் வேகவேகமாக மீண்டும் என் சட்டையை அணிந்

தேன்.

"ஆனால் எனக்கு எந்த சிக்கலுமில்லை. ஏனென்றால் எனக்கு வயிறுதானே பிரச்சனை." உடன், எனக்குப் பதிலாக என்னை சீண்டுவதுபோல தன்னுடைய சட்டையை பகட்டாக என் நண்பன் கழற்றியெடுத்தான்.

ஜிம்னாசிய அரங்கை வந்தடைந்தபோது, எல்லாப் பையன்களும் தங்களுடைய கம்பளிச்சட்டைகளைக் கழற்றி விட்டார்கள் என்பதையும் ஒரு சிலர் தங்கள் சட்டைகளையும் கூட என்பதை, சுவரிலிருந்த கொக்கிகளில் தொங்கிய உடைகளின் வழியே நாங்கள் அறிந்தோம். மண்ணும் புல்லும் கொண்டிருந்த, வெளிப்புற உடற்பயிற்சிக் கம்பங்களைச் சுற்றிய பகுதி, நாங்கள் இருண்ட ஜிம்னாசிய அரங்கிலிருந்து அதனைப் பார்க்கையில் பிரகாசமாக ஜொலிப்பதாகத் தோன்றியது. எனது நோய்வாய்ப்பட்ட உடலமைப்பு வழக்கமான தனது எதிர்வினையை நிகழ்த்தியது. உடற்பயிற்சிக் கம்பங்களை நோக்கி எனது எரிச்சலூட்டுகிற குட்டி இருமல்களோடு நடந்தேன்.

முக்கியத்துவம் ஏதுமற்ற ஜிம்னாஸ்டிக்ஸ் பயிற்றுவிப்பாளர் நாங்கள் அவரிடம் கையளித்த மருத்துவ அனுமதிகளை பார்க்கக் கூட இல்லை. மாறாக உடனடியாக அவர் காத்துக்கொண்டிருந்த பையன்களிடம் திரும்பிச் சொன்னார்:

"நல்லது. இப்போது நாம் கிடைநிலைக் கம்பத்தை முயற்சிப்போம். ஓமி, அதை எப்படிச் செய்வதென்று அவர்களுக்கு காட்டு."

நட்பார்ந்த குரல்கள் ஓமியின் பெயரைத் திருட்டுத்தனமாக உச்சரிக்கத் தொடங்கியிருந்தன. ஜிம்னாஸ்டிக்சின்போது எப்போதும் செய்வதைப் போலவே, அவன் மாயமாக மறைந்திருந்தான். இந்தத் தருணங்களில் அவன் என்ன செய்தான் என்பது தெரியவில்லை, ஆனால் இம்முறை மீண்டும் பசுமையான இளம் இலைகள் ஒளியால் நடுங்கிக்கொண்டிருந்த மரத்தின் பின்னாலிருந்து அவன் சாவகாசமாக வெளியேறி வந்தான்.

அவனை நான் பார்த்தபோது எனது இதயம் என்னுடைய மார்புக்குள் ஒரு ஆரவாரத்தை உருவாக்கியது. தன்னுடைய மார்பை மறைக்க, பளபளக்கும் வெண்ணிறக் கைகளற்ற உட்சட்டையை மட்டும் விட்டு, அவன் தன் சட்டையை

கழற்றினான். அவனது கரிய மேனி உட்சட்டையின் தூய வெண்மையைக் கிட்டத்தட்ட மிகச் சுத்தமானதாக தோன்றச் செய்தது. பிளாஸ்டர் ஆப் பாரிஸைப் போல, தூரத்திலிருந்து முகர்ந்து உணரும்படியான வெண்மை. மேலும் அந்த வெண்ணிறத்துணி, அவனுடைய மார்பின் திண்ணிய எல்லைகளையும் இரண்டு மார்புக்காம்புகளையும் காட்டுவதாக, முனைகளில் செதுக்கப்பட்டிருந்தது.

"கிடைநிலைக் கம்பம்தானே?" நம்பிக்கையின் தொனியோடு, சுருக்கென்று, அவன் பயிற்சியாளரிடம் கேட்டான்.

"ஆமாம், சரிதான்."

பிறகு, நேர்த்தியான உடலமைப்பைக் கொண்டிருக்கும் மனிதர்கள் பெரிதும் வெளிக்காட்டுகிற கர்வம் பொருந்திய சோம்பலோடு, ஓமி நிதானமாக தன்னுடைய கைகளை நிலத்தை நோக்கி நீட்டி மேற்பரப்புக்கு சற்று கீழிருந்து ஈரமணலை எடுத்துத் தன் உள்ளங்கைகளில் பூசிக்கொண்டான். எழுந்து, முரட்டுத்தனமாகத் தன்னுடைய கைகளை ஒன்றாகத் தேய்த்து, தனது முகத்தை மேல்நோக்கி இரும்புக் கம்பத்தின் பக்கம் திருப்பினான். கடவுளை மறுக்கும் ஒருவனின் தைரியம் நிரம்பிய துணிச்சலோடு அவன் கண்கள் மின்னின, மேலும் ஒரு கணத்துக்கு, இறுக்கமான அகந்தையுடன், மே மாதத்தின் நீல வானங்களையும் மேகங்களையும் அவனுடைய கருவிழிகள் பிரதிபலித்தன.

ஒரு பாய்ச்சல் அவனுள் நிகழ்ந்தது. உடனடியாக அவனது உடல், அவனுடைய இரண்டு பலமான கரங்களில் அந்தரமாக, இரும்புக் கம்பத்தில் தொங்கிக் கொண்டிருந்தது. நங்கூரங்களைப் பச்சை குத்தத் தேவையானத் தகுதிகளைக் கொண்டிருந்த கரங்கள்.

"ஆஆஆஆ!" அவனுடைய வகுப்புத்தோழர்களின் வியந்து பாராட்டுகிற கூக்குரல்கள் எழுந்து காற்றில் தீர்க்கமாக மிதந்தன.

எந்தவொரு பையனும் தங்களுடைய இதயத்துக்குள் புகுந்து பார்த்து, தன்னுடைய வியப்பென்பது வெறுமனே ஓமியின் பலம்பொருந்திய செயலால் மட்டும் வந்தது அல்ல என்பதைக் கண்டுபிடித்திருக்க முடியும். அது இளமைக்கான, வாழ்க்கைக்கான, அதிகாரத்துக்கான வியப்பு. மேலும் ஓமியின்

உயர்த்தப்பட்ட கைகள் வெளிப்படுத்திய அவனுடைய அக்குள் களில் இருந்த மயிரினுடைய அபரிமிதமான வளர்ச்சி மீதான திகைப்பு.

இவ்வளவு மிகுதியான மயிரினை நாங்கள் பார்ப்பதென்பது பெரும்பாலும் இதுதான் முதல்முறை. கிட்டத்தட்ட, தொல்லை தருகிற கோடைக்காலக் களைகளின் ஏதோ செழிப்பான வளர்ச்சியைப்போல தேவையற்றதாகத் தோன்றியது. இது போன்ற களைகள், கோடைக்காலப் பூங்காவை முழுதாய் மூடியும் திருப்தியுறாமல், கற்களாலான படிக்கட்டுகளில் கூடப் படர்ந்து வளர்கிற அதே வழிமுறையில், அந்த மயிர்க்கற்றை ஓமியின் அக்குள்களுடைய ஆழமாய் வளைந்த எல்லைகளைத் தாண்டி வழிந்தன. மேலும் அவனுடைய மார்பை நோக்கி அடர்ந்து படர்ந்தன. அந்த இரண்டு கருநிறப் புதர்களும், சூரியவொளியில் குளித்தபடி, பளபளப்பாகப் பிரகாசித்தன. மேலும் அங்கிருந்த அவனுடைய தோலின் ஆச்சரியமூட்டும் வெண்மையென்பது வெள்ளைநிற மண் உள்ளிருந்து எட்டிப் பார்ப்பதை ஒத்திருந்தது.

அவன் வலிந்து மேலெழும் பயிற்சிகளைத் தொடங்கியபோது அவனுடைய கரங்களின் தசைகள் கடுமையாகப் புடைத்துத் தோன்ற, அவனது தோள்கள் கோடைக்கால மேகங்களைப்போல் பருத்தன. அவனுடைய அக்குள்களின் புதர்கள், மெல்ல கண் களுக்குப் புலப்படாதவையாக மாறி, இருண்ட நிழல்களுக்குள் மடிந்து போயின. இறுதியாக அவனுடைய மார்பு இரும்புக் கம்பத்தின் மீதாக, அங்கே மெலிதாக நடுங்கியபடி, உயர்ந்து உரசியது. மீண்டும் மீண்டும் இதே அசைவுகளைச் செய்வதன் மூலம் அவன் தொடர்ச்சியாக வலிந்து மேலெழும் பயிற்சிகளை வேகமாக நிகழ்த்திக் காட்டினான்.

வாழ்வின் விசை கலப்படமற்று அதீதமாய் மிகுந்திருந்த வாழ்வின் விசைதான் பையன்களை அடக்கி ஆண்டது. அவன் தந்த அதீத உயிர்ப்பின் உணர்வால், வாழ்க்கை தனக்கான இருப்பைத்தான் சார்ந்திருப்பதாக மட்டுமே விளங்கிக் கொள்ள கூடிய காரணமற்ற வன்முறையின் உணர்வால், அவனுடைய நோய்க்கூறு கொண்ட நகைச்சுவை மற்றும் அக்கறையற்ற உணர் வெழுச்சியால், பையன்கள் மூழ்கடிக்கப்பட்டார்கள். அது குறித்து ஏதும் அறிந்திராமல், ஏதோவொரு சக்தி ஓமியின் சதைக்குள் புகுந்து அவனை ஆக்கிரமிக்க, அவனுக்குள் மோதித்

தகர்க்க, அவனுள்ளிருந்து சிதறி வெளியேற, அவனை மங்கச்செய்ய, சதி செய்து கொண்டிருந்தது. இந்த வழிமுறையில் அந்த சக்தி ஒரு வியாதியை ஒத்திருந்தது. இந்த வன்முறையின் சக்தியால் பாதிக்கப்பட்டு, நோய்த்தொற்றின் எந்த பயமும் இல்லாமல், அவனுடைய சதை இந்த பூமியில் பித்துப்பிடித்த மனித பலியாக மாறுகிற ஒரு காரணத்தைத் தவிர வேறெதற்காகவும் படைக்கப்படவில்லை. நோய்த்தொற்று குறித்த பயத்தில் வாழுகிற மனிதர்களுக்கு இத்தகைய சதையை ஒரு கசப்பான அணுகுமுறையாக மட்டுமே கருத முடியும்... பையன்கள் அவனிடமிருந்து விலகி, தள்ளாடி பின்னால் வந்தார்கள்.

என்னளவில், நானும் மற்ற பையன்களைப் போலவே உணர்ந்தேன் — முக்கியமான வித்தியாசங்களோடு. என் விசயத்தில் — என்னை வெட்கத்தால் முகம் சிவக்கச் செய்ய அது போதுமானதாயிருந்தது — எனக்கு விறைப்புத்தன்மை ஏற்பட்டது. அவனுடைய அதீதத்தை நான் ஓரப்பார்வை பார்த்த அந்தத் தருணத்திலிருந்து. நான் வசந்தத்துக்கான மெல்லிய எடையிலான காற்சட்டைகளை அணிந்திருந்தேன், மற்ற பையன்கள் எனக்கு நிகழ்ந்ததை கவனித்து விடக்கூடும் என அச்சமும் கொண்டிருந்தேன். மேலும், இந்த பயத்தைப் புறந்தள்ளி, கண்டிப்பாகக் கலப்படமற்ற பரவசம் என்றில்லாத, இன்னொரு உணர்வும் என் இதயத்தில் இருந்தது. இங்கே நான், பார்ப்பதற்கு வெகுவாக ஏக்கம் கொண்டிருந்த நிர்வாண உடலைப் பார்த்துக் கொண்டிருந்தேன். அதைப் பார்த்ததன் அதிர்ச்சி எதிர்பாராமல் மகிழ்ச்சிக்கு எதிரானதொரு உணர்வை எனக்குள் கட்டவிழ்த்திருந்தது.

அது பொறாமை...

ஏதோவொரு புனித காரியத்தைச் சாதித்தவனின் மூச்சுடன் ஓமி தரையில் வீழ்ந்தான். அவன் விழுந்ததின் திடுமொலி கேட்டு என் கண்களை மூடிக்கொண்டு தலையை ஆட்டினேன். பிறகு, இதற்குமேலும் ஓமியோடு நான் காதலில் இல்லை என்பதை எனக்குள் சொல்லிக்கொண்டேன்.

அது பொறாமைதான். ஓமிக்கான என் காதலை ஆணையிட்டுக் கைவிடுமளவுக்கு தீவிரமான பொறாமை.

அனேகமாக இந்தக்காலத்தில் சுய ஒழுக்கம் பற்றிய

ஸ்பார்ட்டன் வகுப்புக்கான தேவையை நான் உணரத் தொடங்கி யிருந்ததும் இந்தச் சூழ்நிலையில் சம்பந்தப்பட்டிருக்கலாம். (இந்தப் புத்தகத்தை நான் எழுதிக் கொண்டிருக்கிறேன் என் பதே அந்தத் திசையிலான என்னுடைய தொடர்ச்சியான முயற்சிகளுக்கான ஒரு எடுத்துக்காட்டுதான்.) எனது நோய்மை யினாலும் சிறுபிள்ளையாய் இருந்த காலத்திலிருந்து எனக்குக் கிட்டிய அளவுக்கதிகமான அக்கறையினாலும், மனிதர்களை நேராக அவர்களின் கண்களில் பார்ப்பதற்குக்கூட இயலாமல் எப்போதும் நான் கோழையாயிருந்தேன். ஆனால் இப்போது ஒரே ஒரு லட்சியத்தால் ஆட்கொள்ளப்பட்டேன்— "வலிமையாய் இரு!"

அன்றிலிருந்து பள்ளிக்குச் சென்று வரும் வாகனங்களில் உள்ள யாராவது ஒரு பயணியின் முகத்தில் தீர்க்கமாக முறைப்பதை ஒரு பயிற்சியாக நான் மேற்கொண்டேன். கண்மூடித்தனமாக நான் தேர்ந்தெடுத்த பெரும்பாலான பயணிகள், வெளுத்த, பலவீனமான ஒரு பையனால் முறைக்கப்படுவதால் பயம் கொள்வதற்கான எந்த குறிப்பிட்ட சைகைகளையும் வெளிக்காட்டவில்லை. ஆனால் எரிச்சலுற்றவர்களாக வெறுமனே வேறு பக்கம் பார்த் தார்கள். வெகு அரிதாக மட்டுமே யாராவது ஒருவர் திரும்பி முறைப்பார்கள். அவர்கள் எங்கோ பார்த்தபோது நான் அதனை வெற்றி என்பதாகக் கணக்கிட்டேன். இவ்வகையில் நான் மனிதர்களின் கண்களுக்குள் பார்க்க மெல்ல மெல்ல என்னைப் பயிற்றுவித்தேன்...

காதலைத் துறந்ததாக ஒருமுறை தீர்மானித்த பிறகு, அது பற்றிய மற்ற எல்லா எண்ணங்களையும் எனது மனதிலிருந்து அகற்றினேன். இது ஒரு புரிதலற்ற துரிதமான முடிவு. காமம் சார்ந்த காதல் இருந்ததற்கான தீர்க்கமான சான்றுகளில் ஒன்றை நான் கணக்கில் எடுக்கத் தவறினேன் — விறைப்புத்தன்மையின் அற்புதம். உண்மையாகவே வெகு நீண்ட காலத்துக்கு எனக்கு விறைப்புத்தன்மைகள் இருந்தன. மேலும் நான் தனியாக இருந்த போதெல்லாம் அவற்றை ஊக்குவித்த 'தீய பழக்கத்தில்' ஈடுபடவும் செய்தேன். என்னுடைய செய்கைகளின் முக்கியத்துவம் குறித்து எப்போதும் எதுவும் அறிந்திராமல். ஏற்கனவே பாலுறவு பற்றிய வழக்கமான தகவல்களைக் கைப்பற்றியிருந்தாலும் கூட, நான் வித்தியாசமாக இருப்பதான உணர்வால் எந்தத் தொந்தரவும் செய்யப்படவில்லை.

அங்கீகரிக்கப்பட்ட முறைகளிலிருந்து விலகிச்சென்ற என்னுடைய ஆசைகளைச் சாதாரணமானவையாகவும் சரியானவையாகவும் நான் பார்த்தேன் என்று அர்த்தப்படுத்த வரவில்லை. அல்லது என்னுடைய நண்பர்களுக்கும் இதே ஆசைகள் இருந்தன என்கிற தவறான எண்ணத்தில் உழன்றேன் என்றும் நான் சொல்லவில்லை. ஆச்சரியப்படும் வகையில், என்னுடைய அழகான கனவுகளை எல்லாம் ஆண் மற்றும் பெண்ணுக்கிடையேயான காதல் பற்றிய எண்ணங்களுக்காக அர்ப்பணிக்கும் அளவுக்கு, கல்யாணத்துக்காவும், மிகச்சரியாகச் சொல்வதானால், நான் ஏதோ உலகைப் பற்றி எதுவும் அறிந்திராத ஒரு இளம்பெண் என்பதைப் போல, கற்பனையான கதைகளில் மிகுந்த ஈடுபாடு கொண்டிருந்தேன். ஒருமுறை கூட அதன் அர்த்தத்தை ஆழ்ந்து தேடாமல், ஓமிக்கான என் காதலை அலட்சியப்படுத்தப்பட்ட விடுகதைகளின் குப்பைக்குவியலுக்குள் வீசியெறிந்தேன். இப்போது நான் காதல் என்கிற வார்த்தையை எழுதும்போதும் ஈர்ப்பு என்றெழுதும்போதும் நான் சொல்ல வருகிற அர்த்தம் அந்த நேரத்திலிருந்த என்னுடைய புரிதலிலிருந்து முற்றிலும் மாறுபட்டது. ஓமி மீது நான் கொண்டிருந்த இது போன்ற ஆசைகள் என்னுடைய 'வாழ்வின்' நிதர்சனங்களோடு குறிப்பிடும்படியான உறவினைக் கொண்டிருக்கும் என நான் கனவுகள் கூடக் கண்டதில்லை.

இருந்தாலும் கூட எனக்குள்ளிருந்த ஓர் உணர்வு நான் தனிமையைத் தேட வேண்டுமென்று, ஏதோ வித்தியாசமான வனாக என்னை தனித்திருக்கச் சொன்னது. இந்தக் கட்டாய மென்பது மர்மமான மற்றும் விசித்திரமான சுகவீனமாகப் பிரகடனப் படுத்தப்பட்டது. என்னுடைய குழந்தைப் பருவத்தின் போது, வளர்ந்து பெரியவனாகிற எண்ணத்தால் உருவான அசௌகரியத்தின் உணர்ச்சியால் நான் எத்தனை பாதிக்கப்பட்டேன் என்பதை, ஏற்கனவே நான் விவரித்திருக் கிறேன், மேலும் நான் வளர்கிறேன் என்ற உணர்வில், ஒரு விசித்திரமான, குத்திக்கிழிக்கிற சஞ்சலமும் இணைந்திருப்பது என்பது தொடர்ந்தது.

நான் வளர்ந்து வந்த வருடங்களில் ஒவ்வொரு புதிய காற்சட்டையிலும் ஆழமான மடிப்பும் சேர்த்துத் தைக்கப் பட்டது, ஒவ்வொரு வருடமும் அவற்றை நீட்டித்துக் கொள்ளலாம் என்பதற்காக, மேலும் மற்ற எந்த குடும்பத்தைப் போலவும், சீராக அதிகரித்த என்னுடைய உயரம் வீட்டிலிருந்த

தூண்களுள் ஒன்றில் அடுத்தடுத்த பென்சில் அடையாளங்களால் பதிவு செய்யப்பட்டது. குறிப்பிட்ட கால இடைவெளிகளில் எடுக்கப்படும் இந்த அளவுகளுக்கான சிறிய சடங்கு எப்போதும் குடும்பத்திலிருந்த அனைவருடைய கண்களின் முன்பாகவும் வீட்டின் ஒய்வறையில்தான் நடக்கும், மேலும் ஒவ்வொரு முறையும் என்னைக் கேலி செய்து நான் வளர்ந்து விட்டேன் என்கிற விசயத்தில் ஒரு முட்டாள்தனமான சந்தோசத்தை அடைந்தார்கள். நான் வலுக்கட்டாயமான புன்னகைகளால் பதிலளிப்பேன்.

உண்மையில், நான் ஒரு வளர்ந்தவனின் உயரத்தை அடைவேன் என்கிற எண்ணம் என்னை ஏதோ பயங்கரமான ஆபத்தின் முன்னறிவிப்பால் நிரப்பியது. மறுபக்கம், என்னுடைய விளக்க வியலாத சஞ்சலத்தின் உணர்வு, எல்லா நிதர்சனங்களிலிருந்தும் விலகிய கனவுகளுக்கான எனது ஆற்றலை அதிகரித்தது. மேலும், மீண்டும் அந்தக் கனவுகளில் தஞ்சம் தேடும்படி தூண்டிய அந்தத் 'தீய பழக்கத்தை' நோக்கி என்னைச் செலுத்தியது. அமைதியின்மை என்பது என்னுடைய சால்ஜாப்பு.

"உனக்கு இருபது வயதாகுமுன்பே நீ செத்துப்போவாய்" என்னுடைய பலவீனமான தேகத்தைச் சுட்டிக்காட்டி, நண்பனொருவன் என்னிடம் ஒருதரம் விளையாட்டாகச் சொன்னான்.

"சொல்வதற்கு எத்தனை பயங்கரமான விசயம்!" கசப்பான புன்னகைக்குள் எனது முகத்தைத் துளைத்து நிறுத்தி, நான் பதிலளித்தேன். ஆனால் உண்மையில் அவனுடைய ஊகத்தின் மீது வினோதமாக நான் இனிமையான மற்றும் கற்பனையான ஈர்ப்பினைக் கொண்டிருந்தேன்.

"அதன் மீது பந்தயம் கட்ட விரும்புகிறாயா?" அவன் தொடர்ந்தான்.

"நான் செத்துப்போவேன் என்று நீ பந்தயம் கட்டினால், நான் வாழ்வேன் என்று பந்தயம் கட்டுவதைத் தவிர்த்து நான் வேறேதும் செய்ய முடியாது."

"அது சரிதான், இல்லையா? வெட்கக்கேடு, இல்லையா?" இளமையின் அத்தனை அராஜகத்தோடும் பேசுகிறவனாக என் நண்பன் சொன்னான். "நீ கண்டிப்பாகத் தோற்றுப்போவாய்,

அப்படித்தானே ?"

அது உண்மைதான் — எனக்கு மட்டுமல்ல, ஆனால் என் வயதிலிருந்த எல்லா மாணவர்களுக்கும் — ஓமியின் முதிர்ச்சியைத் தீண்டும்படியான எதுவும் எங்களுடைய அக்குள்களில் இன்னும் கண்டுபிடிக்கப்படவில்லை. மாறாக இனிமேல் அரும்பக்கூடிய மொட்டுகளின் மிக மெல்லியதான உறுதிமொழி மட்டுமே அங்கிருந்தது. அந்தக் காரணத்தினால் நான் எனது உடம்பின் அந்தப்பகுதியின் மீது குறிப்பிட்டு கவனம் செலுத்தியதில்லை. சந்தேகத்துக்கிடமின்றி அன்றைய தினம் ஓமியின் கரங்களுக்கு கீழிருந்த மயிரைப் பார்த்ததுதான் அக்குளை எனக்கு தொழுகைக்கான ஒன்றாக மாற்றியது.

எப்போது நான் குளித்தாலும், என்னுடைய நிர்வாண உடலினுடைய ஆடியின் கருணையற்ற பிரதிபலிப்பை உற்று நோக்கியபடி, வெகுநேரம் நான் ஆடியின் முன் நின்றிருப்பேன் என்றானது. தான் அன்னமாக மாறுவோம் என்று நம்பிய ஒரு அசிங்கமான வாத்துக்குஞ்சின் மற்றுமொரு கதை இது. மாறாக, இம்முறை அந்த நாயகத்தன்மையுடனான தேவதைக்கதை துல்லியமாக எதிர்நிலை விளைவைக் கொண்டிருக்கும். எனது அவலட்சணமான தோள்களும் குறுகிய மார்பும் ஓமியோடு சற்றும் பொருத்தமில்லாதவை என்றபோதும், நான் அவற்றை ஆடியில் நெருக்கமாக உற்றுப்பார்த்து ஒருநாள் ஓமியினைப் போன்ற மார்பையும், ஓமியைப் போன்ற தோள்களையும் பெறுவேன் என நம்புவதற்கான காரணங்களைக் கட்டாயப் படுத்திக் கண்டுபிடித்தேன். ஆனால் இதையெல்லாம் மீறி, அசௌகரியத்தின் சிறிய பனிக்கட்டி அங்குமிங்குமாக என் இதயத்தின் மேற்பரப்பில் உருவானது. அசௌகரியத்தைக் காட்டிலும் அது சற்றே அதிகமானது. ஒரு மாதிரியான துன்பத்தில் இன்பம் காணும்படியான குற்றச்சாட்டு, தெய்வீக வெளிப்பாட்டில் காணக்கூடியதைப் போன்ற தீர்க்கமான குற்றச்சாட்டு. என்னை என்னிடமே இப்படி சொல்லவைத்த ஒரு குற்றச்சாட்டு: "இந்த உலகில் ஒருபோதும் நீ ஓமியை ஒத்திருக்க முடியாது."

ஜென்ரோகு காலகட்டத்தின் மரப்பலகை அச்சுகளில் ஆச்சரியப்படும்படியாக ஒரேமாதிரித் தென்படுகிற காதலர்களின் வடிவங்களை, ஆணுக்கும் பெண்ணுக்குமிடையே சொற்ப வித்தியாசங்களோடு, பலமுறை ஒருவர் பார்க்கக்கூடும். கிரேக்க சிற்பங்களில் தென்படும் அழகின் பிரபஞ்ச மாதிரியும்

இதைப்போலவே ஆணுக்கும் பெண்ணுக்குமிடையேயான ஒற்றுமையை அணுகுகிறது. ஒருவேளை இது காதலின் ரகசியங்களில் ஒன்றாக இருக்குமோ? ஒருவேளை ஆணும் பெண்ணும் மற்றவருடைய துல்லியமான வடிவமாக விளங்க விருப்பம் கொள்கிற, காதலின் உள்ளார்ந்த இடைவெளிகளின் வழியாகக் கிளர்ந்தெழுகிற அடையமுடியாத ஆசையாக இது இருக்குமோ? ஒருவேளை இந்த விருப்பம்தான் அவர்களைச் செலுத்தி, எதிரிடை எல்லைகளுக்குப் போவதன் வாயிலாகச் சாத்தியமில்லாததை அடைய முயற்சிக்கும் அவர்களின் துன்பம் நிறைந்த எதிர்வினைக்குள் இறுதியாக இட்டுச்செல்கிறதா? சுருக்கமாக, அவர்களுடைய பரஸ்பர அன்பு பரஸ்பர அடையாளத்தின் முழுமையை அடையமுடியாதபோது, அதற்கு மாற்றாக, அவர்கள் இருவரும் தங்களுடைய வித்தியாசங்களின் புள்ளிகளை வலியுறுத்துகிற மனநிலையில் — ஆண் தன் ஆண்மையையும் பெண் தன் பெண்மையையும் — இந்தப் புரட்சியையே அடுத்தவர் மீதான கவன ஈர்ப்புக்கான கருவியாகப் பயன்படுத்துகிறார்களா? அல்லது அவர்கள் ஒற்று மையைக் கண்டுபிடித்தாலும் கூட, துரதிர்ஷ்டவசமாக அது ஒரு துரிதகணத்தின் கற்பனையாக மட்டுமே நீடிக்கிறது. ஏனெனில், பெண் மிகுந்த துணிச்சலையும் ஆண் அதிக வெட்கத்தையும் அடைகையில், ஒருவரையொருவர் எதிர்த் திசைகளில் அவர்கள் கடந்து போகிற, குறிதவறிச் சுடுகிற மற்றும் இதற்குமேலும் அடையாளம் ஏதும் இல்லை என்கிற இடம்வரை தாண்டிச் செல்ல நேருகிற தருணமொன்று வருகிறது.

இந்தவொளியில் பார்க்கையில், என்னுடைய பொறாமை— நான் என்னுடைய காதலைக் கைவிட்டு விட்டதாக என்னை என்னிடமே சொல்ல வைக்கும் அளவுக்குத் தீவிரமான பொறாமை — இன்னுமதிகமான காதலாகவே இருந்தது. 'ஓமியினுடையதைப் போன்ற விசயங்களைக்' காதலிப்பதில் போய் இது முடிந்தது, மெல்ல மெல்ல சந்தேகத்தோடு என்னு டைய அக்குள்களில் அரும்பு விடத் தொடங்கியிருந்த வளருகிற இன்னும் அடர்த்தியாய், இன்னும் அடர்த்தியாய்...

கோடைக்கால விடுமுறை வந்தது. பொறுமையற்று அதற்காக நான் காத்திருந்தாலும், காட்சிகளுக்கான இடைவேளைகளின் போது ஒருவன் தான் என்ன செய்வது என்பது தெரியாமல் போவதைப் போன்ற ஒன்றாக அது ஆகிப்போனது. அதற்காக

நான் பெரும்பசி கொண்டிருந்தாலும், அது எனக்கு அசௌகரியமான விருந்தாக மாறிப்போனது.

குழந்தைப்பருவத்தில் காசநோய்க்கான மெல்லிய அறிகுறிகள் என்னிடம் உறுதி செய்யப்பட்ட காலம் தொடங்கி, தீவிரமான புறஊதாக் கதிர்களின் முன் என்னை வெளிப்படுத்திக் கொள்வதை மருத்துவர் தடை செய்திருந்தார். கடற்கரையில் இருக்கையில், ஒரே நேரத்தில் முப்பது நிமிடங்களுக்கு மேல் சூரியனுடைய நேரடிக்கதிர்களில் தங்கியிருக்க நான் எப்போதும் அனுமதிக்கப்பட்டதில்லை. இந்த விதியினை மீறுவது உடனடியாகக் கடுமையான காய்ச்சலின் தாக்குதலைத் தண்டனையாகக் கொண்டுவரும். பள்ளியில் நடக்கும் நீச்சல்பயிற்சியில் கலந்து கொள்வதற்கும் நான் அனுமதிக்கப்பட்டதில்லை. விளைவாக நான் ஒருபோதும் நீந்தக் கற்றுக்கொள்ளவில்லை. பிற்காலத்தில், நீந்த முடியாமல் போன தென்பது, என் மீது மிகக் கொந்தளிப்பான சக்தியை அது பிரயோகித்த தருணங்களோடு, கடல் மீது நான் கொண்டிருந்த விடாப்பிடியான மோகத்தோடு இணைத்துப் பார்க்கும்போது புதிய முக்கியத்துவத்தை அடைந்தது.

என்றாலும், நான் சொல்லும் அந்தக் காலகட்டத்தில், கடலைப் பற்றிய இந்த தடுக்கமுடியாத சபலத்தை இன்னும் நான் எதிர்கொண்டிருக்கவில்லை. பிறகும், எனக்கு முழுமையாக சுவையற்றிருந்த பருவத்தின் சுவாரசியமின்மையை எப்படியாவது கடத்த விரும்பி, மேலுமதிகமாக எனக்குள் விவரிக்க முடியாத ஆசைகளைக் கிளர்த்தியிருந்த ஒரு பருவம், நான் அந்தக் கோடையை என்னுடைய அம்மாவோடும் சகோதரனோடும் சகோதரியோடும் கடற்கரையில் கழித்தேன்.

திடீரென்று நான் பாறையின் மீது தனித்து விடப்பட்டிருப்பதை உணர்ந்தேன்.

சற்று நேரம் முன்பு, பாறைகளுக்கிடையே இருந்த ஓடைகளில் மின்னிய சின்னஞ்சிறிய மீன்களைத் தேடியபடி, என் சகோதரனோடும் சகோதரியோடும் கடற்கரை ஓரமாக இந்தப் பாறையை நோக்கி நடந்து வந்தேன். நாங்கள் எதிர்பார்த்த அளவுக்கு எங்கள் மீன்பிடி சிறப்பானதாக அமையவில்லை. என் சகோதரியும் சகோதரனும் சலிப்புற்றிருந்தார்கள். என் அம்மா அமர்ந்திருந்த கடற்கரைக் குடைக்கு அழைத்துப்போக

ஒரு பணிப்பெண் வந்தாள். திரும்பிப்போக நான் கோபமாக மறுத்தேன். என்னைத் தனியாக விட்டு, பணிப்பெண் என் சகோதரனையும் சகோதரியையும் அழைத்துப் போனாள்.

கோடைக்கால மதியத்தின் சூரியன் கடலின் மேற்புரத்தில் தொடர்ச்சியாக அடித்துக் கொண்டிருந்தது. ஒட்டுமொத்த விரிகுடாவும் பிரகாசத்தின் தனித்த, பிரமிப்பான பெரும் பரப்பாய்த் தோன்றியது. சில கோடைக்கால மேகங்கள், தங்களுடைய அதியற்புதமான, கவலையுற்ற, தீர்க்கதரிசி போன்ற வடிவங்களைப் பாதி கடலுக்குள் மூழ்கடித்து, அத்துவானத்தில் மௌனமாய் நகராது நின்றிருந்தன. மேகங்களின் தசைகள் மிருதுவான வெண்ணிறக் கற்களைப் போல வெளுத்திருந்தன.

சில பாய்மரப் படகுகளும் பரிசல்களும் மற்றும் நிறைய மீன்பிடிப்படகுகளும் மணல் நிரம்பிய கடற்கரையிலிருந்து விலகிச் சென்று திறந்த கடலின் மேல் சோம்பலாய் நகர்ந்து கொண்டிருந்தன. படகுகளில் இருந்த சின்னஞ்சிறிய உருவங்கள் தவிர, மனித உயிர் எதுவும் கண்களில் தட்டுப்படவில்லை. எல்லாவற்றின் மீதும் படர்ந்திருந்தது ஒரு நுண்ணிய அமைதி. தன்னுடைய சிறிய ரகசியங்களைப் பேசிக்கொண்டு வருகிற மேனாமினுக்கியைப்போல, சில மெல்லிய இதயம் கொண்ட பூச்சிகளின் கண்ணுக்குப் புலப்படாத சிறகடிப்புகளைப் போன்ற சின்னஞ்சிறிய சத்தத்தை என் காதுகளுக்கு எடுத்து வருவதாக, ஒரு மெல்லிய தென்றல் கடலிலிருந்து வீசியது. எனக்கு அருகிலிருந்த கடற்கரை கிட்டத்தட்ட மொத்தமாகவே கடலை நோக்கி வளைந்திருந்த தாழ்ந்த, பணிவான பாறைகளால் உருவானதாக இருந்தது. நான் அமர்ந்திருந்ததைப் போலப் புடைத்த கூர்மையான பாறைகள் இரண்டோ அல்லது மூன்றோ மட்டுமே இருந்தன.

கண்ணுக்கெட்டிய தொலைவிலிருந்து புறப்பட்ட அலைகள் ஓய்வற்ற பச்சை நிறக் கொப்பளங்களின் வடிவில் கடலின் மேற்பரப்பின் மீதாக வழுக்கியபடி வந்தன. தாழ்வான பாறைகளின் கூட்டம் கடலுக்குள் நீண்டது. வெண்ணிறக் கைகள் உதவி கேட்டு கெஞ்சுவதைப் போல அலைகளுக்கெதிரான அவற்றின் தடுப்பாற்றல், காற்றில் நீரினை உயரமாக வாரியடித்தது. கடலின் அதியாழ உணர்வுக்குள் பாறைகள் தங்களைத் தாங்களே மூழ்கடித்திருந்தன. நங்கூரச் சங்கிலிப் பிணைப்புகளிலிருந்து உடைந்து வெளியேறி வருகிற மிதவைகள்

பற்றி அவை கனவு காணுவதாகத் தோன்றியது. ஆனால் ஒரு மின்னற்பொழுதில் கொப்பளங்கள் அவற்றைக் கடந்து தணிந்த வேகத்தோடு கடற்கரையை நோக்கி வழுக்கி வந்தன. அவை கடற்கரையை நெருங்கியபோது ஏதோவொன்று அவற்றின் பச்சைநிறத் தலைப்பகுதியில் முழித்துக்கொண்டு எழுந்து நின்றது. அலை பெரிதாக வளர்ந்து, கண்ணுக்கெட்டிய தூரம் வரையில், ஆயத்தமாகவும் தாக்குவதற்குத் தயாராகவும் இருந்த, கடலின் மாபெரும் கோடாரியினுடைய, சவரக்கத்தியின் கூர்மையை யொத்த வெட்டுவாயை வெளிக்காட்டியது. திடீரென்று, வெண்மையான ரத்த அலையை மேலே சிதறடித்து, கருநீல கில்லட்டின் கீழே விழுந்தது. கொதித்தும் வீழ்ந்தும் கொண்டிருந்த அலையின் உடல், தனது வெட்டுப்பட்ட தலையைத் தொடர்ந்து போனது. மேலும் ஒருகணம் அது வானத்தின் தூய்மையான நீலத்தைப் பிரதிபலித்தது. சாவின் தருவாயில் இருக்கிற மனிதனின் கண்களில் பிரதிபலிக்கிற அதே விபரீதமான நீலம். அலை தாக்கிய அந்தக் குறுகிய தருணத்தில், மென்மையான மற்றும் அரித்துப் போன அந்தப் பாறைகளின் கூட்டம், தங்களை வெள்ளை நுரைக்குள் மறைத்துக் கொண்டிருந்தன. ஆனால் இப்போது, கடலிலிருந்து மெல்ல மெல்ல வெளிப்பட்டு, அவை திரும்பிச் செல்லுகிற அலைகளின் மிச்சங்களினூடாக மின்னின. பாறையின் மேலிருந்து பார்த்தபடி நான் அமர்ந்திருந்தேன். மின்னிடும் பாறைகளின் நடுவே ஓடுகளையுடைய துறவி நண்டுகள் பைத்தியம் பிடித்ததைப் போல பக்கவாட்டில் நகர்ந்து அலைவதையும் கூசும் ஒளியில் நண்டுகள் அசைவற்றுப் போவதையும் என்னால் பார்க்க முடிந்தது.

அடுத்தகணம் என்னுடைய தனிமையின் உணர்வு ஓமியின் நினைவுகளோடு ஒன்றாகக் கலந்து போனது. அது இப்படித் தான் இருந்தது: ஓமியின் வாழ்வை நிரப்பிய தனிமை குறித்து வெகுகாலம் நானுணர்ந்த ஈர்ப்பு — வாழ்க்கை அவனை அடிமைப்படுத்தியதான நிகழ்விலிருந்து பிறந்த தனிமை — அதே பண்பினை கொண்டிருக்க விருப்பம் கொள்ள முதலில் என்னைத் தூண்டியது; கடலின் பூரணத்துவத்துக்கு முன்பாகயிருந்த வெறுமையின் இந்த உணர்வில், மேம்போக்காக அவனுடையதை ஒத்திருந்த ஒரு தனிமையை நான் இப்போது அனுபவித்துக் கொண்டிருந்தேன். எனவே அவனுடைய அதே கண்களால், இதை நான் முழுமையாக ருசிக்க விரும்பினேன். நான், ஓமி மற்றும் என்னுடைய, என்கிற இரட்டைக் கதாபாத்திரங்களை

ஏற்று நடிப்பேன். ஆனால் இப்படிச் செய்வதற்கு, எத்தனை மெலிதாகயிருந்தாலும், முதலில் நான் அவனுக்கும் எனக்குமான ஏதொவொரு ஒற்றுமையின் புள்ளியை அடையாளம் காண வேண்டும். அவ்வகையில் நான் ஓமிக்கு பதிலீடாக மாறலாம். மேலும் அவனுக்குள் அனேகமாகத் தன்னுணர்வின்றி மட்டுமே இயங்கிவந்த அதே தனிமை எனக்குள் மிகுந்த சந்தோசத்தோடு வழிந்தோடுவதாகத் தன்னுணர்வோடு துல்லியமாக நடந்து கொள்ளலாம். ஆக ஓமியைப் பார்ப்பதால் நான் அடைகிற சந்தோசம் ஓமி உணர்ந்த அதே சந்தோசமாய் மாறும் என்கிற அந்தப் பகற்கனவை உண்மையாக்குகிற உணர்வை நான் இறுதியாக அடையக்கூடும்.

புனித செபாஸ்டியனின் படத்தால் ஆட்கொள்ளப்பட்ட காலம் தொடங்கி, உடைகளைக் களைய நேரும்போதெல்லாம் என் கைகளைத் தலைக்கு மேலே குறுக்காக வைத்துக்கொள்கிற நிதானமற்ற பழக்கத்தை நான் வரித்துக் கொண்டிருந்தேன். செபாஸ்டியனின் அபரிமிதமான அழகின் வெளுத்த நிழலைப் போல பெரிதாக ஏதுமில்லாத மெலிந்த உடம்பு என்னுடையது. ஆனால் நான் இப்போது மீண்டும் தன்னிச்சையாக அந்த நிலைப்பாட்டுக்குள் விழுந்தேன். அப்படிச் செய்தபோது என் கண்கள் அக்குள்களுக்குச் சென்றன. மர்மமான பாலுணர்வு எனக்குள் கொதித்தெழுந்தது.

கோடைக்காலம் வந்திருந்தது, அதோடு, என் அக்குள்களில், கறுப்புப் புதர்களின் முதல் தளிர்கள், ஓமியினுடையவைக்கு சமமானவை அல்ல என்பது உண்மைதான், ஆனால் சந்தேகத்துக் கிடமின்றி இருந்தன. ஆக என்னுடைய காரணங்களுக்குத் தேவைப்பட்ட ஓமியுடனான ஒற்றுமையின் புள்ளி இதோ இங்கே இருந்தது. என்னுடைய பாலியல் விருப்பங்களில் ஓமி தானும் இடம்பெற்றிருந்தான் என்பதில் எந்தச் சந்தேகமுமில்லை. என்றாலும் இந்த விருப்பம் நேரடியாகக் குறிப்பாக என் அக்குள்களின் மீதும் இருந்தது என்பதையும் மறுக்கமுடியாது சூழ்நிலைகளின் மொய்க்கிற கூட்டங்களால் உந்தப்பட்டு— என்னுடைய நாசிகளை நடுங்க வைத்த உப்புக்காற்று, என் மீது கொழுந்து விட்டெரிந்து என்னுடைய தோள்களையும் மார்பையும் விதிர்விதிர்க்க வைத்த பலம்பொருந்திய கோடைக்காலச் சூரியன், கண்ணுக்கெட்டிய தூரம் வரை புலப்படாத மனித வடிவம் — என் வாழ்வில் முதன்முறையாக வெட்டவெளியில், நீல வானின் அடியில், நான் என் ‘தீய பழக்கத்தில்’ ஈடுபட்டேன். அதன்

பருப்பொருளாக என் அக் குள்களைத் தேர்வு செய்தேன்.

என்னுடைய உடம்பு விசித்திரமான துயரத்தால் நடுங்கியது. சூரியனின் வெம்மையை ஒத்த தனிமையில் நான் எரிந்து கொண்டிருந்தேன். கடல்நீலநிறக் கம்பளியால் செய்யப்பட்ட என்னுடைய நீச்சலுடையின் கீழ்பகுதி வெறுப்பாக எனது வயிற்றில் ஒட்டிக்கொண்டிருந்தது. பாறையிலிருந்து மெல்லக் கீழே இறங்கியவன் கரையோரமாயிருந்த தேங்கிய நீர்க்குட்டையில் காலை வைத்தேன். நீருக்குள் எனது பாதம் வெண்மையான, உயிரற்ற கிளிஞ்சல்களைப் போல் தோன்றியது. மேலும் அதன் கீழே கிளிஞ்சல் பதிக்கப்பட்ட மற்றும் நீர்த்தாரைகள் மினுங்கிய அடியாளத்தை என்னால் தெளிவாகப் பார்க்க முடிந்தது. நீருக்குள் மண்டியிட்டு, இந்தத் தருணத்தில் வெடித்துக் கிளம்பி வன்முறை நிரம்பிய உருமலோடு வேகமாக என்னை நோக்கி வந்த அலையிடம், என்னை நான் ஒப்புக்கொடுத்தேன். அது என் மார்பில் மோதியது. அழுந்திப்பாயும் தன் வெண்ணிறத் தொப்பிக்குள் கிட்டத்தட்ட என்னைப் புதைத்தது.

அலை பின்வாங்கியபோது என்னுடைய சீரழிவும் அடித்துச் செல்லப்பட்டிருந்தது. பின்வாங்குகிற அந்த அலையோடு சேர்த்து, அது கொண்டிருந்த எண்ணற்ற உயிரிகளோடு சேர்த்து— நுண்ணுயிரிகள், கடல்வாழ் செடிகொடிகளின் விதைகள், மீன் முட்டைகள் — நுரைக்கிற கடலால் என் பதினாயிரம் விந்தணுக்களும் விழுங்கி அடித்துச் செல்லப்பட்டன.

இலையுதிர்க்காலம் வந்து புதிய பள்ளிப்பருவம் தொடங்கிய போது, ஓமி அங்கில்லை. அவனுடைய வெளியேற்றம் பற்றிய அறிக்கை அறிக்கைப் பலகையில் ஒட்டப்பட்டிருந்தது.

பாகுபாடின்றி, என்னுடைய எல்லா வகுப்புத்தோழர்களும், தங்களை ஆட்சி செய்த கொடுங்கோலனின் மரணத்துக்குப் பின்பான மக்களைப் போல, உடனடியாக ஓமியின் தவறான செயல்கள் குறித்து பேசத் தொடங்கினார்கள்:

"அவன் என்னிடமிருந்து பத்து யென்கள் கடன் வாங்கி பின்பு அதைத் தரவேயில்லை. என்னுடைய இறக்குமதி செய்யப்பட்ட மை பேனாவைப் பறித்துக்கொண்டு அவன் சிரித்தான். அவன் கிட்டத்தட்ட என் கழுத்தை நெரித்துக் கொன்றான்."

நான் ஒருவன் மட்டுமே எப்போதும் அவனுடைய தீவினைகளை அனுபவித்ததில்லை எனத் தோன்றும் வரையிலும், ஒருவர் மாற்றி ஒருவராக அவர்கள் அவன் தங்களுக்கு இழைத்தத் தீங்குகளை விவரித்தார்கள். நான் பொறாமையால் பைத்தியம் பிடித்தவனானேன். என்றாலும், அவன் ஏன் வெளியேற்றப்பட்டான் என்பதை யாரும் தீர்மானமாக அறிந்திருக்கவில்லை என்கிற விசயத்தால் என்னுடைய மனக்கசப்பு சற்றே மட்டுப்பட்டது. ஒவ்வொரு பள்ளியிலும் இருக்கக்கூடிய எல்லாவற்றையும் தெரிந்து வைத்திருக்கும் தந்திரமான மாணவர்களால் கூட அனைவரும் ஒத்துக் கொள்ளும்படியான பொருத்தமான காரணத்தைச் சொல்ல முடியவில்லை. நாங்கள் ஆசிரியர்களைக் கேட்டபோது அவர்கள் இயல்பாகப் புன்னகைத்து, "ஏதோ தவறான" ஒன்றின் காரணமாக என்றார்கள்.

நான் மட்டும்தான், அவனுடைய 'தீமை'யின் இயல்பு குறித்த ரகசியக் குற்றச்சாட்டினைக் கொண்டிருந்ததாகத் தோன்றியது. அவன் தானே முழுதாய்ப் புரிந்து கொண்டிராத ஏதோவொரு பெரிய சதியில் கலந்து கொண்டிருக்கிறான் என நான் உறுதியாய் நம்பினேன். அரக்கனொருவன் அவனுக்குள் கிளர்த்திய தீமையின் மீதான கட்டாயம்தான் அவனுடைய வாழ்வுக்கான அர்த்தத்தைத் தந்து அவனது விதியையும் நிர்ணயித்தது. குறைந்தபட்சமாக அப்படித்தான் என்று எனக்குத் தோன்றியது.

என்றாலும், தொடர்ச்சியாய் யோசிக்கையில், அவனுடைய 'தீமை' எனக்கு வேறொரு அர்த்தத்தைத் தருவதாக அமைந்தது. மிகுந்த சிடுக்குகளைக் கொண்ட ரகசிய அமைப்புகளாலும் வெகு துல்லியமாகத் திட்டமிடப்பட்ட நிழலுலக சூழ்ச்சிகளாலும் அந்த அரக்கன் அவனைக் கொண்டுபோய்த் தள்ளிய மிகப்பெரிய சதியென்பது எல்லாமே கண்டிப்பாக ஏதோவொரு தடை செய்யப்பட்ட கடவுளின் பொருட்டுதான் என்று நான் தீர்மானித்தேன். ஓமி அந்தக் கடவுளுக்கு சேவை செய்திருக்கிறான். மற்றவர்களையும் தன்னுடைய நம்பிக்கைக்கு மாற்ற முயன்றிருக்கிறான். காட்டிக் கொடுக்கப்பட்டு, பின்பு ரகசியமாகக் கொல்லப்பட்டிருக்கிறான். ஒரு மாலையின் அந்திப்பொழுதில் அவன் நிர்வாணமாக்கப்பட்டு மலை மீதிருந்த சோலைக்கு அழைத்துச் செல்லப்பட்டான். இரண்டு கைகளும் தலைக்கு மேலே உயர்த்திக் கட்டி அங்கே ஒரு மரத்தில் அவன் பிணைக்கப்பட்டான். முதல் அம்பு அவனுடைய மார்பின்

பக்கவாட்டில் தைத்திருந்தது; இரண்டாவது, அவனுடைய அக்குளில்.

வலிந்து மேலெழும் பயிற்சிக்குத் தயாராக உடற்பயிற்சிக் கம்பத்தைப் பற்றியவனாக அன்றைய தினம் அவன் உருவாக்கிய ஓவியத்தைப் பற்றி மீண்டும் மீண்டும் நினைக்கையில் புனித செபாஸ்டியனுடனுக்கும் அவனுக்குமான நெருங்கிய உறவு குறித்து இன்னுமதிகமாக நான் நம்பத் தொடங்கினேன்.

நடுநிலைப் பள்ளியின் நான்காவது வருடத்தின்போது எனக்கு ரத்தசோகை ஏற்பட்டது. என்னுடைய கைகள் இறந்து போன புற்களின் நிறத்துக்கு மாறுமளவுக்கு வழக்கத்தை விடவும் அதிகமாக வெளிறிப்போனேன். செங்குத்தான படிக்கட்டுகளில் ஏறும்போதெல்லாம் நான் மேலே சென்று குந்தியமர்ந்து இளைப்பாற நேர்ந்தது. வெண்ணிற மூடுபனி நிரம்பிய காற்றுக் குழாய் என் தலையின் பின்புறத்தில் சுழன்று நுழைந்து அங்கே ஒரு துளையை உருவாக்கி என்னை மயக்கமடையச் செய்வதைத் தவிர்த்து மற்ற எல்லாவற்றையும் செய்வதாக உணருவேன்.

என்னுடைய குடும்பம் என்னை மருத்துவரிடம் அழைத்துப் போனது. அவர் எனது பிரச்சினையை ரத்தசோகை என்று கண்டறிந்தார். அவர் ஒத்துக்கொள்ளும்படியான ஒரு மனிதர் மற்றும் குடும்ப நண்பரும் கூட. என்னுடைய பிரச்சினைகள் குறித்த தகவல்களை அவர்கள் கேட்கத் தொடங்கியபோது அவர் சொன்னார்:

"நல்லது. விடைகளின் புத்தகம் ரத்தசோகை பற்றி என்ன சொல்கிறது என்று பார்ப்போம்."

தேர்வு முடிவுற்றது. மருத்துவரின் முழங்கைக்குப் பின்னால் நான் நின்றிருந்தேன். அவர் சத்தமாக வாசிக்கத் தொடங்கிய புத்தகத்துக்குள் அங்கிருந்துதான் என்னால் பார்க்க முடிந்தது. அவருக்கு எதிராக அமர்ந்திருந்த குடும்பத்தால் புத்தகத்தின் பக்கங்களைப் பார்க்க முடியவில்லை.

"... ஆக, பிறகு, அடுத்ததாக நோய் முதலியல் — நோய்க்கான காரணங்கள். கொக்கிப்புழுக்கள் — இவைதான் பெரும்பான்மை யான காரணங்கள். இந்தப் பையனுடைய கதையும் இதுதான். நாம் ஒரு மலப்பரிசோதனை செய்யவேண்டும். பிறகு பசலைத்

தளர்ச்சி நோய்த்தேர்வுமுறை. ஆனால் அது அரிதானது. மேலும் எப்படிப் பார்த்தாலும் ஒரு பெண்களுக்கான வியாதி—"

இந்தப்புள்ளியில் புத்தகம் ரத்தசோகைக்கான இன்னொரு காரணத்தையும் தந்தது. ஆனால் மருத்துவர் அதைச் சத்தமாகப் படிக்கவில்லை. மாறாக, புத்தகத்தை மூடியபடி பத்தியின் மற்ற வரிகளைத் தொண்டைக்குள் முணுமுணுப்பவராக, அவர் அதைத் தாண்டிப்போனார். ஆனால் அவர் தவிர்த்த வரிகளை நான் பார்த்து விட்டேன். "சுய சீர்கேடு" என்றிருந்தது.

அவமானத்தால் என்னுடைய இதயம் வெடிப்பதை என்னால் உணர முடிந்தது. மருத்துவர் என்னுடைய ரகசியத்தைக் கண்டு பிடித்து விட்டார்.

ஆனால் யாராலும் எப்போதும் கண்டுபிடிக்க முடியாதது எதுவென்றால் என்னுடைய ரத்தத்தின் பற்றாக்குறைக்கும் ரத்த தாகத்துக்குமான ஒப்பிணைவற்ற எதிரிடை உறவுதான்.

என்னுடைய இயல்பாகிப் போயிருந்த ரத்தக்குறைபாடு முதலில் ரத்தப்போக்கு குறித்துக் கனவு காணுகிற உணர்வை எனக்குள் விதைத்திருந்தது. மேலும் தன் பங்குக்கு அந்த உணர்வு என்னுடைய உடம்பிலிருந்து மேலும் மென்மேலும் ரத்தத்தின் மூலப்பொருட்களை என்னை இழக்கச்செய்து, ஆக ரத்தத்தின் மீதான எனது தாகத்தை இன்னும் அதிகரித்தது. கனவுகளின் இந்த நலிவுறச் செய்யும் வாழ்க்கை என்னுடைய கற்பனையைக் கூர்மையாக்கவும் பழக்கவும் செய்தது. தேசாத்தின் படைப்புகளோடு நான் இதுவரை அறிமுகம் கொண்டிராதபோதும், குவா வாடிஸின் கொலோசியம் பற்றிய வர்ணனைகள் என்னை வெகுவாகப் பாதித்திருந்தன. மேலும் நானாகவே ஒரு கொலை அரங்கம் பற்றிய யோசனையைக் கனவு கண்டிருந்தேன்.

அங்கே, எனது கொலை அரங்கத்தில், இளம் ரோமானிய கிளாடியேட்டர்கள் என்னுடைய கேளிக்கைக்காகத் தங்களுடைய உயிர்களை அர்ப்பணித்தார்கள். மேலும் அங்கே நடந்த அனைத்து மரணங்களிலும் ரத்தம் வழிந்தோட வேண்டியிருந்தது மட்டுமல்லாமல் முறையான எல்லாச் சடங்குகளும் நடைபெற்றன. அனைத்து வகையான மரண தண்டனைகளிலும் எல்லா கொலை சாதனங்களிலும் நான் பெருமகிழ்ச்சி கொண்டேன். ஆனால், கொப்பளித்துப் பாய்கிற உதிரத்தின்

அற்புதத்தை அவை வழங்கியிருக்காது என்பதால், சித்திரவதைக் கருவிகளையோ தூக்குமேடைகளையோ நான் அனுமதிக்க மாட்டேன். அல்லது துப்பாக்கிகள் மற்றும் பீரங்கிகள் போன்ற வெடிக்கிற ஆயுதங்களையும் நான் விரும்புவதில்லை. இதுவரை, முடிந்தமட்டில் பழங்கால மற்றும் காட்டுமிராண்டித்தனமான ஆயுதங்களையே நான் தேர்ந்தெடுத்தேன் — அம்புகள், கட்டாரி கள், வேல்கம்புகள். மேலும் வேதனையை நீட்டிக்கச் செய்ய, வயிறுதான் குறிபார்க்கப்பட வேண்டும். பலியாகிற இரை, வர்ணிக்கவியலாத இருப்பின் தனிமையைக் கேட்பவர் உணரும்படியாக, நீண்டு ஒலிக்கிற, துன்பம் நிரம்பிய, பரிதாபத்துக்குரிய அலறல்களை எழுப்ப வேண்டும். அதன் விளைவாக, எனக்குள்ளிருக்கும் ஆழமான ரகசிய இடத்திலிருந்து வீறிட்டெழும் எனது வாழ்வின் சந்தோசம், இறுதியாகத் தன் கொண்டாட்டத்தின் சொந்த அலறலை வெளிப்படுத்தும். இரையின் ஒவ்வொரு அலறலுக்கும் தன் அலறலால் பதிலளித்தபடி. மிகச்சரியாக இது பழங்கால மனிதன் வேட்டையில் கண்டுகொண்ட சந்தோசத்தைப் போன்றது இல்லையா?

எனது கற்பனையின் ஆயுதம் நிறைய கிரேக்க வீரர்களை, எக்கச்சக்க அரேபிய வெள்ளை அடிமைகளை, காட்டுமிராண்டிக் கூட்டங்களின் இளவரசர்களை, விடுதி மின் தூக்கிகளை இயக்கும் பையன்களை, பரிசாரகர்களை, இளம் போக்கிரிகளை, ராணுவ அதிகாரிகளை, சர்க்கஸ் கட்டுமானத் தொழிலாளர்களை எனப் பலரையும் படுகொலை செய்தது. தங்களுடைய அன்பை எப்படி வெளிப்படுத்துவதெனத் தெரியாமல், தவறுதலாகத் தாங்கள் நேசிக்கிற மனிதர்களைக் கொலை செய்கிற அந்தக் காட்டுமிராண்டி கொள்ளைக்காரர்களில் நானும் ஒருவனாயிருந்தேன். தரையில் கீழே விழுந்து இன்னும் வலிப்பு வந்தாற்போல துடிக்கிறவர்களின் உதடுகளில் நான் முத்தமிடுவேன்.

ஏதோவொரு மறைமுகக்குறிப்பிலிருந்து அல்லது வேறு ஏதோவொன்றிலிருந்து, மனித வடிவில் ஒழுங்கு செய்யப்பட்ட, செங்குத்தாக நிற்கிற எண்ணற்ற ஈட்டிகள் பதித்த கெட்டியான பலகையை, கம்பிக்கிராதியின் வழியாக அதன் மற்றொரு புறம் இணைக்கப்பட்டிருக்கும் தண்டனைக்கான சிலுவையின் மீது இழைந்து கீழிறங்கி வரும்படி, கற்பனையாக நானொரு கொலைக்கருவியை உருவகித்தேன். மனித உடல்களைத் துளையிடுவதற்காக இயந்திரத் துளையிடும் கருவிகள் இடைவிடாது இயங்கிய கொலைத் தொழிற்சாலை ஒன்றும் இருந்தது. அங்கே

ரத்தச்சாறு இனிப்பு சேர்க்கப்பட்டு பெட்டியில் அடைத்து சந்தையில் விற்கப்பட்டது. இந்த நடுநிலைப் பள்ளி மாணவனின் தலைக்குள் எண்ணற்ற குற்றவாளிகள் அவர்களுடைய கைகள் பின்னால் கட்டப்பட்டு கொலோசியத்துக்கு பாதுகாப்பாக அழைத்துச் செல்லப்பட்டார்கள்.

மெல்ல மெல்ல அந்த உத்வேகம் எனக்குள் இன்னும் தீவிரமாக வளர்ந்து ஒரு நாள் மனித சாத்தியங்களில் மிக அடிப்படை யானதான பகற்கனவு ஒன்றில் வந்து நின்றது. என்னுடைய மற்ற பகற்கனவுகளைப் போலவே, இங்கே மறுபடியும் என்னுடைய வகுப்புத்தோழர்களில் ஒருவன் தான் பலியாடு. குறிப்பிடும்படியான நல்ல உடலமைப்பைக் கொண்ட ஒரு நேர்த்தியான நீச்சல் வீரன்.

அதுவொரு நிலவறைக்குள் நிகழ்ந்தது. ஒரு ரகசியமான விருந்து நடந்து கொண்டிருந்தது. தூய வெண்மையினாலான மேசைத்துணியின் மேல் நளினமான மெழுகுத்திரிகள் பிர காசித்தன; ஒவ்வொரு தட்டின் பக்கவாட்டிலும் வெள்ளி நிற முட்கரண்டிகளின் வரிசை இருந்தது. இளஞ்சிவப்பு மலர்களின் வழக்கமான பூங்கொத்துகளும் கூட இருந்தன. ஆனால் மேசை யின் நடுவிலிருந்த வெற்றிடம் அளவுக்கதிகமாக இத்தனைப் பெரிதாக இருப்பதென்பது விசித்திரமாகப் பட்டது. அங்கே வரவழைக்கப்பட்டு அதன் மீது வைக்கப்படவிருக்கிற தாம்பாளம் கண்டிப்பாக மிகப்பெரியதாகத்தான் இருக்க வேண்டும்.

“இன்னுமா?” விருந்தினர்களில் ஒருவர் என்னைக் கேட்டார். அவருடைய முகம் நிழலுக்குள் இருந்ததால் பார்க்க முடிய வில்லை. அவருடைய கம்பீரமான குரல் ஒரு முதிர்ந்த மனி தனைப் போலிருந்தது.

நான் இப்போது அதை நினைத்துப் பார்க்கிறேன். உணவருந்திய அனைவரின் முகங்களையும் நிழல்கள் மறைத்திருந்தன. அவர்களுடைய வெண்ணிறக் கைகள் மட்டுமே வெளிச் சத்துக்குள் நீண்டன. அங்கே வெள்ளி நிறத்தில் மின்னிய கத்திகளோடும் முட்கரண்டிகளோடும் விளையாடின. மெல்லிய குரலில் தங்களுக்குள் பேசிக்கொள்கிற அல்லது தங்களோடு மட்டும் பேசுகிற மனிதர்களின் கூட்டத்தைப் போல ஒரு முடிவற்ற முணுமுணுப்பு காற்றில் தேங்கியிருந்தது. அதுவொரு ஈமச்சடங்குக்கான விருந்து. அங்கே கேட்கக்கூடிய சப்தம்

அவ்வப்போது கிறீச்சிடுகிற அல்லது உராய்கிற நாற்காலியின் ஒலி என்பதாக மட்டுமே இருந்தது.

"விரைவில் தயாராகி விடும்" நான் பதிலளித்தேன்.

மீண்டும் துயரம் நிரம்பிய அமைதி அங்கே சூழ்ந்தது. அனை வரும் என்னுடைய பதிலால் வெறுப்புற்றிருந்ததை என்னால் தெளிவாக உணர முடிந்தது.

"நான் போய்ப் பார்க்கட்டுமா?"

நான் எழுந்து சமையலறைக்குப் போகும் கதவைத் திறந்தேன். சமையலறையின் ஒரு மூலையில் தெருமட்டத்துக்கு அழைத்துப் போகும் கல்லாலான படிக்கட்டுகள் இருந்தன.

"இன்னுமா?" நான் சமையல்காரனைக் கேட்டேன்.

"என்ன? ஓ... ஒரு நிமிடம்." தானும் உடலின் நீர்மங்களை மொத்தமாய் இழந்து விட்டதைப்போல, தன்னுடைய வேலையை விட்டு விலகி நிமிர்ந்து பார்க்காமல், சமையல்காரன் பதிலளித் தான். ஏதோவொரு பச்சைக்காய்கறிகளின் கலவையை அவன் வெட்டிக் கொண்டிருந்தான். சமையல் மேசையின் மீது மூன்றடி அகலமும் கிட்டத்தட்ட பன்னிரெண்டு அடி நீளமும் கொண்ட கெட்டியான பலகையைத் தவிர வேறெதுவுமில்லை.

கல் படிக்கட்டுகளின் வழியே ஒரு நகைப்பொலி இறங்கி வந்தது. மற்றொரு சமையல்காரன் படிக்கட்டுகளில் இந்த இளைய, தசைப்பற்றான என்னுடைய வகுப்புத்தோழனை கைகளைப் பிடித்து அழைத்து வருவதை நான் நிமிர்ந்து பார்த்தேன். அந்தப் பையன் தளர்வான காற்சட்டைகளையும் அவனுடைய மார்பை வெறுமையாய் விட்டிருந்த கருநீல போலோ சட்டையையும் அணிந்திருந்தான்.

"ஆ... இது பி (ஆங்கில எழுத்து B), இல்லையா?" நான் அவனிடம் தன்னிச்சையாகக் கேட்டேன்.

படிக்கட்டுகளின் கீழ்த்தளத்தை அடைந்தபோது, பைகளுக்குள் இருந்து தன் கைகளை எடுக்காமல், அவன் அசட்டையாக நின்றிருந்தான். என் பக்கம் திரும்பி கேலியாக சிரிக்கத் தொடங் கினான். அந்தத் தருணத்தில் சமையல்காரர்களில் ஒருவன் பின்னாலிருந்து அவன் மீது பாய்ந்து அவனுடைய கழுத்தைச்

சுற்றி இறுக்கமாகப் பிடித்துக் கொண்டான்.

பையன் வன்மையாகத் திமிறினான்.

அவனுடைய பரிதாபத்துக்குரிய போராட்டங்களைப் பார்த்த போது நான் எனக்குள் சொல்லிக்கொண்டேன்: "அதுவொரு ஜூடோ பிடி — ஆமாம், அதுதான், அதுவொரு ஜூடோ பிடி. ஆனால் அதன் பெயர் என்ன? பரவாயில்லை. மீண்டும் அவன் கழுத்தை நெரியுங்கள். அவன் அதற்குள் இறந்திருக்க முடியாது — அவன் வெறுமனே மயக்கமுற்றிருக்கிறான்—"

சட்டென்று பையனுடைய தலை சமையல்காரனுடைய பெரிய கரங்களின் வளைவுகளுக்குள் துவண்டு தொங்கியது. பிறகு அந்த சமையல்காரன் பையனைத் தன்னுடைய கைகளால் சாவகாசமாகத் தூக்கி சமையல் மேசையின் மீது போட்டான். மற்றொரு சமையல்காரன் மேசையின் அருகில் சென்று தொழிற்முறைக் கரங்களோடு சிறுவனின் மீது இயங்கத் தொடங்கினான். அவன் பையனுடைய போலோ சட்டையைக் கிழித்தெறிந்தான். அவனுடைய கைக்கடிகாரத்தைக் கழற்றினான். அவனுடைய காற்சட்டைகளைக் கழற்றி நொடியில் அவனை முழுமையாக நிர்வாணமாக்கினான்.

நிர்வாணமான இளைஞன் அவன் விழுந்த இடத்திலேயே கிடந்தான். மேசையின் மீது முகம் மேலாக, அவனுடைய உதடு கள் சற்றே பிளந்திருந்தன. நான் அந்த உதடுகளில் தயக்கமாக முத்தமிட்டேன்.

"எப்படி இருக்க வேண்டும் — முகம் மேலா அல்லது முகம் கீழா?" சமையல்காரன் என்னிடம் கேட்டான்.

"முகம் மேலாக, என்றுதான் நினைக்கிறேன்" அந்த நிலை யிலிருந்துதான், அடர்மஞ்சள் நிறத்தாலான கவசத்தைப் போல தோற்றம் தரும் அவனுடைய மார்பைப் பார்க்க முடியும் என்று எனக்குள் யோசித்தவனாக நான் பதிலளித்தேன்.

மற்றொரு சமையல்காரன் அலமாரியிலிருந்து ஒரு பெரிய அந்நிய—வழக்கினாலான பலகையை உருவியெடுத்து மேசைக்குக் கொண்டு வந்தான். மிகச்சரியாக ஒரு மனித உடலைக் கொள்ளும்படியான அளவிலும் அற்புதமாகவும் வடிவமைக்கப்பட்டிருந்தது. அதன் இரண்டு பக்கங்களிலும்

விளிம்பினூடாக ஐந்து சிறிய துளைகள் போடப்பட்டிருந்தன.

"ஏலேலோ!" மயக்கமுற்றிருந்த பையனைத் தூக்கி முகம் மேலாக அவனைப் பலகையின் மீது கிடத்துகையில், இரண்டு சமையல்காரர்களும் ஒரே சமயத்தில் சொன்னார்கள். பிறகு, சந்தோசமாக சீழ்க்கையடித்தபடி, உணவின் இரு பக்கமு மிருந்த துளைகளில் ஒரு கயிறை நுழைத்து, பத்திரமாகப் பையனின் உடலை இழுத்துக் கட்டினார்கள். அவர்களுடைய இலாவகமான கைகள் வேலையில் கச்சிதமாக இயங்கின. அவர்கள் சில பெரிய பச்சை இலைகளை நிர்வாண உடம்பைச் சுற்றி அழகாக அலங்கரித்து அசாதாரணமாகப் பெரிதாயிருந்த இரும்பு வெட்டுக்கத்தியையும் முட்கரண்டியையும் பலகையின் மீது வைத்தார்கள்.

"ஏலேலோ!" பலகையைத் தங்கள் தோள்களுக்குத் தூக்கியவாறு அவர்கள் மீண்டும் சொன்னார்கள். நான் அவர்களுக்காகச் சாப்பாட்டு அறையின் கதவைத் திறந்து விட்டேன்.

வரவேற்கும்படியான மௌனத்தால் நாங்கள் உபசரிக்கப் பட்டோம். வெளிச்சத்தில் வெறுமையாகப் பிரகாசித்த மேசையின் மீதான அந்தப் பெரிய வெற்றிடத்தை நிரப்புவதைப்போல் பலகை இறக்கி வைக்கப்பட்டது. என்னுடைய இருக்கைக்குத் திரும்பி, பலகையிலிருந்த பெரிய கத்தியையும் முட்கரண்டியையும் எடுத்துக் கொண்டு நான் கேட்டேன்:

"எங்கிருந்து தொடங்கட்டும்?"

எந்தப் பதிலும் இல்லை. பலகையை நோக்கி முன்னேறி எட்டிப்பார்க்கும் முகங்களைப் பார்ப்பதைக் காட்டிலும் ஒருவரால் அவற்றைத் தெளிவாக உணர முடிந்தது.

"அனேகமாக, தொடங்குவதற்கு இதுவொரு சிறந்த இடம்." நான் முட்கரண்டியை மிகச்சரியாக இதயத்துக்குள் பாய்ச் சினேன். ரத்த ஊற்று முழுமையாக என் முகத்தில் அறைந்தது. கத்தியை என் வலது கையில் பிடித்தபடி, நான் மார்பின் சதைப் பகுதியை வெட்டத் தொடங்கினேன். மென்மையாக, முதலில் மெலிதாக...

என்னுடைய ரத்தசோகை குணமான பிறகும் கூட, என்னுடைய கெட்ட பழக்கம் இன்னும் மோசமாக வளர்ந்தது.

என்னுடைய ஆசிரியர்களில் வடிவவியல் பயிற்றுவித்தவர்தான் மிக இளையவர். வகுப்பின்போது அவருடைய முகத்தைப் பார்ப்பதில் ஒருபோதும் நான் சோர்வுற்றதில்லை. கடற்கரைச் சூரியனால் எரிக்கப்பட்டதைப் போன்ற மேனி அவருடையது. மேலும் மீனவர்களைப் போன்ற கணீரென்ற குரலும். அவர் இதற்கு முன்பாக நீச்சல் பயிற்சியாளராக இருந்தார் என்பதையும் நான் கேள்விப்பட்டிருந்தேன்.

ஒரு குளிர்கால நாளின் வடிவவியல் வகுப்பில், என்னுடைய ஒரு கையை காற்சராய் பைக்குள் வைத்துக்கொண்டு, கரும்பலகையில் இருந்ததை எனது குறிப்பேட்டில் எழுதி கொண்டிருந்தேன். தற்செயலாக என்னுடைய கண்கள் தங்களையறியாமல் வேலையிலிருந்து விலகி பயிற்றுவிப்பவரைத் தொடர ஆரம்பித்தன. தன்னுடைய இளமையான குரலால் ஒரு கடினமான வினாவுக்கான விளக்கத்தை மீண்டும் வலியுறுத்திய போது அவர் மேடையிலிருந்து ஏறுவதும் இறங்குவதுமாக இருந்தார்.

பாலுறவின் தாங்க முடியாத வேதனை ஏற்கனவே என் அன்றாட வாழ்வின் மீது படிந்திருந்தது. இப்போது, என் கண்களுக்கு முன்னால், மெல்ல கனவினூடாக இளம் பயிற்று விப்பாளர் நிர்வாண ஹெர்குலிஸின் சிலையாக மாறினார். தனது இடது கையில் அழிப்பானையும் மற்றதில் சுண்ணக்கட்டியையும் ஏந்தி அவர் கரும்பலகையைச் சுத்தம் செய்து கொண்டிருந்தார். பிறகு, இன்னும் அழித்தபடியே, தனது வலது கையை நீட்டிப் பலகையில் சமன்பாட்டை எழுத ஆரம்பித்தார். அவ்வாறு அவர் செய்தபோது அவருடைய மேலங்கியின் பின்புறத்திலிருந்த பொருளில் உருவான சுருக்கங்கள், என்னுடைய குழம்பிய கண் களுக்கு, ‘வில்லை வளைக்கிற ஹெர்குலிஸின்’ தசை மடிப்பு களாகத் தெரிந்தன. ஆக இறுதியாக நான் அங்கே பள்ளி வேலை யின் நடுவில் என் தீய பழக்கத்தை நிகழ்த்தியிருந்தேன்.

இடைவேளைக்கான சமிக்ஞை ஒலித்தது. உணர்வுகள் மரத்துப்போன என் தலையைத் தொங்கப் போட்டபடி நான் மற்றவர்களைத் தொடர்ந்து மைதானத்துக்குச் சென்றேன். நான் அப்போது காதலுற்றிருந்த பையன் — இதுவும் கூடத் தக்க கைம்மாறு செய்யப்படாத காதல்தான், தேர்வுகளில் தோற்றிருந்த இன்னுமோர் மாணவன் — என்னிடம் வந்து கேட்டான்:

“ஹேய், நீ, கடைசியாக நேற்று நீ கட்டகுராவின் வீட்டுக்குப் போய் வந்தாய் இல்லையா? எப்படி இருந்தது?”

கட்டகுரா காசநோயால் இறந்துபோன எங்களுடைய அமைதியான வகுப்புத்தோழன். அவனுடைய ஈமச்சடங்குகள் இரண்டு நாள் முன்பாகத்தான் முடிந்திருந்தன. மரணத்தில் அவனுடைய முகம் முற்றிலும் மாறி ஒரு தீய சக்தியின் முகத்தைப் போலிருந்ததாக என்னுடைய நண்பன் ஒருவன் சொல்லக் கேட்டிருந்ததால், அவனுடைய உடல் எரிக்கப்பட்டதை உறுதி செய்து கொள்ளும் வரை என்னுடைய வருத்தத்தைத் தெரி விக்கப் போகாமல் நான் காத்திருந்தேன்.

என் நண்பனின் திடீரென்ற கேள்விக்கு என்னால் எந்தப் பதிலையும் யோசிக்க முடியாமல் மூர்க்கமாகச் சொன்னேன்:

“அது ஒன்றுக்கும் ஆகாது. ஏற்கனவே அவன் சாம்பலாகிப் போயிருந்தான்.” சட்டென்று அவனை வீழ்த்தக்கூடிய சங்கதி யொன்று என் நினைவுக்கு வந்தது. “ஓ, ஆமாம், கட்டகுராவின் அம்மா உன்னை நலம் விசாரித்ததாகச் சொல்லும்படி மீண்டும் மீண்டும் என்னிடம் சொன்னாள்.” நான் அர்த்தமில்லாமல் இளித்தேன். “எல்லா விதத்திலும் அவளை வந்து பார்க்குமாறு உன்னிடம் என்னைச் சொல்லச் சொன்னாள். ஏனென்றால் இப்போது அவள் தனிமையிலிருக்கிறாள்.”

“ஆஹ், போடா!” மேலும் திடீரென்று என் மார்பில் விழுந்த அடி என்னை ஆச்சரியத்துக்குள் தள்ளியது. முழுவிசையோடு விழுந்தாலும் கூட, அவனுடைய அடியில் பிறகும் நட்புதான் நிறைந்திருந்தது. இன்னும் தானொரு குழந்தை என்பதைப் போல அவனுடைய கன்னங்கள் சங்கடத்தால் சிவந்து போயின. எதிலோ நான் அவனுடைய கூட்டாளி என்று எண்ணுவதைப் போல, பழக்கமில்லாததொரு நெருக்கத்தால் அவனது கண்கள் மின்னுவதை நான் பார்த்தேன்.

“போடா!” அவன் மீண்டும் சொன்னான். “நீ கெட்ட புத்திக் காரனாக மாறிப்போனாய் இல்லையா! நீயும் உன் சிரிப்பும்!”

ஒருகணம் நான் அவனுடைய அர்த்தத்தைப் புரிந்து கொள்ள வில்லை. பெயருக்குச் சிரித்து வைத்தாலும் நான் முழுமையாக முப்பது நொடிகளுக்கு அவனைப் புரிந்து கொள்ளத் தவறினேன். பிறகு நான் பற்றிக் கொண்டேன். கட்டகுராவின் அம்மா ஒரு

விதவை, அற்புதமான மெலிந்த தோற்றத்தோடு, இன்னும் இளமையாயிருக்கிறாள்.

நான் கேவலமாக உணர்ந்தேன். புரிந்து கொள்வதில் நான் மந்தமாயிருந்தது என்னுடைய முட்டாள்தனத்தில் இருந்துதான் தோன்றியிருக்கமுடியும் என்பதால் அல்ல. மாறாக இந்தச் சம்பவம் அவனுடைய விருப்பத்தின் மையத்துக்கும் என்னுடையதற்குமான பெருத்த வித்தியாசத்தை வெளிக்கொணர்ந்தது என்பதில்தான். எங்களைப் பிரித்த பெரும்பிளவின் வெறுமையை நான் உணர்ந் தேன். இயற்கையாகவே நான் முன்னுணர்ந்திருக்க வேண்டிய ஒன்றின் மீதான இப்படியான தாமதித்த கண்டுபிடிப்பில் ஆச்சரியம் கொள்வதைப் பற்றிய அவமானம் என்னை நிறைத்தது. கட்டகுராவின் அம்மா பற்றிய தகவலை, அவனைப் புகழ்ந்து உபகாரமடைகிற வாய்ப்பு இதனால் எனக்குக் கிடைக்கு மென்பதை என் ஆழ்மனம் அறிந்திருந்த காரணத்தால், அவனுடைய எதிர்வினை எப்படி இருக்கும் என்றெல்லாம் யோசிக்காமல் நான் அவனிடம் சொல்லியிருந்தேன். இப்போது என்னுடைய கொடூர மனநிலையின் அசிங்கமான தோற்றத்தால், ஒரு குழந்தையின் முகத்தில் தென்படும் காய்ந்த நீர்த்துளிகளின் வரிசைகளைப் போன்ற அசிங்கம், நான் திடுக்கிட்டுப் போனேன்.

இந்தச் சந்தர்ப்பத்தில், முன்னமே, பல்லாயிரக்கணக்கான முறை என்னை நானே கேட்டுக்கொள்கிற கேள்வியைக் கேட்பதில் களைப்புற்றவனாய் இருந்தேன். இப்போது நான் இருப்பதைப் போலவே இருப்பதென்பதில் என்ன தவறு? என்னை எனக்கே சலித்துப்போனது. மேலும், எல்லாவற்றுக்கும் மேலாக என்னுடைய தூய்மை எனது உடலை நாசம் செய்து கொண்டிருந்தது. மனப்பூர்வமாக (என்ன ஒரு நெஞ்சைத்தொடும் எண்ணம்!) என்னாலும் அந்த சிறுபிள்ளைத்தனத்திலிருந்து தப்ப முடியும் என்று நான் யோசித்திருக்கிறேன். நான் வெறுப்புற்றிருந்த என்னுடைய அந்த குணம்தான் எனது உண்மையான சுயம். என்னுடைய உண்மையான வாழ்வின் ஒரு அங்கம் என்பதை நான் இன்னும் உணரவில்லை என்பதைப்போல தோன்றியது. மாறாக இவையெல்லாம் என்னுடைய கனவுகளின் வருடங்கள் என்றும் அவற்றிலிருந்து விலகி நான் இப்போது 'நிஜ வாழ்வு'க்குத் திரும்பி விடுவேன் எனவும் நான் நம்பியதாகத் தோன்றியது.

வாழத் தொடங்குவதற்கான அவசரத்தை நான் உணர்ந்தேன்.

என்னுடைய நிஜ வாழ்வை வாழத் தொடங்குவதற்கு? அது வொரு தூய்மையான மாறுவேடமாக இருந்து என்னுடைய வாழ்க்கையென்பதாக இல்லாமலே போனாலும் கூட, நானொரு தொடக்கத்தை ஆரம்பிப்பதற்கான, என்னுடைய கனத்த பாதத்தை முன்னெடுத்து வைப்பதற்கான நேரம் வந்திருந்தது.

அத்தியாயம் மூன்று

வாழ்க்கை ஒரு நாடகமேடை என அனைவரும் சொல்கிறார் கள். ஆனால் பெரும்பாலான மனிதர்கள், எவ்வாறிருப்பினும் என்னைப் போல் அத்தனை சீக்கிரமாக, அந்த எண்ணத்தால் ஆட்டிவைக்கப்பட்டதாகத் தோன்றவில்லை. குழந்தைப் பருவத்தின் முடிவில் அது அப்படித்தான் என்றும் ஒருமுறை கூட எனது உண்மையான சுயத்தை வெளிப்படுத்திக் கொள்ளாமல் என்னுடைய பாத்திரத்தை மேடையில் நடிக்க வேண்டும் எனவும் நான் ஏற்கனவே தீர்மானமாக நம்பத் தொடங்கியிருந்தேன். என்னுடைய நம்பிக்கைக்கு அதீதமான கபடமற்ற அனுபவ மின்மையின் துணையிருந்ததால், எனது மூளைக்குள் எங்கோ நான் தவறாகப் புரிந்து கொள்ளப்படலாம் என்கிற தயக்கத்தின் அவநம்பிக்கை இருந்தாலும் கூட, நடைமுறையில் எல்லா மனிதர்களும் வாழ்க்கையை இப்படித்தான் எதிர்கொண்டார்கள் என்பதில் நான் ரொம்பவே உறுதியாயிருந்தேன். நன்மையில மட்டும் நம்பிக்கை கொண்டவனாக நான் தீவிரமாக நம்பினேன். நிகழ்ச்சி முடிந்து திரை கீழே விழுந்த பிறகு பார்வையாளர்கள் ஒருபோதும் நடிகனை அவனுடைய ஒப்பனையின்றி பார்க்க மாட்டார்கள். நான் இளமையில் இறந்து போவேன் என்கிற எனது எண்ணமும் இந்த நம்பிக்கைக்கான காரணிகளில் ஒன்றாயிருந்தது. என்றாலும், காலப்போக்கில் இந்த

நன்னம்பிக்கை, அல்லது சரியாகச் சொல்வதென்றால், இந்தப் பகற்கனவு, குரூரமானதொரு வெளியேற்றத்தைச் சந்திக்க வேண்டியதாயிற்று.

நான் இங்கே குறிப்பிடுவது "சுய அறிதல்" என்கிற வழக்க மான சங்கதி அல்ல என்பதையும் முன்னெச்சரிக்கை என்கிற வகையில் நான் சேர்த்துக் கொள்கிறேன். மாறாக இது வெறுமனே பாலுறவு சார்ந்தது. பெரும்பாலும் தன்னிடமிருந்தும் கூட, தனது பாலுறவு சார்ந்த விருப்பங்களின் உண்மையான இயல்புகளை மறைக்க முயலுகிற ஒருவருடைய கதாபாத்திரம் பற்றியது. தற்போதைக்கு இதற்கு மேல் எதையும் சுட்டிக்காட்ட நான் விரும்பவில்லை.

ஆக இப்போது பின்தங்கிய மாணவன் என்று சொல்லப் படுகிறவனை மரபுகளின் வழி வந்தவன் என்பதாகவும் கொள்ளலாம். என்றாலும் கூட, வாழ்க்கையின் பள்ளிக்கூடத்தில் எனது தலைமுறையைச் சேர்ந்த மற்றவர்களோடு இணைந்து ஒழுங்கான பதவியுயர்வுகளைப் பெற நானும் விரும்பினேன். மேலும் அப்படிச் செய்வதற்கான மாற்றுவழியையும் கண்டு கொண்டேன். சுருக்கமாக, நான் எழுதுவதைப் பற்றிய எந்தப் புரிதலுமின்றி, தேர்வுகளின்போது என் நண்பர்களின் பதில்களை நகலெடுப்பதையும், பின்னர் திட்டமிட்ட அப்பாவித்தனத்தோடு என்னுடைய தாள்களைக் கையளிப்பதையும் முறைமையாக இந்தக் கருவி கொண்டிருந்தது. தந்திரத்தைக் காட்டிலும் இன்னும் கேவலமான மற்றும் வெட்கமில்லாத இத்தகைய முறைமை மேம்போக்கானதொரு வெற்றியை அறுவடை செய்கிற காலங்களும் இருந்தன. ஆக மாணவன் தேர்ச்சியடைகிறான். இருந்தபோதும், முன்னேறிச் செல்லும் வகுப்பில் அவன் கீழ்நிலை வகுப்புகளின் சமாச்சாரங்களை வெற்றி கொண்டவனாக ஊகிக்கப்படுகிறான். மேலும் பாடங்கள் சிரமங்களினூடாக விரைந்து செல்கையில் முற்றிலும் தொலைந்து போகிறான். ஆசிரியர் சொல்வதைக் கேட்டாலும் கூட அதன் ஒரு வார்த்தையையும் அவன் புரிந்து கொள்வதில்லை. இந்தப் புள்ளியில் அவன் முன்பாக இரண்டு வழிகள்தான் திறந்திருக்கின்றன: ஒன்று அவன் தனக்குள் ஒளிந்து கொள்ளலாம். அல்லது தன்னுடைய அனைத்துச் சக்தியையும் பயன்படுத்தித் தனக்குப் புரிந்ததாக நடிப்பதன் மூலம் பொய்யாக மற்றவர்களை தாண்டிச் செல்லலாம். இந்த இரண்டு வழிமுறைகளுக்கிடையிலான தேர்வென்பது அவனுடைய பலவீனம் மற்றும் தைரியத்தின் இயல்பால்

தீர்மானிக்கப்படுகிறது. அதன் அளவினால் அல்ல. எந்த வழி முறையானாலும் ஒரே அளவிலான தைரியமே தேவைப்படும். அல்லது ஒரே அளவிலான பலவீனமும். மேலும் எதுவென்றாலும், சோம்பலின் மீது கொண்டிருக்கும் ஒரு மாதிரியான கவித்துவமான மற்றும் அழியாத ஏக்கமும் தேவைப்படும்.

ஒருநாள் பள்ளிக்கூடச் சுவர்களின் வெளிப்புறத்தை ஒட்டி நடந்து கொண்டிருந்த வகுப்புத்தோழர்களின் அணியில், எங்களுடைய நண்பர்களில் ஒருவன் — அவன் அங்கிருக்கவில்லை. தான் பள்ளிக்குப் போய் வந்து கொண்டிருந்த பேருந்தின் பெண் நடத்துனரோடு காதலில் விழுந்து விட்டான் என்கிற வதந்தியை அவர்கள் இரைச்சலாய் விவாதித்துக் கொண்டிருக்க, நானும் சேர்ந்து கொண்டேன். சிறிது நேரத்தில் அந்த வதந்தி பேருந்து நடத்துனரிடம் ஒருவருக்கு என்ன பிடிக்கக்கூடும் என்கிற தத்துவ விசாரணையாக மாறியது.

வேண்டுமென்றே குரூரமானதொரு தொனியை குரலில் ஏற்றிக் கொண்டு திடீரென்று இரைந்து பேசுகிறவனாக, வார்த்தைகளை விசிறுவதைப் போல, இந்தப் புள்ளியில் நான் பேசினேன்:

“அது அவர்களுடைய சீருடைகள்தான்! ஏனெனில் அவர்களது உடலில் அவை மிகக் கச்சிதமாகப் பொருந்துகின்றன.”

சொல்லத் தேவையின்றி, என் வார்த்தைகளில் இருந்ததைப் போல, பேருந்து பெண் நடத்துனர்களின் மீது இதுபோன்ற புலன்சார்ந்த ஈர்ப்பை நான் ஒருபோதும் உணர்ந்ததில்லை. ஒப்புமையின் பொருட்டே நான் பேசினேன் — இதே மாதிரியான இறுக்கமான சீருடையை இன்னொரு உடலில் பொருத்திப் பார்த்த மிகத்துல்லியமான ஒப்புமை — மேலும் அப்போது என்னுள் மிகத் தீவிரமாயிருந்த, முதிர்ந்தவனாக, எல்லாவற்றிலும் குற்றம் கண்டுபிடிக்கிற உணர்வாளனாகக் காட்டிக்கொள்ள முனைந்த விருப்பத்தின் காரணமாகவும்.

மற்ற பையன்கள் உடனடியாக எதிர்வினை ஆற்றினார்கள். அவர்கள் அனைவரும் குற்றஞ்சொல்லவியலாத ஒழுக்கத்தைக் கொண்ட ‘மரியாதையான மாணவர்கள்’ என்கிற வகைமையைச் சேர்ந்தவர்கள், மேலும் — என்னுடைய பள்ளியில் பெரும்பான்மையான சமயங்களில் இருந்ததைப் போல — அதற்குத் தகுந்தாற்போல முன்யோசனை கொண்டவர்கள்.

என்னுடைய வார்த்தைகளின் மீதான அவர்களுடைய அதிர்ச்சி கலந்த நிராகரிப்பென்பது அவர்களின் பாதி விளையாட்டுத் தனமான கருத்துகளில் தெளிவாயிருந்தது.

“ஓஓஓ.. உனக்கு அது பற்றி எல்லாம் தெரியும், இல்லையா?”

“தான் செய்யக்கூடாததை ஒருவன் செய்து கொண்டிருந் தாலன்றி இது மாதிரியான விசயம் பற்றி யாரும் கனவு காண மாட்டார்கள்.”

“ஏய்... நீ நிஜமாகவே மோசமானவன், இல்லையா?”

இதுபோன்ற நேரடியான மற்றும் கோபமூட்டுகிற விமர் சனத்தை எதிர்கொண்டபோது, என்னுடைய மருந்து சற்றே தேவைக்கதிகமான ஆற்றலைக் கொண்டிருந்தாக நான் அச்சம் கொண்டேன். இதே விசயத்தைச் சொல்வதில், இயல்பிலல்லாத மற்றும் திடுக்கிடச் செய்கிற வழிமுறையில் கொஞ்சம் பேசா திருந்தால், நான் என்னுடைய ஆழமுடைமையை மென்மேலும் எனக்குச் சாதகமாகப் பயன்படுத்திக் கொண்டிருக்கலாம் என்பதையும், இன்னும் கொஞ்சம் கூச்சமுடையவனாகவும் காட்டிக்கொள்ள வேண்டும் என்பதையும் நான் பிரதி பலித்தேன்.

பதினான்கு அல்லது பதினைந்து வயதான ஒரு பையன் தன் வயதையொத்த பையன்களைக் காட்டிலும் சுயத்தைப் பற்றிய விசாரணை மற்றும் பிரக்ஞை தனக்கு அதிகமாயிருப்பதைக் கண்டுகொள்ளும்போது, அவர்களைக் காட்டிலும் தான் மிகுந்த முதிர்ச்சியுற்றதாக நம்புகிற பிழைக்குள் எளிதில் வீழ்ந்து விடுகிறான். என்னுடைய விசயத்தில் நிச்சயம் இது தவறாகத்தான் இருந்தது. இன்னும் சரியாகச் சொல்வதென்றால் மற்ற பையன்களுக்கு என்னைப் போல தங்களைத் தாங்களே புரிந்து கொள்ள வேண்டிய அவசியமிருக்கவில்லை. அவர்களால் அவர்களுடைய இயல்பில் இருக்க முடிந்தது. ஆனால் நான், குறிப்பிடத்தகுந்த புரிதலையும் வாசிப்பையும் கோரி நின்ற ஒரு விசயத்தை, ஒரு கதாபாத்திரத்தை ஏற்று நடிக்க வேண்டியிருந்தது. ஆக என்னுடைய முதிர்ச்சி என்றல்லாது என்னுடைய அசௌள கரியத்தின் உணர்வு, என்னுடைய நிச்சயமின்மை ஆகியவையே எனது பிரக்ஞையின் மீது ஆதிக்கம் செலுத்த என்னைத் தூண்டின. ஏனென்றால் இத்தகைய பிரக்ஞையென்பது வெறு மனே பைத்தியநிலைக்கு இட்டுச்செல்லும் படிக்கட்டே. மேலும் எனது தற்போதைய சிந்தனைகள் என்பவை யாவும் நிச்சய

மற்ற மற்றும் தற்செயலான யூகங்கள் என்பதைத் தாண்டி வேறொன்றுமில்லை.

“நாம் தீமை என்றழைப்பது எல்லா மனிதகுலத்திலும் இயற்கையாய் அமைந்த, மனிதனை வெளியிலும் அவனிட மிருந்து வெகுதொலைவிலிருக்கும் ஆழமறிய முடியாத ஏதோ வொன்றை நோக்கியும் துரத்துகிற உறுதியின்மை என்பது தான். மிகச்சரியாக, இயற்கை தன்னுடைய பழங்காலக் குழப்பங்களின் கிடங்கியிலிருந்து நம்முடைய ஆன்மாக்களுக்கு மரணசாசனத்தின் வழி எழுதி வைத்ததைப் போன்ற நிச்ச யமற்றதன்மையின் அழிக்கவியலாததொரு பகுதி” என்று ஸ்டீபன் ஸ்வெய்க் சொல்லும்போது அவர் குறிப்பிடும் ஒன்றைப் போன்றதுதான் என்னுடைய அசௌகரியமும். இந்த ஓய்வின்மையின் உணர்வு பிரயாசையை உண்டாக்குகிறது, மேலும் “அதிமனித மற்றும் அதீத உணர்வுகளின் மூலப் பொருட்களுக்குள் மீண்டும் தன்னை உறுதி செய்து கொள்ள முயற்சிக்கிறது.” ஆக, மற்ற பையன்கள், சுய அறிதலுக்கான எந்தத் தேவையுமின்றி சுயவிசாரணையை நிராகரிக்க முடிந்தபோது, இதே நிச்சயமற்றதன்மைதான் என்னைச் செலுத்தியது.

பேருந்துகளின் பெண் நடத்துனர்கள் எனக்கான பாலுணர்வு சார்ந்த மிகச்சிறிய ஈர்ப்பையும் கொண்டிருக்கவில்லை. என்றாலும் கூட, ஒப்புமை மற்றும் நான் ஏற்கனவே குறிப்பிட்ட வேறு சில காரணங்களுக்காகவும் வேண்டுமென்றே பேசப்பட்ட என்னுடைய வார்த்தைகள், எனது நண்பர்களை அதிர்ச்சி கொள்ள வைத்து அவர்களைச் சங்கடத்தில் ஆழ்த்தியதோடு மட்டுமல்லாமல், இச்சையைத் தூண்டும்படியான யோசனை களுக்கான அவர்களது வளரிளம்பருவத்தின் நுட்பமான உணர்வுகளோடு விளையாடி தெளிவில்லாததொரு பாலுணர்வு சார்ந்த கிளர்ச்சியை உருவாக்குவதை நான் கண்டேன். அதைக் கண்டதில் மேட்டிமைத்தனத்தின் வன்மம் நிரம்பிய உணர்வு இயல்பாகவே எனக்குள் எழுந்தது.

ஆனால் என்னுடைய உணர்வுகள் அத்தோடு நிற்கவில்லை. இப்போது ஏமாற்றம் அடைவதில் என்னுடைய முறை வந்தி ருந்தது. என்னுடைய மேன்மையின் உணர்விலிருந்து நிதானமாக, ஆனால் உருக்குலைந்து, ஒருபுறமாக வெளியேறி வந்தேன். அதன் செயல்முறை இப்படித்தானிருந்தது:

என்னுடைய மேன்மையுணர்வின் ஒரு பகுதி அகந்தை என்றாகியது. மனிதகுலத்தைக் காட்டிலும் நான் ஒரு அடி முன்னே இருப்பதான மயக்கமாக மாறியது. பின்னர், மற்ற வற்றை விட இந்த மயக்கமுற்ற பகுதி உறுதியானபோது, என்னில் ஒரு பகுதி இன்னும் போதையிலிருக்கிறது என்கிற சங்கதியை கணக்கிலெடுத்துக் கொள்ளாமல், எல்லாவற்றையும் என்னுடைய நிதானித்த பிரக்ஞையோடு முடிவு செய்கிற கண்மூடித்தனமான தவறினை நான் செய்தேன். ஆக "நான் மற்றவர்களை விட மேலே இருக்கிறேன்" என்கிற மயக்கமூட்டும் எண்ணம், "இல்லை, மற்றவர்களைப் போல நானும் மனிதன்தான்" என்கிற கோழைத்தனத்தை நோக்கி திருத்தப்பட்டது. தவறான மதிப்பீட்டின் காரணமாக, இதை யொட்டி, "மேலும் அனைத்து விதத்திலும் நானும் அவர்களைப் போன்ற மனிதன்தான்" என்பதாக ஊதிப் பெருக்கப்பட்டது. இன்னும் நிதானமடைந்திராத என்னுள் ஒரு பகுதி இத்தகைய விஸ்தீரணத்தைச் சாத்தியமாக்கி அதனை ஆதரித்தது. ஆக இறுதியாக இறுமாப்புடனான இந்த முடிவுக்கு நான் வந்து சேர்ந்தேன். "அனைவரும் என்னைப் போலதான்." பிறழ்ச்சிக் கானதொரு சாதனையை நான் முன்வைக்கிறேன் என்பதான யோசனையே இந்த முடிவை வந்தடைவதில் மிகுந்த விசையோடு செயலாற்றியது.

ஆக இப்படித்தான் என்னை நானே வசியம் செய்வதில் வெற்றியடைந்தேன். மேலும் அந்தக் கணத்திலிருந்து, என் வாழ்வின் தொண்ணூறு சதவிகிதம் இந்த சுய வசியத்தால்தான் வழி நடத்தப்பட்டது. இந்த பகுத்தறிவற்ற, கேடுகெட்ட, போலியான வசியத்தால், அது போலியானது என்பதை நான் கண்டிப்பாக அறிந்திருந்தேன். ஏமாளித்தனத்துக்கு இதைக் காட்டிலும் அதிக மாய் தன்னை முழுதாய் ஒப்புக்கொடுத்த மனிதன் வேறு யாரும் இருக்கிறானா என்று கூட அதிசயிக்கலாம்.

வாசகன் புரிந்து கொள்வானா? பேருந்து பெண் நடத்துனர் களைப் பற்றி பேசும்போது உணர்வு சார்ந்த மிக நுணுக்கமான வார்த்தைகளைக் கூட என்னால் பயன்படுத்த முடிகிறது என்பதற்கு வெகு சாதாரணமானதொரு காரணமே இருந்தது. மேலும் இதுதான் நான் உணரத்தவறிய மிகத்துல்லியமான புள்ளி. உண்மையில் அது ஒரு சாதாரணமான காரணம்— பெண்களைப் பொறுத்தமட்டில், மற்றப் பையன்கள் இயல்பாகக் கொண்டிருந்த வெட்கத்தை நான் கொண்டிருக்கவில்லை என்பதைத் தாண்டி வேறொன்றுமில்லை.

இன்று வரை நான் பெற்றிராத முடிவெடுக்கும் ஆற்றலோடு, நான் வெறுமனே, அந்த நாட்களிலிருந்த என்னுடைய பிரதியை ஆராதிக்கிறேன் என்கிற குற்றச்சாட்டை மறுக்கும்விதமாக, எனது பதினைந்து வயதில் எழுதிய ஒன்றிலிருந்து சிறிய பகுதியை மேற்கோள் காட்டுகிறேன்:

...இந்தப் புதிய நண்பர்களின் வட்டத்துக்குள் தன்னையும் ஒரு பகுதியாக இணைத்துக் கொள்வதில் ரொயடோரா நேரந்தாழ்த்தவில்லை. தனது அர்த்தமற்ற சலிப்பையும் மனச் சோர்வையும் சற்றே கொண்டாட்டமாயிருப்பதன் மூலம்— அல்லது அப்படிக் காட்டிக் கொள்வதன் மூலம் — வெல்ல முடியும் எனத் தீர்மானமாக அவன் நம்பினான். ஏமாளித் தனம், நம்பிக்கையின் சிகரம், அவனைப் பிரகாசிக்கிற இளைப்பாறலின் நிலையமைதிக்குள் தள்ளியிருந்தது. ஏதாவது உள்ளர்த்தம் கொண்ட கேலியிலோ சேட்டையிலோ இணைந்து கொள்ளுகையில் அவன் எப்போதும் தனக்குத்தானே சொல்லிக் கொண்டான்: "நான் இப்போது சோகமாயில்லை. நான் இப்போது சலிப்பாயில்லை." இவற்றை 'துயரங்களை மறத்தல்' என்பதாக அவன் வடிவமைத்தான்.

பெரும்பாலான மனிதர்கள், அவர்கள் சந்தோசமாக இருக் கிறார்களா இல்லையா, கொண்டாட்டமாக இருக்கிறார்களா இல்லையா என்பது குறித்து எப்போதும் சந்தேகம் கொண் டவர்களாக இருக்கிறார்கள். சந்தேகம் என்பது இயல்பான விசயம் என்கிற நிலையில், இது சந்தோசத்தின் சாதாரணமான நிலைமைதான்.

ரொயடோரா எப்போதும் "நான் சந்தோசமாக இருக்கிறேன்" என அறிவித்து விட்டு அது உண்மைதான் என தனக்குத்தானே சொல்லிக் கொள்கிறான்.

இதன் காரணமாக, மக்கள் அவனுடைய 'கேள்விக்குட்படுத்த முடியாத சந்தோசம்' எனச் சொல்லப்படுவதை நம்புகிற நிலைக்கு வளைக்கப்படுகிறார்கள். ஆக இறுதியில் மிக மெல்லியதான ஆனால் உண்மையானதொரு விசயம் பொய்மையின் சக்தி வாய்ந்த இயந்திரத்துக்குள் சிறை வைக்கப்படுகிறது. இயந்திரம் அற்புதமாக செயலாற்றத் தொடங்குகிறது. மேலும் மனிதர்கள் அவன் "சுய ஏமாற்றத்தின்" கலவையாக இருப்பதை கவனிப் பதும் இல்லை.

“...இயந்திரம் அற்புதமாக செயலாற்றத் தொடங்குகிறது.” என்னுடைய விசயத்தில் இயந்திரம் உண்மையாகவே அற்புத மாகத்தான் செயலாற்றி வந்தது, இல்லையா?

ஒருவன் துர்தேவதையிலிருந்து தனக்கான நாயக பிம்பத்தை உருவாக்கும்போது துர்தேவதை இயல்பாகவே மனநிறைவு கொள்ளும் என்று யோசிப்பதும் பால்யத்தின் பொதுவான குணம்தான்.

ஆக, ஏதோ ஒரு வகையில் அல்லது எப்படியாவது என் வாழ்வில் ஒரு தொடக்கத்தை நான் ஆரம்பிக்க வேண்டிய நேரம் வந்திருந்தது. பயணத்துக்கான ஆயத்தமாக எனக்கு வழங்கப் பட்ட அறிவென்பது, நான் வாசித்த எண்ணற்ற புதினங்கள், வீட்டுப் பயன்பாட்டிற்கான ஒரு பாலியல் நூற்களஞ்சியம், மாணவர்களிடையே ஒவ்வொருவராகக் கைமாற்றிய பாலியல் படங்கள், களப்பயிற்சிகளின்போது இரவு நேரங்களில் நண்பர்கள் சொல்லக்கேட்ட எண்ணற்ற கபடமில்லாத அசிங்க நகைச்சுவைகள் ஆகிய எல்லாவற்றையும் விட, சற்றே அதிகமாக இருந்தது. இறுதியாக, இவை எல்லாவற்றுக்கும் மேலாக, என்னுடைய நம்பிக்கைக்குரிய பயணத்தோழனாக கொழுந்து விட்டெரியும் ஆர்வமும் இருந்தது. என்னுடைய பயணத்தைத் தொடங்க வாயிலில் புறப்பாட்டின் தோற்றநிலையை நான் முடிவு செய்ய வேண்டியிருந்தது, இதற்காக ‘பொய்மையின் இயந்திரமாக’ இருப்பது என்கிற தீர்மானம் மட்டுமே போது மானதாக இருந்தது.

என்னுடைய வயதையொத்த பையன்கள் வாழ்வை என்ன வாக உணருகிறார்கள், எப்படி அவர்கள் தங்களுக்குள் உரையாடு கிறார்கள் என்பதை ஆராய்ந்தவாறே நான் நிறைய புதினங்களை நுணுக்கமாக வாசித்தேன். விடுதி வாழ்விலிருந்து நான் துண்டிக்கப்பட்டிருந்தேன். பள்ளியின் தடகளப் போட்டிகளில் நான் கலந்து கொண்டதில்லை. மேலும், என்னுடைய பள்ளி முழுக்கவே சின்னஞ்சிறிய மேனாமினுக்கிகளால் நிறைந்திருந்தது. நான் விவரித்த அர்த்தமற்ற அசிங்க விளையாட்டை மீறி வளர்கிறபோது அவர்கள் விகாரமான சங்கதிகளோடு எந்தத் தொடர்புமற்றவர்களாக இருந்தார்கள். பிறகு, எல்லாவற்றையும் தூக்கிச் சாப்பிடும்படியாக, நான் மிகுந்த நாணமுடையவனாக இருந்தேன். இத்தனை விசயங்களும் ஒன்றிணைந்து என்

பள்ளித்தோழர்களின் மனநிலையை அறிந்து கொள்வதை எனக்குக் கடினமாக்கின. இதன் விளைவாக, தனிமையிலிருக்கும் ‘எனது வயதையொத்த பையன்’ என்ன உணருவான் என்பதைக் கோட்பாட்டு விதிகளின் வழியாக மட்டுமே நான் அனுமானிக்க முடிந்தது.

வளரிளம்பருவம் எனச் சொல்லப்படுகிற காலம் — கொழுந்து விட்டெரியும் ஆர்வம் என்பதைப் பொறுத்தமட்டில் நான் அதனை முழுதாக அனுபவித்தேன் — ஒரு நோய்வாய்ப்பட்ட வருகையைப் போல எங்களைப் பார்க்க வந்திருப்பதாகத் தோன்றியது. பருவமடைந்து விட்ட நிலையில், பெண்களைப் பற்றி மிதமிஞ்சி யோசிப்பது, பருக்களைக் கசிய விடுவது, மேலும் நிரந்தரமாய் தலைசுற்றும்படியான குழப்பத்தில் விடுகிற சர்க்கரை தோய்ந்த பாடல்களை மூளையிழந்தவர்களாக எழுதுவது ஆகியவற்றைத் தவிர்த்து பையன்கள் வேறெதுவும் செய்ததாகத் தெரியவில்லை. முதலில், அவர்கள் கரமைதுனத்தின் தீய விளைவுகளை வலியுறுத்திய, மேலும் பின்னர், பெரிய அளவில் தீயவிளைவுகள் ஏதும் இராது என்று மறுஅறிவிப்பு செய்த, பாலியல் குறித்த இந்தப் பாடத்தை வாசித்திருந்தார்கள். விளைவாக அவர்களும் இறுதியில் இதனை ஆர்வத்துடன் பின்பற்றுபவர்களாக மாறிப்போனதாகத் தோன்றியது. நான் எனக்குள் சொல்லிக்கொண்டேன். நான் முழுமையாக அவர்களை ஒத்தவனாகத்தான் இருக்கிறேன் என்பதற்கு மற்றுமொரு எடுத்துக்காட்டு. என்னுடைய சுயவசிய நிலைமையில், உடல்சார் இயக்கத்தில் ஒற்றுமை இருந்தாலும் கூட, மனநிலை சார்ந்த விசயங்களைப் பொருத்தவரை ஆழமான வித்தியாசங்கள் இருந்ததென்கிற சங்கதியை நான் புறக்கணித்தேன்.

முதன்மையான வித்தியாசம் என்பது என்னவெனில் மற்ற பையன்கள் பெண் என்கிற வெற்று வார்த்தையிலிருந்தே அசாதாரணமான கிளர்ச்சியை தருவித்துக் கொள்வதாக எனக்குத் தோன்றியது. தங்களுடைய மனங்களில் எப்போதும் அந்த வார்த்தை மிதந்து கொண்டிருந்ததாக அவர்கள் சிவந்து நாணமுற்றார்கள். மறுபுறம் நான், ‘பென்சில்’ அல்லது ‘தானியங்கி வாகனம்’ அல்லது ‘துடைப்பம்’ என்பதைக் காட்டிலும் ‘பெண்’ என்கிற வார்த்தையிலிருந்து அதிகமான உணர்வுசார்ந்த அபிப்பிராயம் எதையும் பெறவில்லை. பெரும்பாலும் என் நண்பர்களுடனான உரையாடலில் கூட ஒத்து யோசிப்பதற்கான செயல்பாடுகளில் இதேபோன்ற குறைபாட்டைக் கொண்டி

ருந்தேன். கட்டகுராவின் அம்மா பற்றிய சம்பவத்தைப்போல, மேலும் அவர்களோடு ஒட்டுமொத்தமாகத் தொடர்பிசைவற்று ஒலித்த கருத்துகளைப் பகிர்ந்தேன். அவர்களுடைய திருப்திக் காக என்னைக் கவிஞன் என்று நினைப்பதன் மூலம் என் நண்பர்கள் இந்தப் புதிரை விடுவித்தார்கள். ஆனால் என்னளவில் கவிஞன் என்று நினைக்கப்படுவதை நான் கண்டிப்பாக விரும்பவில்லை. கவிஞர்கள் என்றழைக்கப்படுகிற ஆண்வர்க்கத்தின் உறுப்பினர்கள் அனைவருமே வித்தியாசம் ஏதுமின்றிப் பெண்களால் நம்ப வைத்து ஏமாற்றப்பட்டவர்களாய் இருந்தார்கள் என்று நான் கேள்விப்பட்டிருந்தேன். ஆக என் நண்பர்களுடனான உரையாடல்களை முரண்பாடற்றதாகச் செய்ய, அவர்களின் எண்ணங்களோடு ஒத்துப்போவதைப் போலவே சிந்திக்கிற செயற்கையான வல்லமையை நான் உருவாக்கிக் கொண்டேன்.

அவர்களை என்னிடமிருந்து கூர்ந்து வித்தியாசப்படுத்த முடியும் என நான் ஒருபோதும் யோசித்ததில்லை. உள்ளுணர்வுகளில் மட்டுமல்லாது, அவர்களுடைய மறைக்கப்பட்ட வெளிப்புற அடையாளங்களிலும் கூட. சுருக்கமாக, ஒரு பெண்ணினுடைய நிர்வாண உடம்பின் படத்தைப் பார்த்தவுடன் உடனடியாக அவர்களுக்கு விறைப்புத்தன்மை ஏற்பட்டது என்பதையும், இது மாதிரியான நேரத்தில் எந்த உணர்வுமற்று இருப்பதில் நான் மட்டுமே தனித்திருந்தேன் என்பதையும் நான் உணரவில்லை. போலவே என்னுடைய விசயத்தில் விறைப்பினைத்தூண்டக்கூடிய ஒரு பொருள் (விசித்திரமாக, ஆரம்பத்திலிருந்தே இதுபோன்ற பொருட்கள் பிறழ்ச்சியின் தனித்தன்மையுடனான பாலுறவு சார்ந்த பொருட்கள் என்கிற வகைமைக்குள் திணிக்கப்பட்டன), சொல்வதெனில் ஐயோனியன் வார்ப்பில் செய்யப்பட்ட ஒரு நிர்வாண இளைஞனின் சிலை, அவர்களைச் சற்றும் கிளர்த்தி யிருக்காது என்பதை நான் அறிந்திருக்கவில்லை.

முந்தைய அத்தியாயத்தில் விறைப்புத்தன்மை குறித்த வெவ் வேறு தருணங்களின் விரிவான விளக்கங்களைத் தந்ததற்கான என்னுடைய நோக்கமென்பது என்னைப் பற்றிய எனது அறியாமை என்கிற இந்த முக்கியமான புள்ளியை எளிதாய்ப் புரிந்து கொள்வதற்காகத்தான். மற்ற பையன்களைக் கிளர்ச்சியூட்டுகிற பொருட்கள் குறித்த என்னுடைய அறிவின் போதாமை நான் அவர்களைப் போலவே இருப்பதாக நினைத்துக்கொள்கிற சுய வசியத்தை இன்னும் பலப்படுத்தியது. நான் ஞானோபதேசத்தை

எங்கே பெற்றிருக்க முடியும்? முத்தமிடும் காட்சிகள் நிறைந்த புதினங்கள், ஆனால் நான் வாசித்த ஒன்று கூட இதுபோன்ற தருணங்களில் ஏற்படுகிற விறைப்புத்தன்மைகள் பற்றிய குறிப்புகளைக் கொண்டிருக்கவில்லை. இது இயல்பானதுதான். ஒரு புதினத்தில் பெரிதாக விவரிக்கவியலாத சங்கதிதான். ஆனால் பாலியல் நூற்களஞ்சியம் கூட விறைப்புத்தன்மை குறித்து முத்தத்தின் உடற்கூறு சார்ந்த துணைவன் என்று ஏதும் குறிப்பிடவில்லை. மாறாக விறைப்புத்தன்மையென்பது உடலுறவுக்கான முன்னுரையாகவோ அல்லது ஒரு நிகழ்வின் மனம்சார்ந்த சித்திரத்துக்கான மறுமொழியாகவோ நிகழும் என்கிற அபிப்பிராயத்தை எனக்குள் விட்டுப்போனது. நேரம் வரும்போது, அங்கே விருப்பம் இல்லாவிட்டாலும் கூட, கச்சிதமாக அது ஏதோ தொலைதூர வானத்துக்குப் பின்னாலிருந்து வருகிற எழுச்சி என்பதைப்போல, நானும் சட்டென விறைப்புத்தன்மை கொள்வேன் என்று நான் நினைத்தேன். என்னுள் ஆழமாயிருந்த சின்னஞ்சிறிய எதுவோவொன்று தொடர்ச்சியாக முணுமுணுத்தது: “இல்லை, உன்னுடைய விசயத்தில் மட்டும் அது நடக்காது.” ஆக இந்தச் சிறிய சந்தேகம் என்னுடைய பாதுகாப்பின்மையின் எல்லா உணர்வுகளிலும் பிரகடனம் செய்யப்பட்டது.

ஆனால் என்னுடைய தீய பழக்கத்தில் ஈடுபடுகிற தருணத்தின் போது ஒரு முறை கூடவா நான் பெண்ணின் ஏதோவொரு பகுதியை எனக்குள் காட்சிப்படுத்தவில்லை? பரிசோதனை முயற்சியாகக் கூட? இல்லை, ஒருபோதும் இல்லை. இந்த விசித்திர மான பிறழ்வுக்கு வெறுமனே எனது சோம்பல்தான் காரணம் என்று எனக்கு நானே விளக்கம் சொல்லிக் கொண்டேன்.

சுருக்கமாக, நான் மற்ற பையன்களைப் பற்றிய எதையும் அறிந்திருக்கவில்லை. ஒவ்வொரு இரவும் என்னைத் தவிர எல்லா பையன்களின் கனவிலும் பெண்கள் — வீதியின் முனையில் போதும் போதாமலும் முந்தைய நாள் பார்த்த பெண்கள் — அவர்களுடைய ஆடைகள் அவிழ்க்கப்பட்டு ஒவ்வொருவராகக் கனவு காண்பவருடைய கண்களின் முன்பு அணிவகுத்து வந்தார்கள் என்பது எனக்குத் தெரியாது. பையன் களின் கனவுகளில் பெண்களுடைய மார்புகள் அடிக்கடி இரவின் கடலிலிருந்து எழும்பி வரும் அழகிய ஜெல்லி மீன்களைப் போல மிதந்து வரக்கூடும் என்பது எனக்குத் தெரியாது. அந்தக் கனவுகளில் பெண்களின் அந்தரங்கப் பகுதி

தன்னுடைய ஈரமான உதடுகளைத் திறந்து எச்சரிக்கையின் இன்னிசையைத் தொடர்ந்து பாடிக் கொண்டிருக்கும் என்பது எனக்குத் தெரியாது. பத்து முறை, நூறு முறை, ஆயிரம் முறை, முடிவில்லாமல்...

இத்தகைய கனவுகள் எனக்கு வராதது சோம்பலின் காரண மாகவா? அது சோம்பலின் காரணமாகத்தான் இருக்குமா? என்னை நானே கேட்டுக் கொண்டேன். வாழ்க்கை மீதான என்னுடைய ஆவல் மொத்தமும் நான் வெறுமனே சோம்பலாயிருந்தேன் என்கிற இந்தச் சந்தேகத்திலிருந்துதான் கிளம்பியது. மேலும் இறுதியில் இந்த ஆவல் சோம்பல் என்கிற குற்றச்சாட்டுக்கு எதிராக என்னை நியாயப்படுத்துகிற இந்தப் புள்ளியில் தன்னைச் செலவழித்தது. ஆக இன்னும் என்னுடைய சோம்பல் அதே சோம்பலாக மட்டும் இருப்பதையும் உறுதி செய்தது.

முதல் காரியமாக இந்த ஆவல் பெண்கள் பற்றிய என்னுடைய எல்லா நினைவுகளையும், வெகு ஆரம்பத்திலிருந்து தொடங்கி, ஒன்று சேகரிக்கும் மனவுறுதிக்கு என்னை இட்டுச் சென்றது. அது எத்தனை அற்பமான தொகுப்பு என்றாகிப் போனது!

நான் பதிமூன்று அல்லது பதினான்கு வயதாயிருந்தபோது நிகழ்ந்த சம்பவம் நினைவுக்கு வந்தது. என் அப்பா ஒசாகாவுக்கு மாற்றலான தினம், நாங்கள் அனைவரும் அவரை வழியனுப்ப டோக்கியோ நிலையத்துக்குச் சென்றிருந்தோம். பின்னர், நிறைய உறவினர்கள் எங்களோடு வீட்டுக்குத் திரும்பி வந்தார்கள். அவர்களுள் என் இரண்டாவது அத்தை பெண் சுமிகோவும் இருந்தாள். இருபது வயதான திருமணமாகாதவள்.

சுமிகோவின் முன் பற்கள் வெகு மெலிதாகத் துருத்திக் கொண்டிருந்தன. அதீத வெண்மையான அழகான பற்கள், அவற்றைப் பறைசாற்றுவதற்காகத்தான் சிரிக்கிறாளோ என ஒருவர் வியக்குமளவுக்கு அவள் சிரித்தபோது அவை பிரகாச மாக மின்னின. அவற்றின் சற்றே புடைத்திருப்பதான தோற்றம் அவளுடைய புன்னகைக்கு நுண்ணியமானதொரு ஈர்ப்பைக் கூட்டின. அவளைப் பொருத்தமட்டில் துருத்தித் தெரிகிற பல்லின் குறைபாடென்பது, அவளுடைய முகம் மற்றும் தோற்றத்தின் இணக்கமான கவர்ச்சி மற்றும் அழகில் கலந்த, ஒத்திசைவை அழுத்திச் சொல்லி அழகுக்கு பரிமளத்தின் தனித்த சுவையைச்

சேர்க்கும் நறுமணத்தின் துளியைப் போன்றது.

'காதல்' என்கிற வார்த்தை பொருத்தமாக இல்லையெனில், குறைந்த பட்சம் இந்த அத்தை பெண்ணை நான் 'விரும்பினேன்.' குழந்தைப்பருவத்திலிருந்தே தொலைவிலிருந்து அவளைப் பார்ப் பதில் நான் மகிழ்ச்சியடைந்தேன். அவள் துணி தைக்கும்போது, வெறுமையாய் அவளை உற்றுப்பார்ப்பதைத் தவிர வேறேதும் செய்யாமல், மணிக்கணக்கில் அவளருகே அமர்ந்திருப்பேன்.

சிறிது நேரம் கழித்து என்னையும் சுமிகோவையும் கூடத்தில் தனியாக விட்டு என் அத்தைகள் உள்ளறைக்குள் சென்றார்கள். நாங்கள் இருந்தபடியே இருந்தோம். எதுவும் பேசாமல், சாய் விருக்கையில் அருகருகே அமர்ந்திருந்தோம். எங்கள் தலைகள் நிலைய நடைமேடையின் இரைச்சலால் இன்னும் ரீங்கரித்துக் கொண்டிருந்தன. நான் வழக்கத்துக்கு மாறாகச் சோர்வாக உணர்ந்தேன்.

"ஓஓ.. எனக்குக் களைப்பாய் இருக்கிறது" சின்னக் கொட்டா வியை வெளிப்படுத்தியபடி அவள் சொன்னாள். ஏதோவொரு மாய சடங்கினை நிகழ்த்துவது போல, சோம்பலாக அவளுடைய வெண்ணிறக் கரத்தை உயர்த்தி வாயை மெலிதாகப் பலமுறை அவளது வெண்மையான விரல்களால் தட்டினாள். "நீயும் களைப்புற்றிருக்கிறாய் இல்லையா, கோச்சான்?"

புரியாத ஏதோவொரு காரணத்துக்காக, இதைச் சொல்லும் போது அவள் தன் கிமோனோவின் இரு கைகளாலும் முகத்தை மூடிக்கொண்டு அதனை ப்ளப் என்ற சத்தத்தோடு என் தொடை களின் மீது புதைத்தாள். பின்னர், அவள் கன்னங்களை என் காற்சட்டைகளின் மீது மெலிதாக உரசியபடி, தன் முகத்தை மேலே திருப்பிச் சிறிது நேரம் அசைவற்றவளாகக் கிடந்தாள்.

என் சீருடையின் காற்சட்டைகள் அவளுக்குத் தலையணை யாய்ச் சேவகம் செய்யும் பாக்கியத்தால் நடுங்கின. அவளுடைய வாசனை திரவியமும் பூச்சின் நறுமணமும் என்னைக் குழப்பின. களைத்த, விரிந்த தெளிவான கண்களோடு அங்கே எந்த அசைவுமற்று கிடந்த அவளுடைய தோற்றத்தை நான் பார்த்துக் கொண்டிருந்தேன். எதையோ இழந்திருந்தேன்.

இவ்வளவுதான் நிகழ்ந்தது. ஆனாலும் கூட என் தொடையின் மீது ஒருகணம் அந்த சுகமான சுமை அழுந்தியபோது உண்டான

உணர்வை நான் ஒருபோதும் மறக்கவில்லை. அது பாலுணர்வு அல்ல. என்றாலும் கூட ஏதோவொரு வகையில் தெளிவாக, மார்பில் தொங்குகிற அலங்காரத்தின் எடை உருவாக்கும் உணர்வைப்போல, அதீத சுகத்தின் பரவசம்...

பள்ளிக்குச் சென்ற பேருந்துகளில் அடிக்கடி ஒரு வெளிறிய இளம் நங்கையை நான் எதிர்கொண்டேன். அவளுடைய இறுகிய மனநிலை என் கவனத்தை ஈர்த்தது. அனைத்திலும் மிகுந்த சலிப்புற்றவளாக அவள் எப்போதும் சாளரத்துக்கு வெளியே ஆர்வமின்றி உற்றுப் பார்த்துக் கொண்டிருப்பாள். மெலிதாய்ப் பிதுங்கிய அவளுடைய உதடுகளில் தென்படும் மனவுறுதி கவர்ச்சியானதாக இருந்தது. அவள் பேருந்தில் இல்லாத போது, ஏதோவொன்று தொலைந்ததைப் போலிருந்தது, மேலும் நான் அதை உணருமுன்பாகவே பேருந்தில் ஏறிய ஒவ்வொரு முறையும் அவளைக் காண மூச்சிழந்தவனாய் நம்பிக்கை கொண்டிருந்தேன்.

இதுதான் காதல் என அழைக்கப்படுவதா என்று அதிசயித் தேன். சத்தியமாக எனக்குத் தெரியவில்லை. காதலுக்கும் பாலுணர்வுக்குமிடையில் தொடர்பிருப்பதாக எனக்கு சின்ன தொரு எண்ணமும் இருந்ததில்லை. சொல்லத் தேவையின்றி, ஓமி மீது நான் மையல் கொண்டிருந்த காலத்தில், என் மீது ஆதிக்கம் செலுத்திய அவனுடைய அசுரத்தனமான வசீகரத் துக்குக் காதல் என்கிற வார்த்தையைப் பொருத்திப் பார்க்க நான் எந்த முயற்சியும் எடுத்ததில்லை. மேலும் இப்போது மறுபடியும், பேருந்திலிருந்த பெண் மீதுணர்ந்த இலக்கற்ற உணர்வைக் காதலாக இருக்குமா என்று நான் ஆச்சரியப்பட்டுக் கொண்டிருந்தாலும் கூட, அதே நேரத்தில், அவனுடைய கேசம் கனத்த மயிர்ச்சாந்தினால் பிரகாசிக்கிற முரட்டுத்தனமான பேருந்து ஓட்டுனரின் மீதும் என் கவனம் ஈர்க்கப்படுவதை உணர்ந்தேன்.

இதன் உள்ளீடாயிருந்த பிறழ்ச்சியைப் புரிந்து கொள்ள முடியாத அளவுக்கு என்னுடைய அறிவின்மை ஆழமாயிருந்தது. இளமையான பேருந்து ஓட்டுனரின் தோற்றத்தின் மீதான என்னுடைய பார்வையில் தவிர்க்க முடியாத, மூச்சடைக்கச் செய்யும், வலி நிரம்பிய, கொடுமையான ஏதோவொன்று இருந்தது. அதேவேளையில் வெளிறிய இளம் நங்கையைப் பொறுத்தவரை நன்கு பழகிய, செயற்கையான மற்றும்

எளிதில் சோர்வுறுகிற கண்களே இருந்தன. ஆக இந்த இரண்டு கோணங்களுக்கிடையேயான வித்தியாசத்தை நான் உணராமல் இருந்தவரை, ஒருவரை ஒருவர் எந்தத் தொந்தரவும் செய்யாமல், முரண்பாடுகளின்றி, இருவருமே எனக்குள் சேர்ந்து வாழ்ந் தார்கள்.

என்னுடைய வயதுக்குப் பொருந்தாமல், ‘அறத் தூய்மை’ என்றழைக்கப்படுவதின் மீது நான் தனித்து ஆர்வமற்றவனாய் இருந்தேன். அல்லது வேறொரு சொற்றொடரைப் பயன் படுத்துவதெனில், ‘சுய—கட்டுப்பாடு’ என்பதற்கான செயல் திறனற்றிருந்தேன். இந்தப் பக்குவத்தை, அதீத தீவிரத்து டனான எனது உந்துதல் இயல்பாகவே என்னை அறத்தின் மீதான ஆர்வத்தை நோக்கிச் செலுத்தவில்லை என்று நான் விளக்கினாலும் கூட, வெளியுலகத்துக்குத் தகுதியற்றவனாகப் படுக்கையில் கிடப்பவனின் நம்பிக்கையற்ற ஏக்கங்களையும், சாத்தியமற்றவைகளின் சாத்தியம் குறித்த நம்பிக்கையில் எப்படியோ விடுவிக்க முடியாமல் மாட்டிக் கொண்டிருக்கும் நிலையையும் ஒரே நேரத்தில் என்னுடைய ஆர்வம் பிரதிபலித்தது என்கிற உண்மையும் இருந்தது. அது இந்த பிணைப்புதான்— ஒரு பகுதி அகமன நம்பிக்கை, ஒரு பகுதி அகமன நம்பிக்கை யின்மை — வெறிகொண்ட இலட்சியங்களாக என்னுடைய விருப்பங்கள் உருமாற்றம் கொள்ளுமளவுக்கு அவற்றைத் துரத்தியது.

சிறிய வயதினனாக இருந்தபோதும், பிளேட்டோனிய காதலின் தெள்ளத்தெளிவான உணர்வை அனுபவிப்பதென்றால் என்ன வென்பதை நானறிந்திருக்கவில்லை. இது துரதிர்ஷ்டமா? ஆனால் சாதாரண துரதிர்ஷ்டமென்பது எனக்கு என்னவாக இருக்க முடியும்? என்னுடைய பாலியல் உணர்வுகளைச் சூழ்ந்திருந்த தெளிவற்ற அசௌகரியம் நிதர்சனத்தில் புலனின்பத்தின் உலகை எனக்குள் வெறியாக மாற்றியிருந்தது. உண்மையில் என்னுடைய ஆர்வம் மிகத்தூய்மையான அறிவுசார்ந்தது அறிவுக்கான விருப்பத்திலிருந்து அதிகம் விலகிடாதது. ஆனால் அது புலனின்பத்துக்கான விருப்பத்தின் மறுபிறவி என்று என்னை நம்பச்செய்வதில் நான் தேர்ச்சியுற்றிருந்தேன். மேலுமதிகமாக, உண்மையில் நானொரு காமவெறி பிடித்த மனிதன் என என்னை நானே கருதும்படியாக ஏமாற்றத்தின் கலையை முழுதாய்க் கற்றுணர்ந்தேன். விளைவாக ஒரு முதிர்ந்தவனின், இந்த உலகத்தின் மனிதனுடைய பகட்டான நடையுடைத்

தோற்றத்தை பாவனை செய்தேன். பெண்களால் முழுமையாய் களைப்புற்றிருப்பதான மனநிலையை நான் புறக்கணித்தேன்.

ஆக இப்படித்தான் முதல்முறை நான் முத்தம் பற்றிய யோசனையில் மூழ்கினேன். உண்மையில் முத்தம் என்கிற செயல்பாடு என்னுடைய ஆன்மா புகலிடம் தேடக்கூடிய ஏதோ வொரு இடம் என்பதைத் தாண்டி எனக்கு வேறொன்றுமில்லை. இப்போது நானதைக் கண்டிப்பாகச் சொல்லமுடியும். ஆனால் அந்த நேரத்தில், இந்த விருப்பம் ஒரு மிருகத்தனமான ஆசையென்று என்னை ஏமாற்றுவதற்காக, என் உண்மையான சுயத்தின் விரிவானதொரு மாறுவேடத்தை நான் ஏற்க வேண்டி யிருந்தது. இந்தப் பொய்யான நடிப்பிலிருந்து உருவான குற்றத்தின் தெளிவற்ற உணர்வு நான் தன்னுணர்வோடு இந்தத் தவறான பாத்திரத்தை ஏற்க வேண்டுமென தீர்மானமாக வலியுறுத்தியது.

ஆனால், பொதுவாகக் கேட்கலாம். ஒரு மனிதன் தன்னியல் பிலிருந்து முழுக்க விலகி பொய்யாக இருக்க முடியுமா? ஒரு கணமாவது? இல்லை என்பதுதான் பதிலென்றால், பிறகு, நாம் சுத்தமாக விரும்பாத செயல்களைச் செய்யும்படி யாசிக்க வைக்கும் மர்மமான மனநிலையின் தொழில்முறையை விளக்கிட எந்த வழிமுறையும் இல்லை. இருக்கிறதா என்ன? தன்னுடைய ஒழுக்கமில்லாத ஆசைகளை அடக்கி வைக்கும் நேர்மையான மனிதனின் துல்லியமான எதிரிடைதான் எனக் கொள்வோமேயானால், என் இதயம் கேவலமான ஒழுக்கமற்ற விருப்பங்களைக் கொண்டாடியது என அர்த்தமாகிறதா? எப்படிப் பார்த்தாலும், என்னுடைய விருப்பங்கள் ரொம்பவே அற்பமானவை இல்லையா? அல்லது என்னை நானே முழுமை யாக ஏமாற்றிக் கொண்டேனா? உண்மையில் அனைத்து விவரங்களின் கடைசித்துளியிலும் நான் பழமையின் அடிமை யாக நடந்து கொண்டேனா?.... இந்தக் கேள்விகளுக்கான பதிலைக் கண்டுபிடிப்பதற்கானத் தேவையை இதற்கு மேலும் நான் மறைக்க முடியாமல் போவதற்கான நேரமும் வர வேண்டியிருந்தது...

போர் ஆரம்பித்தபோது போலியான உள்ளொடுக்கவாதத்தின் அலை மொத்த தேசத்தையும் தழுவிச் சென்றது. மேல்நிலைப் பள்ளிகள் கூடத் தப்பவில்லை. நடுநிலைப் பள்ளிக்காலத்தின் முழுமையும் மேல்நிலைப் பள்ளிக்கு உயர்வு பெறுகிற, எங்களு

டைய கேசத்தை நீளமாக வளர்த்துக் கொள்ள முடிகிற அந்தச் சந்தோசமான நாளுக்காக ஏங்கியிருக்கிறோம். ஆனால் இப்போது அந்த நாள் வந்தபோது, எங்களின் ஆசைகளை நிறைவேற்றிக் கொள்ள அதற்குமேலும் நாங்கள் அனுமதிக்கப்பட வில்லை — இப்போதும் நாங்கள் எங்களுடைய தலைகளை மழிக்க வேண்டியிருந்தது. அதைப்போலவே பகட்டான காலுறைகளுக்கான மயக்கமும் பழங்காலத்தின் கதையாகிப் போனது. மாறாக, ராணுவ நடைப்பயிற்சிக்கான கால அளவுகள் அபத்தமான முறையில் அடிக்கடி நிகழ்ந்தவையாக மாறின. மேலும் வெவ்வேறு அர்த்தமற்ற புதுமையான முறைமைகளும் கையாளப்பட்டன.

இருந்தாலும், வெளிப்புறப் பார்வைக்கு மட்டும் இணக்கமாகத் தோன்றச் செய்திடும் எங்கள் பள்ளியின் நெடுங்கால வழக்கமான சாதுர்யத்துக்கு நன்றி. புதிய விதிமுறைகளால் குறிப்பாகப் பாதிக்கப்படாமல் எங்களுடைய பள்ளி வாழ்க்கையை எங்களால் தொடர முடிந்தது. போர் அமைச்சகத்தால் பள்ளிக் கென விதிக்கப்பட்டிருந்த துணைத்தலைவர் புரிந்து கொள்கிற மனிதராயிருந்தார். மேலும் 'சு' என்பதை 'ஸு' என்று சொல்லும் நாட்டுப்புறத்தனமான உச்சரிப்பின் காரணமாக திரு.'ஸு' என்று நாங்கள் பட்டப்பெயர் சூட்டிய பிணை அலுவலரும் அவருடைய சக பணியாளர்களான திரு.பூபி மற்றும் சப்பை மூக்கைக் கொண்ட திரு.ஸ்னௌட்டும் கூட, எங்களுடைய பள்ளியின் உள்ளுணர்வைப் புரிந்து கொண்டு மனதால் பொருந்திப் போனார்கள். எங்களுடைய முதல்வர் பெண்தன்மையுடனான ஒரு முதிய கடற்படைத் தலைவர், மாட்சிமை பொருந்திய உள்துறை அமைச்சகத்தின் ஆதரவோடு, எல்லா விசயங்களிலும் சோம்பல் நிரம்பிய மற்றும் எதிர்ப்பற்ற முனைப்பின்மையின் வழிமுறையைப் பின்தொடர்வதின் மூலம் தன்னுடைய பொறுப்பைத் தக்க வைத்துக் கொண்டார்.

இந்தக் காலத்தில் நான் புகைக்கவும் மது அருந்தவும் கற்றுக் கொண்டேன். சரியாகச் சொல்வதெனில், புகைப்பதாகவும் மது அருந்துவதாகவும் நடிக்க நான் கற்றுக்கொண்டேன். போர் விசித்திரமாக எங்களிடையே உணர்ச்சிவயமானதொரு முதிர்ச்சியை உருவாக்கியிருந்தது. எங்களுடைய இருபதுகளில், திடீரென்று முடிந்துபோகக்கூடிய ஒன்று என்பதான வாழ்வைப் பற்றிய சிந்தனையிலிருந்துதான் அது எழுந்தது. மீதமிருக்கும் சில வருடங்களைத் தாண்டி ஏதும் இருப்பதற்கான சாத்தியங்களைக்

கூட நாங்கள் ஒருபோதும் கணக்கில் கொள்ளவில்லை. விசித்திரமான, விரைந்து ஆவியாகிற சங்கதியாக வாழ்க்கை எங்களைத் தாக்கியது. வாழ்க்கையென்பது உண்மையில், எங்களுடைய உடல்கள் அதன் மேற்பரப்பில் உல்லாசமாக மிதக்குமளவுக்குத் தீர்க்கமான அடர்த்தியில் உப்பை மட்டும் விடுத்து, பெரும்பாலான தண்ணீர் சட்டென்று ஆவியாகிப் போன உப்புநீர் ஏரியைப் போன்றதாகத் தோன்றியது. திரை விழுவதற்கான தருணம் வெகு தொலைவில் இல்லாததால், எனக்கு நானே வகுத்துக்கொண்ட மாறுவேடத்தை இன்னு மதிகமான விடாமுயற்சியோடு நடிப்பேன் என்று எதிர் பார்த்திருக்கலாம். ஆனால் நாளை நான் ஆரம்பித்து விடுவேன் என்று எனக்குள் சொல்லிக்கொண்டபோதும் — கண்டிப்பாக நாளைக்கு — வாழ்க்கையினூடான எனது பயணம் ஒவ்வொரு நாளும் தள்ளிப்போனது. என்னுடைய புறப்பாட்டுக்கானச் சின்னதொரு அடையாளமுமின்றி போரின் வருடங்கள் கடந்து சென்றன.

இது எனக்கான குறிப்பிட்டுச் சொல்லும்படியான சந்தோ சத்தின் காலம் இல்லையா? இன்னும் கூட நான் அசௌ கரியத்தை உணர்ந்தாலும், அது மிக மெலிதானதாயிருந்தது. இன்னும் நம்பிக்கையோடு, ஒவ்வொரு மறுநாளின் அறிந்திராத நீல வானங்களை எதிர்நோக்கிக் காத்திருந்தேன். வரவிருக்கும் பயணம் பற்றிய அற்புதமான கனவுகள், அதன் சாகசங்கள் பற்றிய தரிசனங்கள், இந்தவுலகில் ஒருநாள் யாரோ ஒருவராக நான் உருவாகக்கூடியதைப் பற்றிய மனக்காட்சி மற்றும் நான் இதுவரை பார்த்திராத அன்பான மணப்பெண், என் கீர்த்தியின் நம்பிக்கைகள் — அந்த நாட்களில், மிகச்சரியாக ஒரு பயணியின் வழிகாட்டிப் புத்தகங்கள், துண்டு, பல் தூரிகை மற்றும் பற்பசையைப் போல, இந்த விசயங்கள் எல்லாம் என்னுடைய புறப்பாட்டின் தருணத்துக்கு எதிரான ஒரு பெட்டியில் சீராக அடுக்கப்பட்டிருந்தன. போரில் நான் சிறு பிள்ளைத்தனமானதொரு சந்தோசத்தைக் கொண்டிருந்தேன். என்னைச் சுற்றி மரணம் மற்றும் அழிவின் இருப்பை உணர்ந்தாலும் கூட, எந்தத் தோட்டாவின் தீங்குக்கும் அப்பாற்பட்டவனாக என்னை நானே நம்பிய பகற்கனவு கட்டுப்படுத்தப்படவில்லை. என்னுடைய மரணம் பற்றிய நினைப்பிலும் கூட விசித்திரமான சந்தோசத்தோடுதான் நடுங்கினேன். இந்த மொத்த உலகமும் எனக்குச் சொந்தம் என்பதாக உணர்ந்தேன். ஆச்சரியப்பட

ஒன்றுமில்லை. ஏனென்றால் எப்போதும் இதுபோல ஒரு பயணத்தை, அதற்கான ஆயத்தங்களில் நாம் மும்முரமாக இருக்கிற காலங்களைப் போல, அதன் இறுதி மூலை மற்றும் மறைவிடம் வரை முழுமையாக உரிமை கொண்டாடுவதென்பது நமக்குச் சாத்தியமாவதில்லை. அதற்குப் பிறகு, அங்கு பயணம் மட்டுமே மிச்சமிருக்கும். அதன் மீதான நம்முடைய உரிமையை இழக்கச்செய்யும் தொழில்முறைதான் அது என்பதைத் தாண்டி வேறொன்றுமில்லை. இதுதான் பயணத்தை முற்றிலும் பயனற்ற தாகச் செய்யக்கூடியது.

நாட்கள் செல்லச் செல்ல முத்தம் கொடுக்கிற எண்ணத்தின் மீது எனக்கிருந்த வெறி ஒரு ஜோடி உதடுகளின் மேல் நிலை கொண்டது. இங்கேயும் கூட அனேகமாக என்னுடைய கனவு களுக்கு மேன்மையான குணங்களின் பூச்சைத் தருவதற்கான ஆசையால்தான் நான் உந்தப்பட்டேன். நான் ஏற்கனவே சொன்னதைப் போல, அந்த உதடுகளின் மீது உண்மையில் எந்த மாதிரியான விருப்பமோ வேறொரு உணர்வோ எதையும் நான் உணராத நிலையில், இருந்தாலும் கூட அவற்றை விரும்புவதாக என்னை நம்பச் செய்திட நான் தீவிரமாக முயன்றேன். சுருக்கமாக, முரண்பாடாக மட்டுமே இருந்த ஏதோவொன்றை முதன்மையான விருப்பம் என்றும் நான் அவற்றை விரும்புவதாக நம்புவதை இரண்டாம் நிலை விருப்பமாகவும் நான் தவறாகப் புரிந்து கொண்டேன். இந்த உலகினுடைய சாதாரண மனிதனின் பாலுறவு விருப்பத்தைப் போல என்னுடையதும் இருக்கக்கூடாது என்கிற என்னுடைய தீவிரமான, சாத்தியமற்ற விருப்பத்தை அவனைப் போல இருக்க ஆசைப்படுகிற விருப்பம் என்பதாக நான் தவறாகப் புரிந்து கொண்டேன்.

அந்த நேரத்தில் எனக்கொரு நண்பன் இருந்தான். உரை யாடலில் கூட எங்களுக்குள் குறைந்தபட்ச ஒற்றுமை இல்லாத போதும், நான் அவனோடு மிக நெருக்கமாயிருந்தேன். நுகாடா எனப் பெயரிடப்பட்ட அற்பமான வகுப்புத்தோழன். முதல் வருடத்தில் ஜெர்மன் பாடங்களைப் பற்றிய பல்வேறு கேள்விகளைக் கேட்கும்போது தன்னால் சௌகரியமாய் உணர முடிந்ததால், உளமார ஒத்துப்போகிற துணைவனாக அவன் என்னைத் தேர்ந்தெடுத்ததாகத் தோன்றியது. அவன் அவற்றில் ரொம்பவேக் கஷ்டப்பட்டான். எப்போதும் போல, ஒரு புதிய விசயத்தில் அதன் புதுமை கலைந்து போகும்வரை மிகுந்த ஆர்வம் கொண்டவனாக நானிருந்ததால், அந்த முதல்

வருடத்தின்போது மட்டும், அற்புதமான ஜெர்மன் மாணவனாகத் தோற்றமளித்தேன். எனக்குத் தரப்பட்ட மரியாதைக்குரிய மாணவன் என்கிற அடையாளத்தை நான் எத்தனை ரகசியமாக வெறுத்தேன் என்பதையும் 'மோசமான மதிப்பீட்டிற்காக' நான் எத்தனை ஏங்கினேன் என்பதையும் தன்னுடைய உள்ளுணர்வின் காரணமாக நுகாடா அறிந்திருக்க வேண்டும். மரியாதைக்குரிய மாணவன் — இறையியலின் முக்கிய பாடம் என்பதாய் இருக்க வேண்டிய அடையாளம் என எனக்கு நானே சொல்லிக்கொண்டேன், என்றாலும் கூட எனக்கு இதைக்காட்டிலும் சிறந்த மாற்றுருவைத் தரக்கூடியது வேறொன்று மில்லை. நுகாடாவின் நட்பு என்னுடைய இந்தப் பலவீனமான புள்ளியை ஈர்க்கும் ஏதோவொன்றைக் கொண்டிருந்தது— ஏனென்றால் எங்கள் பள்ளியின் 'முரடான பையன்களின்' பார்வையில் அவன் மிகுந்த பொறாமைக்குரிய சங்கதியாக இருந்தான். ஏனென்றால் அவன் வழியாக, ஊடகத்தின் மூலம் ஆன்மாக்களின் உலகத்தோடு ஒருவர் தொடர்பு கொள்வதைப் போல மிகச்சரியாக, பெண்களின் உலகிலிருந்து மெல்லிய எதிரொலிகளை நான் கைப்பற்றினேன்.

எனக்கும் பெண்களின் உலகத்துக்குமிடையிலான முதல் ஊடகமாக ஓமி இருந்தான். ஆனால் அந்த நேரத்தில் நான் பெரும்பாலும் என்னுடைய இயல்பிலிருந்தேன், ஆகவே ஊடகமாயிருப்பதற்கான அவனுடைய தனித்த தகுதிகளை வெறுமனே அவனது அழகின் ஒரு பகுதி என்பதாய் நம்புவதில் திருப்தியடைந்தேன். ஆனால், ஊடகமென்பதான நுகாடாவின் பாத்திரம் என்னுடைய ஆர்வத்துக்கான தெய்வீக சட்டகமாக மாறியது. நுகாடா சுத்தமாக அழகாயிருக்க மாட்டான் என்கிற சங்கதிதான். குறைந்தபட்சம் அதன் ஒரு பகுதியாவது, அனேக மாக இதற்குக் காரணமாயிருந்தது.

என்னுடைய வெறியாய் மாறிப்போயிருந்த உதடுகள், அவனு டைய வீட்டுக்குச் சென்றபோது நான் பார்த்த, நுகாடாவின் மூத்த சகோதரியினுடையது. இருபத்து மூன்று வயதான இந்த அழகான பெண்ணுக்கு என்னைக் குழந்தையாய் நடத்துவது எளிதாயிருந்தது. அவளைச் சூழ்ந்திருந்த ஆண்களைக் கவனித்த போது, ஒரு பெண்ணை ஈர்க்கக்கூடிய எந்தவொரு அம்சமும் என்னிடமில்லை என்பதை நான் உணர்ந்தேன். ஆக, இறுதியாக, நான் எப்போதும் ஓமியாக முடியாது என்பதையும், மேலும், இன்னுமதிகமான யோசனைக்குப் பிறகு, ஓமியைப் போல

ஆகவேண்டும் என்கிற என்னுடைய ஆசை உண்மையில் ஓமி மீதான காதல்தான் என்பதையும் நான் என்னிடம் ஒப்புக் கொண்டேன்.

என்றாலும் கூட நுகாடாவின் சகோதரியை காதலித்தேன் என்பதை நான் இன்னும் தீவிரமாக நம்பினேன். துல்லிய மாக, என்னுடைய வயதையொத்த அனுபவமில்லாத மற்ற எந்த மேல்நிலைப்பள்ளி மாணவனைப் போலவும் நடப்பவனாக, அருகிலிருந்த புத்தகக்கடையில் நீண்ட நேரம் பொறுமையாக செலவழித்தபடி, அவள் கடந்து சென்றால் நிறுத்தும் வாய்ப்பை எண்ணி, அவளுடைய வீட்டின் அக்கம்பக்கத்தில் சுற்றிக்கொண்டிருந்தேன். தலையணையைக் கட்டிக்கொண்டு அவளை அணைக்கிற உணர்வைக் கற்பனை செய்தேன். அவளுடைய உதடுகளின் எண்ணற்ற படங்களை வரைந்தேன். மதியிழந்தவனைப் போல என்னோடு நானே பேசிக் கொண்டேன். அது எல்லாவற்றிலிருந்தும் கிடைத்த நன்மைதான் என்ன? அந்தச் செயற்கையான செயல்பாடுகள் என்னுடைய மனதில் ஒருவகையான விசித்திரமான, உணர்வற்ற சோம்பலைத்தான் விதைத்தன. என்னுடைய மனதின் யதார்த்தமான பகுதி, அவளுடன் காதலில் இருப்பதாக என்னை நான் தேற்றிக்கொள்ளப் பயன்படுத்திய முடிவற்ற முரண்பாடுகளில் தென்பட்ட செயற்கைத்தன்மையை உணர்ந்து கொண்டது. வஞ்சம் நிரம்பிய இந்தத் தளர்ச்சியை எதிர்த்துப் போரிட்டது. இந்த மனத்தளர்வில் ஏதோ மோசமான நஞ்சிருப்பதாகத் தோன்றியது.

செயற்கைத்தனத்தை நோக்கி நான் மேற்கொண்ட இத்தகைய உளம்சார்ந்த பிரயத்தனங்களின் இடைவெளிகளினூடாகச் சிலநேரங்களில் முடக்கிப்போடும் வெறுமையால் நான் ஆட் கொள்ளப்பட்டேன். ஆக இதிலிருந்து தப்பிக்க மற்றொரு விதமான பகற்கனவை நோக்கி வெட்கத்தை விட்டுத் திரும்பிக்கொள்வேன். பிறகு உடனடியாக வாழ்வோடு வேகமாகப் பொருத்திக் கொள்வேன். நானாக மாறி, விசித்திரமானத் தோற்றங்களிடம் விரைந்து செல்வேன். மேலும், இப்படி உருவான ஜ[illegible] அதை உருவாக்கிய தோற்றத்தின் மெய்ம்மையிலிருந்து விலகி ஒரு மறைபொருள் உணர்வாக என் மனதுக்குள் தேங்கி நிற்கும். மேலும் அந்தப் பெண்ணால் தூண்டப்பட்ட அன்பின் சான்றாக அதனை நான் நம்பும்வரை அந்த உணர்வுக்கான என்னுடைய விளக்கத்தை மாற்றிக் கொண்டேயிருப்பேன். இப்படித்தான் மீண்டும் ஒருமுறை என்னை நானே ஏமாற்றிக் கொண்டேன்.

நான் விவரிப்பது வெகுவாகப் பொதுப்படுத்தப்பட்டது, ரொம்பவே மறைமுகமாயிருக்கிறது என்று சொல்லி என்னைக் கடிந்து கொள்ள யாரும் இருப்பார்களெனில், வழமையான வளரிளம்பருவத்திலிருந்து வெளிப்புறப் பார்வைக்கு எந்த விதத்திலும் வேறுபாடுகள் கொண்டிராத என்னுடைய வாழ்வின் பகுதி குறித்து சலிப்பூட்டும் வர்ணனையைத் தருகிற எந்த முனைப்பும் என்னிடம் இருந்ததில்லை என்பதை மட்டுமே என்னால் பதிலாகச் சொல்லமுடியும். என்னுடைய உள்ளத்தின் வெட்கக்கேடான பகுதியைத் தவிர்த்து, அதன் உள்ளார்ந்த நிலைகளில் கூட, எனது வளரிளம்பருவம் மொத்தத்தில் வெகு சாதாரணமானது. அந்தக் காலகட்டத்தில் நான் மற்ற எந்த சிறுவனையும் போலத்தான் இருந்தேன். வாசகன் தன்னளவில் உருவகப்படுத்த வேண்டியது இன்னும் இருபது வயது நிரம்பாத ஓரளவு நல்ல மாணவனையே. வாழ்க்கைக்கான சராசரி ஆர்வத்தோடும் சராசரி விருப்பத்தோடும். பெரும்பாலும் அவன் தன்னை விசாரணைக்குள் சற்று அதிகமாக ஒப்புக் கொடுக்கிறான் என்கிற ஒரே காரணத்துக்காக ஓய்வுகொள்கிற மனநிலையை. மிக மெல்லிய வார்த்தைக்கும் நாணமடையத் தயாராக இருப்பதை. மேலும், பெண்களை ஈர்க்குமளவுக்கு அழகாயிருப்பதால் கிடைக்கும் நம்பிக்கையை இழந்து அதன் காரணமாகத் தன் புத்தகங்களை மட்டும் பற்றிக் கொண்டிருப்பவனை. அந்த மாணவன் எப்படிப் பெண்களுக்காக ஏங்குகிறான், அவனுடைய நெஞ்சுக்கூடு எப்படி நெருப்பாய்த் தகிக்கிறது, மற்றும் எந்தப் பயனுமற்ற துயருக்குள் அவன் எப்படி இருக்கிறான் என்பதை உருவகப்படுத்துவதே ஒருவருக்குப் போதுமானதாக இருக்கும்.

இதைக் காட்டிலும் கிளர்ச்சியூட்டாததாகவும் கற்பனை செய்ய எளிதாகவும் வேறேதும் இருக்கமுடியுமா? அனைவரும் ஏற்கனவே அறிந்ததை மறுபடியும் சொல்லக்கூடிய இந்த சலிப் பூட்டுகிற தகவல்களை நான் தவிர்க்க வேண்டும் என்பது சரிதான். பின்னர், இதைச் சொல்வதே போதுமானது — நான் விவரிக்கிற ஒரு வெட்கக்கேடான வித்தியாசத்தை எப்போதும் தவிர்த்து — நாணமுற்ற மாணவன் என்கிற மிகவும் வர்ணமிழந்த பருவத்தில் நான் துல்லியமாக மற்ற பையன்களைப் போலத்தான் இருந்தேன், வளரிளம்பருவம் என்கிற நாடகத்தின் மேடை அமைப்பாளரிடம் நிபந்தனையற்ற விசுவாசத்தைச் சத்தியம் செய்திருந்தேன்.

இந்த நேரத்தில், முன்னதாக முதிர்ந்த இளைஞர்களின் மீது மட்டும் எனக்கிருந்த ஈர்ப்பு, மெல்ல மெல்ல விரிந்து சின்னப் பையன்களையும் உள்ளடக்கியதாக மாறியது. இந்தக் கால கட்டத்தில் இந்த சின்னப் பையன்களும் கூட, ஓமியை நான் காதலித்தபோது அவனிருந்த அதே வயதில் தான் இருந்தார்கள் என்பதால், இது இயல்பானதுதான். ஆனால் வித்தியாசமான வயதுவரம்புகளிலிருந்த மனிதர்களைக் காதலிக்கும் என்னுடைய மாற்றமென்பது எனது காதலின் இயல்பில் நேர்ந்த அடிப்படை மாற்றத்தோடு தொடர்பு கொண்டிருந்தது. முன்னைப் போலவே, எனது இந்தப் புதிய உணர்வை இதயத்துக்குள் மறைத்து வைத்திருந்தேன். ஆனால் அநாகரீகத்துக்கான என்னுடைய காதலோடு இப்போது வசீகரத்துக்கும் மென்மைக்குமான காதலும் சேர்ந்து கொண்டது. என்னுடைய இயல்பான வளர்ச்சியோடு, சிறுவர்கள் மீதான காதலை ஒத்த, பாதுகாவலரின் காதலைப் போன்ற ஏதொவொன்று எனக்குள் வளர்ந்து கொண்டிருந்தது.

பிறழ்ந்தவர்களை ஹிர்ஷ்ஃபெல்ட் இரண்டு வகைமைகளாகப் பிரிக்கிறார்: ஆந்த்ரோபில்ஸ், அவர்கள் முதிர்ந்தவர்களிடம் மட்டும் ஈர்ப்பு கொள்பவர்கள்; எபிபோபில்ஸ், பதினான்கு மற்றும் இருபத்தியோரு வயதுக்கு இடையிலிருக்கும் இளைஞர்களின் மீது ஈர்ப்பு கொள்பவர்கள். பண்டைய கிரேக்கத்தில் பதினெட்டு மற்றும் இருபது வயதுக்கிடையே ஓர் இளைஞன் ராணுவப் பயிற்சி பெறும்போது எபிபி என்றழைக்கப்பட்டான். ஹெபியின் பெயரால் வழங்கிவரும் அதே கிரேக்க வார்த்தையிலிருந்து தருவிக்கப்பட்ட சொல் இது. சீயஸ் மற்றும் ஹெராவின் புதல்வி. ஒலிம்பஸிலிருக்கும் கடவுள்களுக்கான கோப்பைகளைப் பரிமாறுகிறவள். மரணமற்ற ஹெர்குலிஸின் மனைவி மற்றும் வாழ்வின் வசந்தகாலத்துக்கான அடையாளம்.

இன்னும் பதினேழு வயது கூட நிரம்பாத அழகான பைய னொருவன் இருந்தான். தற்போதுதான் மேல்நிலைப் பள்ளிக்குள் நுழைந்திருந்தான். மெல்லிய சருமம், மென்மையான உதடுகள் மற்றும் கச்சிதமாக வளைந்த இமைகளைக் கொண்டவன். அவனுடைய பெயர் யகுமோ என நான் தெரிந்து கொண்டிருந் தேன். அவனது அம்சங்கள் என்னைப் பெரிதும் கவர்ந்தன.

ஒவ்வொன்றும் ஒரு முழு வாரத்துக்கான சந்தோசத்தைக் கொண்டிருந்த பரிசுகளின் தொகுதியை, தனக்கு அதைப் பற்றித் தெரியாமலேயே, அவன் எனக்கு வழங்கத் தொடங்கினான்.

மூத்த வகுப்புகளைச் சேர்ந்த கண்காணிப்பாளர்கள் காலைநேரக் கூடுகைகளில் தங்களுடைய வாராந்திர முறைமைகளின்படிக் கட்டளைகளைச் சொல்வார்கள். அவர்களில் நானும் ஒருவன், காலையில் கட்டழகுப் பயிற்சிகள் மற்றும் மதியத்தில் உடற்பயிற்சி முறைகள். (பிந்தையது, அந்த நாட்களின் உயர்நிலைப் பள்ளிகளில் தேவைப்பட்டதற்கிணங்க, முப்பது நிமிடங்களுக்கான கடற்படைப் பயிற்சிகளைக் கொண்டிருந்தது. அதன் பின்னர் நாங்கள் சாதனங்களைத் தோளில் சுமந்து விமானத் தாக்குதல்களுக்கான பதுங்குகுழியைத் தோண்டவோ புற்களைச் சமப்படுத்தவோ செல்வோம்.) கட்டளைகளைச் சொல்வதற்கான என்னுடைய முறைமை ஒவ்வொரு நான்காவது வாரமும் வந்தது. அதன் அனைத்து நாசூக்கான வழிமுறைகளையும் மீறி, எங்கள் பள்ளியும் கூட, காலத்தின் மோசமான பாவனைகளுக்கு அடிபணிவதாகத் தென்பட்டது. கோடைக்காலத்தின் வருகையோடு காலை நேர உடற்பயிற்சிகளுக்காகவும் மதிய நேரக் கடற்படைப் பயிற்சிகளுக்காகவும் எங்களுடைய உடைகளை இடுப்புவரைக் களைந்திட ஆணையிடப்பட்டோம்.

நிகழ்வுகளின் வரிசைப்படி முதலில் கண்காணிப்பாளர் காலைநேரக் கூடுகைக்கான கட்டளைகளை மேடையிலிருந்து அறிவிக்க வேண்டும். பின்னர் கூடுகை முடிந்தபிறகு அவன், “மேற்சட்டைகளைக் கழற்றுங்கள்!” எனக் கட்டளையிடுவான். அனைவரும் உடைகளைக் களைய ஆரம்பித்தபிறகு கீழிறங்கி வந்து வரிசையின் ஒருபுறமாக நிற்பான். பின்னர், மேடையில் அவனுடைய இடத்தை எடுத்துக்கொண்ட உடற்பயிற்சி ஆசிரியரைக் குனிந்து வணங்க ஆணையிடுவான். இந்த வேளையில் கண்காணிப்பாளரின் வேலை முடிந்தது. அவனும் இடை வரை உடைகளைக் களைந்து பயிற்சிகளில் பங்குபெற வேண்டும்.

வெறுமனே அதைப்பற்றி நினைப்பதே என்னைச் சில்லென்று உணர வைக்குமளவுக்கு, கட்டளைகளைச் சொல்ல நான் பயங்கொண்டிருந்தேன். என்றாலும், அந்த சடங்கின் விறைப்பான ராணுவ ஒழுங்குமுறை எப்படியிருந்தாலும் எனது வாய்ப்பு வரக்கூடிய வாரத்தை எதிர்நோக்கிக் காத்திருக்கும் அரிய வாய்ப்பைக் கொடுத்தது. அதற்கு நன்றி. யகுமோவின் உடம்பு, யகுமோவின் அரை நிர்வாண உடம்பு, என்னுடைய அழகற்ற நிர்வாணத்தை அவன் பார்த்து விடுகிற அபாயமின்றி, என் கண்களின் எதிரே பார்க்கக் கிடைத்தது.

விதிமுறை என்பதைப்போல யகுமோ மிகச்சரியாக மேடைக்கு முன்பிருந்த முதல் அல்லது இரண்டாவது வரிசையில் நின்றிருந்தான். கூடுகைக்கு அவன் எப்போதும் ஓடிவந்து வரிசையில் தன்னுடைய இடத்தை எடுத்துக் கொள்வான். ஆகாயத்தாமரையின் நிறம் கொண்ட அவனுடைய கன்னங்கள் தடையின்றி மின்னின. மெல்ல மூச்சிரைக்கும் அவற்றைப் பார்ப்பதில் நான் பரவசம் கொண்டேன். மூச்சுத்திணறலோடு தன்னுடைய சட்டையிலிருக்கும் கொக்கிகளை எப்போதும் கரடுமுரடான அசைவுகளோடு கழற்றுவான். பிறகு தன்னுடைய சட்டையின் பின்பகுதியை துண்டுதுண்டாகப் பிய்த்தெறிவது போல மிகுந்த வன்முறையோடு காற்சட்டையிலிருந்து உருவி வெளியே எடுப்பான்.

அவனைப் பார்க்கக்கூடாது என்று தீர்மானமாக இருக்கும் போது கூட, மேடையின் மீது நானிருக்கும் இடத்திலிருந்து, இப்படிப்பட்ட அக்கறையின்மையோடு பொதுப்பார்வைக்கு வெளிப்படுத்தப்பட்டபோதும், அவனுடைய மென்மையான, வெண்ணிற உடம்பிலிருந்து என்னுடைய பார்வையை அகற்றுவதென்பது எனக்கு இயலாததாக இருந்தது. (ஒருமுறை நண்பனின் அப்பாவித்தனமான குறிப்புரையால் என்னுடைய ரத்தம் உறைந்து போனது. "மேடை மீதிருந்து கட்டளைகள் வழங்கும்போது நீ எப்போதும் உன்னுடைய கண்களைத் தாழ்த்திக் கொள்கிறாய் — நீ என்ன அந்த அளவுக்கு மோசமான பயந்தாங்கொள்ளியா?") ஆனால் அந்தத் தருணங்களில் அவனுடைய ரோஜா நிற அரை நிர்வாணத்தை நெருங்கிச் செல்லும் வாய்ப்பு எனக்கிருக்கவில்லை.

பின் கோடையில் அனைத்து மேல் வகுப்புகளும் எம்-மிலிருந்த (ஆங்கில எழுத்து M) கடற்படைப் பொறியியல் பள்ளிக்கு ஒரு வாரம் கற்றுக்கொள்ளவும் பகுத்துணரவும் சென்றிருந்தோம். ஒருநாள் அங்கிருக்கையில், நாங்கள் அனைவரும் நீந்துவதற்காக நீச்சல்குளத்துக்கு அழைத்துச் செல்லப்பட்டோம். எனக்கு நீந்தத் தெரியாது என்பதை ஒத்துக் கொள்வதற்கு பதிலாக, வயிறு சரியில்லாமல் போனது எனும் பொய்க்காரணத்தோடு நான் கெஞ்சினேன். வெறுமனே பார்வையாளராய் இருக்க முடியும் என்று நம்பினேன். ஆனால் பிறகு ஏதோவொரு மீகாமன் எந்த உடல்நலக்கேட்டுக்கும் சூரியக்குளியல் நல்ல மருந்தென்று சொன்னான். ஆக நீந்த முடியாத அளவுக்கு உடல்நலம் சரியில்லை என்று சொன்னவர்கள் கூட அனைவரும் தங்களுடைய காற்

சட்டைகளைக் களையும்படி நேர்ந்தது.

திடீரென யகுமோவும் எங்கள் கூட்டத்தில் ஒருவனாக இருப்பதை நான் கண்டுகொண்டேன். அவனது வெண்ணிற, தசைப்பிடிப்பான கைகளை மடக்கி, சற்றே பழுப்பாயிருந்த மார்பை இளங்காற்றுக்குத் திறந்து போட்டு, தன்னுடைய வெண்மையான பற்களால் அவற்றைக் கிண்டல் செய்வது போல தன் கீழுதடைத் தொடர்ந்து மென்றபடி அவன் படுத்திருந்தான். தங்களுக்கெனத் தனித்த பாணியைக் கொண்டிருந்த பயனற்றவர்கள் அனைவரும் நீச்சல்குளத்தின் பின்னாலிருந்த மரத்தின் நிழலில் குழுமத் தொடங்கினார்கள். எனவே அவனை நெருங்கிச் செல்வதில் எனக்கு எந்தச் சிரமமும் இருக்கவில்லை. அவனருகே அமர்ந்து, அவனுடைய மெலிந்த இடையை என் கண்களால் அளவிட்டு மெலிதாக மூச்சு விட்டுக் கொண்டிருந்த வயிறை உற்றுப்பார்த்தேன். அவ்வாறு செய்கையில் *விட்மேனின்* ஒரு வரியை நினைவுகூர்ந்தேன்:

இளைஞர்கள் தங்களுடைய முதுகில் மிதக்கிறார்கள் - அவர்களுடைய வெண்ணிற வயிறுகள் சூரியனை நோக்கி வளர்கின்றன.

ஆனால் இப்போது மீண்டும் நான் ஒருவார்த்தையும் பேசவில்லை. நான் நாணமுற்றேன். என்னுடைய மெலிந்த மார்பின் காரணமாக, என்னுடைய எலும்பைப் போன்ற, வெளுத்த கரங்களால்...

செப்டம்பர் 1944-இல், போர் முடிவதற்கு முந்தைய வருடம், பிள்ளைப்பிராயம் தொடங்கி நான் படித்த பள்ளியிலிருந்து தேர்ச்சி பெற்றுக் குறிப்பிட்டதொரு பல்கலைக்கழகத்தில் நுழைந்தேன். என் தந்தையால் வேறு எந்த வாய்ப்பும் வழங்கப்படாமல், சட்டப்பிரிவில் நுழைந்தேன். ஆனால் சீக்கிரமே ராணுவத்துக்கு அழைக்கப்பட்டு போரில் இறந்து போவேன் என்றும், தப்பிப்பிழைத்தவர் என ஒருவர் கூடப் பாக்கியில்லாமல், வான்வழித் தாக்குதல்களில் என் மொத்த குடும்பமும் கருணையோடு கொல்லப்படும் எனவும் நம்பியதால் நான் இதன் காரணமாக எரிச்சல் கொள்ளவில்லை.

அந்நாட்களில் புழங்கி வந்த பொதுவான வழக்கத்தின்படி, நான் தகுதி பெற்றக் காலகட்டத்தில் போருக்குக் கிளம்பிய ஒரு மேல்தட்டு மனிதனிடமிருந்து அவனுடைய பல்கலைக்கழகச்

சீருடையை, ராணுவத்துக்கு நானும் அழைக்கப்படுகையில் அதனை அவன் குடும்பத்தாரிடம் ஒப்படைத்து விடுவதாகச் சத்தியம் செய்து, கடனாகப் பெற்றுக்கொண்டேன். சீருடையை அணிந்து நான் வகுப்புகளுக்குச் செல்லத் தொடங்கினேன்.

வான்வழித் தாக்குதல்கள் அடிக்கடி நிகழ ஆரம்பித்திருந்தன. வழக்கத்துக்கு மாறாக நான் அவற்றின் மீது அச்சம் கொண்டிருந்தேன். ஆனால் அதே நேரத்தில் இனிமையானதொரு எதிர்பார்ப்போடு, பொறுமையின்றி எப்படியோ மரணத்தையும் நான் எதிர்நோக்கியிருந்தேன். ஏற்கனவே பல முறை குறிப்பிட்டது போல, எதிர்காலம் எனக்குப் பெரிய சுமையாயிருந்தது. ஆரம்பத்திலிருந்தே, வாழ்க்கை தன் கடமையின் கனத்த உணர்வால் என்னை அழுத்திக் கொண்டிருந்தது. இந்தக் கடமையைச் செயல்படுத்துகிற திறமை எனக்கு நிச்சயமாக இல்லாதபோதும், என்னுடைய கையறுநிலைக்காக வாழ்க்கை இன்னுமதிகமாக என்னைக் குறைசொன்னது. ஆக, ஒரு மல்யுத்த வீரனைப் போல, வாழ்வின் பெருத்த சுமையை என் தோள்களிலிருந்து இறக்கி வைக்கிற, மரணம் கண்டிப்பாகக் கொண்டு வரும் மீட்சியின் அற்புத உணர்வுக்காக நான் ஏங்கினேன். போரின்போது புகழ்பெற்றிருந்த மரண வழிபாட்டை நான் உளப்பூர்வமாக ஏற்றுக்கொண்டேன். ஏதாவது ஒரு வகையில் ‘போரில் நிகழும் அற்புத மரணம்’ எனக்கு நேர்ந்தால் (அது நான் என்றாகிவிடும் என்பது எத்தனை துயரமானது!) அது என் வாழ்க்கைக்கு உண்மையிலேயே முரண்பட்ட முடிவாக இருக்கும். மேலும் கல்லறையிலிருந்து நான் அதை நோக்கி என்றென்றைக்குமாக கேலி செய்து சிரிக்கலாம். என நான் யோசித்தேன். ஆனால் எச்சரிக்கை மணிகள் ஒலித்தபோது, இதே நான்தான் மற்ற யாரையும் விட வேகமாக வான்வழித் தாக்குதல்களுக்கானப் புகலிடங்களைத் தேடி ஓடுவது...

அலங்கோலமாக இசைக்கப்பட்ட பியானோவின் ஒலியை நான் கேட்டேன.

அது, சிறிது காலத்துக்கு, சிறப்புப் போர்ப்பயிற்சி வீரனாகத் தானே முன்வந்து பணியாற்றத் தீர்மானம் செய்திருந்த நண்பனொருவனின் வீடு. அவனுடைய பெயர் குசானோ, நான் அவனைப் பற்றி உயர்வாக எண்ணினேன். உயர்நிலைப் பள்ளியில் தீவிரமான சங்கதிகளைக் கொஞ்சமாவது பகிர்ந்து கொள்ளும்படியாக எனக்கிருந்த ஒரே நண்பனென்று அவனை

நான் எண்ணினேன். உண்மையில் இன்றும் அவனுடைய நட்பை நான் உயர்வாக மதிக்கிறேன். நண்பர்கள் வேண்டுமென்கிற குறிப்பான ஆசைகளைக் கொண்ட மனிதன் நானில்லை. ஆனால், எனக்கிருக்கும் ஒரே நட்பையும் அழித்து விடக்கூடிய சாத்தியமிருந்தாலும், தொடருகிற சங்கதிகளைச் சொல்லும்படி என்னை வற்புறுத்துகிற எனக்குள்ளிருக்கும் ஏதோவொன்றால் என் நிலைமை பரிதாபமாகிப் போகிறது.

"அந்தப் பியானோவை இசைப்பவர்கள் யாராயிருந்தாலும் நம்பிக்கை தருகிறார்களா என்ன? சில நேரங்களில் இசை சற்று மேலும் கீழுமாய் இருக்கிறது, இல்லையா?"

"அது என் சகோதரி. அவளுடைய ஆசிரியர் இப்போதுதான் கிளம்பிச் சென்றார். அவள் பாடத்தை மீண்டும் இசைத்துப் பார்க்கிறாள்."

பேசுவதை நிறுத்திவிட்டு நாங்கள் கவனமாகக் கேட்டோம். குசானோவின் பணிநியமனம் கைக்கு அருகிலிருக்க, அனேகமாக அவனுடைய காதில் ஒலித்தது மற்ற அறையிலிருந்து வந்த பியானோவின் ஒலி மட்டுமல்ல, மாறாக அவன் விட்டுச் செல்லவிருந்த பழகிய, தினசரி நிகழ்கிற, ஒரு வகையில் திறமற்ற, எரிச்சலூட்டும் அழகும்தான். அந்தப் பியானோ ஒலிகளின் சுதிசேர்ந்த வண்ணங்களில் ஒரு அணுக்கத்தின் உணர்வு இருந்தது. சமையற்குறிப்புப் புத்தகத்தைப் பார்த்துத் தயாரிக்கப் பட்ட குறைபாடுடைய இனிப்பைப் போல, என்னால் இதைக் கேட்பதைத் தவிர்க்க முடியவில்லை.

"அவளுக்கு என்ன வயது?"

"பதினேழு" குசானோ பதிலளித்தான். "எனக்கு அடுத்த இளைய சகோதரி."

உன்னிப்பாய்க் கேட்டபோது, நிச்சயமாக அது, கனவுகள் நிரம்பிய, தன்னுடைய அழகைப் பற்றி இன்னும் அறிந்திராத, பால்யத்தின் மிச்சங்களைத் தன் விரல்நுனிகளில் தேக்கிய பதினேழு வயதுப் பெண்ணால் இசைக்கப்படும் பியானோவின் ஒலிதான் என்பதை என்னால் இன்னும் அதிகமாக உணர முடிந்தது. அவளுடைய பயிற்சி என்றென்றைக்குமாகத் தொடர வேண்டுமென்று நான் பிரார்த்தனை செய்தேன்.

என்னுடைய பிரார்த்தனைக்குப் பதில் அளிக்கப்பட்டது. ஐந்து வருடங்கள் கழித்தும், என் இதயத்தில் பியானோவின் ஒலி இன்றும் தொடருகிறது. எத்தனை முறை அது வெறும் கற்பனைதான் என்று என்னை நானே நம்பச்செய்ய முயன்றிருப்பேன்! எத்தனை முறை என்னுடைய நியாயம் இந்த தோற்றமயக்கத்தைக் கேலி செய்திருக்கும்! எத்தனை முறை சுய வஞ்சத்துக்கான என்னுடைய ஆற்றலைப் பார்த்து என் பலவீனமான மனோதிடம் சிரித்திருக்கும்? ஆனால் எல்லா வற்றையும் தாண்டி அந்தப் பியானோவின் ஒலி என்னை ஆக்கிரமித்தது என்கிற உண்மை இருக்கிறது, என்னளவில் அது— வார்த்தையிலிருந்து தீய அர்த்தங்களை நீக்கி விட்டால்— மெய்யாகவே 'விதியின்' பாற்பட்ட சங்கதிதான்.

சிறிது காலம் முன்புதான் இந்த விதி என்கிற வார்த்தையிலிருந்து எனக்குக் கிடைத்த வினோதமான உணர்வைப் பற்றி யோசித்துக் கொண்டிருந்தேன். உயர்நிலைப் பள்ளியின் பட்டமளிப்பு விழா வுக்குப் பிறகு, முதிர்ந்த கடற்படைத்தலைவர்—முதல்வரோடு தானியங்கி வாகனத்தில், நன்றி செலுத்தும் சம்பிரதாயமாக அரண்மனைக்குச் சென்றிருந்தேன். நாங்கள் செல்லும்போது, கண்களின் மூலைகளில் பீழை கெட்டித்த இந்த எழுச்சியற்ற முதிய மனிதன், சிறப்புப் போர்ப்பயிற்சி வீரனாக முன்வராமல் வெறுமனே சாதாரணச் சிப்பாயாகக் கட்டாய ராணுவ அழைப்புக்கெனக் காத்திருக்கும் என் தீர்மானத்தை விமர்சித்தார். என்னுடைய உடற்கட்டோடு, எப்போதும் என்னால் அணி வரிசைகளினுடைய வாழ்க்கையின் துயரங்களைச் சகித்துக் கொள்ள முடியாது என்பதை வலியுறுத்தினார்.

"ஆனால் நான் முடிவு செய்து விட்டேன்."

"அது என்னவென்று புரியாமல் நீ அப்படிச் சொல்கிறாய். ஆனால் தன்னார்வம் தெரிவிப்பதற்கான நாள் ஏற்கனவே கடந்து விட்டது. எனவே அது குறித்து செய்யக்கூடியது இப் போது ஒன்றுமில்லை. இது உன்னுடைய விதி." பழங்கால முறை யில் தவறாக உச்சரிப்பவரைப்போல அவர் அதற்கான ஆங்கில வார்த்தையைப் பயன்படுத்தினார்.

"உம்?" என்றேன்.

"விதி. இது உன்னுடைய விதி."

ஏற்றத்தாழ்வற்ற ஒரே தொனியில், கவலையற்ற பாட்டி மார்களென்பதாய்ப் புரிந்து கொள்ளப்படுவதற்கு எதிராக எச்சரிக்கையாயிருக்கும் முதிர்ந்த மனிதர்களை நினைவூட்டும் வித்தியாசமற்ற நாணம் நிரம்பிய தொனியில், தான் சொன் னதைத் திரும்பவும் சொன்னார்.

குசானோவின் வீட்டுக்கு வந்த முந்தைய வருகைகளில் பியானோவை இசைத்த இந்தச் சகோதரியை நான் பார்த்திருக்க வேண்டும். ஆனால் குசானோவின் குடும்பம் தேவைக்கதிகமாக— நேர்த்தியான குடும்பம், எதையும் எளிதாக எடுத்துக்கொள்கிற நுகாடாவின் குடும்பத்தைப் போல கிடையவே கிடையாது. மேலும் எப்போதெல்லாம் குசானோவின் நண்பர்கள் தேடிக் கொண்டு வருவார்களோ, தங்களுடைய நாணம் பொங்கும் சிரிப்பை மட்டும் பின்னால் விட்டு, மூன்று சகோதரிகளும் உடனடியாகப் பார்வையிலிருந்து மறைந்து போவார்கள்.

குசானோவின் பணிநியமனம் நெருங்க நெருங்க அதிகரித்தத் தவணைகளில் நாங்கள் ஒருவரையொருவர் சந்தித்தோம் மற்றும் பிரிவதற்கு விருப்பமற்றிருந்தோம். அந்தப் பியானோவைக் கேட்ட அனுபவம் அந்தச் சகோதரியைப் பொறுத்தமட்டில் எனக்குள் மொத்தமாக உணர்வற்றதொரு வழிமுறையை உருவாக்கியிருந்தது. அதைக் கேட்பது அவளுடைய ஏதோவொரு ரகசியத்தை ஒற்றுக்கேட்பதைப் போலிருந்தது. அதிலிருந்து அவளுடைய கண்களுக்குள் நேராகப் பார்ப்பதும் அவளோடு பேசுவதும் எப்படியோ எனக்குச் சாத்தியமில்லாமல் போனது. எப்போ தாவது அவள் தேனீர் எடுத்து வரும்போது, என் கண்களைத் தாழ்த்தி தரையின் மேல் மெல்ல நகரும் அவளுடைய விரைவான கால்களையும் பாதங்களையும் மட்டுமே பார்ப்பேன். அவளது கால்களின் அழகில் நான் மொத்தமாக என்னை இழந்திருந்தேன். ஏனென்றால் அனேகமாக நகரத்து பெண்மணிகள் விவசாயப் பெண்களைப் போல குறும்பாவாடை காற்சட்டைகளை அல்லது இடர்ப்பாடு நிரம்பிய அந்தக் காலங்களின் நாகரிகமாக மாறியிருந்த தளர்வாடைகளை அணிவதையோ பார்ப்பது எனக்கும் இன்னும் பழகியிருக்கவில்லை.

மேலும் அவளுடைய கால்கள் எனக்குள் ஏதோவொரு பாலியல் கிளர்ச்சியைத் தூண்டின என்கிற அபிப்பிராயத்தை விட்டுப் போவது தவறாகவே இருக்கும். முன்பே சொன்னது போல,

எதிர்பாலினத்தின் மீது கொள்ளும் பாலியல் விருப்பத்துக்கான எந்த உணர்விலும் நான் முழுமையான குறைபாட்டினைக் கொண்டிருந்தேன். ஒரு பெண்ணின் நிர்வாண உடலைக் காணும் சிறிய ஆசை கூட எனக்கு இருந்ததில்லை என்கிற விசயத்தால் இது தெளிவாக நிரூபணமாகும். என்றாலும், நான் ஒரு பெண்ணைக் காதலிப்பதாகத் தீவிரமாகக் கற்பனை செய்யத் தொடங்குவேன். உடன் நான் ஏற்கனவே சொல்லியிருக்கும் கெடுமதியுடனான மயக்கம் என் மனதுக்கு முட்டுக்கட்டை போடும். மேலும் பின்னர் அடுத்ததாக நான் என்னைத் தர்க்கத்தால் ஆட்சி செய்யப்படும் மனிதனாக நினைத்துக் கொண்டு, பெண்களின் மிதமிஞ்சியத் துய்ப்பால் சோர்வுற்ற மனிதனுடையதைப் போல என்னுடைய உற்சாகமற்ற மற்றும் எளிதில் மாறக்கூடிய உணர்வுகளை மாற்றிக் கொள்வதன் மூலம் முதிர்ந்தவனாகக் காட்டிக்கொள்ளும் என் வீண் தற்பகட்டுடைய விருப்பத்தைப் பூர்த்தி செய்வேன். நானந்த வேலைக்குப் போகும் மிட்டாய் இயந்திரங்களில் ஒன்று என்பதாகவும் காசை நுழைத்த மறுகணம் சர்க்கரை மிட்டாயை வெளித்தள்ளுவேன் என்பதைப் போலவும், இத்தகைய மனசூழற்சிகள் எனக்குள் தானே இயங்குபவையாய் மாறியிருந்தன.

எப்படியும் எந்தவொரு விருப்பத்தையும் உணராமல் என்னால் ஒரு பெண்ணைக் காதலிக்க முடியும் என நான் தீர்மானித்தேன். அனேகமாக மனிதகுலத்தின் தொடக்கத்திலிருந்து எடுத்துக் கொள்ளப்பட்ட மிகுந்த அசட்டுத்தனமான உறுதிமொழி இதுவாகவே இருக்கக்கூடும். என்னுடைய புரிதல் இல்லாமலேயே, நான் — தயைகூர்ந்து உயர்வுநவிற்சி மீது நான் கொண்டிருக்கும் இயல்பான மனச்சார்பை மன்னியுங்கள் — காதலின் கோட்பாட்டில் கோப்பர்நிகஸாக இருக்க உறுதிமொழி பூண்டேன். ஆக இவ்வாறு செய்வதில் என்னையுமறியாமல் காதல் பற்றிய பிளேட்டோனிய தத்துவத்தை நம்புகிற இடத்துக்கு நான் வந்திருந்தேன். பெரும்பாலும் முன்னர் சொன்னவற்றோடு முரண்படுபவையாகத் தோன்றினாலும், அதன் முழுமையான முக்கியத்துவத்தோடு, தூய்மையாக, நான் இந்த பிளேட்டோனிய தத்துவத்தை நேர்மையாக நம்பினேன். எப்படி இருந்தாலும் நான் நம்புகிற கோட்பாட்டைத் தாண்டித் தூய்மை என்பதுதான் முக்கியம் இல்லையா? நான் என்னுடைய கடப்பாட்டை உறுதி செய்து தந்தது தூய்மைக்குத்தான் இல்லையா? ஆனால் இது பற்றி மேலுமதிகமாய் பின்னர் சொல்லப்படும்.

சில நேரங்களில் நான் பிளேட்டோனியக் காதலை நம்பாத தாகத் தோன்றினால், இதற்கும் என் மூளையைத்தான் குற்றம் சொல்ல வேண்டும், என்னுடைய இதயத்தில் இல்லாதிருந்த உடலின்பத்தின் தத்துவத்தை முன்னிறுத்த ஏதுவாக, மேலும் என் செயற்கைத்தன்மையால் உருவான அந்த மயக்கத்தின் மீதும், முதிர்ந்தவனாகத் தோற்றமளிக்கும் என்னுடைய ஏக்கத்தின் எந்த மனநிறைவையும் பின்தொடர ஏதுவாக. சுருக்கமாக, அதை என் அமைதியின்மையின் மீது பழி சொல்லுங்கள்.

போரின் இறுதி வருடம் வந்தது. நான் இருபது வயதை யடைந்தேன். வருடத்தின் ஆரம்பத்தில் என்னுடைய பல்கலைக்கழகத்திலிருந்த அனைத்து மாணவர்களும் எம் (ஆங்கில எழுத்து M) நகரின் அருகிலிருந்த என் (ஆங்கில எழுத்து N) விமானத் தொழிற்சாலையில் வேலை பார்க்க அனுப்பப்பட்டார்கள். மாணவர்களில் எண்பது சதவிகிதம் தொழிற்சாலையின் அங்கமானார்கள். அதேவேளையில் மிச்சமிருந்த இருபது சதவிகிதத்தைப் பூர்த்தி செய்த மெலிந்த மாணவர்களுக்கு, எழுத்துப் பணிகள் தரப்பட்டன. நான் பிந்தைய வகைமைக்குள் விழுந்தேன். என்றாலும் முந்தைய வருடத்தில் நடந்த என்னுடைய உடற்தகுதித் தேர்வின்போது நான் 2(பி) என்கிற தரத்தைப் பெற்றிருந்தேன். ஆக இவ்வாறு ராணுவ சேவைக்குத் தகுதியுடையவனாக அறிவிக்கப்பட்டு, என்னுடைய அழைப்புகள் நாளைக்கு வந்து சேரலாம். இல்லை யென்றால் இன்றைக்கு, என்பதாகத் தொடர்ந்து கவலை கொண்டிருந்தேன்.

புழுதி கொப்பளிக்கும் ஒரு தனித்த பகுதியிலிருந்த விமானத் தொழிற்சாலை, வெறுமனே ஒரு முனையிலிருந்து மற்றொரு முனைக்கு நடந்து செல்ல முப்பது நிமிடங்கள் தேவைப்படுகிற அளவுக்கு மிகப் பெரிதாயிருந்தது. மேலும் பல ஆயிரம் வேலையாட்களின் உழைப்பால் அது ரீங்காரம் செய்தது. அவர்களில் நானும் ஒருவன், அடையாள எண்.4409ஐக் கொண்ட தற்காலிக வேலையாள் 953 எனும் பொறுப்பைத் தாங்கினேன்.

இந்த அற்புதமான தொழிற்சாலை உற்பத்தி விலைகளுக்கான மர்மமானதொரு தொழில்முறையில் இயங்கியது. மூலதன முதலீடென்பது வருவாயை உருவாக்க வேண்டும் என்கிற

பொருளாதாரக் கருத்துரையை கணக்கில் கொள்ளாமல், பயங்கரமானதொரு வெறுமைக்கு அது அர்ப்பணிக்கப்பட்டிருந்தது. எனவே ஒவ்வொரு காலையும் வேலையாட்கள் பூடகமான சத்தியப்பிரமாணத்தைச் சொல்ல வேண்டியிருந்ததில் எந்த ஆச்சரியமுமில்லை. இதுபோன்ற விசித்திரமான தொழிற்சாலையை நான் எப்போதும் பார்த்ததில்லை. அதனுள், நவீன அறிவியல் மற்றும் மேலாண்மையின் எல்லா வழிமுறைகளும், நிறைய மேன்மைபொருந்திய மூளைகளின் துல்லியமான மற்றும் விவேகமான சிந்தனைகளோடு இணைந்து, ஒரு முடிவை நோக்கி மட்டும் அர்ப்பணிக்கப்பட்டிருந்தன — மரணம். தற்கொலைப் படையினரால் பயன்படுத்தப்பட்ட சுழிய—வகைமைப் போர் விமானங்களைத் தயாரித்துக் கொண்டு, இந்த அற்புதத் தொழிற்சாலை இடிமுழக்கம் செய்வதாய்—இளைப்பதாய், வீறிடுவதாய், உறுமுவதாய் இயங்கியதொரு ரகசியக் குழுவை நினைவுறுத்தியது. இதுபோன்ற மாபெரும் நிறுவனம் எப்படி எந்தவொரு மதப்பெருமிதமும் இல்லாமல் இயங்க முடியும் என்பதை நான் பார்க்கவில்லை. மேலும் நிதர்சனத்தில், மதகுருக்களைப் போன்ற இயக்குனர்கள் தங்களுடைய வயிறுகளை உப்பச்செய்த வழிமுறைகளில் கூட, அது மதம்சார்ந்த பெருமிதத்தைக் கொண்டிருந்தது.

அவ்வப்போது வான்வழித் தாக்குதலுக்கான சமிக்ஞைகளின் எச்சரிக்கைகள் இந்த பிறழ்ந்துபட்ட மதத்தைத் தங்களுடைய தீய பிரார்த்தனைகளைக் கொண்டாடும்படி அறிவிப்பு செய்யும்.

பிறகு அலுவலகம் குழப்பம் கொள்ளும். அறையில் வானொலி இல்லை, ஆகவே என்ன நடக்கிறதென்பதை நாங்கள் அறிந்திட எந்த வழியும் கிடையாது. ஆழமான நாட்டுப்புறத்தொனியில் பேசுகிற யாராவது சொல்வார்கள்: "மேலே என்ன நடக்கிறதென்பது தெரியவில்லையே?" இந்த நேரத்தில் நிர்வாகியின் அலுவலகத்தைச் சேர்ந்த வரவேற்பு மேசையிலிருந்து ஒரு இளம்பெண் இதுபோன்றதொரு அறிக்கையோடு வாக்கூடும்: "எதிரி விமானங்களின் எண்ணற்ற வரிசைகள் கண்டறியப்பட்டுள்ளன." சற்றைக்கெல்லாம் ஒலிபெருக்கிகளின் கர்ணகடூரமான குரல்கள் பெண் பிள்ளைகளையும் கீழ்நிலை — பள்ளிக் குழந்தைகளையும் புகலிடங்களுக்குச் செல்லும்படி ஆணையிடும். இடர்மீட்பு வேலையில் ஈடுபட்டிருக்கும் மனிதர்கள் "ரத்தக்கசிவு நின்றுவிட்டது: — மணி — நிமிடம்" என்கிற வாசகங்கள் பதித்த சிவப்புநிற அட்டைகளை வினியோகித்தபடி நடந்து போவார்கள்.

யாருக்காவது காயம் ஏற்பட்டிருந்தால், ரத்தக்கசிவைத் தடுக்கும் மருந்து தடவப்பட்ட நேரத்தைக் காட்டுமாறு, இந்த அட்டைகளில் ஒன்றை நிரப்பி அவருடைய கழுத்தில் தொங்க விடுவார்கள். எச்சரிக்கை மணிகள் ஒலித்துப் பத்து நிமிடங்களுக்குப் பிறகு ஒலிபெருக்கிகள் அறிவிக்கும்: "அனைத்து வேலையாட்களும் புகலிடத்தில் தஞ்சமடையுங்கள்."

அலுவலக வேலையாட்கள், முக்கியமான தாள்களைக் கொண்ட கோப்புகளைத் தங்கள் கைகளில் இறுக்கிக்கொண்டு, முக்கியமான ஆவணங்கள் சேமித்து வைக்கப்பட்ட நிலத்தடிப் பெட்டகத்தில் அவற்றை ஒப்படைக்க விரைவார்கள். பின்னர் அவர்கள் திறந்தவெளிக்கு வந்து, அனைவரும் வான்வழித் தாக்குதல்களுக்கான தலைக்கவசங்களையோ அட்டைகள் தைக்கப்பட்ட தலைப்பாகைகளையோ அணிந்து சதுக்கத்தில் மொய்த்துக் கொண்டிருக்கும் வேலையாட்களோடு இணைந்து கொள்வார்கள். மொத்தக் கூட்டமும் முதன்மை வாயிலை நோக்கி விரைந்து ஓடும்.

வாயிலுக்கு வெளியே தனித்த, திறந்த, மஞ்சள் நிற நிலமொன்று இருந்தது. அதிலிருந்து சில எழுநூறு அல்லது எண்ணூறு மீட்டர்கள் தள்ளி, மென்மையானதொரு சரிவிலிருந்த ஊசியிலை மரங்களின் தோப்புக்குள் நிறைய பதுங்குகுழிகள் தோண்டப் பட்டிருந்தன. இந்தப் புகலிடங்களை நோக்கி, அமைதியான, பொறுமையற்ற, குருடர்களின் கூட்டத்தினுடைய இரண்டு தனித்த வரிசைகள் தூசியினூடாக விரைந்து செல்லும் — எந்த வகையிலும் மரணத்தைத் தவிர்ப்பதை நோக்கி, அது எளிதில் இடிந்து விடக்கூடிய களிமண்ணாலான சிறிய குகையாக இருந்தாலும் பரவாயில்லை, எந்த வகையிலும் அது மரணம் என்பதாக இருக்கக்கூடாது.

அவ்வப்போது கிடைக்கும் விடுமுறை நாட்களில் நான் வீட்டுக்குப் போனேன். அங்கே ஓர் இரவு நேரத்தின் பதினோரு மணிக்கு என்னுடைய வரைவு அறிவிப்பை பெற்றுக்கொண்டேன். பிப்ரவரி பதினைந்து அன்று குறிப்பிட்டதொரு பிரிவில் அறிக்கை சமர்ப்பிக்கும்படி எனக்கு ஆணை பிறப்பித்த தந்தி அது.

என் அப்பாவின் அறிவுரையின்படி, நான் என்னுடைய உடற்பயிற்சித் தேர்வை எடுத்துக் கொண்டது. டோக்கியோவில்

அல்ல, மாறாக எனது குடும்பம் தங்களுடைய சட்டப்பூர்வ இருப்பிடமாகப் பராமரித்து வந்த இடத்தின் அருகிலிருந்த அணிவகுப்பின் தலைமையகத்தில், ஒசாகோ—க்யோடோ பகுதியின் ஹெச் (ஆங்கில எழுத்து பி) எல்லையில். நகரத்தைக் காட்டிலும் கிராமப்புறப் பகுதியில் என்னுடைய பலவீனமான உடலமைப்பு அதிக கவனம் பெறக்கூடும் என்பதும், இதுபோன்ற பலவீனங்கள் அங்கே அரிதானவை அல்ல. அதன் காரணமாக நான் ராணுவ சேவைக்கு அழைக்கப்பட மாட்டேன் என்பதும் என் அப்பாவின் தத்துவம். உண்மையில், பண்ணைக்காரப் பையன்கள் தங்களுடைய தலைக்கு மேலே பத்து முறை எளிதாகத் தூக்க முடிந்த அரிசி மூடையை என்னால் தூக்க முடியாதபோது — மார்பின் அளவு வரை கூட— தேர்வு அலுவலர்களுக்கு வெடித்துச் சிரிப்பதற்கானக் காரணத்தை நானே வழங்கினேன். இருந்தாலும், இறுதியில் நான் 2(பி) என்று வகைப்படுத்தப்பட்டேன்.

ஆக இப்போது ஒரு கடுமையான கிராமப்புறப் பிரிவில் இணைந்து கொள்ள நான் அழைக்கப்பட்டேன். என் அம்மா துயரத்தோடு கண்ணீர் சிந்தினாள். என் அப்பாவும் கூடப் பெரிதும் நொந்து போனவராகத் தென்பட்டார். என்னளவில், நான் என்னைக் கற்பனைக்கு உட்படுத்தினாலும், அழைப்புகளின் வருகை எனக்குள் எந்த ஆர்வத்தையும் தூண்டவில்லை. ஆனால் மறுபுறம், எளிய மரணத்தைச் சந்திக்கும் என்னுடைய நம்பிக்கையும் இருந்தது. மொத்தத்தில், எல்லாம் அதனதன் இடத்தில் இருப்பதாக நான் உணர்ந்தேன்.

என்னுடைய பிரிவோடு சேர்ந்து கொள்ள தீவுகளுக் கிடையிலான நீராவிக்கப்பலில் நான் சென்றபோது தொழிற் சாலையில் எனக்குப் பிடித்திருந்த ஜலதோஷம் மிகவும் மோசமானது. எங்களுடைய சட்டப்பூர்வமான இருப்பிடமிருந்த கிராமத்தில் நெருங்கிய குடும்ப நண்பர்களின் வீட்டுக்கு நான் போய்ச் சேர்ந்த நேரத்தில் — தாத்தா திவாலாகிப் போனது முதல் எங்களுக்குச் சொந்தமாக அங்கே சிறுதுண்டு நிலம் கூட கிடையாது — என்னால் எழுந்து நிற்கக்கூட முடியாத அளவுக்கு எனக்கு பலத்த காய்ச்சல் அடித்தது. என்றாலும், அந்த வீட்டில் எனக்குக் கிடைத்த கவனமான பணிவிடைக்கும் மற்றும் குறிப்பாக நான் எடுத்துக்கொண்ட அளவற்ற காய்ச்சல் மருந்தின் திறனுக்கும் நன்றி, குடும்ப நண்பர்கள் எனக்களித்த உற்சாகமான வழியனுப்பதல்களின் நடுவே, சிப்பாய்கள்

முகாமினுடைய வாசலின் வழியே என்னால் நடந்து செல்ல முடிந்தது.

மருந்துகளால் மட்டுமே மட்டுப்பட்டிருந்த என் காய்ச்சல், இப்போது திரும்பி வந்தது. படைசேர்ப்புக்கான இறுதி அட்ட வணையைத் தயார் செய்யுமுன்பு நடத்தப்பட்ட உடற்தேர்வில், காட்டு மிருகத்தைப் போல விறைப்போடு நிர்வாணமாக நிற்க வேண்டி வந்தது. நான் தொடர்ந்து தும்மிக் கொண்டிருந்தேன். என்னை ஆய்வு செய்த சிறுபிள்ளைத்தனமான ராணுவ மருத்துவர் என் மூச்சுக்குழாய்களின் சிரமத்தை மார்பின் இரைச்சல் என்று அர்த்தப்படுத்திக் கொண்டார், மேலும் மருத்துவப் பதிவேடுகள் பற்றிய எனது அக்கறையற்ற பதில்கள் அவருடைய தவறில் அவரை உறுதியாக்கின. எனவே எனக்கு ரத்தப் பரிசோதனை நிகழ்த்தப்பட்டது. என்னுடைய ஜலதோஷத்தின் காரணமான காய்ச்சலால் பெரிதும் பாதிப்புக் குள்ளான அதன் முடிவுகள், ஆரம்ப நிலையிலுள்ள காசநோய் என்கிற தவறான அறுதியீட்டுக்கு இட்டுச்சென்றன. அதே நாளில் சேவைக்குத் தகுதியற்றவனாக அறிவித்து என்னை வீட்டுக்கு அனுப்பினார்கள்.

சிப்பாய்கள் முகாமினுடைய வாசலைப் பின்னால் விட்டு நீங்கி வந்த பின்பு, கிராமத்துக்கு அழைத்துப்போன வறண்ட மற்றும் துயரார்ந்த சரிவில் நான் ஓட்டமெடுத்தேன். விமானத் தொழிற்சாலையைப் போலவே, என்னுடைய கால்கள் என்னை எந்த வகையிலும் மரணம் என்றில்லாத ஒன்றை நோக்கிச் சுமந்து ஓடின — அது என்னவாயிருந்தாலும், அது மரணம் கிடையாது.

அன்றைய இரவு, ரயிலில் உடைந்த ஜன்னல் கண்ணாடி வழியாக வீசிய காற்றால் சுருங்கியவனாக, நான் காய்ச்சலின் குளிராலும் தலைவலியாலும் அவதிப்பட்டேன். நான் இப்போது எங்கே செல்வது? என்னை நானே கேட்டுக்கொண்டேன். எதைப் பற்றியும் இறுதி முடிவெடுக்கவியலாத என் அப்பாவின் உடன்பிறந்த திறமையின்மைக்கு நன்றி. எனது குடும்பம் இன்னும் எங்களுடைய டோக்கியோ வீட்டைக் காலி செய்திருக்கவில்லை. நான் அங்கே செல்லலாமா, அனைவரும் மர்மத்தில் பதுங்கிக் கிடக்கும் அந்த வீட்டுக்கு? தன்னுடைய தீய அசௌகரியத்தால் வீட்டைத் தனக்குள்ளாகச் செருமிடச்

செய்யும் அந்த நகரத்துக்கு? அந்தக் கூட்டத்தின் மத்தியில், அனைவரும் கால்நடைகளைப் போலக் கண்களைப் பெற்றிருப்பதாகவும், மேலும் அவர்கள் ஒருவரையொருவர் கேட்க விரும்புவதாகவும் தோன்றும். "நீ நலமாக இருக்கிறாயா? நீ நலமாக இருக்கிறாயா?" அல்லது எலும்புகள் புடைத்த பல்கலைக்கழக மாணவர்களின் உற்சாகமற்ற முகங்களால் நிரம்பி வழியும் விமானத் தொழிற்சாலையின் விடுதிக்கு?

என்னுடைய முதுகின் அழுத்தத்தால் நெகிழ்ந்து, நான் சாய்ந்திருந்த மரப்பலகைகள் இரயிலின் அதிர்வுகளில் இடம் மாறிக் கொண்டிருந்தன. அவ்வப்போது என் கண்களை மூடி, நான் அவர்களைப் பார்க்கச் சென்றிருக்கையில் நிகழும் ஒரு வான்வழித் தாக்குதலில் என் மொத்த குடும்பமும் அழிந்து போகும் காட்சியை, உருவகப்படுத்திக் கொண்டிருந்தேன். இந்த வெற்று எண்ணமே எனக்குள் விவரிக்க முடியாத அருவருப்பை நிரப்பியது. தினசரி வாழ்வுக்கும் மரணத்துக்குமான தொடர்பு பற்றிய எண்ணத்தைப் போல எதுவும் எனக்குள் முரண்பாட்டின் விசித்திர உணர்வைக் கிளர்த்தியதில்லை. மரணம் நெருங்குகையில், தான் இறப்பதை யாரும் பார்த்து விடக் கூடாதென்று, ஒரு பூனை கூடத் தன்னை மறைத்துக் கொள்கிறது இல்லையா? நான் என்னுடைய குடும்பத்தின் குரூர மரணத்தை பார்ப்பேன் என்கிற எண்ணம், மேலும் அவர்கள் என்னுடையதைப் பார்ப்பார்கள் என்பதும், என் நெஞ்சுக்குள் குமட்டுகிற நோய்மையுணர்வை உண்டு பண்ணியது. மரணம் ஒரு குடும்பத்தை இத்தகைய நிலைக்கு கொண்டு வரக்கூடும் என்கிற எண்ணம், எப்படி அம்மாவும் அப்பாவும் பையன்களும் பெண்களும் மரணத்தால் தொடரப்பட்டு இறக்கிற உணர்வைத் தங்களுக்குள் பொதுவாகப் பகிர்ந்து கொள்வார்கள் என்பதையும், ஒருவருக்கொருவர் பரிமாறிக் கொள்ளும் பார்வைகளையும்— எனக்கு இவை எல்லாமே, கச்சிதமான குடும்ப சந்தோசம் மற்றும் ஒத்திசைவின் காட்சிகளுடைய நாற்றமடிக்கும் நகல்களைத் தவிர வேறொன்றுமில்லை என்பதாகத் தோன்றியது.

நான் விரும்பியது பிரச்சினைகள் ஏதுமின்றி, மேகங்களற்ற வானத்தின் கீழ், அந்நியர்களின் நடுவில் மரணிப்பதை. இருந்தாலும் என்னுடைய ஆவல் ஒளிமிகுந்த சூரியனின் கீழ் மரணிக்க விரும்பிய பழங்கால கிரேக்கர்களின் உணர்வுகளிடமிருந்து வித்தியாசமானது. நான் விரும்பியது சற்றே இயல்பான, தன்னிச்சையானதொரு தற்கொலையை. நான் ஒரு நரியினுடையதைப்

போல மரணிக்க விரும்பினேன். தந்திரத்தில் இன்னும் நன்றாகத் தேர்ச்சியுறாமல், கவனமின்றி மலைப்பாதையில் நடந்து சென்று தன்னுடைய முட்டாள்தனத்தின் காரணமாக மட்டும் வேட்டைக்காரனால் சுடப்படுவதைப் போல.

இதுதான் விசயமெனில், என்னுடைய தேவையை நிறைவேற்ற ராணுவம்தான் மிகச்சரியானது இல்லையா? ராணுவ மருத்துவரிடம் பொய் சொன்னபோது நான் ஏன் அத்தனை வெளிப்படையாகத் தோற்றமளித்தேன்? ஒரு வருடத்தின் பாதிக்கும் மேலாக எனக்கு மெலிதான காய்ச்சல் இருப்பதாகவும், என்னுடைய தோள்கள் வேதனை தரும்படி இறுகிக்கிடப்பதாகவும், ரத்தவாந்தி எடுப்பதாகவும், முந்தைய இரவு கூட ராக்கால வியர்வைகளால் முழுக்க நனைந்ததாகவும் நான் ஏன் சொன்னேன்? (பிற்காலத்தில் இது உண்மையானது, ஆனால் நான் எடுத்துக் கொண்ட ஆஸ்பிரின்களின் எண்ணிக்கையைப் பார்க்கையில் சற்று ஆச்சரியம்தான்.) அந்த நாளே வீட்டுக்குத் திரும்பிச் செல்லும்படி தீர்ப்பளிக்கப்பட்டபோது என்னுடைய உதடுகளில் வெகு தொடர்ச்சியாய் உந்தி முன்வந்த, எனக்கு அதை மறைப்பதற்கு ரொம்பவும் சிரமமாயிருந்தது என்கிற புன்னகையின் அழுத்தத்தை நான் ஏன் உணர்ந்தேன்? சிப்பாய்கள் முகாமின் வாசலினூடாக நான் ஏன் அப்படி ஓடினேன்? என்னுடைய நம்பிக்கைகள் பாழடிக்கப்பட்டு விட்டன, இல்லையா? நான் என்னுடைய தலையைத் தொங்கப் போடவோ அல்லது கனத்த பாதங்களால் சிரமத்தோடு வெளியேறவோ இல்லை என்பது என்ன மாதிரியான சங்கதி?

ராணுவத்தின் மரணத்திலிருந்து நான் தப்பியதை நியாயப் படுத்தும் அளவுக்கு என் எதிர்கால வாழ்வு புகழின் உச்சியை ஒரு போதும் அடைந்திடாது என்பதை தெளிவாக உணர்ந்திருந்தேன். ஆகையால் படைப்பிரிவின் வாயிலில் இருந்து என்னை வேகமாக ஓடச்செய்த சக்தியின் மூலம் எதுவென்பதை என்னால் புரிந்து கொள்ள முடியவில்லை. மொத்தத்தில் எப்படியிருந்தாலும் நான் வாழ ஆசைப்படுகிறேன் என்று அர்த்தமாகிறதா? மேலும் வான்வழித் தாக்குதலுக்கானப் புகலிடத்தைத் தேடி மூச்சின்றி விரைந்து ஓட வைக்கும் அந்த முழுக்கவே தன்னிச்சையான எதிர்வினை — வாழ்வதற்கான ஆசை என்பதைத் தவிர்த்து இது வேறென்ன?

பிறகு திடீரென என்னுடைய மற்றொரு குரல் எனக்குள்

152 ஒரு முகமூடியின் ஒப்புதல் வாக்குமூலம்

பேசியது. ஒரு முறை கூட நான் உண்மையாக இறப்பதற்கு விரும்பவில்லை என்று சொன்னது. இந்த வார்த்தைகளால் என்னுடைய வெட்கத்தின் உணர்வு அதைத் தேக்கியிருந்த அணையை மீறிப் பொங்கி வழிந்தது. ஒத்துக்கொள்வதற்கு வேதனையாக இருந்தது, ஆனால் அந்தத் தருணத்தில் மரணத்துக்காகத்தான் ராணுவத்தில் நுழைய விரும்பினேன் என்று சொன்னபோது நான் என்னிடமே பொய் சொல்லியிருப்பதை அறிந்தேன். அந்தத் தருணத்தில் ராணுவம் என்னுடைய அந்த விசித்திரமான உடல்சார்ந்த விருப்பங்களைப் பூர்த்தி செய்வதற்கான வாய்ப்பை இறுதியாகத் தரும் என ரகசியமாக நம்பியதை நான் உணர்ந்தேன். மேலும் நான் அறிந்திருந்தேன், மரணத்தை நேசிப்பதிலிருந்து விலகி, ராணுவ வாழ்க்கையை எதிர்நோக்கிக் காத்திருப்பதை எல்லா வகையில் எனக்குச் சாத்தியமாகிய ஒரே விசயம் திடமான நம்பிக்கை — எல்லா மனிதர்களுக்கும் பொதுவான மந்திரமென்னும் புராதன கலை யிலிருந்து எழுந்த வந்த நம்பிக்கை — நான் மட்டும் எப்போதும் மரணமடைய மாட்டேன் என்பது.

ஆனால் இந்த எண்ணங்களெல்லாம் எனக்கு எவ்வளவு ஒவ்வாதவையாக இருந்தன! மாறாக என்னைப் பற்றி மரணத்தால் கூட ஏமாற்றப்பட்ட ஒரு மனிதன் என்று நினைப்பதையே நான் பெரிதும் விரும்பினேன். உடலின் ஏதோவொரு உள்ளூறுப்பின் மீது அறுவை சிகிச்சை செய்யும் மருத்துவர், தனது திறனனைத்தையும் சிகிச்சையின் மீது நுட்பமாகக் குவித்தாலும் எதிலும் சார்பற்று இருப்பதைப்போல, இறந்து போக ஆசைப்பட்டு ஆனால் மரணத்தால் மறுதலிக்கப்பட்ட மனிதனின் அபூர்வமான துயரங்களை உருவகப்படுத்துவதில் நான் மகிழ்ச்சி கொண்டேன். இப்படியாக எனக்குக் கிட்டிய மனப்பூர்வமான சந்தோசத்தின் தராதரம் கிட்டத்தட்ட ஒழுக்கங்கெட்டதாகத் தோன்றியது.

பல்கலைக்கழகத்துக்கும் விமானத் தொழிற்சாலைக்கும் கருத்து வேறுபாடு ஏற்பட்டது. எனவே நாங்கள் அனைவரும் பிப்ரவரியின் இறுதியில் தொழிற்சாலையிலிருந்து திருப்பி அழைத்துக் கொள்ளப்பட்டோம். மார்ச்சின்போது மறுபடியும் வகுப்புகளுக்குப் போவதும் பிறகு ஏப்ரலில் வேறொரு தொழிற் சாலைக்கு அனுப்புவதும்தான் எங்களுக்கான திட்டம். ஆனால் பிப்ரவரியின் இறுதியில் கிட்டத்தட்ட ஓராயிரம் எதிரி போர் விமானங்கள் தாக்கின. ஆக மார்ச்சுக்கெனத் திட்டமிடப்பட்ட

வகுப்புகள் பெயருக்குத்தான் நடக்கும் என்பது தெளிவானது.

இப்படியாகப் போரின் உச்சகட்டத்தில் எங்களுக்கு ஒரு மாதம் விடுமுறை வழங்கப்பட்டது. அது நமத்துப்போன பட்டாசுகளைப் பரிசாகப் பெறுவதைப் போலிருந்தது. என்றாலும், பல்கலைக்கழகத்துக்கே உரிய ஏதோவொரு வகையிலான முட்டாள்தனமான நடைமுறை பரிசைக் காட்டிலும், சொல்வதானால் உப்பு பிஸ்கட்டுகளின் பெட்டியை விட, நமத்துப்போன பட்டாசுகளைப் பெறுவதையே நான் பெரிதும் விரும்பினேன். ஒரு பொருளின் கலப்படமற்ற ஆடம்பரம்தான் இப்படி என்னைச் சந்தோசம் கொள்ளச்செய்வது. உறுதியாக எதற்கும் பயனற்றது என்பதுதான் அந்த நாட்களில் அதனை விலைமதிப்பற்ற பரிசாக மாற்றியது.

நான் ஜலதோசத்திலிருந்து மீண்ட சில நாட்களுக்குப் பிறகு, குசானோவின் அம்மா தொலைபேசினார். எம் நகரத்தின் அருகிலிருந்த குசானோவின் படைப்பிரிவைப் பார்வையிட அவர்கள் முதல் முறையாக அனுமதிக்கப்படவிருந்தார்கள், மார்ச் பத்தாம் தேதி, அவர்களோடு சென்று குசானோவைச் சந்திக்க நான் விருப்பம் கொண்டிருக்கிறேனா என்று கேட்டார்.

நான் அழைப்பை ஏற்றேன். சற்று நேரம் கழித்து ஏற்பாடு களைச் செய்வதற்காக குசானோவின் வீட்டுக்குச் சென்றேன். அந்நாட்களில் அந்திக்கும் இரவு எட்டு மணிக்கும் இடைப்பட்ட நேரம்தான் தினத்தின் பாதுகாப்பான சமயமென்று கருதப்பட்டது. நான் வந்தபோது, குடும்பத்தினர் அப்போதுதான் இரவுணவை முடித்திருந்தார்கள்.

குசானோவின் அப்பா இறந்து போனதால், இப்போது குடும்பம் அவனுடைய அம்மா, பாட்டி மற்றும் மூன்று சகோதரி களை மட்டுமே கொண்டிருந்தது. பாத வெப்ப அமைப்பைச் சுற்றி அமர்ந்திருந்த தங்களோடு சேர்ந்து கொள்ளும்படி என்னையும் அழைத்தார்கள். அப்போது நான் கேட்டிருந்த பியானோவை இசைக்கும் சகோதரிக்கு அம்மா என்னை அறிமுகம் செய்தாள்.

அவளுடைய பெயர் சொனோகோ.

அதே பெயரில் நன்கறியப்பட்ட இசைக்கலைஞர் ஒருவர் இருந்த காரணத்தால், அவள் பியானோவில் பயிற்சி செய்வதை நான் ஏற்கனவே கேட்க நேர்ந்தது பற்றிச் சற்றே மனதை

புண்படுத்தும்படியான நகைச்சுவையொன்றைச் சொன்னேன். இருள் நேர விளக்கின் மங்கலான ஒளியில் நாணமுற்ற அந்தப் பதினெட்டு வயது பெண் ஏதும் சொல்லவில்லை. அவள் சிவப்பு நிறத்தில் தோலினாலான மேற்சட்டை அணிந்திருந்தாள்.

மார்ச் ஒன்பதாம் தேதி காலை குசானோ குடும்பத்துக்காக அவர்களுடைய வீட்டினருகே இருந்த நிலையத்தின் நடை மேடையில் நான் காத்திருந்தேன். இருப்புப்பாதையின் எதிர் புறமிருந்த கடைகளின் வரிசைகள் நெருப்புக்கான பாது காப்பு இடைவெளியை உருவாக்க ஏதுவாக வழி விடும்படி அரசாங்கத்தால் கண்டிக்கப்பட்டிருந்தன. மேலும் ஏற்கனவே தொடங்கியிருந்த இடித்துத் தள்ளும் வேலையையும் விரிவாகப் பார்க்க முடிந்தது. வசந்தகால ஆரம்பத்தின் தெளிவான காற்றை இந்தச் செயல்பாடு புத்தம் புதிய, தகர்த்தெறியும் ஒலிகளால் கிழித்தது. இடிக்கப்பட்ட கட்டிடங்களின் நடுவே, கண்ணுக்கு இதமான, நிர்வாண மரக்கட்டைகளின் வெளிப்படுத்தப்பட்ட புதிய மேற்பரப்புகளைப் பார்க்க முடிந்தது.

காலைவேளைகள் இன்னும் குளிராக இருந்தன. பல நாட்களாக வான்வழித் தாக்குதலுக்கான ஓர் எச்சரிக்கை கூட ஒலிக்கவில்லை. அந்த இடைவெளியில் காற்று மென் மேலும் பிரகாசமாக மெருகூட்டப்பட்டு வெகு மெலிதாக விரிவடைந்திருந்ததால் இப்போது வெடித்துச்சிதறும் ஆபத்தி லிருப்பதாகத் தோன்றியது. அந்த சூழல், முதல் மீட்டலில் துளைத்தெடுக்கும்படியாக எதிரொலிக்கத் தயாராயிருக்கும், சமிசெனின் இறுக்கமான ஒத்திசைவில் கட்டப்பட்ட கம்பியைப் போலிருந்தது. இசையின் தெறிப்பால் முழுமையடைகிற, வெறுமையில் சிறந்த அமைதியின் சில தருணங்களில் ஒன்றை அது நினைவுறுத்தியது. ஆளற்ற நடைமேடையின் மீது விழுந்த குளிர்ச்சியான சூரியவொளியும் கூட இசையின் முன்னுணர்வு போன்ற ஏதோவொன்றால் நடுங்கிக் கொண்டிருந்தது.

பின்னர் நீலநிற மேலங்கி அணிந்தவளாக சொனோகோ தோன்றினாள். தன் இரண்டு சகோதரிகளோடும் எதிரேயிருந்த படிக்கட்டுகளில் இறங்கி வந்தாள். படிகளில் ஒவ்வொருவராக இறங்கி வர, மிகுந்த சிரத்தையோடு கவனித்துக் கொள்பவளாய் தன் சிறிய தங்கையை கைகளில் பிடித்திருந்தாள். இன்னொரு தங்கை, அப்போது பதினான்கு அல்லது பதினைந்து வயதிருக்

கலாம், இப்படி மெல்ல முன்னேறி வருவதில் பொறுமை யிழந்தவளாகத் தோன்றினாள். ஆனால் மெல்ல மற்ற இருவரை யும் முந்திச்செல்வதற்குப் பதிலாக அவள் வேண்டுமென்றே யாருமற்ற படிகளில் கோணல்மாணலாக இறங்கி வந்தாள்.

சொனோகோ இன்னும் என்னைப் பார்த்ததாகத் தெரிய வில்லை. நான் நின்ற இடத்திலிருந்து என்னால் அவளைத் தெளிவாகப் பார்க்க முடிந்தது. மொத்த வாழ்விலும் இதற்கு முன்பு ஒரு பெண்ணின் அழகால் என் இதயம் இதுபோல தீண்டப்பட்டதில்லை. என் மார்பு படபடத்தது. நான் தூய்மை யானவனாக உணர்ந்தேன்.

இத்தனை தூரம் என்னைத் தொடர்ந்து வந்திருக்கும் வாசகன் நான் சொல்லும் எதையும் நம்ப மறுக்கக்கூடும். அவன் என்னை சந்தேகிப்பான். ஏனென்றால் நுகாடாவின் சகோதரி மீது நான் கொண்டிருந்த செயற்கையான மற்றும் தகுந்த கைம்மாறு செய்யப்படாத காதலுக்கும் இப்போது நான் சொல்லுகிற மார்பின் படபடப்புக்கும் எந்த வித்தியாசமும் இல்லாததைப் போல அவனுக்குத் தோன்றும். ஏனென்றால் முந்தைய விசயத்தில் செய்ததைப்போல என்னுடைய உணர்வுகளைக் கருணையற்ற ஆய்வுகளுக்கு இந்தத் தருணத்தில் மட்டும் ஏன் நான் உட்படுத்தவில்லை என்பதற்கு எந்தவிதமான சரியான காரணமும் இல்லை என்று தோன்றும். இதுபோன்ற சந்தேகங் களில் வாசகன் பிடிவாதமாயிருந்தால், பிறகு, ஆரம்பத்திலிருந்தே எழுத்து என்கிற கலை பயனற்ற விசயமாகி விடுகிறது. நான் ஒரு விசயத்தைச் சொல்கிறேன் என்றால் உண்மைக்கு எந்த மதிப்புமில்லாமல் வெறுமனே அதை அப்படிச் சொல்ல வேண்டுமென்பதற்காக சொல்கிறேன் என்றும், மேலும் நான் சொல்லும் எதுவும் கதை ஒரே மாதிரியான ஒத்திசைவோடு இருக்கும்வரை சரியாகத்தானிருக்கும் எனவும் அவன் எண்ணு வான். இருந்தபோதிலும், என்னுடைய நினைவின் மிகத் துல்லியமான புள்ளியொன்று நான் இதற்கு முன் கொண்டிருந்த உணர்வுகளுக்கும் இப்போது சொனோகோவின் தரிசனம் எனக்குள் எழுப்பியவற்றுக்குமிடையில் உள்ள வித்தியாசத்தின் அடிப்படைப்புள்ளியை பறைசாற்றியது. இப்போது நான் கழிவிரக்கத்தை உணர்ந்தேன் என்பதுதான் அந்த வித்தியாசம்.

கிட்டத்தட்ட படிகளின் கடைசியில் வந்தபோது சொனோகோ என்னைப்பார்த்துச்சிரித்தாள். அவளுடைய புத்தம்புதிய கன்னங்கள்

பனியால் மின்னின. அவளுடைய கண்கள் — அவற்றின் பெரிய கருத்த கண்மணிகளும் சற்றே கனத்த இமைகளும் அவளுக்கு மெலிதாய்த் தூங்கிவழியும் தோற்றத்தைத் தந்தன — பேச முயற்சி செய்வதைப்போல மினுமினுத்தன. பிறகு, கடைக்குட்டி தங்கையின் கையை இரண்டாவது தங்கையிடம் ஒப்படைத்துவிட்டு, ஒளியின் நடுக்கத்தைப் போன்ற வசீகர அசைவுகளோடு நடைபாதையின் மீது என்னை நோக்கி ஓடிவந்தாள்.

என்னை நோக்கி ஓடிவருவது ஒரு பெண்ணல்ல என்பதை நான் கண்டேன். வாலிபத்திலிருந்து எனக்குள் என்னை நானே வற்புறுத்தி உருவகித்து வந்த மாமிசத்தின் தோற்றம் கிடையாது. ஆனால் காலைநேர அலைகளின் தூதனைப் போன்ற ஏதோவொன்று. இந்த விசயம் மட்டும் இல்லாதிருந்தால், என்னுடைய வழக்கமான வஞ்சக நம்பிக்கைகளோடு நான் அவளை சந்தித்திருக்கலாம். ஆனால், நான் குழம்பும் வகையில், சொனோகோவில் மட்டும் ஒரு வித்தியாசமான தன்மையை உணரும்படி என் உள்ளுணர்வு கட்டாயப்படுத்தப்பட்டது. இது சொனோகோவுக்குத் தகுதியற்றவன் என்கிற ஆழமான, நாணம் நிரம்பிய உணர்வை எனக்குத் தந்தது. ஆனாலும் கூட அது அடிமைத்தனம் பொருந்திய தாழ்வு மனப்பான்மையின் உணர்வில்லை. சொனோகோ நெருங்குவதைப் பார்த்த ஒவ்வொரு நொடியும், தாங்கவியலாத துயரத்தால் நான் தாக்கப்பட்டேன். இதற்கு முன்பு நான் அனுபவித்திராத உணர்வு அது. துயரம் என் இருப்பின் அஸ்திவாரங்களைத் தகர்த்து அவற்றை தள்ளாட வைப்பதாகத் தோன்றியது. இந்தத் தருணம் வரை பெண்கள் மீது நான் கொண்டிருந்த உணர்வு குழந்தைத்தனமான ஆவல் மற்றும் பொய்யான பாலியல் விருப்பத்தின் செயற்கையான கலவையாகத் தோன்றியது. முதல் பார்வையில், இதற்கு முன்பு எப்போதும் இதுபோன்ற ஆழ்ந்த விவரிக்கவியலாத துயரத்தால், மேலும் என்னுடைய மாறுவேடத்தில் எவ்வகையிலும் ஒரு பகுதியாயிராத துயரத்தால், என் இதயம் ஊசலாடியதில்லை.

இந்த உணர்வு கழிவிரக்கத்தினால் உருவானது என்பதில் நான் தெளிவாயிருந்தேன். ஆனால் கழிவிரக்கம் கொள்ளுமளவுக்கு ஒரு பாவத்தை நான் செய்து விட்டேனா? காப்புரிமையை மறுதலிப்பது என்றாலும் கூட, பாவத்துக்கு முன்பு வருகிற ஒருவகையான கழிவிரக்கம் உண்டுதானே? என்னுடைய இருப்பே கழிவிரக்கத்துக்குரியதுதானா? அவளுடைய தரிசனம் என்னை உசுப்பி இந்த கழிவிரக்கத்தைத் தட்டியெழுப்பியிருக்குமோ?

அல்லது என்னுடைய உணர்வு அனேகமாக பாவத்தின் முன்னு ணர்வு என்பதைத் தாண்டி வேறொன்றுமில்லையா?

சொனோகோ ஏற்கனவே என் முன் அடக்கத்தோடு நின்றிருந்தாள். ஏற்கனவே குனியத் தொடங்கியிருந்தாள். ஆனால் நான் நினைவுகளில் தொலைந்தவனாக நிற்பதைக் கண்டு, மிகத் துல்லியமாக, இப்போது மீண்டும் அதை ஆரம்பித்தாள்.

“நான் உன்னை காக்க வைத்து விட்டேனா? அம்மாவும் பாட்டியும்—” தன்னுடைய குடும்பத்தைச் சேர்ந்த இந்த உறுப்பினர்களைப் பற்றிக் குறிப்பிடுகையில் மரியாதைக்குரிய வார்த்தைகளை அவள் பயன்படுத்தினாள். இப்போது அதை நிறுத்தி வெட்கம் கொண்டாள். குடும்பச்சூழலுக்கு வெளியே இருக்கும் ஒருவரிடம் அந்த வார்த்தைகளைச் சொல்லும்போது எப்படி அவை பொருத்தமற்றவையாக மாறின என்பதைத் திடீரென உணர்ந்தாள். “சரி, அவர்கள் இன்னும் தயாராக வில்லை, சற்றே தாமதமாகும். ஆகவே கொஞ்சம் காத்திரு—” அவள் மீண்டும் நிறுத்தினாள், பணிவோடு தன்னைத்தானே திருத்தினாள். “ஆகவே நீ இன்னும் சிறிது நேரம் காத்திருந்தும் அவர்கள் வரவில்லையென்றால், நாம் ரயில் நிலையத்துக்கு முன்னால் போகலாம் — அதாவது, நீ விருப்பப்பட்டால்.” கடைசியாக இந்த நீண்ட உரையைத் தடுமாறுகிற, சம்பிரதாய மான மொழியில் உளறிக்கொட்டுவதைச் சாதிக்க முடிந்ததில், அவள் நிம்மதிப் பெருமூச்செறிந்தாள்.

சொனோகோவின் உடலமைப்புப் பெரிதாக இருந்தது. என் நெற்றியை எட்டுமளவு வளர்த்தியாய் இருந்தாள். அவளுடைய உடல் வழக்கத்துக்கு மாறாக வசீகரமாகவும் சரியான அளவிலும் இருந்தது. மேலும் மிக அழகான கால்களைக் கொண்டிருந்தாள். அவளுடைய வட்டமான, குழந்தைத்தனமான முகம், அதில் அவள் எந்த ஒப்பனையையும் பயன்படுத்தவில்லை. ஒரு மாசற்ற, அலங்காரமில்லாத ஆத்மாவின் பிரதிபலிப்பு என்பதாகத் தோன்றியது. அவளுடைய உதடுகள் சற்றே வெடித்து அதன் காரணமாக இன்னும் சிவப்பாகத் தோன்றின.

நாங்கள் சில பொருத்தமற்ற வார்த்தைகளைப் பரிமாறிக் கொண்டோம். இந்தக் கதாபாத்திரத்தில் என்னையே நான் வெறுத் தாலும், நகைச்சுவை நிரம்பியதொரு இளைஞனாக என்னைக் காட்டிக்கொள்ள, என்னுடைய அத்தனை வல்லமையையும்

பயன்படுத்தி, கவலையற்றவனாகவும் மகிழ்ச்சியானவனாகவும் தோற்றமளிக்க முயற்சித்தேன்.

தலைக்கு மேலே போகும் நிறைய ரயில்கள் கிறீச்சிடும், உராயும் சத்தங்களோடு எங்களருகே நின்று பின் கிளம்பிச் சென்றன. ஏறவும் இறங்கவும் செய்து கொண்டிருந்த பயணிகளின் கூட்டம் மிகவும் அதிகமாகிக் கொண்டிருந்தது. ஒவ்வொரு முறையும் ஒரு ரயில் வந்தபோது எங்களைத் தனது இனிமையான கதகதப்பில் குளிப்பாட்டிக் கொண்டிருந்த சூரியவொளியின் தாரையிலிருந்து நாங்கள் துண்டிக்கப்பட்டோம். மேலும் ஒவ்வொரு முறையும் ஒரு ரயில் நகர்ந்தபோது மறுபடியும் என் கன்னங்களில் விழுந்த சூரியவொளியின் மென்மையால் நான் மீண்டும் அதிர்ச்சியடைந்தேன்.

எந்த விருப்பமும் கொள்ளவியலாத இது போன்ற தருணங் களால்தான் என் இதயம் நிறைவு கொள்ள வேண்டும் என்பதைப்போல, நிறைவாக ஆசிர்வதிக்கப்பட்ட சூரியவொளி இப்படி என் மீது விழுவதை ஒரு கெட்ட சகுனத்தின் அறிகுறி என்று நான் எடுத்துக்கொண்டேன். நிச்சயமாக சில நிமிடங்களில் திடீரென வான்வழித் தாக்குதலோ அல்லது அதற்குச் சமமான பேரழிவின் நிகழ்வோ வந்து நாங்கள் நின்றிருந்த இடத்திலேயே எங்களைக் கொல்லக்கூடும். நிச்சயமாக, நான் நினைத்தேன். ஒரு சிறிய சந்தோசத்துக்குக்கூட நாங்கள் தகுதியானவர்களில்லை. அல்லது ஒரு வேளை சிறிய சந்தோசத்தைக்கூட நாங்கள் திருப்பித் தரவேண்டிய பெரிய உபகாரமாக எண்ணுகிற தீய பழக்கத்தை நாங்கள் கைவரப் பெற்றிருந்தோம். இதுதான் சொனோகோவோடு இந்தவகையில் நேருக்கு நேர் நிற்பதில் நானறிந்த மிகத்துல்லியமான உணர்வு. மேலும் சொனோகோவும் கூட இதே உணர்வால் ஆட்கொள்ளப்பட்டிருப்பதாகத் தோன் றியது.

நாங்கள் வெகுநேரம் காத்திருந்தோம். ஆனால் சொனோகோ வின அமமாவும பாடடியும வரவில்லை. கடைசியில் நாங்கள் தலைக்கு மேலே போகும் ரயிலில் ஒன்றைப் பிடித்து யூ (ஆங்கில எழுத்து *U*) நிலையத்துக்கு முன்னால் சென்றோம்.

நிலையத்தின் ஆரவாரத்தினூடாக குசானோ இருந்த அதே படைப்பிரிவிலிருந்த தன்னுடைய மகனைப் பார்க்கச் சென்ற திரு.ஓபாவால் நாங்கள் வரவேற்கப்பட்டோம். அப்போது

அரசாங்கத்தின் ஆதரவைப் பெற்றிருந்த காக்கிக் குடிமுறைச் சீருடையை வெறுத்தொதுக்கி ஹாம்பர்க் தொப்பியையும் முரட்டு மேலங்கியையும் பிடிவாதமாகப் பற்றிக்கொண்டிருந்த இந்த நடுத்தர வயது வங்கியாளர் நானும் சொனோகோவும் கொஞ்சமாய் அறிந்திருந்த அவருடைய மகளின் துணையோடு வந்திருந்தார். சொனோகோவோடு ஒப்பிடும்போது இந்தப்பெண் அத்தனை அழகானவளாக இல்லை என்கிற விசயத்தை நான் ஏன் கொண்டாட வேண்டும்? இது என்ன உணர்வு? என் கண்களின் முன்னால் நிகழ்ந்து கொண்டிருந்த சொனோகோவின் கபடமற்ற விளையாட்டுத்தனங்களையும் மீறி — அவள் ஓபா பெண்ணோடு கைகளைக் குறுக்கில் இறுக்கிப்பிடித்து மிகுந்த நெருக்கமாயிருப்பதான அற்புதக் காட்சியை உருவாக்கிக் கொண்டிருந்தாள் — அழகின் தனிச்சிறப்பான பெருமிதத்தின் பிரகாசம் சொனோகோவுக்கு வழங்கப்பட்டிருப்பதையும் அது அவள் உண்மையில் இருந்ததைக் காட்டிலும் பல வருடங்கள் மூத்த வளாகத் தோன்றச்செய்தது என்பதையும் நான் உணர்ந் தேன்.

நாங்கள் ரயிலில் ஏறியபோது அது காலியாயிருந்தது. எதேச்சை யாக நானும் சொனோகோவும் ஜன்னலை ஒட்டிய இருக்கை களில் அமர்ந்தோம், எதிரெதிராக.

அவர்களோடு வந்திருந்த பணிப்பெண்ணையும் கணக்கில் சேர்த்துக் கொண்டால் திரு.ஓபாவின் குழுவில் மூன்று மனிதர்கள் இருந்தார்கள். கடைசியில் ஒருவழியாக முழுமையடைந்திருந்த எங்கள் குழு ஆறு பேரைக் கொண்டிருந்தது. ஆக இரு குழுக் களும் சேர்த்து ஒன்பது பேர் எனும்போது, இடைவெளியின் இருபுறமுமிருந்த இருக்கைகளின் இரண்டு வரிசைகளை ஒருவர் மற்றவரிடமிருந்து ஆக்கிரமிக்க முடியாத அளவுக்கு எண்ணிக் கையில் அதிகமாயிருந்தோம்.

அது பற்றித் தெரியாமலேயே நான் அதனை வேகமாகக் கணித்திருந்தேன். சொனோகோவும் இதைச் செய்து கொண்டி ருப்பாளோ? எவ்வாறிருப்பினும், ஒருவருக்கொருவர் மிகச் சரியாக எதிரே அமர்ந்தபோது நாங்கள் விஷமம் நிரம்பிய புன்னகைகளைப் பரிமாறிக் கொண்டோம்.

எளிதில் கையாளமுடியாத எங்கள் இணைந்த குழுக்களின் எண்ணிக்கையைக் கணக்கில் கொண்டு, நானும் சொனோகோ

வும் இந்தத் தனித்த சிறிய தீவை எங்களுக்கென உருவாக்கிக் கொண்டபோது ஏதும் சொல்ல முடியாமல் ஒத்துக் கொண் டார்கள். இங்கிதத்தின்படி சொனோகோவின் பாட்டியும் அம்மாவும் ஓபா தந்தையையும் மகளையும் பார்த்து அமர வேண்டியிருந்தது. சொனோகோவின் இளைய தங்கை உடனடியாக இடைவெளியின் எதிர்ப்புறமிருந்த, அங்கிருந்து அவளால் தனது தாயாரின் முகத்தையும் ஜன்னலுக்கு வெளியிலும் பார்க்க முடியும் என்றிருந்த, ஜன்னலோர இருக்கையைத் தேர்ந்தெடுத்தாள். மூன்றாவது தங்கை அவளைப் பின்தொடர்ந்தாள், ஓபா பணிப்பெண் இரண்டு துடுக்கான பெண்களுக்குப் பொறுப்பேற்க. அங்கே அவர்களின் இருக்கை விளையாட்டு மைதானமானது. சொனோகோவும் நானும் மற்ற அனைவரிடமிருந்தும் காலத்தால் நைந்து போன இருக்கையொன்றின் முதுகால் பிரிக்கப்பட்டோம்.

நிலையத்தை விட்டு ரயில் கிளம்புமுன்பாகவே வாயாடியான திரு.ஓபா உரையாடலைத் தன் கட்டுப்பாட்டுக்குள் கொண்டு வந்தார். அவருடைய தாழ்ந்த குரலினாலான, பெண்மை யுடனான வம்பளக்கும் இயல்பு அவரைக் கேட்டுக் கொண்டிருந்த வர்களுக்கு அவரோடு ஒத்துப்போவதைத் தவிர்த்து வேறெந்த வாய்ப்பையும் தரவில்லை. இளமையின் எழுச்சி பொங்கி வழியும் பாட்டி கூட — வாயளப்பதில் அவர்தான் குசானோ குடும்பத்தின் பிரதிநிதி — ஆச்சரியத்தால் வாயடைத்துப் போனார். “ஆமாம், ஆமாம்” என்று சொல்வதைத் தவிர அவரும் அம்மாவும் வேறெதுவும் சொல்ல முடியவில்லை. மேலும் திரு.ஓபாவின் தனித்த நீண்டவுரையின்போது அடுத்தடுத்து வந்த ஒவ்வொரு முக்கியமான இடத்திலும் சிரிக்க வேண்டிய பணியால் முழுமையாய் ஆட்கொள்ளப்பட்டிருந்தார்கள். ஓபா பெண்ணைப் பொறுத்தவரை, ஒரு வார்த்தை கூட அவளுடைய உதடுகளைத் தாண்டவில்லை.

சற்று நேரத்தில் ரயில் நகரத் தொடங்கியது. நிலையத்திலிருந்து முற்றிலும் விலகிய நிலையில் ஜன்னல்களின் அசுத்தமான கண்ணாடியின் வழியே சூரியவொளி பாய்ந்தது. நானும் சொனோகோவும் அமர்ந்திருந்த இடத்துக்கு அருகிலிருந்த நொறுங்கிப்போன ஜன்னல் அடிக்கட்டைகளில் வீழ்ந்து, அங்கிருந்து சிதறுண்டு எங்கள் மடிகளில் பரவியது. அடுத்த இருக்கையிலிருந்த திரு.ஓபாவின் மழலைப்பேச்சினை கேட்டபடி நாங்களிருவரும் மௌனமாக இருந்தோம். அவ்வப்போது

ஒரு புன்னகை சொனோகோவின் உதடுகளில் சிறகடித்தது. அவளுடைய கிளர்ச்சி என்னைப் பாதித்தது. எங்களுடைய பார்வைகள் சந்தித்தபோதெல்லாம், வேறொரு குரலைக் கேட்பதான மினுமினுக்கிற, சேட்டை நிரம்பிய, அக்கறையற்ற தோற்றத்தை வரித்துக்கொண்டு சொனோகோ என்னுடைய கண்களைத் தவிர்ப்பாள்.

"...மேலும் நான் இறக்கும்போது சரியாக இதைப்போல உடையணிந்து மரணிக்கவே விரும்புகிறேன். குடிமுறைச் சீருடைகளிலும் இறுக்கமான காற்சட்டைகளிலும் இறப்பது, அது இறப்பதைப் போலவே இருக்காது, இல்லையா? மேலும் நான் என் பெண்ணையும் தளர்வான காற்சட்டைகளை அணிய விட மாட்டேன். அவள் ஒரு பெண்ணைப் போல உடையணிந்தவளாக இறப்பதை உறுதி செய்வது தந்தையாக என் கடமைதானே?"

"ஆமாம், ஆமாம்."

"அதோடு, நகரத்தை விட்டு உங்களுடைய பொருட்களை காலி செய்ய விரும்பினால் தயவு செய்து எனக்குத் தெரிவியுங்கள். ஒரு ஆணின் துணையில்லாத வீட்டில் அது கடினமானதாக இருக்கும். எதுவாக இருந்தாலும், தயவு செய்து எனக்குத் தெரிவியுங்கள்."

"நீங்கள் மிகுந்த கருணைமிக்கவர்."

"டி (ஆங்கில எழுத்து T) நீருற்றில் ஒரு கிட்டங்கியை வாங்க எங்களுக்கு சாத்தியப்பட்டது. எங்களுடைய வங்கிக் கணக்கர்களின் அனைத்து சேமிப்புகளையும் அங்கேதான் அனுப்பி வைக்கிறோம். உங்களுடைய பொருட்கள் அங்கே பத்திரமாக இருக்குமென்பதை என்னால் உறுதி சொல்லமுடியும். எதை நீங்கள் அனுப்ப விரும்பினாலும் சரிதான், உங்களுடைய பியானோ அல்லது எதுவானாலும்."

"நீங்கள் மிகுந்த கருணைமிக்கவர்."

"அதோடு, உங்கள் மகனுடைய பிரிவின் படைத்தலைவர் நல்ல மனிதராகத் தென்படுகிறார் என்பது அதிர்ஷ்டவசமானது. என் மகனின் படைத்தலைவர் பார்வையாளர் தினத்தன்று கொண்டு வரப்படும் உணவின் ஒரு பகுதியைப் பிடுங்கிக் கொள்கிறார்.

எனக் கேள்விப்பட்டேன். தெரிந்ததுதான், கடலுக்கு அந்தப்புறம் இருக்கும் மக்களிடம் எதிர்பார்க்கக்கூடிய சங்கதிதான். எப்போதும் பார்வையாளர் தினத்துக்குப் பிறகு படைத்தலைவருக்கு வயிற்று வலி வருவதாகச் சொல்கிறார்கள்.”

“எனது, எனது...”

ஒரு புன்னகை மீண்டும் சொனோகோவின் உதடுகளை அழுத்திக் கொண்டிருந்தது. அவள் அமைதியற்றவளாகத் தென் பட்டாள். இறுதியாகத் தான் சுமந்துவந்த பையிலிருந்து ஒரு நூலகப்பதிப்பை வெளியே எடுத்தாள். நான் சற்று ஏமாற்ற மடைந்தேன். ஆனால் புத்தகத்தினுடைய தலைப்பின் மீது ஆர்வம் காட்டினேன்.

“நீ என்ன வாசிக்கிறாய்?” நான் கேட்டேன்.

திறந்த புத்தகத்தின் பின்பகுதியை, அதனைத் தன் முகத்தின் முன்பாக ஒரு காற்றாடியைப் போல பிடித்தபோது சிரித்தபடி, அவள் என்னிடம் காட்டினாள். தலைப்பு ‘டேல் ஆப் தி வாட்டர் ஸ்பிரிட்’ என்றிருந்தது. தொடர்ந்து, அடைப்புக் குறிக்குள் அதன் உண்மையான ஜெர்மன் தலைப்பு ‘உண்டின்’ என்றிருந்தது.

எங்களுக்குப் பின்னாலிருந்த இருக்கையிலிருந்து யாரோ எழுவதை எங்களால் கேட்க முடிந்தது. அது சொனோகோவின் அம்மா. எதிர் இருக்கையில் பாய்ந்தும் குதித்தும் விளையாடிக் கொண்டிருந்த தன்னுடைய கடைசி மகளை அமைதிப்படுத்த செல்வதன் மூலம் அவள் திரு.ஓபாவின் சலசலப்பை விட்டுத் தப்பிக்க நினைக்கிறாள் என நான் எண்ணினேன். ஆனால் பின்னால் தெரிய வந்ததைப்போல, அவளுக்கு வேறொரு நோக்கமும் இருந்தது. கூச்சலிடுகிற பெண்ணையும் அவளுடைய துடுக்கான மூத்த சகோதரியையும் எங்களிடம் அழைத்து வந்தவள் சொன்னாள்:

“வாருங்கள், தயவு செய்து இந்தக் கூச்சலிடும் பிள்ளைகளை உங்களோடு சேர்த்துக் கொள்ளுங்கள்.”

சொனோகோவின் அம்மா அழகாகவும் வசீகரமாகவும் இருந்தாள். சில நேரங்களில் மென்மையாகப் பேசும் அவளின் சுபாவத்தோடு சேர்ந்து வந்த புன்னகை கிட்டத்தட்ட பரிதாபமாக இருந்தது. இம்முறை அவள் பேசியபோது, மீண்டும் அவளுடைய புன்னகை சற்றே சோகமானதாகவும் அசௌகரியமானதாகவும்

இருப்பதாக எனக்குத் தோன்றியது. இரண்டு குழந்தைகளையும் எங்களிடம் உட்கார வைத்து விட்டு, அவள் தன்னுடைய இருக்கைக்குத் திரும்பினாள். அதே வேளையில் சொனோகோவும் நானும் மீண்டும் ஒரு பார்வையை ஒருவர் மீது மற்றொருவர் ஒற்றியெடுத்தோம். நான் என் மார்புப்பையிலிருந்து ஒரு குறிப்பேட்டை எடுத்து, அதன் ஒரு தாளைக் கிழித்து, பென்சிலால் எழுதினேன்.

"உன் அம்மா எச்சரிக்கையாய் இருக்கிறாள்!"

அவளிடம் நான் குறிப்பைத் தந்தபோது தன்னுடைய தலையைத் தயக்கமாக ஆட்டியபடி, "இது என்ன?" என்றாள் சொனோகோ. துண்டுத்தாளில் இருந்த வார்த்தைகளை வாசித்து முடித்தபோது பின்னங்கழுத்து சிவக்க அவள் தன் கண்களைத் தாழ்த்திக் கொண்டாள்.

"அது சரிதானே?" என்றேன்.

"ஓ, நான்..."

எங்களுடைய கண்கள் மீண்டும் சந்தித்தன. நாங்கள் ஒருவரை யொருவர் புரிந்து கொண்டோம். எனது கன்னங்களும் தீப்பிழம்பு களாகக் கொழுந்து விட்டெரிவதை என்னால் உணரமுடிந்தது.

"அக்கா, அது என்ன?" கடைசி தங்கை தன் கையை நீட்டி னாள்.

மின்னலென சொனோகோ துண்டுத்தாளினை மறைத்தாள். மற்றொரு தங்கை எங்களுடைய செய்கைகளின் பின்னாலிருந்த அர்த்தத்தைப் புரிந்து கொள்ளுமளவுக்கு பெரியவளாகத் தென் பட்டாள். கோபம் கொண்டு தன் உதடுகளைப் பிதுக்கினாள். மிகைப்படுத்திய வழிமுறையில் அவள் தன் சிறிய தங்கையை திட்ட ஆரம்பித்ததிலிருந்து ஒருவர் இதைச் சொல்லி விடலாம்.

எங்களுடைய ஆர்வத்தைத் தணிப்பதற்குப் பதிலாக, சொனோ கோவும் நானும் பேசிக் கொள்வதை இந்த சம்பவம் இன்னும் எளிதாக்கியது. அவள் தன் பள்ளியைப் பற்றிப் பேசினாள், அவள் வாசித்த புதினங்கள் குறித்து, மற்றும் அவளுடைய சகோதரனைப் பற்றி. என் பங்குக்கு, மன்மதக்கலையில் முதல் அடியை எடுத்து வைப்பவனாக, நான் சீக்கிரமே உரையாடலைப் பொதுவான சங்கதிகளுக்கு கொண்டு சென்றேன். இரு தங்கைகளையும்

கண்டுகொள்ளாமல், நன்கு பழகியவர்களைப் போல நாங்கள் பேசிக்கொண்டிருந்தபோது, அவர்கள் தங்களுடைய பழைய இருக்கைகளுக்கு வேகமாகத் திரும்பிச் சென்றார்கள். வெளிப்படையாகச் சொன்னால் அவர்கள் அப்படியொன்றும் திறமையான உளவாளிகள் கிடையாது. ஆனால் அம்மா, மீண்டும் அந்த வில்லங்கமான புன்னகையோடு, உடனே அவர்களை மீண்டும் அழைத்து வந்து எங்களோடு உட்கார வைத்தாள்.

குசானோவின் படைப்பிரிவினருகே, எம் நகரத்தினுடைய பிரயாணிகள் விடுதியொன்றில் நாங்களனைவரும் நிலை கொண்டமைந்த பொழுதில், படுக்கைக்கான நேரம் ஏற்கனவே வந்திருந்தது. எனக்கும் திரு.ஓபாவுக்கும் ஒரு அறை ஒதுக்கப் பட்டிருந்தது.

நாங்களிருவரும் ஒன்றாகத் தனியாக இருந்தபோது திரு.ஓபா, போரை இன்னும் தொடர்வதற்குத் தன்னுடைய எதிர்ப்பை மறைக்க எந்த முயற்சியும் செய்யாமல், வெளிப்படையாகப் பேசத் தொடங்கினார். மக்கள் ஒன்றுகூடிய போதெல்லாம் இதுபோன்ற போருக்கு எதிரான பார்வைகள் ஏற்கனவே முணு முணுக்கப்பட்டன. 1945இன் வசந்தகாலத்தில் கூட, அவற்றைக் கேட்பதில் நான் சலிப்புற்றிருந்தேன். சகிக்க முடியாத அளவுக்குத் தன்னுடைய தாழ்ந்த குரலால் திரு.ஓபா பிதற்றிக் கொண்டிருந்தார். அவர் முதலீடு செய்திருந்த மிகப்பெரிய மண்பாண்டங்களின் தொழிற்சாலை ஏற்கனவே அமைதி முயற்சியை மேற்கொண்டிருப்பதாகச் சொன்னார். அதாவது, போரின் சேதங்களைச் சரிசெய்கிற போர்வையில், வீடுகளின் பயன்பாட்டுக்காக பெரிய அளவில் மண்பாண்டங்களைத் தயாரிக்க அவர்கள் திட்டமிட்டிருந்தார்கள். மேலும் நாங்கள் சோவியத் ஒன்றியத்தின் வழியாக அமைதிக்கான திட்டங்களை முன்வைத்ததாகத் தென்பட்டது.

எவ்வளவாயினும், நான் எஸ்ஸைப் பற்றி இன்னுமதிகமாக யோசிக்க விரும்பிய ஏதோவொன்றிருந்தது. இறுதியாக விளக்குகள் அணைக்கப்பட்டு, அவருடைய கண்ணாடிகள் இல்லாமல் வீங்கியதைப் போல விசித்திரமாகத் தோற்றமளித்த திரு.ஓபாவின் முகம் நிழல்களுக்குள் மறைந்தது. அவரது அப்பாவித்தனமான பெருமூச்சுகள் இரண்டு அல்லது மூன்று முறை மொத்த படுக்கையையும் மெல்ல ஊடுருவிப் பரவின.

பின்னர் அவரது ஆழ்ந்த மூச்சியக்கம் அவர் தூங்கிவிட்டதைக் காட்டியது. தலையணையைச் சுற்றி போடப்பட்டிருந்த புதிய உறை என்னுடைய சிவந்த கன்னங்களில் உராய்வதை உணர்ந்து, நான் நினைவுகளில் தொலைந்தேன்.

நான் தனியாக இருக்கையில் என்னை அச்சுறுத்திய சிடுசிடுப்பான எரிச்சலோடு சேர்ந்து, இன்று காலை சொனோகோவைப் பார்த்தபோது என் இருப்பின் அஸ்திவாரங்களை அசைத்துப் பார்த்த துயரமும் இப்போது இதயத்துக்குள் இன்னுமதிகமான எரிச்சலோடு உயிர்ப்பிக்கப்பட்டது. அன்றைய தினம் நான் பேசிய ஒவ்வொரு வார்த்தையும் நிகழ்த்திய ஒவ்வொரு செய்கையும் பொய்யானது என்று அது அறிவித்தது. ஒரு விசயத்தை அதன் மொத்தமும் தவறானது என்று தீர்மானிப்பது அதன் எந்தப் பகுதி உண்மையானது அல்லது எது பொய்யானது போன்ற சந்தேகங்களால் என்னைச் சித்திரவதை செய்வதை விடச் சற்றே வலி குறைந்தது என்பதைக் கண்டறிந்து விட்டதால், நிதானமாக முகமூடிகளைக் களைவதன் மூலம் என் பொய்மையை எனக்குணர்த்திய இந்த வழிமுறைக்கு ஏற்கனவே நான் மெல்ல மெல்லப் பழகியிருந்தேன். மேலும், மனிதனாயிருக்கும் அடிப்படை நிலை என்று நான் குறிப்பிட்டதைப் பற்றிய என்னுடைய பிடிவாதம் நிரம்பிய அசௌகரியத்தை, நேர்மறையான மனித உளவியல் என்று நான் குறிப்பிட்டதைத் பற்றி யோசித்தவாறே நான் படுத்திருந்தது, சுயவிசாரணையின் முடிவற்ற வட்டங்களினூடாக என்னை நடத்திச் சென்றதைத் தவிர்த்து வேறெதுவும் செய்யவில்லை.

இன்னொரு பையனாக இருந்தால் நான் எப்படி உணருவேன்? ஒரு சாதாரண மனிதனாக இருந்தால் நான் எப்படி உணருவேன்? இந்தக் கேள்விகள் என்னை ஆட்டுவித்தன. அவை என்னைத் துன்புறுத்தின. எனக்கிருந்ததாக நான் எண்ணிய ஒரு துளி சந்தோசத்தையும் உடனடியாகவும் மொத்தமாகவும் உறுதியோடு அழித்தொழித்தன.

எனது ‘செய்கை’ என்னுடைய இயல்பின் அத்தியாவசியப் பகுதியாக மாறியதன் மூலம் முடிந்து போனது. எனக்கு நானே சொல்லிக்கொண்டேன். இதற்கு மேலும் அதுவொரு செய்கை கிடையாது. இயல்பான மனிதனாக நான் மாறுவேடம் போடுகிறேன் என்கிற ஞானம் என்னிடம் இயல்பாக இருந்த கொஞ்சநஞ்ச வழமையையும் அரித்துத் தின்றது. அதுவும் கூட

இயல்பாயிருப்பதான பாசாங்கைத் தவிர வேறொன்றுமில்லை என்று என்னை எனக்கே மீண்டும் மீண்டும் சொல்ல வைப்பதில் வந்து முடிந்தது. இன்னொரு விதமாகச் சொல்வதெனில், நகலைத் தவிர வேறெதையும் நம்பமுடியாத மனிதனாக நான் மாறிக் கொண்டிருந்தேன். ஆனால் இது உண்மையென்றால், பிறகு என் மீதான சொனோகோவின் ஈர்ப்பை தூய்மையான பாசாங்கு என்பதாகக் கணக்கில் கொள்ள வேண்டும் என்று விரும்புகிற என்னுடைய உணர்வு கூட, அவளோடு உண்மையாகக் காதலில் இருப்பதாக என்னை நம்புகிற என்னுடைய உண்மையான விருப்பத்தை மறைப்பதற்கான முகமூடிதான். ஆகவே அனேக மாக நான் தன்னுடைய உண்மையான இயல்பை எதிர்த்துச் செயல்பட முடியாத தன்மையிலான ஒரு மனிதனாக மாறிக் கொண்டிருந்தேன். மேலும் அனேகமாக நான் அவளை உண்மையாகவே காதலித்தேன்.

இது போன்ற எண்ணங்கள் என் தலைக்குள் வட்டங்களை நெய்து கொண்டிருக்க இறுதியாக நான் கிட்டத்தட்டத் தூங்கப்போகும் புள்ளியில் இருந்தபோது திடீரென்று, இரவுநேரக் காற்றில் பரவி, எப்போதும் அச்சுறுத்துவதாய் இருந்தாலும் கூட எப்படியோ இன்னும் வசீகரமாயிருந்த ஓலத்தின் சத்தம் அங்கே வந்தடைந்தது.

“அது எச்சரிக்கை ஒலிதானே, இல்லையா?” வங்கியாளர் உடனடியாக சொன்னார். அவரது தூக்கத்தின் மெல்லிய தன்மையால் நான் திடுக்கிட்டேன்.

“எனக்கும் அதுதான் ஆச்சரியமாக இருக்கிறது” நான் நிச்சய மின்றிப் பதிலளித்தேன்.

வெகு நேரத்துக்குத் தொடர்ச்சியாக எச்சரிக்கை மணிகள் சன்னமாக ஒலித்துக் கொண்டிருந்தன.

படைப்பிரிவுகளைச் சென்று பார்ப்பதற்கான நேரம் அதிகாலை முதற்கொண்டே தொடங்கி விடுவதால், நாங்களனைவரும் ஆறு மணிக்கு எழுந்தோம்.

நான் உள்ளே சென்றபோது சொனோகோ கழிவறையில் இருந்தாள். காலை வணக்கங்களை அவளோடு பரிமாறிக்கொண்ட பிறகு நான் சொன்னேன்:

"நேற்றிரவு எச்சரிக்கை மணிகள் ஒலித்தன, இல்லையா?"

"இல்லை" முகத்தைத் தீவிரமாக வைத்துக்கொண்டு அவள் பதிலளித்தாள்.

அடுத்தடுத்து இருந்த எங்களுடைய அறைகளுக்கு திரும்பிய போது அவற்றை இணைக்கும் கதவு திறந்து கிடந்தது. என்னுடைய கேள்விக்கான அவளின் பதில் அவளைப் பரிகாசம் செய்வதற்கான நல்ல வாய்ப்பினை அவளது தங்கைகளுக்குத் தந்திருந்தது.

"அக்கா ஒருத்தி மட்டும்தான் எச்சரிக்கை ஒலிகளைக் கேட்க வில்லை. ஓ, சரியான நகைச்சுவை!" மற்றவளின் வழிகாட்டு தலைத் தொடர்ந்து சிறிய சகோதரி சொன்னாள்:

"நான் உடனடியாக எழுந்து கொண்டேன். மேலும் அக்காவின் பலத்த குறட்டையொலியைக் கேட்டேன்."

"அது சரிதான். நானும் அதைக் கேட்டேன். எச்சரிக்கை ஒலி களைக் கேட்க முடியாத அளவுக்கு அவள் பலமாக குறட்டை விட்டாள்."

"இது நீங்கள் சொல்வதுதான். ஆனால் உங்களால் அதனை நிரூபிக்க முடியாது." நான் அங்கிருந்ததால், சொனோகோ ஆழமாக நாணமுற்றாலும் தைரியமாகத் தன்னை முன்னிறுத் தினாள். "இது போன்ற பொய்களைச் சொன்னால், பின்னால் நீங்கள் வருத்தமடைவீர்கள்."

எனக்கு ஒரே ஒரு சகோதரிதான் இருந்தாள். சிறுவயதிலிருந்தே நிறைய சகோதரிகளைக் கொண்ட கலகலப்பான குடும்பத்துக் காக நான் ஏங்கியிருக்கிறேன். என் காதுகளில், சகோதரி களுக்கிடையேயான இந்த பாதி நகைச்சுவையான கூச்சல் நிரம்பிய சச்சரவு, உலகாய சந்தோசத்தின் அதியற்புத மற்றும் தன்னியல்பான பிரதிபலிப்பாய் ஒலித்தது. என்னுடைய வேதனையையும் அது மீண்டும் உயிர்த்தெழச் செய்தது.

காலைநேர உணவின்போது நிகழ்ந்த உரையாடலுக்கான ஒரே கருப்பொருள், மார்ச்சின் ஆரம்ப நாட்களுக்குப் பிறகு இப்போதுதான் முதல்முறையாக ஒலித்த முந்தைய இரவின் வான்வழித் தாக்குதலுக்கான எச்சரிக்கையே. பிறகும் கூட, வெறும் எச்சரிக்கைதான் ஒலித்தது என்பதோடு உண்மையான

தாக்குதலுக்கான சமிக்ஞை ஒலிக்காத காரணத்தால், அனைவரும் சாந்தமாகி பெரிய அளவில் ஒன்றும் நிகழ்ந்திருக்க வாய்ப்பில்லை என்று முடித்தார்கள். என்னளவில், அது எந்தவொரு வித்தியாசத்தையும் ஏற்படுத்தவில்லை. நான் வெளியே போயிருக்கையில் என்னுடைய வீடு தரைமட்டமாக எரிந்துபோனாலும் கூட, என் அம்மா, அப்பா, சகோதரி மற்றும் சகோதரன் என அனைவரும் கொல்லப்பட்டாலும் கூட, அது என்னால் ஏற்றுகொள்ள முடிந்த ஒன்றாகத்தான் இருக்கும்.

அந்த நேரத்தில் இதுவொன்றும் குறிப்பிட்டுச் சொல்லுகிற கொடூரமான எண்ணமென்பதாகத் தோன்றவில்லை. அந் நாட்களில், நாங்கள் கற்பனை செய்யக்கூடிய மிகவும் அட்டகாசமானதொரு நிகழ்வு கூட வெகு இயல்பான விசயத்தைப் போல எந்தத் தருணத்திலும் உண்மையாகவே நடக்ககூடும் என்கிற சங்கதியால், எங்களுடைய கற்பனாசக்தி இன்னும் மோசமாயிருந்தது. தற்போது தொலைதூர, சாத்தியமற்ற கடந்தகாலத்தில் இருந்த விசயங்களை, சொல்வதென்றால் *கின்ஸாவின்* கடை, சாளரங்களில் இறக்குமதி செய்யப்பட்ட மதுபோத்தல்களின் வரிசையை, அல்லது *கின்ஸாவின்* இரவு வானில் மின்னிடும் நியான் குறியீடுகளின் தோற்றத்தை உருவகிப்பதைக் காட்டிலும், ஒருவருடைய மொத்தக் குடும்பத்தின் அழிவையும் கற்பனை செய்வது மிகவும் எளிதாயிருந்தது. விளைவாக எங்களுடைய கற்பனை எளிய பாதைகளுக்குத் தன்னைத்தானே சுருக்கிக்கொண்டது. குறைந்தபட்ச எதிர்ப்பின் பாதையைத் தொடரும் இதுபோன்ற கற்பனைக்கு, அது எத்தனை கொடூரமானதாகத் தோன்றினாலும், இதயத்தின் கொடூரத்தோடு எந்தத் தொடர்பும் இருப்பதில்லை. சோம்பலான, குறுகிய மனதின் விளைபொருள் என்பதைத் தாண்டி அது வேறொன்றுமில்லை.

இரவில் எனக்கு நானே வரித்துக்கொண்ட துன்பகரமான கதாபாத்திரத்துக்கு நேரெதிராக, மறுநாள் காலை பிரயாணிகள் விடுதியை நீங்கி நாங்கள் கிளம்பியபோது நான் உடனடியாக இளகியமனங்கொண்ட வீரத்திருமகனின் கதாபாத்திரத்தை ஏற்று சொனோகோவின் பையை சுமந்து செல்ல விரும்பினேன். இதுவும் கூட அனைவரின் பார்வையிலும் படும்படி ஒரு எதிர் வினையை உருவாக்க வேண்டுமென்கிற நோக்கத்தில் தெரிந்தே செய்ததுதான். நான் அவளுடைய பையை அவளுக்காகச் சுமப்பதை வற்புறுத்தினால் — எனக்கு நானே சொல்லிக்

கொண்டேன் — நிச்சயமாக அவள் எதிர்ப்பாள். வெறுமனே என் மீது கொண்டிருக்கும் அவளுடைய இயல்பான வெட்கத்தின் உணர்வால். ஆனால் நாங்கள் ஏற்கனவே அன்பின் படிநிலைகளில் இருப்பதாக அவள் அம்மாவும் பாட்டியும் நினைப்பார்கள், மேலும் அவர்கள் என்ன நினைப்பார்கள் எனும் பயத்தால் அவள் மறுக்கிறாள் என்று அவளை விளங்கிக் கொள்வார்கள்; அதன் விளைவாக, அவளுடைய அம்மாவையும் பாட்டியையும் எண்ணி அச்சங்கொள்ளும் வகையில் என்னோடு போதுமான நெருக்கத்தைக் கொண்டிருப்பதான உணர்வு குறித்தத் தெளிவான பிரக்ஞைக்குள் அவள் தானாகவே மாட்டிக்கொள்வாள்.

எனது சிறிய தந்திரம் வெற்றிகரமாய் அமைந்தது. அவள் என் பக்கம்தான் இருந்தாள். தன்னுடைய பையை என் கைகளில் ஒப்படைப்பது அவ்வாறு செய்வதற்கான சரியான காரணத்தை அவளுக்கு வழங்கியது என்பதைப்போல. ஓபா பெண்ணும் ஒத்த வயதுடைய தோழியாய் இருந்தாலும், சொனோகோ அவளைக் கண்டுகொள்ளாமல் என்னோடு மட்டும்தான் பேசினாள். அவ்வப்போது சொனோகோவை விசித்திரமான உணர்வோடு நான் உற்றுப்பார்த்தேன். மிகுந்த இனிமையோடும் தூய்மையாகவும் இருந்ததால் என்னை எப்படியோ சோகமாக உணரச் செய்த அவளுடைய குரல், எங்கள் முகங்களில் நேரடியாக வீசிய முன் வசந்தகாலத்தின் தூசு படிந்த காற்றால் தூள்தூளாகச் சிதறடிக்கப்பட்டது.

அவளுடைய பையின் எடையைச் சோதிப்பதைப்போல நான் என்னுடைய தோள்களை ஏற்றவும் இறக்கவும் செய்தேன். என் மனதுக்குள் ஆழமாக வளர்ந்து கொண்டிருந்த உணர்வை — நீதியின் மீது ஒரு அகதி கொண்டிருக்கும் குற்றவுணர்ச்சியையொத்த உணர்வை — அதன் எடை சிறிதும் நியாயப்படுத்தவில்லை.

நகரத்தின் வெளிப்புறப்பகுதியை நாங்கள் அடைந்தபோது சொனோகோவின் பாட்டி தூரம் குறித்து முறையிடத் தொடங் கினாள். வங்கியாளர் தன்னுடைய எட்டுகளை நிலையத்தை நோக்கித் திருப்பினார். அங்கே அவர் — அந்தக் காலத்தில் மிகவும் அரிதாயிருந்த— இரண்டு மகிழுந்துகளை வாடகைக்கு எடுத்து வர சில நுட்பமான தந்திரங்களைப் பயன்படுத்தியிருக்க வேண்டும். அவற்றோடு சிறிது நேரம் கழித்து திரும்பி வந்தார்.

“ஹேய்! வெகு காலமாகி விட்டது.”

குசானோவின் கையைக் குலுக்கும்போது நான் ஏதோ பாறை இறாலின் ஓட்டினைப் பற்றியது போல திடுக்கிட்டேன்.

"உன்னுடைய கை — அதற்கு என்ன பிரச்சினை?"

குசானோ சிரித்தான். "உனக்கு ஆச்சரியமாக இருக்கிறது, இல்லையா?"

புதிதாய்ச் சேரும் படைவீரனின் தனிப்பட்ட இயல்பாகிய ஒருமாதிரி உற்சாகமற்ற ஏளனத்தை அவனுடைய உடல் ஏற்கனவே அடைந்திருந்தது. நான் பார்ப்பதற்காக, அருகருகே, தன்னுடைய கைகளை நீட்டினான். உண்மையிலேயே அவை இறாலின் ஓட்டினை நினைவுறுத்தும்வரை வெடிப்புகளிலும் கீறல்களிலும் கொப்புளங்களிலும் கடினமான அழுக்கும் எண்ணையும் புரையோடியதைப் போல, மோசமாக வெட்டுப்பட்டிருந்தன. அதோடு ஈரமாகவும் குளிர்ச்சியாகவுமிருந்தன.

நிதர்சனம் என்னை அச்சங்கொள்ளச் செய்த அதே வகையில் அவன் கைகளும் என்னை அச்சுறுத்தின. அந்தக் கரங்களில் இயற்கையானதொரு பயங்கரத்தை நான் உணர்ந்தேன். நான் உண்மையில் அச்சம் கொண்டது எதற்கெனில் இந்த இரக்கமற்ற கரங்கள் எனக்குள்ளிருந்த ஏதோவொன்றை, என்னை அவர்கள் குற்றஞ்சாட்டவும் இகழவும் காரணமான ஏதொவொன்றை வெளிப்படுத்தின. நான் அவர்களிடமிருந்து எதையும் மறைக்க முடியாது என்கிற — அவர்கள் முன்பு அத்தனை வஞ்சமும் வெளிப்பட்டுவிடும் என்கிற — அச்சம். உடனடியாக சொனோகோ எனக்கொரு புது அர்த்தத்தைத் தந்தாள் — அவள்தான் என்னுடைய ஒரே கவசம். இந்தக் கரங்களுக்கெதிரான போராட்டத்தில் என் பலவீனமான மனசாட்சிக்கிருந்த ஒரே உடற்கவசம். சரியோ தவறோ, நேர்மையாகவோ தீய வழியிலோ, எனக்குள் நான் சொல்லிக்கொண்டேன். எளிமையாக, நீ அவளை காதலிக்க வேண்டும். இந்த உணர்வு. அப்படியே, எனக்கொரு தார்மீகக் கடமையென்றாகியது. என்னுடைய பாவத்தின் உணர்வைக் காட்டிலும் பாரமாக என் மனதின் அடியாழத்தில் தேங்கி நின்றது.

இவையனைத்தையும் பற்றி எதுவும் தெரியாமல், குசானோ அப்பாவியாகச் சொன்னான்:

"தேய்ப்பதற்கு இதுபோன்ற கைகளை நீ பெற்றிருக்கும்போது

குளிக்க உனக்கு கந்தல்துணி எதுவும் தேவைப்படாது."

மெல்லிய பெருமூச்சு அவன் அம்மாவின் உதடுகளிலிருந்து வெளியேறியது. என்னுடைய நிலையில், நானொரு வெட்க மில்லாத, அழைப்பில்லாத விருந்தாளி என்றுணர்வதைத் தடுக்க முடியவில்லை. சொனோகோ நிமிர்ந்து என்னைப் பார்க்கும்படி ஆனது. நான் என் தலையைக் கவிழ்த்தேன். அதேபோல அபத்தமாக, எதற்காகவோ அவளிடம் நான் மன்னிப்பு கேட்க வேண்டுமென்கிற உணர்வும் எனக்கிருந்தது.

"நாம் வெளியே போகலாம்." என்றான் குசானோ, தன்னுடைய சங்கடத்தின் காரணமாக தனது அம்மாவையும் பாட்டியையும் முதுகில் கரடுமுரடாகத் தள்ளியபடி.

சிப்பாய்கள் முகாமின் உற்சாகமற்ற முற்றத்தின் கட்டாந் தரையில் ஒவ்வொரு குடும்பத்தின் குழுவினரும் வட்டமாய் அமர்ந்து அதன் வீரனுக்கு விருந்தளித்துக் கொண்டிருந்தார்கள். எப்படிப் பார்த்தாலும் அந்தக் காட்சியில் என்னால் எந்த அழகையும் பார்க்க முடியவில்லை என்பதைச் சொல்ல நான் வருத்தமடைகிறேன்.

சீக்கிரமே,மத்தியில்குசானோ தன்கால்களை மடக்கி அமர்ந்திருக்க, எங்களுக்கானதொரு வட்டத்தை நாங்களும் உருவாக்கியிருந்தோம். சில மேற்கத்திய — பாணியிலான மிட்டாய்களைத் தன் வாய்க்குள் போட்டு அவன் மென்று கொண்டிருந்தான். டோக்கியோவின் திசையிலிருந்த வானத்தை நோக்கி என்னுடைய கவனத்தைத் திருப்ப அவன் விரும்பியபோது தன் கண்களை மட்டுமே உருட்ட முடிந்தது. நாங்களிருந்த மலைப்பாங்கான பிரதேசத்திலிருந்து என்னால் பொசுங்கிப்போன நிலங்கள் தொடங்கி எம் நகரம் நீண்டு படர்ந்திருந்த நீர்த்தேக்கம் வரை பார்க்க முடிந்தது. அதற்கும் அப்பால் இரண்டு தாழ்வான மலைத்தொடர்கள் சந்தித்ததால் உருவான இடைவெளியினூடாக, அதுதான் டோக்கியோவுக்கு மேலிருக்கும் வானம் என்று குசானோ சொன்னதை, என்னால் பார்க்க முடிந்தது. முன்வசந்த காலத்தின் குளிர்மேகங்கள் தங்களுடைய நிழல்களை அந்தத் தொலைதூர பிரதேசத்தின் மீது படர்த்திக் கொண்டிருந்தன.

"நேற்றிரவு அங்கே வானம் ரத்தச்சிவப்பாய் இருந்தது. எப்படியோ மிக பயங்கரமாக இருந்தது. உன்னுடைய வீடு இன்னும் இருக்கிறதா இல்லையா என்பதைச் சொல்லமுடியாத நிலை. அங்கிருக்கும்

மொத்த வானத்தையும் அத்தனை சிகப்பாக மாற்றாமல் ஒருபோதும் ஒரு வான்வழித் தாக்குதல் கூட நடந்ததில்லை."

யாரும் பேசவில்லை. குசானோ தொடர்ந்து முக்கியமாக தொணதொணத்துக் கொண்டிருந்தான். தன்னுடைய பாட்டியும் அம்மாவும் முடிந்த அளவுக்கு சீக்கிரமாகக் காலி செய்து விட்டுக் கிராமப்புறத்துக்கு வராமல் அவனால் ஓர் இரவு கூட நிம்மதியாகத் தூங்க முடியாது என்று முறையிட்டுக் கொண்டிருந்தான்.

"நான் உன்னோடு உடன்படுகிறேன்" பாட்டி உற்சாகமாகச் சொன்னாள். "உடனடியாக நாம் காலி செய்து விடலாம். நான் உனக்குச் சத்தியம் செய்கிறேன்." அவளுடைய ஓபியிலிருந்து சிறிய குறிப்பேட்டையும் பல்குத்தும் குச்சியை விட சற்றே பெரிதான வெள்ளிநிறப் பென்சிலையும் எடுத்து மிகுந்த சிரமத்தோடு எதையோ எழுதத் தொடங்கினாள்.

திரும்பும் பயணத்தில் ரயில் துக்கத்தால் நிரம்பியிருந்தது. முன்னேற்பாட்டின் மூலம் நிலையத்தில் நாங்கள் சந்தித்த திரு.ஓபாவும் கூட, வித்தியாசமான மனிதனாகத் தோன்றிய தோடு தன் நாவையும் கட்டுக்குள் வைத்திருந்தார். 'ஒருவருடைய சொந்தத் தசைக்கும் ரத்தத்துக்குமான அன்பு' எனப் பொதுவாக அழைக்கப்படும் உணர்வால் கைது செய்யப்பட்ட மனநிலையில் அனைவரும் இருந்தார்கள். ஒருவர் சாதாரணமாகத் தனக்குள் ஒளித்துவைக்கும் உணர்வுகள் தலைகீழாகத் திரும்பி அப்பட்டமான வலியோடு உள்ளிருந்து குடைந்து கொண்டிருந்ததாகத் தோன்றியது. நிர்வாண இதயங்களோடு அவர்கள் தங்கள் மகன்களை, சகோதரர்களை, பேரன்களை சந்தித்திருந்தார்கள் — அவர்களிடம் காட்டுவதற்கு அது மட்டும் தான் இருந்தது — இப்போது, எல்லாவற்றுக்கும் மேலாக, ஒவ்வொருவரின் முன்பும் ரத்தம் பயனற்று வழிந்தோடியது என்பதைத் தவிர்த்து வேறொன்றுமில்லை என்பதை அனேகமாக அவர்கள் உணர்ந்திருந்தார்கள். என்னைப் பொருத்தவரை, ஏளனத்துக்குரிய அந்தக் கைகளின் காட்சியால் இன்னும் துரத்தப் பட்டுக் கொண்டிருந்தேன். மேலே செல்லும் வாகனங்களுக்கு மாறுவதற்காக டோக்கியோவின் வெளிப்புறப்பகுதியிலிருந்த நிலையத்தை எங்கள் ரயில் அடைந்தபோது அந்திப்பொழுது நெருங்கி, கிட்டத்தட்ட விளக்குகளைத் தூண்டி விடுவதற்கான

நேரமாயிருந்தது.

இங்கே முதன்முறையாக, முந்தைய இரவின் வான்வழித் தாக்குதலால் நிகழ்ந்த இன்னல்களின் உண்மையான தரவுகளை, முகத்துக்கு நேராகப் பார்த்தோம். தண்டவாளங்களின் மேலே போன குறுக்குப்பாதைகள் தாக்குதலில் பாதிக்கப்பட்டவர்களால் நிரம்பிக் கிடந்தன. கண்களை மட்டும் பார்க்கும்படியாக, சரியாகச் சொல்வதென்றால் அங்கே கருவிழிகளை தவிர வேறொன்றுமில்லை. அவர்கள் போர்வைகளில் சுற்றப்பட்டிருந் தார்கள். அந்தக் கண்கள் எதையும் பார்க்கவோ எதையும் யோசிக்கவோ செய்யவில்லை. காலகாலத்துக்கும் குழந்தையைத் தன்னுடைய மடியில் வைத்துத் தாலாட்ட விரும்புகிறவளைப் போல ஒரு தாய் தென்பட்டாள். முன்னும் பின்னுமாக, முன்னும் பின்னுமாக, தன்னுடைய உடலை அவள் அசைத்த வளைவின் நீளத்தில் மயிரளவு கூட வேறுபாடு இருக்கவில்லை. பிரம்பினாலான பயணச்சுமையின் ஒரு பகுதியில் சாய்ந்தவளாக, தன்னுடைய கேசத்தில் வாடிப்போன செயற்கை மலர்களை இன்னும் அணிந்து, ஒரு பெண் தூங்கிக் கொண்டிருந்தாள்.

குறுக்குப்பாதையின் வழியே சென்றபோது ஒரு கண்டனஞ் சொல்லும் பார்வையைக்கூட நாங்கள் சந்திக்கவில்லை. நாங்கள் புறக்கணிக்கப்பட்டோம். அவர்களுடைய துயரத்தைப் பகிர்ந்து கொள்ளவில்லை என்கிற சங்கதியால் எங்களது அடிப்படை இருப்பு துடைத்தழிக்கப்பட்டது. அவர்களைப் பொறுத்தமட்டில், வெறும் நிழல்களைத் தாண்டி நாங்கள் வேறொன்றுமில்லை.

இந்தக் காட்சியை மீறி எனக்குள் எதுவோ கொழுந்து விட்டெரிந்தது. என் கண்களைக் கடந்து சென்ற துயரங்களின் அணிவரிசையால் தைரியமூட்டப்படவும் வலுவூட்டப்படவும் செய்தேன். ஒரு புரட்சி உண்டாக்கும் அதே உற்சாகத்தை நான் அனுபவித்தேன். இந்தப் பாவப்பட்ட ஜென்மங்கள் அவர்கள் மனிதர்களாக இருந்ததற்கான அத்தனை தரவுகளும் நெருப்பில் மொத்தமாய் அழிந்ததற்குச் சாட்சியாய் நின்றிருந்தார்கள். தங்களுடைய கண்களுக்கு முன்னால், மனித உறவுகள், அன்பு மற்றும் வெறுப்பு, நியாயம், உடைமை என யாவும் கருகுவதை அவர்கள் பார்த்திருந்தார்கள். மேலும் அந்தத் தருணத்தில் அவர்கள் சண்டையிட்டது நெருப்பின் நாவுகளுக்கு எதிராக அல்ல. மாறாக மனித உறவுகளுக்கு எதிராக; அன்புக்கும் வெறுப்புக்கும் எதிராக; நியாயத்துக்கு எதிராக; உடைமைக்கு

எதிராக. அந்தத் தருணத்தில், சேதமடைந்த கப்பலின் கும்பலைப் போல ஒருவன் வாழ்வதற்காக மற்றொரு மனிதனைக் கொல்வதை அனுமதிப்பது சரிதானென்கிற நிலைமையை அவர்கள் வந்தடைந்திருந்தார்கள். தன் பிரியமானவளைக் காப்பாற்ற முயன்ற மனிதன் கொல்லப்பட்டான். நெருப்பின் நாவுகளால் அல்ல; ஆனால் அவனுக்குப் பிரியமானவளால். மேலும் காப்பாற்ற முயன்ற அம்மாவைக் கொன்றதும் அவளுடைய குழந்தையைத் தவிர வேறு யாருமில்லை. அங்கே அவர்கள் சந்தித்துப் போராட வேண்டியிருந்த, அனேகமாக எப்போதும் மனிதகுலம் எதிர்த்துப் போராட நேர்கிற உலகளாவிய மற்றும் இன்றியமையாத நிலைமை — உயிருக்கு பதில் உயிர் என்பதுதான்.

அவர்களுடைய முகங்களில் அற்புதமானதொரு நாடகத்தைப் பார்ப்பதால் உண்டாகும் சோர்வின் சுவடுகளை நான் கண்டேன். நம்பிக்கையின் ஏதோவொரு கொதிக்கும் உணர்வு எனக்குள் வழிந்தது. ஒரு சில நொடிகளுக்குத்தான் என்றாலும், மனிதகுலத்தின் அடிப்படைத் தேவை குறித்த என்னுடைய அனைத்துச் சந்தேகங்களும் மொத்தமாகத் துடைத்தெறியப் பட்டதாக உணர்ந்தேன். அலறும் ஆசையால் என் மார்பு நிரம்பியது. அனேகமாக சுய புரிதலுக்கான சக்தி எனக்குச் சற்றே அதிகம் இருந்திருக்குமேயானால், இன்னும் சற்றே அதிகமான அறிவோடு நான் ஆசிர்வதிக்கப்பட்டிருந்தால், அந்தத் தேவை பற்றிய இன்னும் நெருக்கமான தேர்வினை நிகழ்த்தி, இறுதியாக மனிதப்பிறவி என்கிற வகையில் என்னைப் பற்றிய உண்மையான அர்த்தத்தை நான் அறிந்து கொண்டிருக்கக்கூடும். மாறாக, நகைச்சுவைக்கு இடந்தரும் வகையில், ஒரு வகையான கற்பனையின் வெதுவெதுப்பு முதன்முறையாக சொனோ கோவின் இடுப்பைச் சுற்றி என்னுடைய கைகளால் பற்றச் செய்தது. ஒருவேளை இந்தச் செயல்பாடும் இதைத் தூண்டிய சகோதரத்துவம் நிரம்பிய பாதுகாப்பான ஆன்மாவும், காதல் என்றழைக்கப்படுவது எனக்கு எந்த விதத்திலும் அர்த்தப் படுவதில்லை என்பதை ஏற்கனவே உணர்த்தியிருந்தது. அப்படி யானால், அது உண்மைக்குள்ளான திடீரென்ற உள்ளார்ந்த தரிசனம், வந்ததைப் போலவே வேகமாக மறந்தும் போனதுஞ்

என் கை இன்னும் அவளுடைய இடுப்பைச் சுற்றியிருக்க, மற்றவர்களுக்கு முன்னால் நடந்து சென்று நாங்கள் மங்கலான குறுக்குப்பாதையை வேகமாகக் கடந்தோம். சொனோகோ

ஒருவார்த்தை கூடப் பேசவில்லை.

மேலே செல்லும் ரயிலில் ஏறிக்கொண்டோம், அதன் விளக்கு கள் விசித்திரமான பிரகாசத்தோடிருப்பதாகத் தோன்றின. சொனோகோ என்னை உற்றுப்பார்ப்பதை என்னால் பார்க்க முடிந்தது. இன்னும் கருப்பாகவும் மென்மையாகவும் இருந்த அவளது கண்கள், ஏதோ ஒருவித வற்புறுத்தலோடு கெஞ்சுவதாகத் தோன்றின.

பெருநகர வளைக்கம்பித் தொடருக்கு நாங்கள் மாறியபோது பயணிகளில் கிட்டத்தட்ட தொண்ணூறு சதவிகிதம் பேர் வான்வழித் தாக்குதல்களால் பாதிக்கப்பட்டவர்களாக இருந் தார்கள். நெருப்பின் நாற்றம் இங்கே இன்னுமதிகமாகக் குறிப் பிடத்தகுந்ததாக இருந்தது. ஒருவர் மற்றவரிடம் தாங்கள் அனுபவித்த ஆபத்துகளைச் சொல்லும்போது இரைச்சலோடும் தற்பெருமையோடும் இருந்தார்கள். வார்த்தையின் சரியான அர்த்தத்தில், இதுவொரு கலகக்காரக் கும்பல்; ஒளி பொருந்திய அதிருப்திக்கு இடங்கொடுக்கிற, வழிந்தோடுகிற, வெற்றிக் களிப்புடைய, அதீத எழுச்சியுடனான மனநிறைவின்மையைக் கொண்ட கும்பல்.

மற்றவர்களிடமிருந்து நான் விடைபெற வேண்டிய எஸ் நிலையத்தையடைந்து, சொனோகோவின் பையை அவளிடம் கொடுத்துவிட்டு நான் இறங்கினேன். காரிருள் சூழ்ந்த வீதிகளின் வழியே என் வீட்டை நோக்கி நடந்தபோது என்னுடைய கரங்கள் அவளுடைய பையை இப்போது ஏந்தியிருக்கவில்லை என்பது குறித்து மீண்டும் மீண்டும் நான் நினைவுறுத்தப்பட்டேன். ஆகக் கடைசியாக எங்கள் உறவில் அந்தப்பைக்கு இருந்த முக்கியமான பங்கை நான் அங்கீகரித்தேன். ஒரு சிறிய அடிமையாக அது சேவை புரிந்திருந்தது, மேலும் என்னளவில், எனது பிரக்ஞையை ரொம்பப் பெரிதாகத் தலைதூக்க விடாமல் செய்ய, எப்போதும் ஒருவித அடிமைத்தனம் தேவையாகவும் இருந்தது.

நான் வீட்டுக்கு வந்தபோது எதுவுமே நடவாதது போல் குடும்பம் என்னை வரவேற்றது. எப்படியிருந்தபோதும், டோக் கியோ மிகப்பெரிய நிலப்பரப்பைக் கொண்டிருந்தது, முந்தைய இரவின் வான்வழித் தாக்குதலால் கூட அதன் முழுமையையும் பாதிக்கவியலாது.

சிறிது நாட்கள் கழித்து, சொனோகோவுக்குத் தருவதாக

வாக்களித்த சில புத்தகங்களை எடுத்துக்கொண்டு, நான் குசானோ வீட்டுக்குச் சென்றேன். இருபது வயதான இளைஞன் ஒரு பதினெட்டு வயதான யுவதிக்காகத் தேர்ந்தெடுக்க வேண்டிய வகையிலான புதினங்கள் எனச் சொல்லும்போது அவற்றின் தலைப்புகளைச் சொல்வதற்கான தேவையேயில்லை. மரபானதொரு விசயத்தைச் செய்வதில் நான் வழக்கத்துக்கு மாறான சந்தோசத்தை உணர்ந்தேன். சொனோகோ வெளியே சென்றிருந்தாள், ஆனால் விரைவில் திரும்பி வரலாம். நான் முற்றத்தில் அவளுக்காகக் காத்திருந்தேன்.

நான் காத்திருக்கையில், முன்வசந்த காலத்தின் வானம் கழுவுநீர்மத்தைப் போல மேகங்களால் நிரம்பியது; மழை பெய்ய ஆரம்பித்தது. தன்னுடைய வீட்டுக்கு வரும் வழியில் சொனோகோ மழையில் மாட்டிக் கொண்டதை வெளிப்படையாகப் பார்க்க முடிந்தது, மங்கலான முற்றத்துக்குள் அவள் நுழைந்தபோது தண்ணீர்த்துளிகள் அவளுடைய கேசத்தில் அங்குமிங்குமாக இன்னும் மின்னிக் கொண்டிருந்தன. தோள்களைக் குலுக்கியபடி, ஆழமான சாய்விருக்கையின் முனையிலிருந்த நிழல்களுக்குள் அமர்ந்தாள். மீண்டும் ஒரு புன்னகை அவளுடைய உதடு களினடுவே படர்ந்தது. அவள் செந்நிற மேற்சட்டையை அணிந்திருந்தாள். அவள் மார்புகளின் வட்டவடிவம் மெல்லிய இருளில் அதீதமாய் வளர்வதெனத் தோன்றியது.

வார்த்தைகளுக்கான மோசமான பற்றாக்குறையோடு, எத்தனை கோழைத்தனமாக நாங்கள் பேசினோம்! இதுநாள் வரையில் தனியாக இருக்க எங்களுக்குக் கிடைத்திருந்த முதல் வாய்ப்பு இதுதான். அந்தக் குறுகியகால ரயில் பிரயாணத்தில் நாங்கள் ஒருவரோடொருவர் எந்தக் கவலையுமற்றுப் பேசிக் கொண்டதற்குப் பெரிதும் காரணம் எங்களுக்குப் பின்னாலிருந்த தொணதொணப்புப் பெட்டியும் இரண்டு சகோதரிகளின் இருப்பும்தானென்பது தெளிவாகப் புரிந்தது. இன்று, சில நாட்களுக்கு முன்பு ஒரு துண்டுத்தாளில் எழுதப்பட்ட ஒருவரி காதல் கடிதத்தை அவளிடம் கையளிக்கச் செய்த, அந்தத் தைரியத்துக்கான சிறிய தடம் கூட மீதமிருக்கவில்லை.

முன்னெப்போதையும் விட அதிகமாக நான் பணிவின் உணர்வால் ஆட்கொள்ளப்பட்டேன். என்னுடைய உணர்வுகளை நேர்மையாக வெளிப்படுத்துகையில் தீவிரமானவனாக மாறு வதை என்னால் எப்போதும் தடுக்க முடிந்ததில்லை. ஆனால்

அவள் முன்பு அவ்வாறு செய்வதற்கு நான் பயப்படவில்லை. நான் என்னுடைய கதாபாத்திரத்தை மறந்தேனா? மற்ற மனிதர்களைப் போல காதலில் மொத்தமாய் விழுவதென்பதில் நான் தீர்மானமாய் இருந்தேன் என்பதை மறந்தேனா? அது எப்படியிருந்தாலும், இந்தப் புத்துணர்வூட்டும் பெண்ணோடு காதலில் இருப்பதான மெல்லிய உணர்வும் எனக்கிருக்கவில்லை. இருந்தாலும் அவளோடு நான் அமைதியாய் உணர்ந்தேன்.

மழை நின்று அஸ்தமிக்கும் சூரியன் அறைக்குள் மின்னியது. சொனோகோவின் கண்களும் உதடுகளும் பிரகாசித்தன. அவளுடைய அழகு, என்னுடைய கையறுநிலையின் உணர்வை எனக்கு நினைவூட்டி, என்னை அழுத்தியது. இந்த வலிமிகுந்த உணர்வு சொனோகோவை இன்னும் நிலையற்றவளாகக் காட்டியது.

“நம்மைப் பொறுத்தமட்டில்” நான் உளறிக்கொட்டினேன். “எத்தனை காலம் நாம் வாழ்வோமென்பது யாருக்குத்தான் தெரியும்? ஒருவேளை இந்த நிமிடத்தில் ஒரு வான்வழித் தாக்குதல் நிகழலாம். அனேகமாக வெடிகுண்டுகளில் ஒன்று நேராக நம்மீது விழலாம்.”

“அது அற்புதமானதாக இருக்கும், இல்லையா?” அவள் தீவிரமாயிருந்தாள். குறுக்கும் நெடுக்குமாக பட்டைக்கோடுகளைக் கொண்டிருந்த தன்னுடைய பாவாடையின் கொசுவங்களோடு, அவற்றை முன்னும் பின்னுமாக மடித்து, அவள் விளையாடிக் கொண்டிருந்தாள். ஆனால் இதைச் சொன்னபோது தன் முகத்தை உயர்த்த அவளுடைய கன்னங்களிலிருந்த மயக்கத்தின் ஒளிர்வை வெளிச்சம் படம்பிடித்தது. “ஓ — ஒரு விமானம் சத்தமின்றி வந்து நாம் இப்படி இருக்கும்போது நம்மை நேரடியாகத் தாக்கினால் — உனக்கு அப்படித் தோன்றவில்லையா?” தன் காதலின் வாக்குமூலத்தைத் தந்து கொண்டிருக்கிறோம் என்பதை அவள் உணரவில்லை.

“ஹ்ம்ம்ம்... ஆமாம், நன்றாகத்தான் இருக்கும்” உரையாடலின் தொனியில் நான் பதிலளித்தேன். என்னுடைய பதில் எனது ரகசிய விருப்பத்தில் எத்தனை ஆழமாக வேரூன்றியிருந்தது என்பதை அனேகமாக சொனோகோ உணர்ந்திருக்க மாட்டாள். இப்போது அதைப்பற்றி நினைக்கையில், இந்த உரையாடலே பெரிய நகைச்சுவை நிரம்பியதாக எனக்குத் தோன்றுகிறது. அந்த உரையாடலென்பது, அமைதிக்காலத்தில், காதலில் ஆழ்ந்திருந்த

இரண்டு நபர்களுக்கு மத்தியில் மட்டுமே நிகழ்ந்திருக்கக் கூடியது.

“மரணம் மற்றும் வாழ்நாள் பிரிவுகளால் துண்டிக்கப்படுவதில் நான் பெரிதும் நொந்து போயிருக்கிறேன்” என்னுடைய எரிச்சலை மறைக்க, குறைகூறும் தொனியை குரலில் ஏற்றிக் கொண்டு நான் சொன்னேன். “சில நேரங்களில் நீ உணர்வதில் லையா? இது போன்ற நேரங்களில், பிரிவென்பது இயல்பானது மற்றும் சந்திப்பதுதான் அதிசயமானது. நீ அதைப் பற்றி நினைக்கும்போது, நம்மால் இப்படிச் சந்திக்க முடிவதும் குறிப்பிட்ட நேரத்துக்குப் பேசமுடிவதும் கூட அனேகமாக ஒரு அற்புதமான விசயமென்பதை?...”

“ஆமாம், நானும் கூட...” அவள் சின்னத் தயக்கத்தோடு பேசத் தொடங்கினாள். பிறகு, மனப்பூர்வமான ஆனால் ஒத்துக் கொள்ளும்படியான தெளிவோடு தொடர்ந்தாள். “ஆனால் இங்கே நாம் இப்போதுதான் சந்திக்கத் தொடங்கியிருக்கிறோம் என்று நினைக்கும்போதே நாம் பிரியப்போகிறோம். பாட்டி கிளம்புவதற்கு அவசரப்படுகிறாள். அன்றைய தினம் வீட்டுக்கு வந்த மறுகணம், பாட்டி என் (ஆங்கில எழுத்து *N*) எல்லைக் குட்பட்ட என் (ஆங்கில எழுத்து *N*) கிராமத்திலிருக்கும் என் அத்தைக்கு எங்களுக்காக ஒரு வீட்டைக் கண்டுபிடிக்கும்படி தந்தி அனுப்பினாள். இன்று காலை வெகுதொலைவிலிருந்து என் அத்தை அழைத்து, எப்படித் தேடினாலும் வசிப்பதற்கு எந்த வீடுகளும் இல்லை என்று சொன்னாள். எனவே எங்களை அவளுடைய வீட்டில் தங்கிக் கொள்ளலாம் என்றாள். அவளுடைய வீட்டை நாங்கள் உயிர்ப்புடையதாய்ச் செய்வோ மென்பதால் எங்களை ஏற்றுக்கொள்வதில் மகிழ்வதாகவும் சொன்னாள். பாட்டி அந்த இடத்திலேயே முடிவெடுத்து இன்னும் இரண்டு அல்லது மூன்று தினங்களில் நாங்கள் வருவதாகச் சொல்லிவிட்டாள்.”

என்னால் இயல்பாகப் பதிலளிக்க முடியவில்லை. என் இதயத்தில் நானுணர்ந்த வலி என்னையே ஆச்சரியப்படுத்தும் வகையில் ஆழமாக ஊடுருவியது. சொனோகோவோடு நானுணர்ந்த சௌகரியத்தின் உணர்வு, எங்களுடைய அனைத்து நாட்களும் ஒன்றாகவே கழியுமென்றும் எல்லாம் இப்போ திருப்பதைப் போலவே இருக்குமென்கிற தோற்றமயக்கத்தை, ஒரு நம்பிக்கையைத் தந்திருந்தது. இன்னும் ஆழமாகச்

சொல்வதென்றால் அது இருமடங்கு அதிகமான தோற்றமயக்கம். எங்கள் மீதான பிரிவின் தீர்ப்பை அறிவிக்க அவள் பயன்படுத்திய வார்த்தைகள் எங்களுடைய தற்போதைய சந்திப்பின் அர்த்தமற்றதன்மையைத் தெரிவித்து என்னுடைய தற்போதைய உணர்வென்பது வெறும் கடந்து செல்லும் மகிழ்ச்சிதான் என்பதை வெளிப்படுத்தியது. மேலும் இது என்றென்றைக்குமாக நிலைத்திருக்கும் என்கிற குழந்தைத்தனமான தோற்றமயக்கத்தை அழித்த அதே நேரத்தில், பிரிவென்பது இல்லையென்றால் கூட, ஒரு பையனுக்கும் பெண்ணுக்குமான எந்த உறவும் அது இருப்பதைப் போலவே இருக்க முடியாதென்னும் சங்கதியில் என் கண்களைத் திறந்தது.

அதுவொரு வலிமிகுந்த விழிப்புணர்வு. சட்டென்று இருக்கும் போதே ஏன் விசயங்கள் தவறாகிப் போகின்றன? குழந்தைப் பிராயத்திலிருந்தே எண்ணற்ற தடவைகள் என்னை நானே கேட்டுக் கொண்ட கேள்விகள் மீண்டும் என் உதடுகளில் எழுந்தன. ஏன் எல்லாவற்றையும் அழிக்கிற, எல்லாவற்றையும் மாற்றுகிற, எல்லாவற்றையும் சாஸ்வதமற்றதன்மையிடம் ஒப்படைக்கிற கடமை நம்மீது சுமத்தப்பட்டிருக்கிறது? உலகம் வாழ்க்கை என்றழைக்கும் மகிழ்ச்சியற்ற கடமை இதுதானா? அல்லது எனக்கு ஒருவனுக்கு மட்டும்தான் இது கடமையா? குறைந்தபட்சம் அந்தக் கடமையைப் பயங்கரமான சுமையாக எண்ணுவதில் நான் தனித்திருந்தேன் என்பதில் எந்தச் சந்தேகமு மில்லை.

கடைசியில் நான் பேசினேன்:

“ஆக, நீ கிளம்புகிறாய். ஆனால் நீ இங்கே இருந்தாலும் கூட, வெகு விரைவில் நானும் போக வேண்டியதாய் இருக்கும்.”

“நீ எங்கே போகிறாய்?”

“இந்த மாதம் தொடங்கி அல்லது ஏப்ரலில் மீண்டும் வேறொரு தொழிற்சாலைக்குச் சென்று வாழவும் வேலை செய்யவும் எங்களை அனுப்ப அவர்கள் தீர்மானித்துள்ளார்கள்.”

“ஆனால் தொழிற்சாலை — வான்வழித் தாக்குதல் மற்றும் அது போன்றவற்றால் — ஆபத்தானது.”

“ஆம், ஆபத்தானதாகத்தான் இருக்கும்” நான் நம்பிக்கையற்று

பதிலளித்தேன்.

என்னால் முடிந்தளவு விரைவாக விடைபெற்றுக் கொண்டேன்.

மறுநாள் முழுவதும் அவளைக் காதலிக்கிற கடமையிலிருந்து ஏற்கனவே விடுதலையான எண்ணத்தால் உற்சாகமூட்டப் பட்டவனாக நான் கவலையேதுமற்ற மனநிலையில் இருந்தேன். உரத்தகுரலில் பாடியபடி, எரிச்சலூட்டும் சட்ட விளக்கவுரை களை எட்டியுதைத்து, சந்தோசமாக இருந்தேன்.

மனதின் இந்த அபூர்வமான ஊக்கங்கொண்ட மனநிலை முழுநாளும் நீடித்தது. அன்றிரவு ஒரு குழந்தையைப் போல நான் தூங்கிப்போனேன். பின்னர் திடீரென்று இரவின் மத்தியில் தொலைதூரமாகவும் பரவலாகவும் முழங்கிய எச்சரிக்கை ஒலிகளால் எழுப்பப்பட்டேன். மொத்த குடும்பமும் எரிச்சலோடு முனகிக்கொண்டு வான்வழித் தாக்குதல்களுக்கான பதுங்குகுழிக்குச் சென்றது. ஆனால் எந்த விமானமும் வெளிவர வில்லை. சீக்கிரமே ஆபத்து நீங்கியதற்கான மணி ஒலித்தது. ஏற்கனவே பதுங்குகுழிக்குள் அரைத்தூக்கத்தில் இருந்ததால், என்னுடைய எஃகு தலைக்கவசமும் சிறிய தண்ணீர் போத்தலும் தோளில் தொங்க, பள்ளத்திலிருந்து நான்தான் கடைசியாக வெளியே வந்தேன்.

1945-ன் குளிர்காலம் பிடிவாதமான ஒன்றாக இருந்தது. ஒரு சிறுத்தையின் திருட்டுத்தனமான காலடித்தடங்களோடு வசந்தகாலம் முன்னதாகவே வந்திருந்தாலும் கூட, சாம்பல்நிற இணக்கமின்மையோடு அதன் வழியை மறித்து, குளிர்காலம் இன்னும் ஒரு கூண்டைப்போல அதன்மீது நின்றிருந்தது. நட்சத்திரவொளியின் கீழ் பனி இன்னும் மினுமினுத்தது.

எப்போதும் பசுமையாயிருக்கும் ஒரு மரத்தின் இலைத் தொகுதிகளினூடாக என் விழிப்பான கண்கள் சற்றே மங்கலா யிருந்த பல நட்சத்திரங்களைத் தேர்ந்தெடுத்தன. கூர்மையான இரவுநேரக்காற்று என் மூச்சில் கலந்தது. திடீரென்று நானும் சொனோகோவும் காதலிக்கிறோம் எனவும் நானும் அவளும் வாழாத ஒரு உலகம் எனக்கு ஒரு பைசாவுக்குக்கூட பிரயோஜனப்படாது என்கிற யோசனையால் நான் மூழ்கடிக்கப் பட்டேன். எனக்குள்ளிருந்த ஏதோவொன்று என்னால்

அவளை மறக்க முடியுமெனில் அவ்வாறு செய்யச்சொன்னது. பிறகு உடனடியாக, காத்திருந்ததைப் போல, அன்றைய தினம் சொனோகோ படிகளிலிருந்து இறங்கி நடைமேடைக்கு வருவதைப் பார்த்தபோது நிகழ்ந்ததைப் போலவே, என்னுடைய இருப்பின் அஸ்திவாரங்களுக்குக் குழிபறித்த துயரம் மீண்டும் என்னை மூழ்கடித்தது.

அந்தத் துயரம் தாங்க முடியாததாக இருந்தது. நான் தரையை உதைத்தேன்.

எப்படியிருப்பினும் நான் மேலும் ஒரு நாள் தாக்குப் பிடித்தேன்.

பிறகு என்னால் அதைத் தாங்கிக்கொள்ள முடியாமல் அவளைச் சந்திக்கச் சென்றேன். முன்கதவுக்குச் சற்று வெளியில்தான் மூட்டை கட்டுபவர்கள் வேலை பார்த்துக் கொண்டிருந்தார்கள். அங்கே சரளைக்கற்களின் மீது அவர்கள் வைக்கோல் பாயில் சுற்றிய நீள்சதுரப் பெட்டி போன்ற ஏதோவொன்றை வைக்கோல் கயிறுகளால் கட்டிக் கொண்டிருந்தார்கள். அந்தக் காட்சி என்னை அசௌகரியத்தால் நிரப்பியது.

பாட்டிதான் நுழைவாயிலில் என்னைச் சந்திக்க வந்தது. அவளுக்குப் பின்னால் ஏற்கனவே கட்டப்பட்டு வெளியே தூக்கிச்செல்லத் தயாராயிருந்த பொருட்களின் குவியல்களை என்னால் பார்க்க முடிந்தது. கூடத்துக்கான பாதை முழுதும் வீணான வைக்கோல்களால் நிரம்பியிருந்தது. பாட்டியின் சற்றே எரிச்சலான முகக்குறியைப் பார்த்தவுடன் சொனோகோவை சந்திக்காமல் உடனே கிளம்புவதென முடிவு செய்தேன்.

"தயவுசெய்து இந்தப் புத்தகங்களை செல்விசொனோகோவிடம் கொடுத்து விடுங்கள்." புத்தக்கடையிலிருந்து வரும் சுமைக்கூலிச் சிறுவனைப்போல நான் மீண்டும் பல இனிப்பான புதினங்களை நீட்டினேன்.

"நீ செய்திருக்கும் அனைத்துக்கும் மிக்க நன்றி." சொனோ கோவை அழைப்பதற்கான எந்த முயற்சியும் எடுக்காமல், பாட்டி சொன்னாள். "நாளை மாலை என் (ஆங்கில எழுத்து N) கிராமத்துக்குச் செல்ல நாங்கள் தீர்மானித்துள்ளோம். எல்லாம் சிறிய பிரச்சினை கூட இல்லாமல் நடந்திருப்பதால் திட்ட மிட்டதற்கு முன்பாகவே நாங்கள் கிளம்பலாம். திரு.ட்டி (ஆங்கில

எழுத்து T) தன்னுடைய பணியாட்களுக்கான விடுதியாக இந்த வீட்டை வாடகைக்கு எடுத்திருக்கிறார். நிஜமாகவே போய் வருகிறேன் என்று சொல்ல மனதுக்குக் கஷ்டமாயிருக்கிறது. உன்னைத் தெரிந்து கொண்டதில் எல்லாக் குழந்தைகளுக்கும் சந்தோசம், எனவே என் (ஆங்கில எழுத்து N) கிராமத்திலும் எங்களைச் சந்திக்க நீ தயைகூர்ந்து வரவேண்டும். நாங்கள் அங்கே குடியேறியதும் உனக்குத் தகவல் சொல்கிறோம். எனவே தீர்மானமாக இரு. எங்களைச் சந்திக்க வா."

பாட்டியினுடைய பேச்சின் துல்லியமான மற்றும் சுமூகமான வழிமுறை கேட்க சுகமாயிருந்தது. ஆனால், அவளுடைய மிகவும் சரியாக வடிவமைக்கப்பட்ட பொய்யான பற்களைப் போலவே அவளது வார்த்தைகளும், உயிரற்ற சங்கதிகளின் ஒரு மாதிரியான கச்சிதத்தன்மை கொண்ட ஒழுங்கமைவு என் பதைத் தாண்டி வேறொன்றுமில்லை.

"நீங்கள் அனைவரும் நலமாக இருப்பீர்கள் என நம்புகிறேன்" என்பதுதான் நான் சொல்ல முடிந்தது. என்னை சொனோகோ வின் பெயரை உச்சரிக்கச் செய்ய என்னால் முடியவில்லை.

பின்னர், என்னுடைய தயக்கத்தால் அழைக்கப்பட்டதைப் போல, படிக்கட்டுகளின் அடியில் கிடந்த ஆலங்கட்டியில் சொனோகோ தோன்றினாள். ஒரு கையில் மிகப்பெரிய அட்டையாலான தொப்பிகளுக்கான பெட்டியையும் மற்றதில் நிறையப் புத்தகங்களையும் அவள் ஏந்தியிருந்தாள். அவளுடைய கேசம் தலைக்கு மேலிருந்த சாளரத்தின் வழியே நுழைந்த வெளிச்சத்தால் பிரகாசித்தது. என்னைப் பார்த்தவுடன், தன் பாட்டி திடுக்கும்படியாக, அவள் அலறினாள்.

"தயவு செய்து ஒரு நிமிசம் காத்திரு."

தன் காலடித்தடங்கள் மூர்க்கமாக ஒலிக்க, அவள் மாடிக்குத் திரும்பி ஓடினாள். பாட்டி திகைத்து நின்ற காட்சியால் நான் குதூகலமடைந்தேன். சொனோகோ எத்தனை தூரம் என்னைக் காதலித்தாள் என்பதை அது எனக்கு உணர்த்தியது. மொத்த வீடும் கலைந்து கிடந்ததால் என்னை வரவேற்க எந்த அறையும் இல்லாமல் போனதாகச் சொல்லி பாட்டி வருத்தம் தெரிவித்தாள். பின்னர் வேகவேகமாக வீட்டின் உட்புறத்துக்குள் மறைந்து போனாள்.

விரைவில் சொனோகோ கீழிறங்கி ஓடி வந்தாள். அவளுடைய முகம் மிகச்சிவப்பாக இருந்தது. நுழைவாயிலின் ஒரு முனையில் கல்லாக நான் நின்றிருக்க, ஒரு வார்த்தையும் பேசாமல் தன் காலணிகளை அணிந்து கொண்டாள். பின்னர் எழுந்து என்னோடு நிலையம் வரை துணைக்கு வருவதாகச் சொன்னாள். அவளுடைய குரலின் கட்டளையிடும்படியான உரத்த தொனியின் பலம் என்னை அசைத்தது. அவளைத் தொடர்ந்து உற்றுப்பார்த்தபடி, என்னுடைய சீருடைத் தொப்பியை வெகுளித்தனமான சைகையோடு என் கைகளுக்குள் வட்ட வட்டமாகச் சுற்றிக் கொண்டிருந்தாலும், எல்லாம் சட்டென்று அசைவற்றுப் போன உணர்வு என் மனதுக்குள் தோன்றியது. ஒருவருக்கொருவர் நெருக்கமாக, கதவுக்கு வெளியே சென்று நுழைவுவாயிலுக்குப் போகும் சரளைக்கற்களின் பாதை வழியாக நாங்கள் நடந்தோம்.

திடீரென்று தனது காலணியின் நாடாவை மீண்டும் கட்டுவதற் கென சொனோகோ நின்றாள். அதிசயமாக அதற்கு அவள் நீண்ட நேரம் எடுத்துக் கொள்வதாகத் தெரிந்தது. ஆகவே நான் நுழைவாயிலுக்கு நடந்து வீதியைப் பார்த்தபடி காத்திருந்தேன். நான் அவளுக்குச் சற்று முன்பாக நடந்து செல்ல வேண்டுமென அவள் விரும்பினாள் என்பதையும், ஒரு பதினெட்டு வயது பெண்ணின் அழகிய வழிமுறையை இந்தக் காரணத்துக்காகவே செயல்படுத்தினாள் என்பதையும் இன்னும் நான் புரிந்து கொண்டிருக்கவில்லை.

திடீரென்று, எனக்குப் பின்னாலிருந்து, அவளுடைய கரம் என்னுடைய சீருடையின் கைப்பகுதியை இழுத்தது. நினைவு களைத் தொலைத்துச் சாதாரணமாக நடந்து போகையில் தானி யங்கி வாகனத்தால் தாக்கப்படுவதைப் போன்ற அதிர்ச்சியை நான் உணர்ந்தேன்.

"தயவு செய்து இதை…"

விறைப்பான மேற்கத்திய — பாணியிலான உறையின் முனை என் உள்ளங்கையைத் தீண்டியது. கசக்குவதைத் தவிர அத்தனையும் செய்ததைப்போல, பறவைக்குஞ்சின் கழுத்தை ஒருவன் நெரிப்பது போல, அதன் மீது என் கையை வேகமாக வைத்து மூடினேன். உறையின் எடையை என் கைகளில் உணர்ந்தபோது எதனாலோ என்னால் என்னுடைய புலன்களை

நம்பமுடியவில்லை. ஆனால் அது அங்கிருந்தது, பள்ளிக்குச் செல்லும் பெண்களுக்குப் பிடிக்கும் வகைமையிலான ஒரு உறை, என்னுடைய கைக்குள் இறுக்கமாகப் பற்றியிருந்தேன். அது ஏதோ ஒரு மனிதன் பார்க்கக்கூடாத விசயத்தைப் போன்றது என்பதாக நான் முழித்தேன்.

"இப்போது வேண்டாம் — நீ வீட்டுக்குச் சென்றபிறகு வாசி," கிச்சுகிச்சு மூட்டியதைப் போல, மெலிதான மற்றும் திணறுகிற குரலில் அவள் கிசுகிசுத்தாள்.

"என்னுடைய பதிலை எங்கு அனுப்புவது?" நான் கேட்டேன்.

"நான் எழுதியிருக்கிறேன் — அதன் உள்ளேயிருக்கிறது— என் (ஆங்கில எழுத்து N) கிராமத்திலிருக்கும் முகவரி. எனக்கு அங்கே எழுது."

அது குதூகலமான விசயம்தான், ஆனால் சட்டென்று, பிரிவு எனக்கு சந்தோசமாக மாறியது. கண்ணாமூச்சி விளையாட்டில் 'அதுவாக' இருக்கிற பையன் எண்ணும்போது ஒவ்வொருவரும் ஒளிய ஓடி, அவனை மகிழ்ச்சி கொள்ள வைக்கிற திசையில் ஒவ்வொருவரும் ஓடுகிற தருணத்தின் சந்தோசத்தை ஒத்திருந்தது. எல்லாவற்றையும் இந்தவகையில் கொண்டாடும் வினோதமான திறன் எனக்கிருந்தது. என்னுடைய இந்தப் பிறழ்ந்த திறமையின் காரணமாக, என் பார்வையிலும் கூட, என்னுடைய கோழைத்தனம் பல சந்தர்ப்பங்களிலும் தைரியம் என்று தவறாகப் புரிந்து கொள்ளப்பட்டது.

கைகளைக் கூட குலுக்கிக் கொள்ளாமல், நாங்கள் நிலையத்தின் நுழைவுச்சீட்டு வாயிலில் பிரிந்தோம்.

என் வாழ்வின் முதல் காதல் கடிதத்தைப் பெற்றிருந்த பரவசத்தில் இருந்தேன். அதை வாசிக்க வீட்டுக்குச் செல்லும் வரை என்னால் காத்திருக்க முடியவில்லை, அனைத்துக் கண்களையும் பொருட்படுத்தாது, மேலே செல்லும் வாகனத்தில் நான் உறையைத் திறந்தேன். அவ்வாறு நான் செய்தபோது அதன் உள்ளீடுகள் கிட்டத்தட்ட வெளியே சிதறின. அதில் எண்ணற்ற நிழற்பட அட்டைகளும் இறையருள் பள்ளிகளைச் சேர்ந்த மாணவர்களின் உவகையென்பதாய்த் தோற்றமளித்த

இறக்குமதி செய்யப்பட்ட வர்ண அஞ்சலட்டைகளின் கட்டும் இருந்தன. அவற்றினடுவே, ரெட் ரைடிங் ஹூட் மற்றும் ஓநாயின் டிஸ்னி பொம்மைப்படங்களால் அலங்கரிக்கப்பட்ட, இரண்டாக மடித்த நீலநிறக் குறிப்பேட்டுத்தாளொன்று இருந்தது. பொம்மைப்படத்துக்கு அடியில், வலிமிகுந்த எழுதுந்திறமையைப் பறைசாற்றிய அழகிய எழுத்துருக்களால் அவளுடைய குறிப்பு எழுதப்பட்டிருந்தது:

"புத்தகங்களைக் கடன் தந்த உன்னுடைய கருணையின் நன்றியுணர்வால் நான் உண்மையாகவே ஆட்கொள்ளப்பட்டேன். உனக்கு நன்றி. என்னால் அவற்றை முன்னுணர்ந்த ஆர்வத்தோடு வாசிக்க முடிந்தது. வான்வழித் தாக்குதல்களின்போதும் நீ நலமாக இருக்க வேண்டுமென்று நான் மனதாரப் பிரார்த்திக்கிறேன். என்னுடைய இலக்கை அடைந்து குடியேறிய பிறகு நான் உனக்கு மீண்டும் எழுதுகிறேன். அங்கிருக்கும் என் முகவரி கீழே தரப்பட்டுள்ளது. இணைக்கப்பட்டிருப்பவை எல்லாம் அற்பமான பொருட்கள். ஆனால் என் நன்றியுணர்வின் அடையாளமாக இவற்றை ஏற்றுக்கொள்."

என்னவொரு அற்புதமான காதல் கடிதம்! அது என்னுடைய பரவசத்தின் குமிழியைக் குத்திக்கிழித்தது. கொடூரமாக வெளிறிப் போனவனாக நான் வெடித்துச் சிரித்தேன். இதுபோன்ற ஒரு கடிதத்துக்கு யார்தான் பதில் எழுதக்கூடும், என்னை நானே கேட்டுக்கொண்டேன். அது நன்றி என்று அச்சடிக்கப்பட்ட கடிதத்துக்கு ஒப்புகை வழங்குவதைப் போல முட்டாள் தனமானதாக இருக்கும்.

என்றாலும், ஆரம்பத்திலிருந்தே பதில் அனுப்புவதற்கான விருப்பத்தை நான் உணர்ந்தேன், மேலும் இப்போது, வீட்டுக்கு வருவதற்கு மீதமிருந்த முப்பது அல்லது நாற்பது நிமிடங்களில், நான் முதன்முதலாக அனுபவித்த 'பரவச நிலைக்கு' பாது காப்பளிக்கும் நிலைமைக்கு இந்த விருப்பம் மெல்ல மெல்ல உயர்ந்தது. உடனடியாக நான் என்னிடமே சொன்னேன். அவளுக்கு வீட்டில் கிடைக்கக்கூடிய பயிற்சி, எந்தவகையிலும் காதல் கடிதங்களை எழுதுவதில் திறமையுடையவளாக மாற்றும் வகைமையைச்சேர்ந்ததில்லை.ஏனென்றால்ஒருபையனுக்குமுதல் கடிதத்தை எழுதும்போது எல்லா விதமான சந்தேகங்களாலும் தயக்கங்களாலும் நாணங்களாலும் அவளுடைய கைகள் சுளுக்கிக்கொள்ளும் என்பது இயல்பானதுதான். ஏனென்றால்

இன்று மதியம் நிகழ்ந்த அவளுடைய ஒவ்வொரு அசைவும் இந்தக் காலியான கடிதத்திலிருந்த எந்த வார்த்தையைக் காட்டிலும் விட உண்மையானதொரு கதையை வெளிப்படுத்தின.

வீட்டுக்கு வந்தபோது, வித்தியாசமானதொரு பகுதியிலிருந்து வெளிப்பட்ட கோபத்தால் நான் சட்டென்று கைப்பற்றப்பட்டேன். மீண்டும் சட்ட விளக்கவுரைகளின் மீது சீற்றம் கொண்டு அவற்றை என் அறையின் சுவரில் வீசியெறிந்தேன். நீ எத்தனை சோம்பேறியாக இருக்கிறாய். என்னை நானே கடிந்து கொண்டேன். பதினெட்டு வயதுப் பெண்ணை நேருக்கு நேராகச் சந்திக்கும்போது அவள் உன்னோடு காதலில் விழவேண்டு மென்கிற தகாத விருப்பத்தோடு நீ காத்திருக்கிறாய். எதிர்ப்பை நீ ஏன் வெளிப்படுத்தவில்லை? எங்கிருந்து வருகிறதென்று தெரியாத உன்னுடைய சந்தேகத்துக்குரிய அசௌகரியத்தின் காரணமாகத்தான் நீ தயங்குகிறாய் என்பதை நானறிவேன். ஆனால் அதுதான் விசயமென்றால் மறுபடியும் அவளை ஏன் நீ சந்தித்தாய்? திரும்பவும் யோசி! நீ பதினான்கு வயதாயிருந்த போது மற்ற பையன்களைப் போலத்தான் இருந்தாய். பதினாறு வயதானபோது கூட மொத்தத்தில் உன்னால் அவர்களுக்கு ஈடுகொடுக்க முடிந்தது. ஆனால் உன்னுடைய இருபது வயதில் இப்போது என்ன ஆனது? உன்னுடைய அந்த நண்பன் நீ பத்தொன்பது வயதில் இறந்து போவாய் எனச் சொன்னான். ஆனால் அவனுடைய தீர்க்கதரிசனம் உண்மையாகவில்லை. மேலும் போர்க்களத்தில் மரணிக்கும் உன் விருப்பத்தையும் நீ இழந்து விட்டாய். ஆக இப்போது உன்னுடைய இருபதாவது வயதில், சுத்தமாக எதுவுமே தெரியாத ஒரு பதினெட்டு வயதுப் பெண்ணுக்கான கத்துக்குட்டித்தனமான காதலோடு, உன் அறிவின் முடிவில் நிற்கிறாய். ப்பூ! என்னவொரு அற்புதமான முன்னேற்றம்! உன்னுடைய இருபதாவது வயதில் முதன்முறையாகக் காதல் கடிதங்களைப் பரிமாறிக்கொள்ள நீ கிட்டமிடுகிறாய். ஒருவேளை உன்னுடைய வயதைக் கணக்கிடுவதில் நீ தவறிழைத்திருக்கலாம் இல்லையா? அத்தோடு நீ இதுவரைக்கும் ஒரு பெண்ணை முத்தமிட்டது கூடக் கிடையாது என்பதும் உண்மைதான் இல்லையா? எவ்வளவு சோகத்துக்குரிய வகைமாதிரியாய் இருக்கிறாய்!

பிறகு மீண்டும் ஒரு வித்தியாசமான குரல். ரகசியமாகவும் தொடர்ச்சியாகவும், என்னைக் கேலி செய்தது. கிட்டத்தட்டக்

கொந்தளிக்கும் நேர்மையால் இந்தக் குரல் நிரம்பியிருந்தது. இதற்கு முன் நான் அனுபவித்திராத மனித உணர்வு. குறைந்த இடைவெளியிலான கேள்விகளால் என்னைத் தாக்கியது. நீ உணர்வது காதலா? அப்படியானால், சரி. ஆனால் உனக்குப் பெண்கள் மீது விருப்பம் உண்டா? அவள் மீது மட்டும்தான் எப்போதும் உனக்கு 'காமம் பொருந்திய ஆசை' தோன்றியதில்லை எனச் சொல்லும்போது உன்னை நீயே ஏமாற்றிக் கொள்ளவில்லையா? உண்மையில் உனக்கு எந்தப் பெண் மீதும் 'காமம் பொருந்திய ஆசை' இருந்ததில்லை என்கிற உண்மையை உன்னிடமிருந்தே மறைக்க நீ முயலவில்லையா? 'காமம் பொருந்திய' எனும் வார்த்தையைப் பயன்படுத்த இந்தப் பூமியின் மீது உனக்கு என்ன உரிமை இருக்கிறது? ஒரு பெண்ணை நிர்வாணமாகப் பார்க்கும் ஆசை உனக்கு எப்போதாவது சிறிதளவேனும் இருந்திருக்கிறதா? ஒரு முறையாவது நீ சொனோகோவை நிர்வாணமாக யோசித்திருக்கிறாயா? நீ, ஒற்றுமைகளை அடையாளம் காண்கிற உன்னுடைய தனித்த திறனோடு உன் வயதையொத்த பையன் ஒரு பெண்ணை அவள் நிர்வாணமாக எப்படி இருப்பாள் என்பதை யோசிக்காமல் பார்க்க முடியாது என்கிற சங்கதியைப் போன்ற வெளிப்படையான விசயத்தைக் கண்டிப்பாக யூகித்திருக்க வேண்டும். இதை ஏன் நான் உன்னிடம் சொல்கிறேன் என்பதை நேர்மையாக உன்னிடமே கேட்டுப்பார். போ, உன்னுடைய ஒற்றுமைகளைப் பயன்படுத்து. மற்ற பையன்கள் எப்படி உணர்கிறார்கள் என்பதைப் புரிந்து கொள்ள ஒரே ஒரு சிறிய தகவலை மட்டும் நீ மாற்றினால் போதும். நேற்றைய இரவு கூடத் தூங்கப் போவதற்கு முன்னால் நீ உன்னுடைய சிறிய பழக்கத்தில் ஈடுபடவில்லை? நீ விரும்பினால் அதனைப் பிரார்த்தனை போன்ற ஏதோவொன்று என்றழைத்துக்கொள். எல்லாரும் செய்யக்கூடிய சிறிய மதநம்பிக்கையற்ற சடங்கு என்று சொல்லிக்கொள். பரவாயில்லை. ஒரு முறை பழகி விட்ட பிறகு, குறிப்பாக அது உடனடியாக பலன்தருகிற தூக்கத்துக்கான ஈர்ப்பு என நீ தெரிந்து கொள்கையில், எந்தவொரு பதிலீடும் மகிழ்ச்சியற்றதாய் இருப்பதில்லை. ஆனால் நேற்றிரவு உன் மூளைக்குள் தோன்றியது சொனோகோவின் படமில்லை என்பதை நினைவில் வைத்திரு. அது எதுவாயிருந்தாலும், உனக்கு அருகேயிருந்து பார்ப்பதற்கு மிகவும் பழக்கப்பட்டுப் போன என்னைக்கூட அதிசயக்க வைக்குமளவுக்கு விசித்திரமானதாகவும் வழக்கத்துக்கு மாறானதாகவும் உன்னுடைய கற்பனை இருந்தது.

பகல்நேரத்தில் சாலையில் நடந்து போகும்போது மாலுமிகளையும் போர்வீரர்களையும் தவிர்த்து நீ வேறு யாரையும் பார்ப்பதில்லை. நீ விரும்புகிற வயதில், சூரியனால் நன்றாகக் கருத்து,செயற்கைத்தனமற்ற உதடுகளோடு,மற்றும் அவர்களுடைய அறிவுக்கூர்மையின் எந்த அடையாளங்களும் இல்லாமல்— அவர்கள்தான் உனக்கான இளைஞர்கள் — எப்போதெல்லாம் ஒருவனைப் பார்க்கிறாயோ உடனடியாக உனது கண்களால் அவனை அளக்கிறாய். வெளிப்படையாகச் சொன்னால் சட்டக்கல்லூரியிலிருந்து பட்டம் பெற்று வெளியேறுகையில் நீ தையற்காரனைப் போன்ற ஏதோவொன்றாக ஆசைப்படுகிறாய் அப்படித்தானே? இருபது வயது எளிய இளைஞனின் நசிந்த உடலின் மீது, சிங்கக்குட்டியைப் போலிருக்கும் உடலின் மீது, நீ பெருவிருப்பம் கொண்டிருக்கிறாய், இல்லையென்று சொல்? இதுபோன்ற எத்தனை இளைஞர்களின் உடைகளை நேற்றிரவு நீ உன் மனதுக்குள் உருவவில்லை? உன்னுடைய கற்பனையென்பது செடிகளின் மாதிரிகளைச் சேகரிக்கப் பயன்படும் தொட்டிகளில் ஒன்றைப் போன்றது. அதற்குள் நீ நாள் முழுதும் பார்த்த எபிபிக்களின் நிர்வாண உடம்புகளை சேர்க்கிறாய். பிறகு வீட்டுக்கு வந்து படுக்கையில் வீழ்ந்து உன்னுடைய மதநம்பிக்கையற்ற சடங்குக்கான புனித பலியை, குறிப்பாக உனது கற்பனையைக் கவர்ந்த ஒருவனைத் தனியாகப் பிரித்தெடுத்து, அந்தச் சேகரிப்பிலிருந்து தேர்வு செய்கிறாய். அதனைத் தொடர்ந்து நிகழ்வது முழுக்கவே அருவருப்பாயிருக்கிறது.

நீ உன்னுடைய பலியை, ஒரு கயிற்றை பின்னால் மறைத்துக் கொண்டு, அபூர்வமானதொரு அறுகோணத் தூணுக்கு நடத்திச் செல்கிறாய். பிறகு, கைகளைத் தலைக்கு மேலே உயர்த்தி, நீ அவனுடைய நிர்வாண உடலைக் கயிற்றால் தூணோடு இணைத்துக்கட்டுகிறாய். அவன் பயங்கரமான எதிர்ப்பை வெளிப்படுத்த வேண்டும் என்றும் பலமாக அலற வேண்டுமென்றும் கட்டாயப்படுத்துகிறாய். பலிக்கு நீ நெருங்கிவரும் அவனுடைய மரணம் பற்றிய விரிவான விவரணையைத் தருகிறாய். அந்த நேரம் முழுவதும் விசித்திரமான, அப்பாவித்தனமான புன்னகை உன்னுடைய உதடுகளில் விளையாடுகிறது. உனது பையிலிருந்து கூரானதொரு கத்தியை எடுத்து, அவனை நெருங்கி, அதன் கூரான முனையால் நடுங்குகிற அவனுடைய நெஞ்சின் மேற்தோளினை மெதுவாகவும் வருடுவதாகவும் கூச்சமுண்டாக்குகிறாய். அவன் நம்பிக்கையற்றதொரு அலறலை வெளியிடுகிறான். கத்தியிலிருந்து

தப்பும் முயற்சியில் உடலைத் திருகுகிறான். அவனது மூச்சுக்காற்று அச்சுறுத்தும் பதைப்போடு உறுமுகிறது. அவனுடைய கால்கள் நடுங்கி முழங்கால்கள் கடகடவென ஒன்றோடொன்று மோதிக்கொள்கின்றன. மெல்ல கத்தி அவனுடைய நெஞ்சின் பக்கவாட்டில் செருகப்படுகிறது. (நீ செய்த மிக மூர்க்கமான செயல் அதுதான்!) பலி தன்னுடைய உடலை வளைக்கிறான். தனிமையான பரிதாபத்துக்குரிய வலிமிகுந்த கூச்சலோடு, மேலும் காயத்தைச் சுற்றியுள்ள தசைப்பகுதியில் துடிப்பு இருக்கிறது. வாளின் உறைக்குள் நுழைப்பதைப்போல மிகுந்த அமைதியோடு அலையடிக்கும் சதைக்குள் கத்தி புதைக்கப் படுகிறது. ரத்த நீரூற்று கொப்பளிக்கிறது. வெளியே பாய்கிறது. அவனுடைய மென்மையான தொடைகளின் வழியாகக் கீழே பாய்ந்தோடுகிறது.

இந்தத் தருணத்தில் நீ அனுபவிக்கும் சந்தோசம்தான் அடிப் படையான ஒரு மனிதவுணர்வு. ஏனென்றால் மிகச்சரியாக இந்தத் தருணத்தில் உன்னுடைய பேரார்வமாகிப்போன இயல்பை நீ பெற்றிருக்கிறாய் என்பதால் அப்படிச் சொல்கிறேன். உன்னுடைய கற்பனை எந்த வடிவில் இருந்தாலும், உன்னுடைய உடல்சார்ந்த இருப்பின் அடியாழம் வரை நீ பாலுணர்வு சார்ந்து கிளர்ச்சியடைகிறாய். மற்ற ஆண்களிடமிருந்து ஒரு பொட்டு கூட வேறுபடாமல், இதுபோன்ற கிளர்ச்சியென்பது ரொம்பவே இயல்பானதுதான். தொடக்கநிலையிலுள்ள, மர்மமான கிளர்ச்சியின் பாய்ச்சலால் உன்னுடைய மனம் துடிதுடிக்கிறது. ஒரு காட்டுமிராண்டியின் ஆழமான சந்தோசம் உன் மார்பில் மீண்டும் பிறக்கிறது. உன் கண்கள் மின்னுகின்றன. ரத்தம் உடல் முழுவதும் பாய்ந்தோடுகிறது. நாகரீகமற்ற குழுக்களால் வழிபடப்படும் வாழ்வின் பிரகடனத்தால் நீ ததும்பி வழிகிறாய். வெளியேற்றத்துக்குப் பிறகும் ஒரு மனக்கொந்தளிப்புடைய, காட்டுமிராண்டித்தனமான ஆரவாரம் உன் உடலில் மீத மிருக்கிறது. பெண்களைப் புணர்ந்தபிறகு தொடர்கிற சோகம் உன்னைத் தாக்குவதில்லை. சிற்றின்பத்திலிருந்து அந்நியப்படும் தனிமையால் நீ பிரகாசிக்கிறாய். சிறிது நேரத்துக்கு ஒரு உயர்ந்த, பழங்கால நதியின் நினைவுகளில் நீ மிதந்து கொண்டிருக்கிறாய். அனேகமாக, ஏதோ ஒரு வகையில் உன்னுடைய நாகரீகமற்ற முன்னோர்களின் வாழ்வாதாரத்திலிருந்த மிகுந்த ஆழமான உணர்வுகளின் நினைவு, உனது பாலுணர்வு சார்ந்த செயல்பாடு களையும் சந்தோசங்களையும், முழுதாகத் தன்னுடைய கட்டுப்

பாட்டுக்குள் எடுத்துக் கொண்டிருக்கலாம். ஆனால் அதைக் கவனிக்காமல் இருப்பதாகப் பாசாங்கு செய்வதில் நீ மும்முரமாக இருக்கிறாய், இல்லையா? ஏன் உனக்கு, இப்படியான சில நேரங்களில் மனித இருப்பின் ஆழமான சந்தோசத்தை உணர முடிந்த ஒருவனுக்கு, காதல் மற்றும் ஆன்மா பற்றிய இத்தகைய உளறல்களைச் சொல்வதற்கு என்ன தேவையிருக்கிறது என்பது எனக்குப் புரியவில்லை.

நான் உனக்கு என்னவென்று சொல்லுகிறேன். இந்த யோசனை எப்படியிருக்கிறது? உன்னுடைய விந்தையான முனைவர் பட்டத்துக்கான ஆய்வின் தலைசிறந்த படைப்பை சொனோகோவின் முன்னிலையில்தான் நீ சமர்ப்பிக்க வேண்டு மென்று சொன்னால்? அது, 'ஒரு எபிபியின் உடலினுடைய வளைவுகள் மற்றும் ரத்தப்போக்கின் விழுக்காட்டுக்கும் இடையிலுள்ள நடைமுறை உறவுகள் பற்றியது' என்று தலைப் பிடப்பட்ட ஆழமான விளக்கவுரை. சுருக்கமாக, உன்னுடைய பகற்கனவுக்கென நீ தேர்ந்தெடுக்கும் உடல் எப்போதும் மென்மை யான மற்றும் எளிதில் வளையக்கூடிய மற்றும் திடமான ஒன்று. எல்லாவற்றுக்கும் மேலாக, கத்திக்காயத்திலிருந்து வழியும்போது மிகுந்த நுட்பமான வளைவுகளை ரத்தம் அடையாளமிடுவதற்கு ஏதுவான இளமையான உடல். சரிதானே? வழிந்தோடும் ரத்தத்தில் மிகவும் அழகான மற்றும் இயற்கையான கோலங் களை உருவாக்கக்கூடிய உடலை, வயல்வெளியில் வளைவு சுழிவுகளோடு பாய்ந்தோடும் நதி உருவாக்குவதைப் போன்ற, அல்லது ஒரு பழங்கால மரத்தின் குறுக்குவெட்டில் கிடக்கும் நெல்மணிகளைப் போன்ற வடிவங்களை நீ தேர்ந்தெடுப்பாய் தானே? உன்னால் இதை மறுக்க முடியுமா.

என்னால் அதை மறுக்க முடியவில்லை.

என்றாலும், துண்டுத்தாளை ஒரு முறை மட்டும் திருகி அதன் முனைகளை ஒன்றாக ஒட்டுவதன் மூலம் உருவாக்கப் படும் வளையங்களில் ஒன்றைப்போல, என்னுடைய சுய—பகுப்பாய்வுக்கான அதிகாரங்கள் வரையறைகளை மறுக்கும் வகையில் கட்டமைக்கப்பட்டிருந்தன. உட்புறமாகத் தோன்று வது வெளிப்புறமாகவும், வெளிப்புறமாகத் தோன்றுவது உட்புறமாகவும் இருக்கும். பிந்தைய வருடங்களில் எனது சுய—பகுப்பாய்வு வளைவின் விளிம்பில் வெகு மெதுவாகப் பயணித்தபோதும்,நான் இருபது வயதாயிருந்தபோது என்னுடைய

உணர்வுகளின் சுற்றுப்பாதையில் கண்மூடித்தனமாகச் சுழலுவதைத் தவிர்த்து அது வேறேதும் செய்யவில்லை. மேலும் போரின் துயரார்ந்த இறுதிக் கட்டங்களில் கலந்து கொள்ளும் ஆர்வத்தால் உந்தப்பட்டு, நான் என்னுடைய சமன்பாட்டின் உணர்வை முழுதாய் இழக்கச் செய்யுமளவுக்கு அதனுடைய சுழற்சியின் வேகம் போதுமானதாய் இருந்தது. காரணங்களையும் அதன் விளைவுகளையும் பொருட்படுத்தி யோசிப்பதற்கு நேரமிருக்கவில்லை. முரண்பாடுகளுக்கோ அல்லது உடன்தொடர்புகளுக்கோ நேரமிருக்கவில்லை. எனவே முரண்பாடுகள் சுற்றுப்பாதையில் அவை இருந்ததைப் போலவே, எந்தக் கண்ணாலும் உள்வாங்கிக்கொள்ள முடியாத வேகத்தில், ஒன்றையொன்று உரசியபடி சுழன்றன.

கிட்டத்தட்ட இதே தன்மையிலான ஒரு மணி நேரத்துக்குப் பிறகு, என்னுடைய மூளையில் மிச்சமிருந்த ஒரே எண்ணம் சொனோகோவின் கடிதத்துக்கு ஏதோவொரு தந்திரமான பதிலைக் கோர்ப்பதுதான்...

இடைப்பட்ட காலத்தில் செர்ரி மரங்கள் பூத்திருந்தன. ஆனால் யாருக்கும் மலர்களைப் பார்வையிடுதலுக்கான நேரமிருப்பதாகத் தெரியவில்லை. டோக்கியோவின் மக்களில் அனேகமாக என்னுடைய பள்ளியின் மாணவர்கள் மட்டும் தான் செர்ரி மலர்களைப் பார்க்கும் வாய்ப்புக் கிட்டியவர்கள். பல்கலைக்கழகத்திலிருந்து என் வீட்டுக்குச் செல்லும் வழியில், தனியாகவோ அல்லது இரண்டு அல்லது மூன்று நண்பர் களோடோ, எஸ் (ஆங்கில எழுத்து S) நீர்த்தேக்கத்தைச் சுற்றி யிருக்கும் செர்ரி மரங்களுக்குக் கீழே அடிக்கடி உலாவினேன்.

மலர்கள் இந்த வருடம் வழக்கத்துக்கு மாறான அழகோடிருப் பதாகத் தோன்றின. செர்ரி மலர்களின் ஆடைகளோ என ஒருவர் எண்ணும்படியாக எந்த வித்தியாசமுமின்றி மலர்ந் திடும் மரங்களினடுவில் தொங்க விடப்படுகிற செந்தூரம் மற்றும் வெள்ளையில் கோடிடப்பட்ட திரைகள் எதுவும் அங்கிருக்கவில்லை. இரைச்சலான தேநீர் விடுதிகள் இல்லை. மலர்களைப் பார்வையிடும் விடுமுறைகாலக் கூட்டம் இல்லை. ஊதற்பைகளையும் பொம்மைக் காற்றாலைகளையும் யாரும் கூவி விற்றுக் கொண்டிருக்கவில்லை. மாறாகப் பச்சையங்களினூடாக எந்தவிதத் தொந்தரவுமின்றி மலர்ந்த, மலர்களின் நிர்வாண

உடல்களைத்தான் பார்க்கிறோமோ என ஒருவரை எண்ணச் செய்யும் செர்ரி மரங்கள் மட்டும் அங்கே நின்றிருந்தன. இயற்கையின் இலவச செல்வமும் பயனற்ற ஆடம்பரமும் இந்த வசந்தகாலத்தில் தென்பட்டதைப்போல அதியற்புத அழகோடு ஒருபோதும் தோன்றியதில்லை. இயற்கையென்பவள் தனக்கென இந்த உலகை மீண்டும் ஆக்கிரமிக்க வந்திருக்கிறாளோ என்கிற அசௌகரியம் நிரம்பிய சந்தேகம் எனக்குள். நிச்சயமாக இந்த வசந்தகாலத்தின் ஒளிர்வில் ஏதோ அசாதாரணமாக இருந்தது. முதிர்ந்த மலர்களின் மஞ்சள், இளம்புல்லின் பச்சை, புதிதாய்த் தோற்றந்தந்த செர்ரி மரங்களின் கருத்த அடிபாகங்கள், கிளைகளைத் தாழச்செய்த கனத்த மலர்களின் மேற்கூரை இவை எல்லாம் என்னுடைய கண்களில் வன்மத்தால் தீட்டிய ஒளிமயமான வண்ணங்களாகப் பிரதிபலித்தன. வண்ணங்களின் ஊழித்தீ என்பதாகத் தோன்றியது.

ஒருநாள் நாங்கள் நிறைய பேர் செர்ரி மரங்களின் வரிசைகளுக்கும் ஏரியின் கரைகளுக்கும் இடையிலிருந்த புல்லின் மீது, போகிறபோக்கில் ஏதோ அர்த்தமற்ற சட்ட நுணுக்கத்தை விவாதித்தபடி, நடந்து கொண்டிருந்தோம். அந்த நேரத்தில் எனக்கு பேராசிரியர் ஒய்-யின் (ஆங்கில் எழுத்து Y) சர்வதேசச் சட்டம் பற்றிய பாடங்களில் தென்பட்ட முரண்பாடுகளின் மீது நாட்டமிருந்தது. மிகச்சரியாக வான்வழித் தாக்குதல்களுக்கு நடுவில், அங்கே அந்தப் பேராசிரியர், பரந்த மனதோடு சர்வதேசச்சங்கம் பற்றிய முடிவேயில்லாததாய்த் தோற்றமளிக்கும் போதனைகளைத் தொடர்ந்து கொண்டிருந்தார். நான் ஏதோ மாஜோங் அல்லது சதுரங்கம் பற்றிய பாடங்களைக் கேட்டுக் கொண்டிருப்பதாக உணர்ந்தேன். அமைதி! அமைதி! தூரத்தில் தொடர்ச்சியாக ஒலித்துக்கொண்டிருந்த மணி போன்ற இந்தச் சத்தம் என்னுடைய காதுகளில் ஒலித்ததை விட முக்கியமான வேறொன்று என்பதாக என்னால் நம்ப முடியவில்லை.

“ஆனால் இது உண்மையான வாரிசுக்கான கோரிக்கைகளின் அடிப்படை இயல்பு பற்றிய கேள்வி இல்லையா?” எங்களுடைய விவாதத்தைத் தொடரும் வண்ணம் ஏ (ஆங்கில எழுத்து A) பரிந்துரைத்தான். இந்த நாட்டுப்புற மாணவன் ஆரோக்கியமான தேகக்கட்டோடு உறுதியான மனிதனாகத் தோன்றினாலும், முற்றிய நிலையிலிருந்த நுரையீரல் கசிவு அவனை ராணுவ அழைப்பிலிருந்து காப்பாற்றியது.

“இது போன்ற முட்டாள்தனமான பேச்சுகளை நாம் முடித்துக் கொள்வோம்,” இடைவெட்டினான் பி (ஆங்கில எழுத்து *B*). அவனொரு வெளிறிய மாணவன், ஒரு பார்வையில் சொல்ல முடிந்ததைப்போல, காசநோயால் பாதிக்கப்பட்டிருந்தான்.

குறிப்பிடும்படியான நுரையீரல் தொல்லைகள் எதுவும் இல்லாமலிருந்தது நான் ஒருவன் மட்டும்தான். மாறாக நான் எனக்கு இதயம் மோசமாயிருப்பதாக பாசாங்கு செய்திருந்தேன். அந்நாட்களில் ஒருவர் பதக்கங்களைப் பெற்றிருக்க வேண்டும் அல்லது நோய்களை.

திடீரென்று அருகாமை செர்ரி மரங்களின் கீழிருந்த புல்லில் யாரோ நடப்பதைப் போன்ற சத்தத்தால் நாங்கள் நிறுத்தப் பட்டோம். அந்த மனிதனும் எங்களுடைய வழிமுறையால் திடுக் கிட்டதாகத் தோன்றியது. அழுக்கடைந்த பணிமனை உடைகளும் மரச்செருப்புகளும் அணிந்த இளைஞன். அவனுடைய கள தொப்பிக்குக் கீழே பார்க்க முடிந்த ஒட்ட வெட்டப்பட்ட கேசத்தின் நிறத்தால் மட்டுமே அவனை இளைஞன் என்று சொல்ல முடிந்தது. அவனுடைய சேறுபடிந்த தோல்நிறம், அடர்த்தியற்ற தாடி, அவனுடைய எண்ணெய் படிந்த கைகள் மற்றும் கால்கள், மேலும் அவனுடைய அழுக்கான கழுத்து எல்லாம் அவனுடைய வயதுக்குப் பொருத்தமில்லாத மகிழ்ச்சியற்றக் களைப்பை உணர்த்தின.

பையனுக்குப் பின்னால் சற்றே வளைந்து ஒரு பெண் நின்றிருந்தாள். அவள் தரையை உற்றுப்பார்த்து சிடுசிடுப்பதாகத் தோன்றியது. அவளுடைய கேசம் துரிதமாகவும் திறமையோடும் பின்னால் கட்டப்பட்டிருந்தது. மேலும் அவள் எங்கும் வியாபித்திருந்த காக்கிநிற மேற்சட்டையை அணிந்திருந்தாள். அந்த ஜோடியைப் பார்த்தபோது மங்காததாகவும் தூய்மை யாகவும் புதிதாகவும் அற்புதமாகத் தோன்றிய ஒரே விசயம் அந்தப்பெண் அணிந்திருந்த குறும்பாவாடை போன்ற பணிக் கான காற்சட்டைகளின் இணை மட்டும்தான்.

அவர்கள் ஒரே தொழிற்சாலையைச் சேர்ந்த கட்டாய ராணுவ வேலையாட்கள் என்றும், தொழிற்சாலைக்கு மட்டம் போட்டு மலர்களைப் பார்வையிடும் தினமென்பதாக முன்கூட்டியே திட்டமிட்டதன்படி அங்கே சந்திக்கிறார்கள் என்பதையும், ஒருவர் எளிதில் யூகிக்க முடியும். எங்களுடைய பேச்சைக்

கேட்டு, நாங்கள் *ஜெண்டார்மேக்களாக* இருக்கலாம் என்கிற எண்ணத்தால் அனேகமாக அவர்கள் எச்சரிக்கை அடைந்திருந் தார்கள்.

அவர்கள் கடந்து செல்லுகையில் எங்களை உற்சாகமின்றி ஓரப்பார்வை பார்த்துச் சென்றார்கள். அதற்குப் பிறகு எதுவும் பேசுவதற்கு எங்களுக்குத் தோன்றவில்லை.

செர்ரி மலர்கள் விடைபெறுமுன்பாக சட்டத்துறை மீண்டும் விரிவுரைகளை ரத்து செய்தது. நாங்கள் மாணவர்களைத் தயார் செய்யும் திட்டத்தின் கீழ் எஸ் (ஆங்கில எழுத்து S) வளைகுடா விலிருந்து சில மைல்கள் தொலைவிலிருந்த கடற்படை ஆயுதசாலைக்கு அனுப்பப்பட்டோம். அதே நேரத்தில் என் அம்மா, சகோதரன் மற்றும் சகோதரி அனைவரும் என் தாய்வழித் தாத்தாவின் வீட்டுக்கு, புறநகர்ப்பகுதியின் ஒரு சிறிய பண்ணைக்கு, குடிபெயர்ந்தார்கள். எங்கள் வேலைக்காரச் சிறுவன், நடுநிலைப்பள்ளி மாணவனும் கூட. அளவில் சிறிதா யிருந்தாலும் தன் வயதுக்கு மீறி நடப்பவனாக என் அப்பாவைக் கவனித்துக்கொள்ள எங்களுடைய டோக்கியோ வீட்டிலேயே தங்கிக்கொண்டான். அரிசியில்லாத நாட்களில் வேலைக்கார சிறுவன் வேகவைத்த சோயாபீன்சுகளை உரலில் அரைத்து, அவனுக்கும் என் அப்பாவுக்கும், வாந்தியைப் போலத் தோற்றமளித்த ஒரு கூழைத் தயாரித்தான். அத்தோடு என் அப்பா வீட்டிலில்லாதபோது எங்களுடைய ஊறுகாய்களின் சிறிய கையிருப்பிலிருந்து திருடித் தின்றான்.

கடற்படை ஆயுதசாலையில் வாழ்க்கை எளிதாயிருந்தது. எனக்கு நூலகத்தில் பகுதி நேர வேலை ஒதுக்கப்பட்டது. மற்ற நேரங்களில் நானொரு இளம் *பார்மோசன்* பணியாட்களின் குழுவோடு கலந்திருந்தேன். பாகங்கள் தயாரிக்கும் தொழிற் சாலையிலிருந்து தப்பிச் செல்வதற்காக வெளிநோக்கி நீண்ட பெரிய சுரங்கப்பாதையை அவர்கள் தோண்டிக் கொண்டிருந் தார்கள். பன்னிரெண்டு அல்லது பதிமூன்று வயதேயான அந்தச் *சாத்தான்கள்தான்* எனக்கிருந்த ஒரே நண்பர்கள். அவர்கள் எனக்கு பார்மோசன் கற்றுத்தந்தார்கள். பதிலுக்கு நான் அவர் களுக்கு தேவதைக்கதைகளைச் சொன்னேன். தங்களுடைய பார்மோசன் கடவுள்கள் வான்வழித் தாக்குதலிலிருந்து தங்களைக்

காப்பாற்றுவார்களென்றும் ஒருநாள் எந்தச் சேதமுமின்றித் தங்கள் தாய்நாட்டுக்கு அனுப்பி வைப்பார்களெனவும் அவர்கள் நம்பினார்கள். உணவுக்கான அவர்களின் விருப்பம் நெறியற்ற வரைமுறைகளைத் தொட்டது. அவர்களுக்குள் மிகுந்த புத்திக் கூர்மையைக் கொண்டிருந்த பையன் கொஞ்சம் அரிசியையும் காய்கறிகளையும் சமையலறைக் காவலனின் கண்ணுக்கு முன்பாகவே திருடி வருவான். மிகுதியான இயந்திர எண்ணெயில் சமைத்து அவர்கள் அதைப் பொறித்த சாதமாக மாற்றுவார்கள். பற்சக்கரங்களின் ருசியைக் கொண்டிருப்பதாகத் தோன்றிய இந்த விருந்தை நான் மறுதலித்தேன்.

ஒரு மாதத்துக்குள் எனக்கும் சொனோகோவுக்கும் இடையிலான தொடர்பு மிகுந்த விசேசத்துக்குரிய ஒன்றாக மாறுவதை நோக்கி நகர்ந்தது. என்னுடைய கடிதங்களில் தயக்கங்கள் ஏதுமற்ற தைரியத்தோடு நான் நடந்துகொண்டேன். ஒருநாள் காலை எல்லாம் நலமாயிருப்பதற்கான மணி ஒலித்தபின் என் மேசைக்கு வந்தபோது அங்கே சொனோகோவிடமிருந்து ஒரு கடிதம் எனக்காகக் காத்திருப்பதைக் கண்டேன். அதை வாசிக்கையில் என்னுடைய கைகள் நடுங்கின. சற்றே மதுவருந்தி யிருந்ததைப்போல என்னுடல் உணர்ந்தது. அவளுடைய கடிதத்திலிருந்த ஒரு வரியை என் மூச்சினூடாக மீண்டும் மீண்டும் ஒப்பித்தேன்:

"...நான் உனக்காக ஏங்குகிறேன்..."

அவளின் இன்மை என்னை தைரியப்படுத்தியிருந்தது. தூரம் 'இயல்புநிலைக்கான' உரிமையை எனக்குத் தந்திருந்தது. சொல்வதெனில், நான் 'இயல்புநிலையை' என்னுடைய உடலின் நிறுவனத்தில் ஒரு தற்காலிகப் பணியாளராக ஏற்றுக்கொண்டேன். காலத்தாலும் வெளியாலும் ஒருவரிடமிருந்து பிரிந்திருக்கும் மனிதன் ஒரு அருவமான தன்மையை வரித்துக் கொள்கிறான். அனேகமாக இதுதான் சொனோகோவின் மீது நானுணர்ந்த குருட்டுத்தனமான அர்ப்பணிப்புக்கான காரணம். மேலும் உடலின் மீது எனக்கு எப்போதும் உடனிருந்த விருப்பங்கள் என்னுள் ஒத்த இயல்புடைய ஒரே திரளாகப் பிணைந்து எந்த சுய முரண்பாடுகளுமற்ற மனிதனாக என்னை மாற்றி அடுத்தடுத்து வந்த காலத்தின் ஒவ்வொரு தருணத்திலும் அசையவிடாமல் பொருத்தியிருந்தன.

நான் சுதந்திரமாயிருந்தேன். தினசரி வாழ்க்கை சொல்ல வொண்ணா சந்தோசத்துக்குரிய விசயமாக மாறியிருந்தது. அனேகமாக எதிரிகள் விரைவில் எஸ் வளைகுடாவில் தரை யிறங்கக்கூடுமென்றும் ஆயுதசாலை இருந்த பகுதி ஆக்கிரமிக்கப் படலாம் எனவும் ஒரு வதந்தி நிலவியது. இப்போது மீண்டும், முன்னெப்போதையும் விட, மரணத்துக்கான விருப்பத்தில் நான் ஆழமாய் அமிழ்ந்திருக்கக் கண்டேன். மரணத்தில்தான் என்னுடைய உண்மையான 'வாழ்வின் லட்சியத்தை' நான் கண்டுபிடித்தது.

ஏப்ரல் மத்தியின் ஒரு சனிக்கிழமையில் வெகு நாட்களுக்குப் பிறகு கிடைத்த என்னுடைய முதல் விடுமுறையை எடுத்துக் கொள்ள அனுமதி தரப்பட்டது. ஆயுதசாலையில் வாசிக்க என்னுடைய புத்தக அலமாரியிலிருந்து சில புத்தகங்களை எடுக்கும் திட்டத்தோடு நான் முதலில் டோக்கியோவிலுள்ள வீட்டுக்குச் சென்றேன். பிறகு உடனடியாக அங்கிருந்து கிளம்பி என்னுடைய அம்மாவும் மற்றவர்களும் வாழ்ந்த புறநகர்ப்பகுதிலியிருந்த தாத்தாவின் இடத்தில் இரவைக் கழிக்க எண்ணியிருந்தேன். ஆனால் வழியில், வான்வழித் தாக்குதல்களுக்கான சமிக்ஞைகளுக்குக் கீழ்ப்படிந்து ரயில் நகருவதும் நிற்பதுமாயிருக்க, திடீரென்று ஒரு சில்லிப்பு எனக்குள் உண்டானது. வன்முறையாக தலையைக் கிறுகிறுக்கச் செய்யும் சூடான தளர்ச்சி எனக்குள் பரவுவதை நான் உணர்ந்தேன். தொடர்ந்த அனுபவங்களிருந்ததால் அந்த அறிகுறிகள் தொண் டைச்சதை வளர்ச்சிக்கானவை என்பது எனக்குப் புரிந்தது. டோக்கியோ வீட்டுக்குச் சென்றவுடன் வேலைக்கார சிறுவனை போர்வையை விரிக்கச்சொல்லி உடன் தூங்கிப்போனேன்.

சிறிது நேரத்திற்குள்ளாகவே ஒரு பெண்குரலின் ஆர்வமிக்க சப்தம் படிகளுக்குக் கீழேயிருந்து கிளம்பி என்னுடைய காய்ச்ச லுற்ற முன்நெற்றியில் மோதி எரிந்தது. யாரோ படியேறி தாழ் வாரத்தின் வழியாகக் குதிநடை போட்டு வருவது எனக்குக் கேட்டது. என் கண்களை மெல்லத் திறந்து, பெரிய சித்திர வேலைப்பாடுகளைக் கொண்ட கிமோனோவின் காற் சட்டையைப் பார்த்தேன்.

"...என்ன இது? எத்தனை பெரிய சோம்பேறியாக இருக் கிறாய்!"

“ஓ,” என்றேன். “ஹலோ, சாக்கோ.”

“கிட்டத்தட்ட ஐந்து வருடங்களாக நாம் பார்த்திராத நிலையில் நீ வெறுமனே ‘ஓ ஹலோ’ என்று சொன்னால் என்ன அர்த்தம்?”

அவள் எங்களுக்கு தூரத்து சொந்தமானதொரு குடும்பத்தின் மகள். சீக்கோ என்கிற அவளுடைய பெயர் சாக்கோ என்று திருகப்பட்டிருந்தது. இப்படித்தான் நாங்கள் அனைவரும் அவளை அழைத்தோம். எனக்கு ஐந்து வயது மூத்தவள். கடைசியாக நான் அவளைப் பார்த்தது அவளுடைய திருமணத்தில். ஆனால் கடந்த வருடம் அவன் போர்முனையில் செத்துப் போனான், மேலும் அவள் விசித்திரமாக இளகிய மனதுடையவளாக மாறி வருகிறாள் என்று மக்கள் அவளைப் பற்றி கிசுகிசுத்தார்கள். இப்போது அந்த கிசுகிசு எத்தனை உண்மையானது என்பதை இப்போது நான் பார்த்துக் கொண்டிருந்தேன். இத்தகைய கோணங்கித்தனமான சூழலில் என்னால் வழக்கமான அனுதாபங்களைச் சொல்ல முடியவில்லை. அவளுடைய கேசத்திலிருந்த பெரிய வெண்ணிற செயற்கை மலர்களை அவள் எடுத்து விட்டு வந்திருந்தால் இன்னும் அழகாய்த் தோன்றுவாள் என எனக்குள் யோசித்தபடி, அதிர்ச்சியுற்றதொரு மௌனத்தை அனுசரித்தேன்.

“இன்று தொழில் சம்பந்தமாக தட்சானைப் பார்க்க வந்தேன்,” என்றாள். தட்சுவோ என்கிற என் அப்பாவின் பெயரை வழக்கமான முறையில் அழைத்தபடி. “நான் எங்களுடைய பொருட்களைக் காலி செய்வது பற்றிக் கேட்டுப்போக வந்தேன். ஏனென்றால் இன்னொரு நாள் பப்பாவும் தட்சானும் ஏதோவொரு இடத்தில் சந்தித்தபோது எங்களு டைய பொருட்களை அனுப்பிவைக்க நல்ல இடத்தை தான் பரிந்துரைப்பதாக அவர் சொல்லியிருக்கிறார்.”

“அந்த வயதான மனிதர் வீட்டுக்கு வர சற்றுத் தாமதமாகும் என்று சொல்லியிருந்தார். ஆனால் பரவாயில்லை” அதீத சிவப்பாயிருந்த அவளின் உதடுகளைப் பார்த்து, எளிதில் சுகவீனமுற்று நான் உடைந்தேன். அனேகமாக அது என்னுடைய காய்ச்சலின் காரணமாக இருக்கலாம். ஆனால் அந்தச் சிவப்பு நிறம் என் கண்களுக்குள் துளையிட்டு தலையைக் கடுமையாக வலிக்கச்செய்தது. “ஆனாலும் நீ ரொம்ப அதிகமான சமாச்சாரங்களை அணிந்திருக்கிறாய். இந்த நாட்களில் வீதிகளில்

செல்லும் மக்கள் எதுவும் சொல்லாமல் நீ எப்படி இவ்வளவு ஒப்பனை செய்து கொள்ள முடிகிறது?"

"ஒரு பெண்ணின் ஒப்பனையைக் கவனிக்குமளவுக்கு நீ அதற்குள் வளர்ந்து விட்டாயா என்ன? நீ படுத்திருப்பதைப் பார்க்கும்போது மிகச்சரியாக, இப்போதுதான் மார்பிலிருந்து பிடுங்கப்பட்ட பால்குடி மறந்த பிள்ளையைப் போலுள்ளது."

"எவ்வளவு பெரிய நச்சரிப்பாய் இருக்கிறாய்! விலகிப்போ!"

அவள் வேண்டுமென்றே என்னை நெருங்கி வந்தாள். அவள் என்னை இரவு ஆடைகளில் பார்ப்பதை விரும்பாமல் போர்வையைக் கழுத்துவரை மூடிக்கொண்டேன். திடீரென்று அவள் கரத்தை நீட்டி தன் உள்ளங்கையை என் நெற்றியில் வைத்தாள். என்னுடைய தோலில் உணர்ந்த அவளது கரத்தின் பனிபோன்ற சில்லிப்பு கத்திக்குத்தைப் போன்றிருந்தது. ஆனாலும் கூட நன்றாயிருந்தது.

"உனக்குக் காய்ச்சல் அடிக்கிறது. உன்னுடைய வெப்ப அளவைப் பார்த்தாயா?"

"துல்லியமாக 103 டிகிரிகள்."

"உனக்கு பனிக்கட்டியினால் செய்த பை தேவைப்படுகிறது."

"பனிக்கட்டி எதுவும் இல்லை."

"நான் பார்க்கிறேன்."

சீக்கோ உற்சாகமாக அறையிலிருந்து வெளியேறி, தன் கிமோனோவின் கைகள் ஒன்றோடொன்று மோத, படிகளில் இறங்கி கீழே சென்றாள். சீக்கிரமே திரும்பி வந்து சற்றே வெளிப் படுத்துகிற விதமாக அமர்ந்தாள்.

"நான் அந்தப் பையனை அதற்காக அனுப்பியிருக்கிறேன்."

"நன்றி."

நான் மேற்கூரையைப் பார்த்துக் கொண்டிருந்தேன். என்னுடைய படுக்கைக்கு அருகே கிடந்த புத்தகத்தை எடுக்கையில் அவளது குளிர்ந்த பட்டுப்போன்ற கைப்பகுதி என் கன்னத்தை உரசியது.

திடீரென்று நான் அந்த குளிர்ந்த கைகள் வேண்டுமென்று விரும்பினேன். அவற்றை என் நெற்றியில் வைக்கும்படி அவளிடம் சொல்லலாமென்று ஆரம்பித்தேன். ஆனால் பிறகு நான் அமைதியானேன். அறை அந்திப்பொழுதைப் போல மாறத்தொடங்கியது.

"எவ்வளவு மெதுவான வேலைக்காரன்" என்றாள்.

காய்ச்சலோடு இருக்கும் மனிதன் நேரம் கடந்து செல்வதை நோயின் துல்லியத்தோடு கணிப்பான். எனவே அவன் மெதுவாக இருக்கிறான் என்று சீக்கோ வெகு முன்னதாகவே அழுத்திச் சொல்லுகிறாள் என்பது எனக்குப் புரிந்தது. சில நிமிடங்களுக்குப் பிறகு அவள் மீண்டும் பேசினாள்.

"எவ்வளவு தாமதம்! இந்தப் பையன் என்ன செய்து கொண்டிருக்கிறான்?"

"அவன் தாமதம் செய்யக்கூடியவன் இல்லை என்பதை நான் உனக்குச் சொல்ல முடியும்" நான் பதற்றத்தோடு கத்தினேன்.

"அட, பாவப்பட்ட ஜென்மமே. நீ எரிச்சலுற்றிருக்கிறாய். தயவு செய்து உன் கண்களை மூடிக்கொள். தயவுசெய்து இப்படியொரு மோசமான பார்வையோடு மேற்கூரையை வெறித்துப் பார்க்க முயற்சிக்காதே."

நான் கண்களை மூடினேன். என் இமைகளின் வெப்பம் கனத்த துயரமாக மாறியது. சட்டென்று எதுவோ என் நெற்றியைத் தொடுவதை உணர்ந்தேன். அதோடு ஒரு மெல்லிய மூச்சுக்காற்று என் சருமத்தில் படர்ந்தது. நான் என் தலையைத் திருப்பி ஓர் அர்த்தமற்ற நாணத்தை வெளிப்படுத்தினேன். அந்தத் தருணத்தில் வழக்கத்துக்கு மாறாக காய்ச்சலுற்றிருந்த எனது மூச்சுக்காற்று அவளுடையதுடன் கலந்தது. என்னுடைய உதடுகள் ஏதோ கனமானதாலும் வழவழப்பானதாலும் மூடப்பட்டன. எங்களுடைய பற்கள் ஒன்றோடொன்று இரைச்சலாக மோதின. கண்களைத் திறந்து பார்க்க நான் அச்சம் கொண்டிருந்தேன். பிறகு அவள் என்னுடைய கன்னங்களைத் தன் சில்லிட்ட இரு கைகளினடுவே இறுகப் பற்றினாள்.

ஒரு கணத்துக்குப் பிறகு சீக்கோ விலக நான் அரைகுறையாக எழுந்தேன். இருவரும் ஒருவரையொருவர் அந்த மங்கலான

வெளிச்சத்தினூடாக உற்றுப்பார்த்தோம். சீக்கோவின் சகோதரிகள் நடத்தை தவறியவர்கள் என்பது பொதுவாகத் தெரிந்த சங்கதிதான். அவளுக்கும் ரத்தநாளங்களில் அதே ரத்தம்தான் ஓட வேண்டும் என்பதை இப்போது நான் உணர்ந் தேன். ஆனால் அவளுக்குள் எரிந்து கொண்டிருந்த ஆசைக்கும் என்னுடைய உடல்நலக்குறைவின் காய்ச்சலுக்கும் நடுவே ஒரு விவரிக்கவியலாத தனித்த உணர்வு இருந்தது. நான் நேராக எழுந்து அமர்ந்து சொன்னேன்:

“மறுபடியும்!”

இந்த வகையில் நாங்கள் எண்ணற்ற முத்தங்களை வேலைக் கார சிறுவன் திரும்பும்வரை தொடர்ந்தோம். அவள் சொல்லிக் கொண்டேயிருந்தாள்:

“முத்தம் மட்டும், முத்தம் மட்டும்.”

அந்த முத்தங்களின்போது ஏதேனும் பாலியல் விருப்பத்தை உணர்ந்தேனா இல்லையா என்பது எனக்குத் தெரியவில்லை. அது எப்படியிருந்தாலும், முதல் அனுபவம் என்றழைக்கப்படு வதென்பதே தன்னளவில் ஒரு வகையான பாலியல் உணர்வு தான் என்பதால், இந்த விசயத்தை வித்தியாசப்படுத்த முயல்வது அனேகமாகப் பயனற்றதாகவே இருக்கும். அந்தத் தருணத்தின் போதை நிரம்பிய உணர்வுகளிலிருந்து முத்தத்தின் இயல்பான பாலுறவு சார்ந்த தன்மையைப் பிரித்தெடுக்க முயல்வது பயனற்றதாகவே இருக்கும். முக்கியமான விசயம் என்னவென்றால் நான் இப்போது ‘முத்தங்களை அறிந்த மனிதனாக’ மாறியிருந்தேன். நாங்கள் கட்டிக் கொண்டிருந்த நேரம் மொத்தமும், வீட்டிற்கு வெளியில் மிகுந்த சுவையுடைய இனிப்புகள் வழங்கப்படுகிற சிறுவன் உடனடியாக அவற்றில் சிலவற்றைத் தன் தங்கைக்குத் தர விரும்புவதைப் போலவே சொனோகோவைத் தவிர வேறெதையும் நான் யோசிக்கவில்லை. அன்றிலிருந்து என்னுடைய அனைத்து கற்பனைகளும் சொனோகோவை முத்தமிடும் யோசனையில் குவிந்தன. இதுதான் நான் செய்த ஆரம்ப நிலையிலான மற்றும் மிகவும் மோசமான மதிப்பீடு.

எப்படியிருந்தாலும், சொனொகோவைப் பற்றி யோசிக்கையில், இந்த முதல் அனுபவம் என் பார்வையில் மெல்ல மெல்ல அசிங்கமானதாக மாறியது.

மறுநாள் சீக்கோ என்னைத் தொலைபேசியில் அழைத்தபோது நான் உடனடியாக ஆயுதசாலைக்குத் திரும்புவதாக அவளிடம் பொய் சொன்னேன். நாங்கள் மீண்டும் சந்திப்பதாகச் செய்தி ருந்த சத்தியத்தையும் நான் காப்பாற்றவில்லை.

அந்த முத்தங்களிலிருந்து எனக்கு எந்த சந்தோசமும் கிடைக்க வில்லை என்பதால்தான் நான் அவளிடம் இயல்புக்கு மாறான வெறுப்போடு நடந்து கொண்டேன் என்கிற நிதர்சனத்துக்கு முன்பாக என்னை நானே குருடாக்கிக் கொண்டேன். மாறாக சொனோகோவோடு காதலில் இருந்ததால்தான் அவை அசிங்க மாகத் தோன்றின என என்னை நானே சமாதானம் செய்தேன். என்னுடைய உண்மையான உணர்வுகளை நியாயப்படுத்த சொனோகோவின் மீது கொண்டிருந்த காதலை நான் பயன் படுத்தியது இதுதான் முதல் முறை.

சொனோகோவும் நானும் தங்களுடைய முதல் காதலில் இருக்கும் மற்ற எந்தப் பையனையும் பெண்ணையும் போலப் புகைப்படங்களைப் பரிமாறிக் கொண்டோம். என்னுடையதை ஒரு பதக்கத்துக்குள் வைத்து மார்பின் மீது தொங்க விட்டிருப் பதாகச் சொல்லி அவள் எழுதினாள். ஆனால் அவள் எனக்கு அனுப்பிய புகைப்படம் துணிமணிகளுக்கான பெட்டிக்குள் மட்டும்தான் பொருந்தும் என்கிற அளவுக்குப் பெரிதாக இருந்தது. அதை என்னுடைய பைக்குள் வைக்க முடியாததால், எடுத்துச் செல்கிற துணிக்குள் சுற்றிக் கைகளில் எடுத்துப்போனேன். புகைப்படத்தோடு சேர்ந்து தொழிற்சாலையும் எரிந்து போகக் கூடுமென்ற பயத்தில், வீட்டுக்குப் போகும்போதெல்லாம் அதையும் கொண்டு சென்றேன்.

ஓரிரவு ஆயுதசாலைக்குத் திரும்பும் ரயிலில் நான் இருந்தபோது எச்சரிக்கை மணிகள் சட்டென்று ஒலித்து விளக்குகள் அணைக்கப்பட்டன. சில நிமிடங்களில் புகலிடம் தேடிக் கொள்வதற்கான சமிக்ஞை வந்தது. துளாவுகிற கைகளால் நான் சுமைகளுக்கான அடுக்கில் தேடினேன். ஆனால் நான் அங்கே வைத்திருந்த பெரிய பொதி திருடப்பட்டிருந்தது. அத்தோடு சொனோகோவின் படத்தை வைத்திருந்த எடுத்துச் செல்லுகிற துணியும் போய்ச்சேர்ந்தது. இயற்கையான மூட நம்பிக்கையில் தொலைந்து, அந்தத் தருணத்திலிருந்து நான் வேகமாக சொனோகோவைச் சென்று சந்திக்க வேண்டுமென்று வெறிகொண்டேன்.

மார்ச் ஒன்பதின் நடு இரவில் நிகழ்ந்த தாக்குதலைப் போலவே மிகுந்த அழிவை ஏற்படுத்திய மே இருபத்து நான்கு இரவின் அந்த வான்வழித் தாக்குதல், என்னை ஒரு இறுதி முடிவுக்குக் கொண்டுவந்தது. அனேகமாக சொனோகோவுடனான என்னுடைய உறவுக்கு இந்தப் பெருந்துன்பங்களின் சேகரத்தால் வெளியிடப்பட்ட நச்சுத்தன்மையுடனான காற்று தேவைப் பட்டது. அனேகமாக அந்த உறவென்பது கந்தக அமிலத்தை சந்தைப்படுத்தும் நிறுவனத்தால் மட்டுமே தயாரிக்க முடிந்த ஒரு வகையான வேதியியல் சேர்மமாக இருக்கக்கூடும்.

ரயிலை விட்டிறங்கி மலையடிவாரங்கள் சமவெளிகளைச் சந்திக்குமிடத்தில் வரிசையாகத் தோண்டப்பட்டிருந்த நிறைய குகைகளில் நாங்கள் பதுங்கினோம். எங்களுடைய புகலிடத்திலிருந்து டோக்கியோவுக்கு மேலிருந்த வானம் செந்நிறமாக மாறுவதைப் பார்த்தோம். அவ்வப்போது வானத்தின் மீது தன் பிரதிபலிப்பை எறிவதாக ஏதாவது வெடிக்கும். பிறகு திடீரென்று, அது ஏதோ மதியநேரம் என்பதைப் போல, அச்சமூட்டும் நீலவானை மேகங்களுக்கிடையில் பார்ப்போம். அது இரவின் இறுதியில் ஒரே ஒரு கணம் தோன்றும் நீலவானின் சிதறலாக இருக்கும்.

உபயோகமற்ற தேட்ட விளக்குகள் பெரும்பாலும் எதிரி விமானங்களை வரவேற்கும் கலங்கரை விளக்கங்களாகவே தோற்றமளித்தன. சிறிது நேரம் மட்டுமே கடந்து போகும் இரண்டு ஒளிக்கற்றைகளின் நடுவில் எதிரி விமானத்தின் பளபளக்கும் இறகுகளை மிகச்சரியாக படம்பிடித்து பின் விமானத்தை அன்பாக வரவேற்கும் சாடை காட்டி, ஒவ்வொரு முறையும் டோக்கியோவை நெருங்குவதாக, ஒளியின் ஒரு பகுதியிலிருந்து அடுத்த பகுதிக்கு கையளிக்கும். விமான எதிர்ப்புப் பீரங்கிகளும் அந்த நாட்களில் மிகுந்த திண்மையோடு இருந்ததில்லை. எனவே 'பி-29'கள் பத்திரமாக டோக்கியோவுக்கு மேலிருந்த வானங்களைச் சென்றடைந்தன.

நாங்கள் இருந்த இடத்திலிருந்து டோக்கியோவுக்கு மேலே நிகழ்ந்த விண்வெளித் தாக்குதல்களில் உண்மையில் எது நண்பன் எது எதிரி என்று பிரித்துப் பார்ப்பது யாருக்கும் சாத்தியமற்றதாக இருந்தது. என்றாலும் கூட, செந்நிறப் பின்னணியில், தாக்கப்பட்டுக் கீழே விழும் விமானத்தின் நிழலைப் பார்த்தபோதெல்லாம், உற்சாகமூட்டும் கூக்குரல்கள்

பார்வையாளர்களின் கூட்டத்தில் எழும். குறிப்பாக இளம் வேலையாட்கள் மிகுதியாக ஆர்ப்பரித்தார்கள். திரையரங்கில் இருப்பதைப் போல கைத்தட்டல்களின் சத்தமும் ஆரவாரமும் சிதறிய குகைப்பாதைகளின் வாயில்களிலிருந்து ஒலித்தன. இதுவரைக்கும், தொலைவிலிருந்து பார்வையிட்ட இந்த அதி சயத்தைப் பொறுத்தவரை, விழுகிற விமானம் நம்முடையதா அல்லது எதிரியினுடையதா என்பது எந்த அடிப்படை வித்தியா சத்தையும் கொண்டிருப்பதாகத் தோன்றவில்லை. போரின் இயல்பு அப்படியானது.

ஆயுதசாலைக்குப் போவதற்குப் பதில் வெளிச்சம் வந்தவுடன் நான் வீட்டுக்குக் கிளம்பினேன். இன்னும் புகைந்து கொண்டி ருந்த சட்டங்களின் மீது ஏறியும், குறுகிய பாதி எரிந்த கடவுப்பாதைகளின் துணையோடு பாலங்களைத் தாண்டியும், செயல்படாமல் கிடந்த புறநகர்ப்பகுதியின் ரயில் பாதைகளுள் ஒன்றின் நீளத்தில் பாதியை நான் நடந்து கடக்க வேண்டியிருந்தது. வீட்டை நெருங்கியபோது, நகரத்தின் மொத்தத் தொகுதியிலும் எங்களுடைய அண்டை வீட்டைத் தவிர எதுவும் நெருப்பிலிருந்து தப்பிக்கவில்லை என்பதையும் எங்கள் வீடும் தீண்டப்படாமல் இருந்ததென்பதையும் நான் கண்டுகொண்டேன். என் அம்மா, சகோதரன் மற்றும் சகோதரி அன்றிரவு அங்கே தங்கியிருக்க நேர்ந்தது. ஆனால் இரவுத் தாக்குதலையும் மீறி ஆச்சரியப்படும் வகையில் அவர்கள் சந்தோசமாயிருப்பதைக் கண்டேன். ஏதோ வொரு பீன் ஜெல்லியை உண்டு, அது சேமித்து வைக்கப்பட்ட இடத்திலிருந்து அதைத் தோண்டி எடுத்து, தாங்கள் தப்பியதைக் கொண்டாடினார்கள்.

அந்த நாளின் பிற்பகுதியில் என் பதினாறு வயதான சகோதரி என்கிற சிறுக்கி என் அறைக்கு வந்து சொன்னாள்:

“அண்ணன் குறிப்பிட்ட யாரின்மீதோ பைத்தியமாக இருக் கிறான், இல்லையா?”

“யார் இப்படியொரு விசயத்தைச் சொன்னது?”

“எனக்கு மிக நன்றாகத் தெரியும்.”

“சரி, யாரையும் காதலிப்பது குற்றமா என்ன?”

“இல்லை... நீ எப்போது திருமணம் செய்து கொள்வாய்?”

அவளுடைய வார்த்தைகள் எனக்குள் ஆழமாகப் பதிந்தன.

நீதியின் முன் நிற்கும் குற்றவாளியிடம், அவனிழைத்த தவறு பற்றித் தெரிந்திராத யாரோ ஒருவன், அவனுடைய குற்றம் குறித்து எதையாவது சொல்லும்போது உணருவதைப் போன்ற அதே உணர்வுதான் எனக்கும் இருந்தது.

"திருமணம்? நான் திருமணத்தைப் பற்றி யோசிக்கக்கூட இல்லை."

"ஏன், அது மோசமானது! ஒருத்தியைத் திருமணம் செய்து கொள்ளும் எண்ணமில்லாமல் நீ அவள் மீது பைத்தியமாயிருக்கிறாயா? ஓ... கேவலமாய் உணருகிறேன். ஆண்கள் உண்மையிலேயே மோசமானவர்கள்."

"நீ உடனடியாக இங்கிருந்து கிளம்பாவிட்டால், இந்த மை புட்டியை உன் மீது வீசுவேன்."

ஆனால் அவள் சென்ற பிறகும் கூட என்னால் அவளுடைய வார்த்தைகளை மனதிலிருந்து அகற்ற முடியவில்லை. நான் என்னோடு பேச ஆரம்பித்தேன். அது சரிதான், கல்யாணம் எனச் சொல்லப்படுகிற விசயம் உலகத்தில் இருக்கக்கூடும்— மேலும் குழந்தைகளும் கூட. இதை நான் ஏன் மறந்தேன் என்பதும், அல்லது குறைந்தபட்சம் மறந்ததைப்போல ஏன் நடித்தேன் என்பதும் ஆச்சரியமாய் இருக்கிறது. போர் தன்னுடைய இறுதிப் பேரழிவை நெருங்கும் சமயத்தில் திருமணமென்பது ஆகச்சிறிய சந்தோசமாகத்தான் இருக்கும் என எனக்கு நானே சொல்லிக்கொண்டது ஒரு மாயத்தோற்றம் மட்டுமே. உண்மையில், அனேகமாகத் திருமணம் என்னளவில் அதீத கொடூரத்தைக் கொண்ட சந்தோசமாய் இருக்க முடியும். எத்தனைக் கொடூரமெனில் — நன்றாகப் பார்த்துக் கொள்கிறேன் — என்னுடைய உடம்பிலுள்ள மயிர்களைக் கிளர்த்திடும் அளவுக்கு...

கிடைக்கக்கூடிய முதல் தருணத்தில் சொனோகோவை நான் சந்திக்க வேண்டுமென்கிற வக்கிரமான உறுதியையும் இந்த எண்ணங்கள் எனக்குள் கிளர்த்தின. இந்த உணர்வு காதலாக இருக்குமோ? மாறாக இது ஒரு மனிதன் தனக்குள் வசிக்கும் பயத்தின் மீது கொண்டிருக்கும் பேரார்வத்தின் விசித்திரமான மற்றும் பிரியத்துக்குரிய வடிவத்தை, அல்லது நெருப்போடு

விளையாடக் கொண்டிருக்கும் விருப்பத்தை ஒத்ததாக இருக்குமோ?

தங்களை வந்து சந்திக்குமாறு எனக்கு நிறைய அழைப்புகள் வந்திருந்தன. சொனோகோவிடமிருந்து மட்டுமல்ல; அவள் அம்மா மற்றும் பாட்டியிடமிருந்தும் கூட. அவள் அத்தையின் வீட்டில் தங்க விரும்பாமல், எனக்கு ஒரு விடுதியறையை முன்பதிவு செய்து தரும்படி சொனோகோவுக்கு எழுதினேன். என் (ஆங்கில எழுத்து N) கிராமத்திலிருந்த அத்தனை விடுதியிலும் அவள் விசாரித்தபோதும் எந்தப் பயனுமில்லை. ஒவ்வொரு விடுதியும் ஏதாவது அரசு செயலகத்தின் கிளை அலுவலகமாக மாறியிருந்தது அல்லது தற்போது எதிரிகளிடம் சரணடைந்திருந்த நாடுகளைச் சேர்ந்த அந்நியர்களை தடுப்புக்காவலில் வைக்க ஒதுக்கப்பட்டிருந்தது.

விடுதி... தனியறை... சாவி... திரையிட்ட சாளரங்கள்... மென்மையான எதிர்ப்பு... போரைத் தொடங்குவதற்கான பரஸ்பர ஒப்புதல்... நிச்சயமாக அப்போது, நிச்சயமாக அந்த நேரத்தில் என்னால் அதைச் செய்ய முடியும். ஒரு தெய்வீக வெளிப்பாட்டைப்போல நிச்சயம் இயல்புநிலை எனக்குள் பிழம்புகளாக வெடிக்கும். நிச்சயம் ஒரு வித்தியாசமான நபராக, ஒரு முழுமையான மனிதனாக, ஏதோவொரு தீய சக்தியின் ஆதிக்கத்திலிருந்து திடீரென விடுபட்டவனைப்போல நான் மீண்டும் பிறப்பேன். அந்தத் தருணத்தில், என்னுடைய அனைத்துத் திறனோடும், எந்தத் தயக்கமுமில்லாமல் சொனோகோவைக் கட்டியணைக்கவும் அவளை உண்மையாக நேசிக்கவும் என்னால் முடியும். எல்லாச் சந்தேகங்களும் அவ நம்பிக்கைகளும் சுத்தமாகத் துடைக்கப்பட்டு என்னுடைய இதயத்தின் அடியாழத்திலிருந்து என்னால், "நான் உன்னைக் காதலிக்கிறேன்" என்று சொல்ல முடியும். அந்த நாள் முதல் வான்வழித் தாக்குதலின்போது தெருவில் நடந்து சென்று என்னுடைய குரலின் உச்சியில், "இவள் எனக்குப் பிரியமானவள்" என்று அலற முடியும்.

காதல்சார்ந்த மனநிலைக்குள் புத்திநெறிவாதத்தின் நுட்பமான நம்பிக்கையின்மை ஊடுருவியிருக்கிறது. மேலும் இந்தச் சமாச்சாரம் எப்போதும் பகற்கனவு என்றழைக்கப்படும் ஒழுக்க மற்ற செய்கைக்குச் சாதகமானது. நம்பிக்கைக்குப் புறம்பாக, பகற்கனவென்பது புத்திநெறி சார்ந்த செய்முறையல்ல. மாறாகப்

புத்திநெறிவாதத்திலிருந்து தப்பிப்பது...

ஆனால் விடுதியைப் பற்றிய என் கனவு உண்மையாகக் கூடா தென்பது முன்பே தீர்மானிக்கப்பட்டிருந்தது. எந்த விடுதியிலும் எனக்கான அறையைக் கண்டுபிடிக்க முடியாதபோது, தங்களோடு வந்து தங்கும்படி நிர்ப்பந்தித்து சொனோகோ மீண்டும் மீண்டும் எழுதினாள். இறுதியில் நான் ஒத்துக்கொண்டேன். உடனடி யாக ஆயாசத்தை ஒத்த நிவாரணத்தின் உணர்வால் நான் கைப்பற்றப்பட்டேன். எவ்வளவுதான் என்னுடைய உணர்வு ஏமாற்றமளிக்கும் ராஜினாமாவைப் போன்றது என என்னை நானே தேற்ற முயன்றாலும், அதுவொரு தூய்மையான மீட்சி என்கிற விசயத்திலிருந்து என்னால் தப்ப முடியவில்லை.

என் (ஆங்கில எழுத்து N) கிராமத்துக்கு ஜூன் இரண்டாம் தேதி நான் கிளம்பினேன். அந்த நேரத்தில் எந்தவொரு சாக்குப் போக்கும் விடுமுறை வாங்கப் போதுமென்பதாகக் கடற்படை ஆயுதசாலையில் எல்லாமே ஏனோதானோ என்றாகிப் போயி ருந்தன.

ரயில் அழுக்காகவும் காலியாகவுமிருந்தது. ஏன் அப்படி, எனக்கு ஆச்சரியமாயிருந்தது. அந்த ஒரு தருணத்தைத் தவிர போர்க்காலத்தில் ரயிலைப் பற்றிய என் நினைவுகள் எல்லாம் ஏன் மிகத் துயரமானவையாக இருந்தன? என் (ஆங்கில எழுத்து N) கிராமத்தை நோக்கி நான் பயணித்தபோது, ரயிலின் ஒவ்வொரு அதிர்வோடும் சேர்ந்து குழந்தைத்தனமான மற்றும் பரிதாபத்துக்குரிய மன உறுத்தலின் வேதனையும் வந்தது. சொனோகோவை முத்தமிடாமல் கிளம்ப மாட்டேன் என நான் தீர்மானித்திருந்தேன். என்றபோதும், ஒரு மனிதன் கோழைத் தனத்தை மீறி தன் விருப்பத்தை அடைய நினைக்கையில் வரக்கூடிய பெருமை பொங்கும் உணர்விலிருந்து என்னுடைய தீர்மானம் வித்தியாசமானது. நான் திருடப்போவதாக உணர்ந்தேன். தன் கூட்டத்தின் தலைவனால் திருடனாக வற்புறுத்தப்படும் இளகியமனதுடைய குற்றப்பயிற்சி மாணவனைப்போல நான் உணர்ந்தேன். காதலிக்கப்படுவதன் மகிழ்ச்சியால் என்னுடைய பிரக்ஞை துளைக்கப்பட்டது. அல்லது அனேகமாக இன்னும் கொஞ்சம் தீர்மானமான துயரத்துக்காக நான் ஏங்கினேன்.

சொனோகோ என்னை அவளுடைய அத்தைக்கு அறிமுகம் செய்தாள். நானொரு நல்ல அபிப்பிராயத்தை உருவாக்க

விரும்பி அதற்கென என்னால் முடிந்தமட்டும் கடுமையாக முயன்றேன். ஒவ்வொருவரும் தங்களுக்குள் மௌனமாகக் கேட்பதாகத் தோன்றியது. “ஏன் இப்படிப்பட்ட பையனைப்போய் சொனோகோ காதலித்தாள்? என்னவொரு வெளிறிய புத்தகப் புழு! இவனை விரும்புகிற அளவுக்கு இந்தப் பூமியில் எதை அவள் கண்டாள்?”

அனைவரையும் என்னைப்பற்றி நல்லமாதிரியாக யோசிக்க வைக்கும் பாராட்டுக்குரிய நோக்கத்தோடு, ரயிலில் இருந்த போது செய்ததைப்போல நான் சொனோகோவோடு பிரத்தி யேகமான தன்னலத்தை நாடும் குழூவெதையும் உருவாக்கிக் கொள்ளவில்லை. ஆங்கிலப் பாடங்களில் அவளுடைய சகோதரிகளுக்கு உதவியதோடு, வெகுநாட்களுக்கு முன்பு பெர்லினில் தானிருந்த நாட்கள் பற்றிய பாட்டியின் கதைகளையும் அக்கறையோடு கேட்டேன். விசித்திரமாக, இதுபோன்ற சமயங்களில் சொனோகோ எனக்கு இன்னும் நெருக்கமாக இருப்பதாகத் தோன்றியது. அவள் அம்மாவோ பாட்டியோ உடனிருக்கையில் அதிகப்பிரசங்கித்தனமான கண்சிமிட்டல்களை அடிக்கடி அவளோடு பரிமாறிக்கொள்வேன். உணவுநேரத்தின் போது மேசைக்கடியில் எங்களுடைய கால்களால் தொட்டுக்கொள்வோம். மெல்ல மெல்ல இந்த விளையாட்டுக்குள் அவளும் ஈர்க்கப்பட்டாள். ஒருமுறை பாட்டியின் நெடுங்கதைகளால் நான் அலுப்பாக உணர்ந்தபோது, மழைக்காலத்தின் மேகமூட்டமான வானத்துக்குக் கீழே பச்சை இலைகளை என்னால் பார்க்க முடிந்த சாளரத்தின் மீது சொனோகோ சாய்ந்து நின்றாள். அவளுடைய பாட்டியின் பின்னாலிருந்து, அவளுடைய மார்புக்கு நேராகத் தொங்கிய பதக்கத்தை உயர்த்தி என் கண்களின் முன்னே ஆட்டினாள்.

அவளுடைய உடையின் வளர்பிறை வடிவ கழுத்துப்பிளவுக்கு மேலே பார்க்க முடிந்த முலை எத்தனை வெண்மையாக இருந்தது! திடுக்கிடச்செய்யும் வெண்மை. சாளரத்தின் மீது சாய்ந்து அவள் சிரித்ததைப் பார்க்கும்போது, ஜூலியட்டின் கன்னங்களை நனைத்த *‘வாண்டன் ரத்தம்’* என்கிற குறிப்பை என்னால் புரிந்து கொள்ள முடிந்தது. கன்னிப்பெண்களிடம் மட்டுமே தென்படக்கூடிய ஒருவகையான அடக்கமின்மை உண்டு. முதிர்ந்த பெண்களிடம் உள்ளதைப் போலன்றி வித்தியாச மாக, மென்மையான தென்றலைப் போலப் பார்ப்பவரை மயக்கக்கூடியது. மிக மோசமான ரசனையின் வகைமையைச் சேர்ந்தது என்றாலும்கூட, ஒரு எடுத்துக்காட்டுக்கு. ஒரு குழந்

தையைக் கிச்சுகிச்சு காட்டுவதைப் போல ஏதோவொரு வகையில் கவர்ச்சியானது.

இதுபோன்ற தருணங்களில் சட்டென்ற மகிழ்ச்சியால் மயக்க முறுவதற்கு என்னுடைய மனம் மிகப் பொருத்தமானது. ரொம்பக் காலத்துக்கு நான் மகிழ்ச்சி எனும் விலக்கப்பட்ட கனியை நெருங்கிச் சென்றதில்லை, ஆனால் இப்போது உற்சாக மற்றப் பிடிவாதத்தோடு அது என்னை வசப்படுத்த முயன்றது. சொனோகோ ஒரு படுகுழியென்றும் அதன் மீது நான் சமன் செய்து நிற்பதாகவும் உணர்ந்தேன்.

இப்படியாகக்காலம் கடந்துசெல்ல கடற்படை ஆயுதசாலைக்கு நான் திரும்பிச் செல்ல இரண்டு நாட்கள் மட்டுமே மீதமிருந்தன. என் மீது நானே சுமத்திக்கொண்ட முத்தத்தின் கடமையை இன்னும் நான் பூர்த்தி செய்யவில்லை. அனைத்து மேட்டு நிலங்களும் மழைக்காலத்தின் தூறல்களைப் போர்த்தியிருந்தன. ஒரு மிதிவண்டியைக் கடன் வாங்கிக்கொண்டு, கடிதமொன்றை அனுப்புவதற்காக தபால் நிலையத்துக்குச் சென்றேன். விருப்பார்வ ஊழியராக அனுப்பப்படுவதிலிருந்து தப்பிக்க சொனோகோ அரசாங்க அலுவலகத்தின் கிளையில் வேலை பார்த்து வந்தாள். ஆனால் மதியம் வேலைக்கு மட்டம் போட்டு விட்டு என்னைத் தபால் நிலையத்தில் சந்திப்பதாக உறுதியளித்திருந்தாள். அங்கே போகும் வழியில், நான் கைவிடப்பட்ட வரிப்பந்தாட்ட அரங்கமொன்றைக் கண்டேன். மூடுபனியுடனான மழையில் சொட்டிக்கொண்டிருந்த துருப்பிடித்த கம்பிவலையினூடாக அது அங்கே தனிமையிலிருப்பதாகத் தோன்றியது. மிதிவண்டியை ஓட்டிக்கொண்டு ஒரு ஜெர்மானிய சிறுவன் எனக்கு வெகு நெருக்கமாகக் கடந்து சென்றான். அவனுடைய செம்பட்டை முடியும் வெண்ணிறக் கரங்களும் ஈரமாய் மினுமினுத்தன.

பழையகாலத்து தபால் நிலையத்துக்குள் சில நிமிடங்கள் நான் காத்திருந்தேன். அந்த நேரத்தில் வானம் மெலிதாக வெளுத்தது. மழை நின்றிருந்தது. ஆனால் அது தற்காலிகமான அமைதிதான மேகங்கள் உடையவில்லை; வெளிச்சமும் பிளாட் டினத்தின் நிறத்தில்தான் இருந்தது.

சொனோகோ தன் மிதிவண்டியை கண்ணாடிக் கதவுகளுக்குப் பின்னால் வந்து நிறுத்தினாள். அவளுக்குக் கடுமையாக மூச்சிரைத்தது, மார்புகள் வேகமாக உயர்ந்தும் தாழ்ந்தும் கொண்டிருந்தன. ஆனால்

அவளுடைய ஆரோக்கியமான சிவந்த கன்னங்களில் ஒரு புன்னகை இருந்தது. “இப்போது! அதைத் தாக்கு!” எனக்குள் ஏதோவொன்று சொன்னது. மேலும் மிகச்சரியாக, துரத்திச் செல்ல ஊக்கமளிக்கப்படும் வேட்டை நாய்தான் நான் என்பதாக உணர்ந்தேன். ஏதோவொரு சாத்தான் எனக்குள் சுமத்தியிருந்த உளமார்ந்த கடமையின் அழுத்தத் தால் நான் இயங்குவதாக எனக்குத் தோன்றியது. நான் என் மிதிவண்டியின் மீது குதித்தேறி சொனோகோவுக்கு நெருக்கமாக பிரதான வீதியின் மொத்த தூரமும் ஓட்டிச் சென்றேன்.

கிராமத்துக்கு வெளியே நாங்கள் விரைந்தோம். மரங்களடர்ந்த சோலைகளின் வழியே தேவதாரு, பனை, மற்றும் வெள்ளிநிற பூர்ச்ச மரங்கள், எல்லாம் பிரகாசமான மழைத்துளிகளைச் சொட்டிக் கொண்டிருந்தன. காற்றில் அவளுக்குப் பின்னால் அலைகையில் சொனோகோவின் கேசம் மிகுந்த அழ கோடிருந்தது. பாதத்தால் மிதித்தபோது அவளுடைய வலிமையான தொடைகள் சுறுசுறுப்பாக எழுந்து வீழ்ந்தன. அவள் வாழ்க்கையாகவே தோற்றமளித்தாள். புழக்கத்தில் இல்லாத ஒரு கால்ப் மைதானத்தின் நுழைவாயிலில், எங்கள் மிதிவண்டிகளிலிருந்து இறங்கி ஆட்டக்களத்தை வரம்பிட்ட ஈரமான பாதையின் வழியில் நடந்து சென்றோம்.

ஒரு புதிய படைவீரனைப் போல நான் பதற்றமாயிருந்தேன். அங்கே மரங்கள் செறிவாயிருக்கும், எனக்கு நானே சொல்லிக் கொண்டேன். அவற்றின் நிழல்கள் மிகப் பொருத்தமாயிருக்கும். இங்கிருந்து ஐம்பது தப்படிகள் தொலைவில் உள்ளன. இருபது தப்படிகளுக்குப் பிறகு பதற்றத்தைத் தணிக்க நான் அவளிடம் ஏதாவது சொல்லத் தொடங்குவேன். பிறகு மீதமிருக்கும் முப்பது தப்படிகளுக்கு ஏதாவது சாதாரணமான உரையாடலைத் தொடர்வதே போதுமானது. ஐம்பதாவது தப்படியில் மிதிவண்டி நிறுத்தங்களைப் போட்டு விட்டு மலைகளை நோக்கிப் பார்க்க நிற்போம். பிறகு நான் என்னுடைய கையை அவளுடைய தோளில் வைப்பேன். தாழ்ந்த குரலில் என்னால் இதைச் சொல்லவும் முடியும். “இங்கே இப்படி இருப்பதென்பதுதான் நான் கனவு கண்டது.” பிறகு அவள் ஏதோ அப்பாவித்தனமான பதிலைச் சொல்லுவாள். அவளுடைய தோளில் கிடக்கும் என் கையை இறுக்கி அவளை என்னை நோக்கித் திருப்புவேன். பிறகு எனக்குத் தேவைப்படும் வழிமுறையென்பது அந்த நேரத்தில் சீக்கோவோடு நான் கொண்டிருந்ததேதான்.

என்னுடைய பாத்திரத்தை விசுவாசத்தோடு ஏற்று நடிக்க நான்

உறுதி பூண்டேன். காதலோடோ அல்லது விருப்பத்தோடோ அதற்கு எந்தச் சம்பந்தமும் இல்லை.

சொனோகோ உண்மையாகவே என் கைகளில் இருந்தாள். வேகமாக மூச்சிரைத்தபடி, நெருப்பைப் போன்ற சிவப்பில் நாணமுற்று தன் கண்களை மூடினாள். அவளுடைய உதடுகள் குழந்தைத்தனமான அழகோடிருந்தன. ஆனால் அவை எனக்கு எந்த ஆசையையும் கிளர்த்தவில்லை. இருந்தாலும், எந்தத் தருணத்திலும் எனக்கு ஏதாவது நிகழுமென்று நான் நம்பினேன். நிச்சயமாக நான் அவளை நிஜமாக முத்தமிடும் போது நிச்சயமாக அப்போது நான் என்னுடைய இயல்பை, என்னுடைய பாசாங்கற்ற காதலைக் கண்டுபிடிப்பேன். இயந்திரம் வேகமாக முன்னேறிக் கொண்டிருந்தது. யாராலும் அதை நிறுத்தவியலாது.

நான் என்னுடைய உதடுகளால் அவளுடையதை மூடினேன். ஒரு நொடி கடந்தது. சந்தோசத்தின் மிக மெலிதான உணர்வு கூட இல்லை. இரண்டு நொடிகள். அப்படியேதான் இருந்தது. மூன்று நொடிகள். நான் எல்லாவற்றையும் புரிந்து கொண்டேன்.

அவளிடமிருந்து விலகி சோகமான கண்களோடு ஒரு கணம் அவளைப் பார்த்துக் கொண்டு நின்றிருந்தேன். அந்தத் தருணத்தில் என் கண்களுக்குள் பார்த்திருந்தாள் என்றால் அவள் மீதான என்னுடைய விவரிக்க முடியாத காதலின் இயல்பு பற்றிய சிறுகுறிப்பு அவளுக்கு உறுதியாகக் கிடைத்திருக்கும். அது எப்படியிருந்தாலும், இப்படி ஒரு காதல் மனிதர்களுக்குச் சாத்தியமா அல்லது சாத்தியமில்லையா என்பதை யாராலும் நிச்சயமாகக் கணித்திருக்க முடியாது. ஆனால் சொனோகோ, நாணத்தாலும் அப்பாவித்தனமான சந்தோசத்தாலும் ஆட் கொள்ளப்பட்டு, பொம்மையைப் போல, தன் கண்களைத் தாழ்த்தியே வைத்திருந்தாள்.

ஒரு வார்த்தையும் சொல்லாமல், அவள் எதற்கும் உபயோக மற்றவள் என்பதைப் போல அவளுடைய கையைப் பிடித்துக் கொண்டேன். பிறகு நாங்கள் மிதிவண்டிகளை நோக்கி நடக்கத் தொடங்கினோம்.

நான் தப்பியோட வேண்டும். எனக்குள் நான் சொல்லிக் கொண்டேயிருந்தேன். ஒரு கணமும் தாமதிக்காமல் நான் தப்பியோட வேண்டும். நான் பீதியடைந்திருந்தேன். நான் உணர்ந்

தலைப் போலவே வாட்டமாய் தோற்றமளித்ததால் உண்டான சந்தேகத்திலிருந்து விலகி நிற்க, வழக்கத்தைக் காட்டிலும் அதிக மகிழ்ச்சியோடிருப்பதாகப் பாசாங்கு செய்தேன். என்னுடைய சிறிய தந்திரத்தின் வெற்றி என்னை இன்னும் கடினமானதொரு இடத்தில் கொண்டு போய் வைத்தது. மாலைநேர உணவின் போது, ஒவ்வொருவரும் தீர்க்கமானதொரு முடிவுக்கு வந்து சேரும் வகையில், என்னுடைய மகிழ்வான தோற்றம் சொனோகோவின் ஆழ்ந்த கவனமின்மையோடு நன்கிணைந்து செயல்பட்டது.

சொனோகோ வழக்கத்துக்கு மாறாக இன்னும் இளமையோடும் புத்துணர்வோடும் தோற்றம் தந்தாள். அவளுடைய முகம் மற்றும் உருவத்தில் எப்போதும் ஒரு கதைப்புத்தகத்தின் தன்மை இருப்பதுண்டு. ஒரு கதைப்புத்தக மங்கை காதலில் இருக்கும்போது எப்படித் தோன்றுவாள் மற்றும் நடந்து கொள்வாள் என்பதை ஒவ்வொருவருக்கும் நினைவுறுத்துகிற தீர்க்கம் அவளைச் சூழ்ந்திருந்தது. அவளுடைய அப்பாவித்தனம் நிரம்பிய கன்னிப்பெண்ணின் இதயம் என் முன்பாக இப்படி வெளிப்பட்டதைப் பார்த்து, இப்படியொரு அற்புதமான ஆன்மாவை என் கைகளில் ஏந்தி நிற்க எனக்கு எந்த உரிமையுமில்லை என்பதில் நான் ரொம்பத் தெளிவாகவே இருந்தேன், மேலும் மகிழ்ச்சியாயிருப்பதான என் நாடகத்தைத் தொடர நான் எப்படி முயன்றாலும், என்னுடைய உரையாடல் தந்தியடித்தது. இதைக் கவனித்து, சொனோகோவின் அம்மா என் உடல்நிலை குறித்த கவலையை வெளிப்படுத்தினாள். நான் என்ன யோசிக்கிறேன் என்று தனக்குத் தெரியும் என்கிற முடிவுக்கு சொனோகோ அவசரமாகத் தாவினாள். மேலும் எனக்கு தைரியமூட்ட, அவளுடைய பதக்கத்தை “கவலை கொள்ளாதே” எனும் சமிக்ஞையோடு என் திசையில் ஆட்டினாள். என்னையும் மீறி, நான் அவளிடம் பதிலுக்குப் புன்னகைத்தேன்.

மேசையிலிருந்த பெரியவர்கள், எங்களுடைய அதிதுணிச்சலான புன்னகைகளின் பரிமாற்றத்தால் பாதி அதிர்ந்ததாகவும் பாதி எரிச்சலுற்றதாகவும் தென்பட்ட முகங்களின் வரிசையை வெளிப்படுத்தினார்கள். இந்த முகங்களின் வரிசைக்குப் பின்னாலிருக்கும் கற்பனைகள் ஏற்கனவே நாங்களிருவரும் ஒன்றாயிருக்கும் எதிர்காலம் பற்றிய தோற்றங்களை உருவாக்கு வதில் கடினமாக உழைத்துக் கொண்டிருக்கும் என்பதைத் திடீ ரென்று உணர்ந்தேன். மீண்டும் நான் பீதியால் ஆட்கொள்ளப் பட்டேன்.

மறுநாள் நாங்கள் மீண்டும் கால்ப் மைதானத்துக்கு அருகிலிருந்த அதே இடத்துக்கு மீண்டும் சென்றோம். திரும்பிச் செல்லும்போது எங்கள் காலடியில் மிதிபட்ட காட்டு மலர்களின் படலத்தை நான் கவனித்தேன். மஞ்சள்நிற சாமந்திகள், எங்களுடைய நேற்றின் நினைவுச்சின்னங்கள். இன்று புற்கள் உலர்ந்திருந்தன.

பழக்கமென்பது பயங்கரமான சங்கதி. நான் மிகவும் வருந்திய அந்த முத்தத்தை மீண்டும் கொடுத்தேன். ஆனால் இந்த முறை அது ஒருவன் தன் தங்கைக்குத் தரும் முத்தத்தைப் போலிருந்தது. மேலும் மிகக்குறைந்த அளவில்தான் அது முழுமையான ஒழுக்கமின்மையின் அருஞ்சுவையைக் கொண்டிருந்தது. “நான் உன்னை மறுபடி எப்போது பார்ப்பேன் என யோசிக்கிறேன்” என்றாள்.

“நல்லது” நான் பதிலளித்தேன். “அமெரிக்கர்கள் ஆயுதசாலை யினருகே தரையிறங்காமல் போனால் இன்னும் ஒரு மாதத்தில் எனக்கு மீண்டும் விடுமுறை கிடைக்கலாம்” நான் நம்பினேன்— இல்லை, அது வெறும் நம்பிக்கைக்கும் மேலே, அதுவொரு தெய்வீகத் தீர்மானம் — அந்த மாதத்தில் அமெரிக்கர்கள் நிச்சயமாக எஸ் வளைகுடாவில் தரையிறங்குவார்களென்றும் அப்போது நாங்களனைவரும் இறுதி மனிதன்வரை போரிட்டு மரணமடைய மாணவர்களின் ராணுவமாக வெளியே அனுப்பப்படுவோம். அல்லது இதுவரை யாரும் கற்பனை கூடச் செய்திராத ஒரு இராட்சச வெடிகுண்டு, நான் எங்கு புகலிடம் தேடிக் கொண்டிருந்தாலும், என்னைக் கொல்லும். ஒருவேளை இது விரைவில் விழவிருந்த அணுகுண்டுக்கான முன்னுணர்வாக இருக்குமோ?

பிறகு நாங்கள் சூரியவொளியில் குளித்துக் கொண்டிருந்த ஒரு மேட்டுநிலத்துக்குச் சென்றோம். இளகிய மனதுடைய சகோதரி களைப் போல, இரு வெள்ளிநிற பூர்ச்ச மரங்கள் மேட்டை நிழலால் மறைத்துக் கொண்டிருந்தன. தாழ்ந்த கண்களோடு நடைபயின்ற சொனோகோ மௌனத்தை உடைத்தாள்.

“நாம் மறுமுறை சந்திக்கும்போது, என்ன மாதிரியான பரிசை நீ எனக்காகக் கொண்டு வருவாய்?”

“இந்த நாட்களில் என்னால் கொண்டுவர முடிந்த பரிசென்றால்” அவளுடைய அர்த்தத்தைப் புரிந்து கொள்ளாதவனைப் போல

நான் வெறுப்போடு பதிலளித்தேன், "ஒரு பழுதுபட்ட விமானம் அல்லது சேறடித்த மண்வெட்டிதான் என்னால் அதிகபட்சம் முடிந்தது."

"நான் வடிவமிருக்கும் எதையும் குறிப்பிடவில்லை."

"ஹ்ம்ம்.. என்னவாக இருக்கும்?" ஒன்றும் தெரியாதவனைப் போலப் பாசாங்கு செய்ய இன்னுமதிகமாக சங்கடத்துக்குள் நான் தள்ளப்பட்டேன். "இது உண்மையாகவே புதிரான ஒன்று தான், இல்லையா? திரும்பிச் செல்லும் இரயிலில் ஓய்வுநேரத்தின் போது நான் இதைத் தீர்க்க முயற்சிக்கிறேன்."

"ஆம். தயவு செய்து" அவளுடைய குரலின் தொனி சுய உரிமை மற்றும் மரியாதையின் விசித்திரமான இணைவைக் கொண்டிருந்தது. "பரிசைக் கொண்டு வருவேன் என்று நீ சத்தியம் செய்ய வேண்டுமென்று விரும்புகிறேன்."

சத்தியம் என்கிற வார்த்தையை சொனோகோ அழுத்திச் சொன்னாள். என்னைக் காப்பாற்றிக் கொள்ள என்னுடைய உற்சாகமென்னும் பொய்மையைத் தொடர்வதைத் தவிர நான் வேறெதுவும் செய்ய முடியவில்லை.

"நல்லது!" நான் ஆதரவாகச் சொன்னேன். "அது குறித்து நாம் நம்முடைய விரல்களைப் பூட்டிக்கொள்வோம்."

குழந்தைகள் தங்களுடைய சத்தியங்களை உறுதி செய்யும் வழிமுறையையில் நாங்கள் எங்களுடைய விரல்களை ஒன்றாகப் பூட்டினோம். அந்தச் சைகை அப்பாவித்தனம் நிரம்பியதாகத் தோன்றியது. ஆனால் திடீரென்று என்னுடைய பிள்ளைப்பிராயம் தொடங்கி எனக்குத் தெரிந்த பயத்தால் வளைக்கப்பட்டேன். அதன் மீது விரல்களைப் பூட்டியபிறகு சத்தியத்தை உடைத்தால் உன்னுடைய விரல் அழுகிப்போகும் என்பதை எப்படிக் குழந்தைகள் சொல்வார்கள் என்பது என் நினைவுக்கு வந்தது. மேலும் என் பயத்துக்கு உண்மையானதொரு காரணமும் இருந்தது. அவள் அப்படிச் சொல்லவில்லையென்றாலும் கூட பரிசு குறித்த சொனோகோவின் பேச்சு திருமணத்தை முன் மொழிவதற்கான கோரிக்கையென்பது தெளிவாகப் புரிந்தது. என்னுடைய பயம், இருண்ட பாதையில் தனியாக நடந்து போகப் பயம் கொண்டிருக்கும் ஒரு குழந்தை இரவு முழுவதும் தன்னைப் பற்றி என்ன நினைத்துக் கொண்டிருப்பான் என்பதைப்

போன்றது.

அன்றிரவு, படுக்கும் நேரத்தில் சொனோகோ என்னறையின் கதவினருகே வந்தாள். அங்கே தொங்கிக் கொண்டிருந்த திரையின் பின்னால் பாதி மறைந்து நின்று கொண்டு, ஒரு நாள் அதிகமாகத் தங்கும்படி அதிருப்தியால் உதட்டைப் பிதுக்கியவாறு என்னைக் கெஞ்சினாள். ஏதோவொன்றால் மலைத்துப்போனவனாக என்னால் அவளை வெறித்துப் பார்க்க மட்டுமே முடிந்தது. மிகத் துல்லியமானது என்று நான் நினைத்திருந்த என்னுடைய மொத்தக்கணக்கும் ஆரம்பத்தில் நான் இழைத்திருந்த தவறு கண்டுபிடிக்கப்பட்டதன் காரணமாக அழிக்கப்பட்டது, மேலும் அதன் பிரதிபலனாக, இப்போது சொனோகோவைப் பார்த்தபோது எனக்கிருந்த உணர்வுகளை எப்படி ஆராய்வதென்று எனக்குத் தெரியவில்லை.

"உறுதியாக நீ போகத்தான் வேண்டுமா?"

"ஆமாம், உறுதியாக."

பதிலளித்தபோது நான் கிட்டத்தட்ட மகிழ்ச்சியாக உணர்ந்தேன். வஞ்சத்தின் இயந்திரம் மீண்டும் எனக்குள், முதலில் மேலெழுந்தவாரியாக, இயங்க ஆரம்பித்திருந்தது. நான் உணர்ந்த மகிழ்ச்சியென்பது உண்மையில் ஒருவன் மாபெரும் ஆபத்திலிருந்து தப்பிக்கையில் ஏற்படும் உணர்வென்பதைத் தாண்டி வேறொன்றுமிலை, ஆனால், இப்போது அவளை வசியம் செய்வதற்கு எனக்குக் கிடைத்திருக்கும் புதிய சக்தி பற்றிய அறிவால், நான் அதனை சொனோகோவின் மீது எனக்கிருந்த ஆதிக்கத்தின் உணர்விலிருந்து கிளர்ந்ததாக உருவகம் செய்தேன்.

இப்போது சுய வஞ்சகம் தான் என்னுடைய நம்பிக்கையின் இறுதிக்கீற்று. பயங்கரமாகக் காயம்பட்டிருக்கும் ஒரு மனிதன் ஆபத்துகாலத்தில் தன்னுடைய உயிரைக் காக்க கட்டுப்போடும் துணிகள் சுத்தமாயிருக்க வேண்டுமென்று கோரிக்கை வைக்க மாட்டான். நான், குறைந்தபட்சம் ஏற்கனவே எனக்கு அறிமுக மாகியிருந்த, என்னுடைய ரத்தப்போக்கை சுய வஞ்சகத்தின் கட்டுத்துணிகளால் நிறுத்தினேன். மேலும் மருத்துவமனைக்கு ஓடுவதைத் தவிர்த்து வேறு எதைப் பற்றியும் நினைக்கவில்லை. நான் வேண்டுமென்றே அந்தக் கேடுகெட்ட ஆயுதசாலையை மிகக் கண்டிப்பான போர்முகாமென்பதாக சொனோகோவிடம்

விளக்கினேன். மறுநாள் திரும்பிப் போகாவிட்டால் பெரும் பாலும் நான் ராணுவச் சிறையில் அடைக்கப்படலாம் என்றும் வலியுறுத்தினேன்.

கிளம்பிச் செல்வதற்கான காலைவேளை வந்தபோது சொனோ கோவை நான் தீர்க்கமாக உற்றுப்பார்த்துக் கொண்டிருப்பதை உணர்ந்தேன். தான் கிளம்பிப் போவதற்கு முன் இறுதித்தடவை அந்தக் காட்சியைப் பார்க்கும் பயணியைப் போல.

என்னைச் சுற்றியிருந்த மனிதர்கள் இப்போதுதான் எல்லாம் ஆரம்பிப்பதாக நினைத்தாலும் மெல்லியதொரு கண் காணிப்போடு சொனோகோவின் குடும்பம் என்னைச் சுற்றி நின்றிருந்த சூழலுக்கு என்னை நானே ஏமாற்றிக்கொண்டு தானாகவே ஒப்புக்கொடுக்க விருப்பம் கொண்டிருந்தாலும் எல்லாம் முடிந்து விட்டதை இப்போது நான் உணர்ந்தேன். என்றாலும் சொனோகோவைச் சூழ்ந்திருந்த அமைதி என்னை அசௌகரியமாக உணரச் செய்தது. என்னுடைய பையை மூட்டை கட்ட, நான் எதையாவது மறந்திருக்கிறேனா என்று அறையைச் சோதனையிட அவள் எனக்கு உதவினாள். சிறிது நேரம் கழித்து ஒரு ஜன்னலில் நின்று, அசைவற்று, வெளியே உற்றுப் பார்த்தாள். மீண்டும் இன்று, மேகமூட்டமான வானத்தையும் புதிய பச்சையம் நிரம்பிய இலைகளையும் தவிர்த்து பார்ப்பதற்கு அங்கே எதுவும் வித்தியாசமாக இல்லை. பார்வைக்குப் புலப்படாத அணிலின் பயணம் ஒரு கிளையை ஊசலாடச் செய்திருந்தது. சொனோகோவின் பின்புறத்தைப் பார்த்தபோது அவளுடைய தோற்றத்தின் ஏதோவொன்று அவள் அமைதியாக ஆனால் குழந்தைத்தனத்தோடு காத்திருப்பதைத் தெள்ளத்தெளிவாக விளக்கியது. என்னுடைய ஒழுங்கு வழிமுறைகளின்படி, ஓர் அறையின் ரகசியக் கதவுகளை மூடாமல் கிளம்பிப்போவதைச் சகித்துக்கொள்வதைக் காட்டிலும் அதிகமாய் இதை நான் நிராகரித்திருக்க முடியாது. நான் அவள் பின்னால் நடந்து சென்று மென்மையாகக் கட்டியணைத்தேன்.

"தவறாமல் நீ திரும்பி வருவாய்தானே?"

முழுமையான நம்பிக்கையின் தொனியோடு, அவள் எளிமையாகப் பேசினாள். என் மீது அத்தனை நம்பிக்கை இல்லாவிட்டாலும் இன்னும் ஆழமாக, என்னைத் தாண்டிய

ஏதோவொன்றின் மீது அவள் நம்பிக்கை கொண்டிருந்ததைப் போல அது எப்படியோ ஒலித்தது. அவளுடைய தோள்கள் நடுங்க வில்லை. அவளுடைய மேல்சட்டையிலிருந்த நாடா பெருமிதம் கொண்டதைப்போல எழுந்து தாழ்ந்து கொண்டிருந்தது.

“ஹ்ம்ம்ம், அனேகமாக, நான் இன்னும் உயிரோடிருந்தால்...”

இந்த வார்த்தைகளைச் சொன்னபோது என்மீது எனக்கே வெறுப்பாக வந்தது. அறிவார்ந்து, இப்படிச் சொல்வதற்குத்தான் நான் முன்னுரிமை அளித்திருப்பேன். “கண்டிப்பாக நான் வருவேன்! உன்னிடம் நான் வருவதை எதனாலும் தடுக்க முடியாது. ஒருபோதும் சந்தேகம் கொள்ளாதே. நீதானே என்னு டைய மனைவியாகப் போகிற பெண், இல்லையா?”

ஒவ்வொரு திருப்பத்திலும் இதுபோன்ற விசித்திரமான முரண்பாடுகள் என்னுடைய அறிவார்ந்த கோணங்களுக்கும் எனது உணர்வுகளுக்குமிடையில் திடீரென்று கிளர்த்தெழும். இத்தகைய சிரத்தையற்ற மனநிலைகளை என்னை ஏற்றுக் கொள்ள வைப்பது எதுவென்பதை நானறிவேன் — ‘ஹ்ம்ம்ம், அனேகமாக’ என்பதைப் போன்றவை — நான் மாற்றிக் கொள்ளக்கூடிய என்னுடைய குணத்திலிருந்த ஏதோ தவறுகள் அல்ல. மாறாக இந்தச் சங்கதியில் நான் ஈடுபடுவதற்கு முன்னரே இருந்த ஏதோவொன்றின் வேலைதான் அது. சுருக்கமாக, அது என்னுடைய தவறில்லை என்பது எனக்குத் தெளிவாகத் தெரியும்.

ஆனால் இதே காரணத்துக்காகத்தான், எப்படிப் பார்த்தாலும். மிக முழுமையானதாகவும் உணர்வுப்பூர்வமானதாகவுமிருந்த என்னுடைய எச்சரிக்கைகளுக்குக் காரணமாயிருந்த என் குண நலனின் பகுதிகளை, நகைப்புக்குரியதாக நடத்தும் பழக்கத்தை நான் உருவாக்கிக் கொண்டிருந்தேன். குழந்தைப்பருவம் முதலே, என்னுடைய சுய—ஒழுக்கம் என்கிற நடைமுறையின் ஒரு பகுதியாக, அக்கறையற்ற மனிதனாக, ஆண்மையற்ற மனிதனாக, தன்னுடைய விருப்பு வெறுப்புகளைத் தெளிவாக அறிந்திராத மனிதனாக, அன்பு செலுத்தத் தெரியாத ஆனால் எப்போதும் தன் மீது அன்பு செலுத்தப்பட வேண்டும் என்று ஆசைப்படுகிற மனிதனாக வாழ்வதை விட இறந்து போவது மேன்மையானது என நான் தொடர்ச்சியாக எனக்குள் சொல்லிக் கொண்டிருந்தேன். என்னைக் குற்றம் சொல்லக்கூடிய

என்னுடைய குணநலன்களின் பகுதிகளுக்கு இந்த எச்சரிக்கை அனேகமாகப் பொருந்தக்கூடியது. ஆனால் மற்ற பகுதிகளைப் பொருத்தமட்டில், என்னைக் குற்றஞ்சொல்லவியலாத பகுதி களுக்கு, ஆரம்பத்திலிருந்தே அது சாத்தியமற்ற தேவையாய் இருந்தது. இப்படியாக, தற்போதைய சூழ்நிலையில், எனக்கு சொனோகோவின் மீது ஆண்மை நிரம்பிய மற்றும் உறுதியான தொரு மனநிலையைக் கைக்கொள்ள, சாம்சனின் பலம் கூடப் போதுமானதாக இருந்திருக்காது.

ஆக, சொனோகோ இப்போது பார்த்துக் கொண்டிருந்த இந்த ஆர்வமற்ற மனிதனின் தோற்றம், என்னுடைய குண நலமென்பதாகத் தோன்றிய இந்தச் சங்கதி, எனக்குள் வெறுப்பைத் தூண்டி, என்னுடைய மொத்த இருப்பையும் எந்த மதிப்புமற்றதாகத் தோன்றச் செய்தது. அல்லது குறைந்தபட்சம், என் மனோதிடத்தைப் பொறுத்தவரை, அது போலியானது என்பதைத் தவிர வேறெதையும் என்னால் சிந்திக்க முடிய வில்லை. மறுபக்கம், மனோதிடத்தின் மீது இப்படியான அழுத்தத்தைச் சுமத்திய இதுபோன்ற சிந்தனைமுறையும் தன்னளவில் கிட்டத்தட்டக் கற்பனைக்கதைக்கு ஒப்பான மிகைப்படுத்துதலாகவே தோன்றியது. ஒரு சாதாரண மனிதன் கூட தன்னுடைய நடத்தையை மனோதிடத்தால் மட்டும் கட்டுப்படுத்தி விட முடியாது. நான் எத்தனை சாதாரணமானவனாக இருந்தாலும், மகிழ்ச்சி பொங்கும் திருமண வாழ்க்கைக்கான ஒவ்வொரு புள்ளியிலும் நானும் சொனோகோவும் கச்சிதமாகப் பொருந்தியிருப்போமா எனச் சந்தேகம் கொள்வதற்கான காரணம் எங்காவது கண்டிப்பாக இருந்திருக்கும், ‘ஹ்ம்ம்ம், அனேகமாக’ என்று பதிலளிக்கும் சாதாரணமான என்னை நியாயப்படுத்தக்கூடிய ஏதோவொரு காரணம். ஆனால் இதுபோன்ற அடிப்படை யூகங்களுக்குக் கண்களை மூடிக்கொள்ளும் வழக்கத்தை நான் வேண்டுமென்றே வரித்திருந்தேன். என்னை நானே கொடுமைப்படுத்துவதற்கான எந்தவொருவாய்ப்பையும்இழந்துவிட விருப்பமற்றவனைப்போல. இதுவொரு அலுத்துப்போன வழிமுறை, தப்பித்தலுக்கான அனைத்து வழிமுறைகளிலிருந்தும் துண்டிக்கப்பட்ட, தங்களைத் துயரத்துக்கான பருப்பொருட்களாக நினைத்துக் கொண்டு பத்திரமான புகலிடத்துக்குத் தப்பியோடும் மனிதர்களால் அடிக்கடி கைக்கொள்ளப்படுவது.

“பயப்படாதே” அமைதியான குரலில் சொன்னாள்

சொனோகோ. “நீ கொல்லப்பட மாட்டாய். மெல்லிய காயம் கூட உனக்கு உண்டாகாது. ஒவ்வொரு நாளும் கடவுள் ஏசுவிடம் நான் உனக்காகப் பிரார்த்திக்கிறேன். எப்போதும் என்னுடைய பிரார்த்தனைகளுக்குப் பலன் கிடைக்கின்றன.”

“நீ ரொம்ப பக்திமிகுந்தவள், இல்லையா? நீ இவ்வளவு நிம்மதியா யிருப்பதற்கு அனேகமாக இதுதான் காரணமாக இருக்கும். அது மட்டுமே என்னை பயமுறுத்தப் போதுமானது.”

“ஏன்?” என்றாள், புத்திக்கூர்மையான கருப்பு விழிகளால் என்னைப் பார்த்தபடி.

அவளுடைய பார்வைக்கும் அப்பாவித்தனமான கேள்விக்கு மிடையே நான் மாட்டிக்கொண்டேன். இரண்டுமே பனித்துளியைப் போல் சந்தேகத்துக்கு அப்பாற்பட்டவை. நான் குழப்பத்தால் ஆட்கொள்ளப்பட்டேன். சமாதானம் சொல்ல என்னால் எந்த பதிலையும் யோசிக்க முடியவில்லை. இதுவரைக்கும் நான் இந்தப் பெண்ணை உலுக்கிப் பார்க்க, தன்னுடைய நிம்மதிக்குள்ளாகவே உறங்கியதைப் போலத் தோற்றமளித்தவளை, அவள் கண்முழிக்கும் வரை உலுக்க விருப்பம் கொண்டிருந்தேன். ஆனால் எதிர்மறையாக அவளுடைய கண்களின் பார்வைதான் எனக்குள் உறங்கிக் கொண்டிருந்த எதையோ எழுப்பி விட்டிருந்தது.

சொனோகோவின் இளைய சகோதரிகள் பள்ளிக்குச் செல்ல வேண்டிய நேரமென்பதால் அவர்கள் விடை பெற்றுப்போக வந்தார்கள். சென்று வா என்று சொன்னபோது சிறிய தங்கை என்னுடைய உள்ளங்கையைத் தன்னுடைய கையால் பட்டும்படாமல் தொட்ட பிறகு, பொன்னிற வாருடனான தன் செந்நிற மதிய உணவு பாத்திரத்தைத் தூக்கிக் கொண்டு, வெளியேறி ஓடிப்போனாள். மிகச்சரியாக அந்தத் தருணத்தில் சூரியன் இலைகளின் வழியே மின்ன நேர்ந்திட, அவள் உணவுப் பாத்திரத்தைத் தன் தலைக்கு மேலே உயரத் தூக்கி அசைப்பதைப் பார்த்தேன்.

என்னை வழியனுப்ப பாட்டி மற்றும் அம்மா என இருவருமே வந்திருந்ததால் சொனோகோவுடனான என் பிரிவு சாதாரண மானதாகவும் களங்கமற்றதாகவும் இருந்தது. ஒருவரையொருவர் கேலி செய்து அசட்டையாக நடந்து கொண்டோம். இரயில் விரைவாக வந்து சேர நான் ஜன்னலோரமிருந்த இருக்கையில்

அமர்ந்தேன். எனக்கிருந்த ஒரே எண்ணம் இரயில் சீக்கிரம் கிளம்ப வேண்டுமென்கிற பிரார்த்தனை மட்டுமே.

ஒரு தெளிவான குரல் எதிர்பாராத திசையிலிருந்து என்னைக் கூப்பிட்டது. கண்டிப்பாக சொனோகோவின் குரல்தான். ஆனால் அது எனக்குப் பழகியிருந்த காரணத்தால், புதியதாக, தொலைதூரத்திலிருந்து ஒலித்த அலறலாக அதனைக் கேட்ட போது நான் திடுக்கிட்டேன். அது சொனோ கோவின் குரலென்று நான் உணர்ந்து கொண்டது காலைநேர சூரிய வொளியைப்போல என் மனதுக்குள் பாய்ந்தது. அது வந்த திசையில் என் கண்களைத் திருப்பினேன். சுமை தூக்குபவர்களுக்கான வாயிலின் வழியே உள்ளே நுழைந்து சொனோகோ நடைமேடையின் விளிம்பாயிருந்த கருப்புநிற மரவேலியைப் பிடித்துத் தொங்கிக் கொண்டிருந்தாள். மேற்சட்டையினுடைய நாடாக்களின் திரளொன்று அவளது கட்டம்போட்ட பொலிரோவிலிருந்து வழிந்தோடிக் காற்றில் அசைந்தாடியது. அவளுடைய ஆர்வமிக்க கண்கள் என்னை அகலமாக வெறித்தன. இரயில் நகரத் தொடங்கியது. சற்றே கனமான அவளின் உதடுகள் வார்த்தைகளை உருவாக்குவதாகத் தோன்றின. அதைப் போலவே அவள் என் பார்வையிலிருந்து மறைந்து போனாள்.

சொனோகோ! சொனோகோ! ரயிலின் ஒவ்வொரு அசைவுக்கும் நான் எனக்குள் அந்தப் பெயரை மீண்டும் மீண்டும் உச்சரித்தேன். விவரிக்கவியலாத மர்மத்தோடு அவை ஒலித்தன. சொனோகோ! சொனோகோ! ஒவ்வொரு முறை திருப்பிச் சொன்னபோதும் என் இதயம் கனமாக உணர்ந்தது, அவளுடைய பெயரின் ஒவ்வொரு துடிப்போடும் அறுக்கிற, துன்புறுத்துகிற சோர்வு எனக்குள் ஆழமாக வளர்ந்தது. நான் உணர்ந்த வலி ஸ்படிகத்தைப் போலத் தெளிவாயிருந்தது, ஆனால் நான் முயற்சித்தால் கூட அதனை விளக்க முடியாத அளவுக்குத் தனித்தன்மையோடும் புரிந்து கொள்ள முடியாத இயல்போடும் இருந்தது. அது வலிதான் என்பதே எனக்குப் புரிய சிரமமாயிருக்கும் வகையில் வழக்கமான மனித உணர்வுகள் பயணப்பட்ட பாதையிலிருந்து மிகவும் விலகியிருந்தது. அதை விளக்க நான் முற்பட்டால், பிரகாசமானதொரு மதிய நேரத்தில் மதியநேர பீரங்கி ஒலிக்கக் காத்திருந்து, பீரங்கி ஒலிப்பதற்கான நேரம் அமைதியாய்க் கடந்து போனபிறகு, காத்திருக்கும் வெறுமையை எங்கோ நீலநிற வானின் மத்தியில் கண்டுபிடிக்க முயலும் மனிதனின் வலியைப் போன்றது என்றுதான் சொல்ல

வேண்டும். அவனுடையது, கெடு வைக்கப்பட்டு வெகு காலமாய்க் காத்திருக்குமொரு விசயத்துக்கான கிழித்தெறியும் பொறுமையின்மை, ஒருவேளை அது வராமலே போகலாம் என்ற கொடுமையான சந்தேகம். மதியநேர பீரங்கி மதிய நேரத்தில் சரியாக ஒலிப்பது கிடையாது என்பதை அறிந்த இந்தவுலகின் ஒரே மனிதன் அவன்தான்.

“எல்லாம் முடிந்தது, எல்லாம் முடிந்தது.” நான் எனக்குள் முணுமுணுத்தேன். தேர்வில் தோற்றுப்போன பூஞ்சையான மனதுடைய மாணவனை எனது துயரம் பிரதிபலித்தது. நான் தவறிழைத்து விட்டேன்! நான் தவறிழைத்து விட்டேன்! வெறுமனே என்னால் அந்த எக்ஸை (ஆங்கில எழுத்து *X*) விடுவிக்க முடியாததால், எல்லாம் தவறாகிப் போனது. நான் மட்டும் ஆரம்பத்திலேயே அந்த எக்ஸை விடுவித்திருந்தால், எல்லாமே சரியாக இருந்திருக்கும். வாழ்வின் கணக்கை விடுவிக்க மற்ற அனைவரையும் போல ஒப்புக்கொள்ளப்பட்ட வழிமுறைகளை நானும் பயன்படுத்தியிருந்தால் மட்டும். பாதி தந்திரத்தோடு இருப்பதுதான் நான் செய்யக்கூடிய மிக மோசமான விசயம். நான் மட்டும் தான் ஆய்ந்தறியும் வழிமுறையைச் சார்ந்திருந்தேன். அந்த எளிய காரணத்தால்தான் தோற்றேன்.

என்னுடைய மனக்குழப்பம் தெள்ளத்தெளிவாக வெளிப் பட்டதால் எதிர் இருக்கையில் அமர்ந்திருந்த இரண்டு பயணி களும் என்னைச் சந்தேகமாகப் பார்க்க ஆரம்பித்தார்கள். அவர்களில் ஒருத்தி அடர்த்தியான நீலச் சீருடையணிந்த செஞ் சிலுவைச்சங்க செவிலி, மற்றவள் செவிலியின் அம்மாவைப் போலத் தோற்றமளித்த ஓர் ஏழைக் குடியானவப்பெண். அவர்களின் வெறித்த பார்வைகளால் உணர்வுற்று செவிலியைப் பார்த்தபோது, குளிர்கால செர்ரியைப் போல சிவப்பான உடலமைப்பைக் கொண்டிருந்த ஒரு குண்டுப்பெண்ணையும் பார்த்தேன். என்னை நேருக்கு நேர் பார்த்துக்கொண்டிருந்தவளை நான் ஆச்சரியம் கொள்ளச்செய்தேன். தன்னுடைய குழப்பத்தை மறைக்க அவள் அம்மாவை நச்சரிக்க ஆரம்பித்தாள்.

“தயவு செய்து, எனக்கு மிகவும் பசிக்கிறது.”

“கிடையாது, இன்னும் நேரம் ஆகவில்லை.”

“ஆனால் எனக்குப் பசிக்கிறது, நான்தான் சொல்கிறேனே. தயவு செய்து, தயவு செய்து.”

“இத்தனை அதிகமாக அடம் பிடிக்காதே.”

ஆனால் இறுதியில் தாய் விட்டுக்கொடுத்துத் தங்களுடைய மதிய உணவுப் பாத்திரத்தை வெளியே எடுத்தாள். அதனுள் இருந்தவற்றின் வறுமை அவர்களுடைய மதியவுணவை எங்களுக்கு ஆயுதசாலையில் வழங்கப்பட்ட உணவைக் காட்டிலும் மிக மோசமானதாகச் செய்தது. சேப்பங்கிழங்கின் வேரோடு நன்கு கலந்து மற்றும் ஊறுகாயிடப்பட்ட முள்ளங்கியின் இரண்டு துண்டுகளால் அலங்கரிக்கப்பட்டு, வேகவைக்கப்பட்ட அரிசி மட்டுமே அதிலிருந்தது. ஆனாலும் அந்தப் பெண் துணிச்சலோடு அதை சாப்பிடத் தொடங்கினாள்.

சாப்பிடுவது என்கிற வழக்கம் எப்படியோ இதுவரைக்கும் எனக்கு இத்தனை ஏளனத்துக்குரியதாகத் தோன்றியதில்லை. என் கண்களைத் தேய்த்துக் கொண்டேன். தற்போதைய இந்த எண்ணம் வாழ்வதற்கான விருப்பத்தை முற்றிலுமாய் இழந்து விட்ட என் பார்வையின் கோணத்திலிருந்து உருவானது என் பதை உணர்ந்தேன்.

புறநகரிலிருந்த வீட்டுக்கு வந்தபோது அன்றிரவு என் வாழ்வில் முதல் முறையாக நான் வெகு தீர்க்கமாகத் தற்கொலை பற்றி ஆழ்ந்து சிந்தித்தேன். ஆனால் அதைப் பற்றி நினைத்தபோது, அந்த யோசனை அதீதமாய் சோர்வுறச்செய்வதாய் மாறியது. கடைசியில் அதுவொரு முட்டாள்தனமான வேலையாயிருக்கும் என நான் முடிவு செய்தேன். தோல்வியை ஒத்துக்கொள்வதில் எனக்கு இயல்பானதொரு விருப்பமின்மையும் இருந்தது. மேலும், எனக்கு நானே சொல்லிக்கொண்டேன். இதுபோன்ற தீர்க்கமான செயலை செய்திடும் தேவை எனக்கில்லை. பலவகைப்பட்ட மரணங்களின் வளமான அறுவடை என்னைச் சூழ்ந்திருக்கும் நிலையில்— வான்வழித் தாக்குதலில் மரணம், ஒருவரின் பணியிடத்தில் மரணம், ராணுவ சேவையில் மரணம், போர்க்களத்தில் மரணம், மேலேற்றிச் செல்வதால் மரணம், வியாதியால் மரணம் — நிச்சயமாக என்னுடைய பெயர் இவற்றில் ஏதேனும் ஒன்றுக்கான பட்டியலில் ஏற்கனவே இணைக்கப்பட்டிருக்கும். மரணதண்டனை விதிக்கப்பட்ட குற்றவாளி தற்கொலை செய்து கொள்வதில்லை. இல்லை, நான் அதை என்னவாக நினைத்தாலும், காலம் தற்கொலைக்கு அனுகூலமாக இல்லை. மாறாக என்னைக் கொலை செய்யும்

உதவியை எனக்குச் செய்யவிருக்கும் ஏதோவொன்றிற்காக நான் காத்திருந்தேன். மேலும் இது, இறுதி ஆய்வின்படி, என்னை உயிரோடு வைத்திருக்கும் உதவியை எனக்குச் செய்யவிருக்கும் ஏதோவொன்றிற்காக நான் காத்திருந்தேன் என்று சொல்வதைப் போன்றதுதான்.

ஆயுதசாலைக்கு நான் திரும்பி வந்த இரண்டு நாட்களுக்குப் பிறகு சொனொகோவிடமிருந்து உணர்ச்சியூட்டும் கடிதமொன்று எனக்கு வந்து சேர்ந்தது. அவள் உண்மையாகவே காதலில் இருந்தாள் என்பதில் எந்தச் சந்தேகமும் இல்லை. நான் பொறாமையாக உணர்ந்தேன். என்னுடையது செயற்கையாய் வளர்ந்த ஒரு முத்து இயல்பான ஒன்றின் மீது கொள்வதைப் போன்று தாங்கவொண்ணாத ஒன்று. அல்லது இந்த உலகில் இப்படியொரு விசயம் இருக்க முடியுமா? ஒரு ஆண் தன்னைக் காதலிக்கும் பெண்ணின் மீது பொறாமையாக உணர்கிறான். அதுவும் துல்லியமாக அவள் காதலின் பொருட்டு?...

நிலையத்தில் என்னைப் பிரிந்தபிறகு தன்னுடைய மிதி வண்டியில் ஏறி வேலைக்குச் சென்றதாக அவள் எழுதியிருந்தாள். ஆனால் அவளோடு உடன் வேலை செய்தவர்கள் அவள் நலமாகத்தான் இருக்கிறாளா என்று கேட்குமளவுக்கு நினைவுகளைத் தொலைத்தவளாக இருந்தாள். தாள்களைப் பூர்த்தி செய்வதில் அவள் நிறைய தவறிழைத்தாள். பிறகு மதியவுணவுக்காக வீட்டுக்குச் சென்றாள். ஆனால் மதியவுணவு முடிந்து வேலைக்குத் திரும்பும்போது கால்ப் மைதானம் வழியாக சுற்றி வந்து, அங்கே அவள் நின்றாள். சுற்றுமுற்றும் பார்த்தபோது மஞ்சள்நிற சாமந்திகள் மிதிபட்டு அதே இடத்தில் நாங்கள் விட்டு வந்ததைப் போலவே கிடப்பதைப் பார்த்தாள். பிறகு, மூடுபனி கரைந்தபோது, எரிமலையின் விளிம்புகள் பொசுங்கிய களிமண்ணின் மஞ்சள் நிறத்தில் பிரகாசமாய் மின்னுவதை, கழுவி விடப்பட்டதாய் தோற்றமளித்த மலையை, அவள் பார்த்தாள். அடர்த்தியான மூடுபனியின் சுவடுகள் மலையின் பள்ளத்தாக்கிலிருந்து கிளம்புவதையும் அவள் பார்த்தாள். பிறகு இரு வெள்ளிநிற பூர்ச்ச மரங்களைப் பார்த்தாள். இணக்கமான சகோதரிகளைப்போல, அவற்றின் இலைகள் ஏதோ மெல்லிய முன்னெச்சரிக்கையால் நடுங்குவதை...

மேலும் மிகச்சரியாக அதே நேரத்தில், சொனோகோவுக்குள் நான் தெரிந்தே விதைத்திருந்த காதலில் இருந்து தப்பிக்கும் வழியைத்

தேடி மூளையைக் கசக்கிக்கொண்டு, நான் ரயிலில் இருந்தேன்!... என்றாலும் கூட, எத்தனை இரக்கத்துக்குரியதாக இருந்தாலும், உண்மைக்கு வெகு நெருக்கமாயிருந்த சுயநியாயப்படுத்துதலின் முறையீட்டிடம் என்னை முழுதாய் ஒப்புக்கொடுத்து, என்னை நான் மறுபடியும் உறுதிசெய்து கொண்ட தருணங்களும் இருந்தன. நான் அவளைக் காதலிக்கிறேன் என்கிற காரணத்துக்காகவே நான் அவளிடமிருந்து தப்ப வேண்டும் என்பதுதான் அந்த முறையீடு.

சொனோகோவுக்கு அடிக்கடி கடிதம் எழுதுவதைத் தொடர்ந்தேன். விவகாரத்தை மேலும் வளர்க்கக்கூடிய எதையும் சொல்லாமலிருக்க நான் கவனமாயிருந்த அதே நேரத்தில், என் பக்கமிருந்து அடங்கிப் போகிற மாதிரியான எதையும் வெளிக்காட்டாத தொனியைப் பயன்படுத்தினேன். ஒரு மாதத்திற்குள்ளாக, அவர்கள் அனைவரும் குசானோவை அவன் மாற்றப்பட்டிருந்த டோக்கியோவுக்கு அருகிலுள்ள போர்முகாமுக்குச்சென்று மீண்டும் சந்திக்கவிருப்பதாகச் சொல்லி அவள் எழுதினாள். அவர்களோடு செல்லும்படி பலவீனம் என்னை உசுப்பிவிட்டது. விசித்திரம் எனச் சொல்லும்படியாக, அவளிடமிருந்து தப்பிக்க வேண்டுமென்று தீர்மானமாக நான் உறுதி பூண்டிருந்தாலும், இன்னுமோர் சந்திப்பை நோக்கி நான் தடுக்க முடியாமல் இழுக்கப்பட்டேன்.

மேலும் அவளைச் சந்திக்க நேர்ந்தபோது நான் முற்றிலும் மாறிவிட்டதைக் கண்டுபிடித்தேன். அவள் எப்போதும் போலத்தான் இருந்தாள். இப்போது ஒரு நகைச்சுவையைச் சொல்வது கூட என்னால் முடியாததாக மாறிப் போயிருந்தது. சொனோகோவும் குசானோவும், அவள் அம்மாவும் பாட்டியும் கூட, என்னிடமிருந்த மாற்றத்தைக் கவனித்தார்கள். ஆனால் அதை எனது பயணநோக்கத்துக்கான நேர்மையைத் தாண்டி வேறொன்றுமில்லை என சமாதானம் சொல்லிக்கொண்டார்கள். சந்திப்பின்போது குசானோ என்னிடம் குறிப்பாக ஒன்றைச் சொன்னான். அவனுடைய வழக்கமான மென்மையோடு சொல்லப்பட்டாலும் கூட, அது என்னை அச்சத்தால் நடுங்கச்செய்தது.

"சில நாட்களில் நான் உனக்குச் சற்றே முக்கியமானதொரு கடிதத்தை அனுப்புவேன். அதற்காகக் காத்திரு, இருப்பாய் தானே?"

ஒரு வாரம் கழித்து என் குடும்பம் தங்கியிருந்த புறநகர்ப் பகுதியின் வீட்டுக்குச் சென்றபோது அவனுடைய கடிதம் வந்து சேர்ந்ததை அறிந்தேன். அவனுடைய தனித்தன்மையை நினைவுறுத்தும் அந்தக் கையெழுத்தில் அது எழுதப்பட்டிருந்தது, அவனது நட்பின் தீர்க்கத்தைத் தனது அடிப்படையான முதிர்ச்சியின்மையால் வெளிப்படுத்தியது.

“மொத்தக் குடும்பமும் உன்னையும் சொனோகோவையும் பற்றிக் கவலை கொண்டிருக்கிறது. இந்தச் சங்கதியில் சர்வ அதிகாரமும் கொண்ட தூதுவனாக நான் நியமிக்கப்பட்டுள்ளேன். நான் சொல்லவிருப்பது சுருக்கமானது. நீ அது பற்றி என்ன உணருகிறாய் என்று மட்டும் கேட்க விரும்புகிறேன். இயல்பாகவே சொனோகோ உன்னை நோட்டமிட்டுக் கொண்டிருக்கிறாள். மற்ற அனைவரும் கூட. என் அம்மா சடங்கை எப்போது நடத்த வேண்டும் என்று கூட வெளிப்படையாக யோசிக்க ஆரம்பித்து விட்டாள். சற்றே சீக்கிரம் என்று தோன்றலாம். ஆனால் முன்னெடுத்துப் போவதில் எந்தத் தவறுமில்லை என்றும் இப்போதைக்கு நிச்சயதார்த்தத்துக்கான தினத்தைக் குறிக்கலாம் எனவும் எனக்குத் தோன்றுகிறது. ஆனால் இயல்பாக நாங்கள் யூகிக்க மட்டுமே செய்திருக்கிறோம். ஆகையால்தான் நீ இது குறித்து என்ன உணர்கிறாய் என்று உன்னை நான் கேட்க விரும்புகிறேன். உன்னுடைய பதில் கிடைத்தவுடன் எல்லாவற்றையும் உறுதி செய்ய என் குடும்பம் விருப்பம் கொண்டிருக்கிறது. உன் குடும்பத்தோடு செய்யவேண்டிய ஆயத்தங்கள் உட்பட. ஆனால் நிச்சயமாக நீ எடுத்து வைக்கத் தயாராயில்லாத எந்த எட்டையும் எடுத்து வைக்கும்படி நான் வற்புறுத்தவில்லை. உண்மையில் நீ எப்படி உணர்கிறாய் என்பதை வெறுமனே என்னிடம் சொல். நான் கவலைப்படுவதை நிறுத்திக்கொள்கிறேன். உன் பதில் இல்லை என்றிருந்தால் கூட, நான் அதை உனக்கு எதிராகப் பயன்படுத்தவோ கோபப்படவோ மாட்டேன். அல்லது நம் நட்பையும் அது உறுதியாகப் பாதிக்காது. உண்மையில் அது ஆமாம் என்றிருந்தால் நான் பெருமகிழ்ச்சியடைவேன். ஆனால் அது இல்லை என்றிருந்தாலும் என்னுடைய உணர்வுகள் காயப் படாது. எனக்கு வேண்டியது உன்னுடைய வெளிப்படையான, இயல்பாகச் சொல்லப்படும் பதில். கட்டாயம் அல்லது கடமையென்பதாக எநத உணர்வுமின்றி நீ பதிலளிப்பாய் என்று நான் தீர்க்கமாக நம்புகிறேன். உன்னுடைய நல்ல நண்பனாக உன் பதிலுக்காகக் காத்திருக்கிறேன்.”

நான் இடியால் தாக்கப்பட்டேன். கடிதத்தை நான் வாசித்த போது யாரோ என்னை கண்காணித்துக் கொண்டிருப்பதாக உணர்ந்து, சுற்றுமுற்றும் பார்த்தேன்.

இப்படி நடக்குமென்று நான் கனவு கூடக் கண்டதில்லை. சொனோகோவும் அவள் குடும்பமும் போர் பற்றி, குறிப்பாக, என்னிடமிருந்து வித்தியாசமானதொரு மனப்பான்மையைக் கொண்டிருக்கலாம் என்கிற சங்கதியை கணக்கில் கொள்ள நான் தவறியிருந்தேன். நான் இருபத்து ஒன்று வயதுக்குட்பட்ட ஒரு மாணவன், விமானத் தொழிற்சாலையில் பணிபுரிந்து வந்தேன். மேலும், தொடர்ச்சியான போர்களின் காலத்தில் வளர்ந்து, போரின் கற்பனையான ஊசலாட்டம் குறித்து மிகுதியாக யோசித்திருந்தேன். என்றாலும், உண்மையில். போர் இப்போது எங்களை அழைத்து வந்திருந்த இதுபோன்ற வன்மையான பேரிடர் காலங்களிலும், மனித விவகாரங்களின் காந்த முள் எப்போதும் போல இன்னும் ஒரே திசையைத்தான் சுட்டிக் கொண்டிருந்தது. மேலும் இதுவரைக்கும் நான் கூட காதலில் இருப்பதாகத்தான் எண்ணியிருந்தேன். ஆகையால் தினசரி விவகாரங்களும் வாழ்க்கையின் பொறுப்புகளும் போர்க் காலத் திலும் தொடர்ந்துகொண்டுதான் இருந்தன என்பதை உணர நான் ஏன் தவறினேன்?

குசானோவின் கடிதத்தை மீண்டும் நான் வாசித்தபோது, எப்படியிருந்தாலும், ஒரு விசித்திரமான மெல்லிய புன்னகை என் உதடுகளில் வந்து விளையாடத் தொடங்கியது, கடைசியில் மேன்மையின் வெகு சாதாரணமானதொரு உணர்வு எனக்குள் எழுந்தது. நானொரு வெற்றிவீரன், எனக்கு நானே சொல்லிக் கொண்டேன். மகிழ்ச்சி பற்றி ஒருபோதும் அறிந்திராத மனிதனுக்கு அதை ஏளனம் செய்ய எந்த உரிமையுமில்லை. ஆனால் யாராலும் எந்தக் குறையையும் அடையாளம் காணமுடியாத மகிழ்ச்சியின் தோற்றத்தை நான் வரித்திருந்தேன். எனவே வேறு யாரையும் போல அதை இகழ்வதற்கான உரிமையும் எனக்குண்டு.

என் இதயம் அசௌகரியத்தாலும் விவரிக்கவியலாத துயரத்தாலும் நிறைந்திருந்தாலும் கூட, ஆணவத்துடனான, நன்மையில் நம்பிக்கையற்றதொரு புன்னகையை என் உதடுகளில் அணிந்தேன். நான் செய்ய வேண்டியதெல்லாம் சிறிய தடையொன்றைத் தாண்டிச் செல்வதுதான் என்று எனக்கு நானே சொல்லிக் கொண்டேன். நான் செய்ய வேண்டியதெல்லாம்

கடந்த சில மாதங்களை அபத்தமானவை என்று மதிப்பதுதான். ஆரம்பத்திலிருந்தே சொனோகோ எனும் பெண்ணோடு, அதுவும் இதுபோன்ற சிறுபிள்ளைத்தனமான பெண்ணோடு, நான் ஒருபோதும் காதலில் இருந்ததில்லை என்று தீர்மானிப்பது. அற்பமானதொரு விருப்பத்தால் (பொய்யன்!) தூண்டப்பட்டு அவளை ஏமாற்றியதாக நம்புவது. பின்னர் அவளை நான் ஏன் மறுக்கக்கூடாது என்பதற்கு எந்தக் காரண மும் இருக்காது. நிச்சயமாக ஒரு வெற்று முத்தம் என்னைக் கட்டுப்படுத்தாது!

என் எண்ணங்கள் என்னைக் கொண்டு வந்து சேர்த்த முடிவால் நான் இறுமாப்படைந்தேன். "நான் சொனோகோவோடு காதலில் இல்லை."

என்னவொரு அற்புதமான விசயம்! ஒரு பெண்ணைக் காதலிக்காமலே ஆசையை மூட்டுகிற ஆணாக நான் மாறியிருந்தேன். பின்னர், அவளுக்குள் காதல் கொழுந்து விட்டெரியும்போது, இரண்டாவது முறை அது குறித்து யோசிக்காமல் அவளைக் கைவிடுவேன். நேர்மையான மற்றும் குணநலங்கொண்ட மரியாதைக்குரிய மாணவனாகத் தோற்றம் தருகிற நான் அதிலிருந்து எத்தனை விலகி நிற்கிறேன். என்றாலும், ஒரு பெண்ணைத் தன்னுடைய முதன்மையான எண்ணத்தை நிறைவேற்றாமல் கைவிடுகிற காமுகன் என்றொரு விசயம் இருக்க முடியாது என்கிற உண்மையை நான் கண்டு கொள்ளாமல் இருக்கவும் முடியாது. ஆனால் நான் இதுபோன்ற எண்ணங்களை எல்லாம் ஒதுக்கினேன். அடம்பிடிக்கிற ஒரு மூதாட்டியைப்போல, நான் கேட்க விரும்பாத எந்த விசயத் துக்கும் என் காதுகளை மொத்தமாக மூடிக்கொள்ளும் வழக் கத்தை ஏற்படுத்திக் கொண்டிருந்தேன்.

எனக்கு இப்போது தேவைப்பட்ட ஒரே விசயம் திருமணத்தி லிருந்து வெளியேறுவதற்கான வழியை வடிவமைப்பது. துல்லிய மாகச் சொல்வதெனில், தான் காதலித்த பெண்ணுக்கும் யாரோ ஒருவனுக்கும் நடக்கவுள்ள திருமணத்தைத் தடுக்கத் திட்டமிடும் பொறாமை கொண்ட காதலன் நான் என்பதைப்போல, இந்த விவகாரத்தில் நான் ஈடுபட்டேன்.

ஜன்னலைத் திறந்து என் அம்மாவை அழைத்தேன்.

தீர்க்கமான கோடைக்காலச் சூரியவொளியில் பெரிய காய்கறித் தோட்டம் பிரகாசமாய்த் தென்பட்டது. தக்காளிகள்

மற்றும் கத்தரிக்காய்களின் வரிசைகள் தங்கள் உலர்ந்த இலை களைச் சூரியனை நோக்கி எதிர்ப்பதைப் போல, கூர்மையாக உயர்த்தின. உறுதியான நாளங்களைக் கொண்ட இலைகளின் மேல் தன்னுடைய பொசுக்கும் கதிர்களை சூரியன் விடாமல் பொழிந்து கொண்டிருந்தது. கண்களுக்கு எட்டிய தூரம்வரை காய்கறிகளின் இருண்ட செல்வம் மொத்தமும் தோட்டத்தின் மீது விழுந்த பிரகாசமான ஒளியின் கீழ் நொறுங்கிக் கிடந்தது. தோட்டத்துக்குப் பின்னால், தன்னுடைய முகத்தை என் திசையில் மங்கலாகத் திருப்பியிருந்த கோவிலைச் சுற்றி, மரங்களின் சிறிய சோலை ஒன்றிருந்தது. அதையும் தாண்டி இருந்தது தாழ்ந்த நிலம். நாட்டுப்புறப் பகுதியைத் தன் அதிர்வுகளால் நிரப்பிய மின்சார ரயில்கள் அவ்வப்போது கண்ணுக்குப் புலப்படாமல் அந்த வழியில் கடந்து போயின. நிமிர்த்தப்பட்ட மின்னூர்திக்கம்பி இழையுருளையின் வழியான ஒவ்வொரு கவனமற்ற பயணத்துக்குப் பிறகும், சூரியவொளியில் மின்னியபடி, மின்கம்பி மட்டும் சோம்பலோடு ஊசலாடிக் கொண்டிருக்கும்.

என் அழைப்புக்கான பதிலென்பதாக நீலநிற நாடாக்களின் கொடியோடு ஒரு பெரிய வைக்கோல் தொப்பி காய்கறித் தோட்டத்தின் நடுவிலிருந்து எழுந்து வந்தது. அது என் அம்மா. என் மாமா அணிந்திருந்த வைக்கோல் தொப்பி அவர் என் அம்மாவின் மூத்த அண்ணன் தலைகுனிந்து நிற்கும் சூரிய காந்தியைப் போல் வளைந்து, ஒரு முறை கூட என் திசையில் திரும்பாமல், அசைவற்றிருந்தது.

அவளுடைய தற்போதைய வாழ்க்கை முறையால் என் அம்மாவின் தேகம் கொஞ்சம் கருத்திருந்தது. மேலும் அவள் என்னை நோக்கி நகர்ந்தபோது அவளின் வெண்ணிறப் பற்கள் பளீரிடுவதை என்னால் பார்க்க முடிந்தது. அவள் பேசுவது கேட்கக்கூடிய தூரத்துக்கு வந்தபிறகு, உரத்த சுருதியோடு குழந்தைத்தனமான குரலில் அவள் என்னை அழைத்தாள்.

"என்ன விசயம்? நீ என்னிடம் ஏதாவது சொல்ல விரும்பினால், இங்கே வா."

"கொஞ்சம் முக்கியமான விசயம். நீ ஒரு நிமிடம் இங்கே வா."

எதிர்ப்பு தெரிவிப்பதைப் போல, என் அம்மா மெதுவாக

நெருங்கி வந்தாள். பழுத்த தக்காளிகள் குவிந்திருந்த கூடை யொன்றை ஏந்தியிருந்தாள். வீட்டை அடைந்து, ஜன்னல் அடிக்கட்டையில் கூடையை வைத்து விட்டு எனக்கு என்ன வேண்டுமென்று வினவினாள்.

நான் அவளிடம் கடிதத்தைக் காட்டவில்லை, ஆனால் அது என்ன சொன்னதென்பதை அவளிடம் சுருக்கமாகச் சொன்னேன். பேசிக்கொண்டிருக்கும்போதே நான் ஏன் அவளை அழைத்தேன் என்பது எனக்கு மறந்து போனது. என்னை நானே தேற்றுவதற்காக வெறுமனே உளறிக்கொண்டிருந்தேன் என்பதாகக்கூட இருக்கலாம். எனக்கு மனைவியாக யார் வந்தாலும் என் பதற்றமான மற்றும் கவலையற்ற தந்தையோடு ஒரே வீட்டில் வசிப்பதென்பது நிச்சயம் கஷ்டமாகத்தான் இருக்குமென்பதை நான் அவளிடம் சொன்னேன். மேலும் இதுபோன்ற நேரங்களில் தனியாக வீடு எடுத்துக் கொள்ளவும் எந்த வாய்ப்பும் கிடையாது. மேலும், பழங்கால வழிமுறைகளைச் சேர்ந்த என் குடும்பத்துக்கும், உற்சாகமானதென்றும் எதையும் எளிதாய் எடுத்துக்கொள்ளக் கூடியவர்களெனவும் நான் வர்ணித்த சொனோகோவின் குடும்பத்துக்குமிடையில், அனேகமாக உலகத்திலுள்ள அத்தனை வித்தியாசங்களும் இருக்கக்கூடும். மேலும் என்னளவில், ஒரு மனைவிக்குப் பொறுப்பேற்றுக் கொள்ளும் கவலையை இத்தனை சீக்கிரம் ஏற்றுக்கொள்ள நான் விரும்பவில்லை... இது போன்ற எண்ணற்ற பழகிச்சலித்த மறுப்புகளை, இவற்றையெல்லாம் ஒத்துக்கொண்டு நான் திருமணம் செய்வதற்கான எந்தவொரு யோசனையையும் என் அம்மா பிடிவாதமாக எதிர்ப்பாள் என்று நம்பி, பொறுமையாகச் சொன்னேன். ஆனால் அவள் எப் போதும்போல அமைதியாகவும் இளக்காரமாகவும் இருந்தாள்.

"நீ பேசுவதைக் கேட்கச் சிரிப்பாய் வருகிறது." விசயத்தைப் பற்றிச் சற்றும் கவலை கொள்ளாதவளைப் போல அவள் இடை மறித்தாள். "அப்படியென்றால், உண்மையில் நீ எப்படி உணர் கிறாய்? அவளை நீ காதலிக்கிறாயா இல்லையா?"

"உண்மையில், நானும் கூட... அது வந்து..." நான் முணு முணுத்தேன். "ஆனால் நான் ஒன்றும் அவ்வளவு தீவிரமாக இல்லை. நான் அதில் பாதி விளையாட்டாகத்தான் இருந்தேன். பிறகு அவள் மிகவும் தீவிரமாகி என்னை நடுக்கடலில் விட்டு விட்டாள்."

"பிறகு அங்கே ஒரு பிரச்சினையும் இல்லை, இருக்கிறதா

என்ன? எவ்வளவு சீக்கிரம் இதை நீ சரி செய்கிறாயோ உங்கள் இருவருக்குமே அது நல்லது. கடைசியில், நீ அது குறித்து எப்படி உணர்கிறாய் என்பதை அறிந்து கொள்ளத்தான் அந்தக் கடிதம் முயல்கிறது. நீ நேரடியான பதிலை அனுப்புவதுதான் நல்லது. எனவே நான் கிளம்புகிறேன். இப்போது எல்லாம் சரியாகி விட்டது, இல்லையா?"

"ஹ்ம்ம்" பதிலளித்து நானொரு சிறிய பெருமூச்சை வெளியிட்டேன்.

சோளம் வளர்ந்திருந்த மூங்கில் வாயில்வரைக்கும் என் அம்மா சென்றிருப்பாள். பிறகு திரும்பி நானிருந்த சாளரத்தை நோக்கிப் பதற்றமாக ஓடி வந்தாள். அவளுடைய முகத்தோற்றம் இப்போது எப்படியோ மாறியிருந்தது.

"கவனி, நாம் இப்போதுதான் பேசிக் கொண்டிருந்ததைப் பற்றி..." அப்போதுதான் முதல் முறை என்னைப் பார்க்கும் விசித்திரமான பெண்ணைப் போல, என்னை வித்தியாசமானதொரு உணர்வோடு பார்த்தாள். "—சொனோகோவைப் பற்றி. நீ... அவள்... நீ அவளை... அது..."

அவளுடைய அர்த்தம் புரிந்து நான் சிரித்துக் கொண்டேன். பிறகு சொன்னேன்:

"முட்டாளாக இருக்காதே, அம்மா." இதற்கு முன்பு இத்தனைக் கசப்போடு நான் சிரித்ததில்லை என்பதாக உணர்ந்தேன். "நான் இப்படியொரு விசயத்தைச் செய்திருப்பேன் என்று நிஜமாகவே நீ நம்புகிறாயா? நீ என்னை இவ்வளவுதான் நம்புகிறாயா?"

"ஓ, எனக்குத் தெரியும். நான் உறுதி செய்து கொள்ள வேண்டியிருந்தது." ஏமாற்றத்தை மறைத்துக்கொண்டு, அவள் தன்னுடைய உற்சாகமான முகத்தோற்றத்துக்கு மீண்டாள். "அம்மாக்கள் அதற்காகத்தான் இருக்கிறார்கள். இதுபோன்ற விசயங்கள் குறித்துக் கவலைப்படுவதற்காக. கவலைப்படாதே. நான் உன்னை நம்புகிறேன்."

அன்றிரவு, எனக்குமே செயற்கையாய் ஒலித்த, மறைமுகமான மறுப்பின் கடிதத்தை எழுதினேன். இது நான் சற்றும் எதிர்பாராத விசயமென்றும் என் உணர்வுகள் இன்னும் அத்தனை தூரம் சென்றிருக்கவில்லை என்றும் எழுதினேன்.

மறுநாள் காலை ஆயுதசாலைக்குத் திரும்பிச் செல்லும்போது, கடிதத்தை அனுப்புவதற்காக நான் தபால் அலுவலகத்தில் நின்றேன். விசேச ஒப்படைப்புக்கான ஜன்னலில் நின்றிருந்த பெண்மணி நடுங்கும் என் கைகளைச் சந்தேகமாகப் பார்த்தாள். அவள் தன் கடினமான, அழுக்கான கைகளால் அதை எடுத்து வேகமாக முத்திரையிட்டபோது நான் என் கடிதத்தை வெறித்துப் பார்த்திருந்தேன். என் வருத்தம் இப்படியொரு திறன் வாய்ந்த, தொழிற்பட்ட முறையில் கையாளப்படுவதில் நிம்மதி யாக உணர்ந்தேன்.

எதிரி விமானங்கள் இப்போது தங்களுடைய இலக்குகளை மாற்றிக்கொண்டு சிறிய நகரங்களையும் ஊர்களையும் தாக்கத் தொடங்கியிருந்தன. அனைத்து ஆபத்துகளிலிருந்தும் வாழ்க்கை தற்காலிகமாக விடுவிக்கப்பட்டிருப்பதாகத் தோன்றியது. சரண டைவதை ஆதரிக்கும் கோணங்கள் மாணவர்களிடையே பரவி யிருந்தன. எங்கள் இளைய துணைப் பேராசிரியர்களில் ஒருவர், மாணவர்களிடம் ஆதரவு திரட்டும் முயற்சியாக, அமைதி பற்றிய மறைமுகமான குறியீடுகளை குறிப்பிடத் தொடங்கினார். மிகவும் சந்தேகத்துக்குரிய கோணங்களுக்காகக் குரல் கொடுக்கும்போது அவருடைய சிறிய மூக்கில் அற்பத்தனம் புடைப்பதைப் பார்த்து, நான் நினைத்துக்கொள்வேன்: “நீ என்னை முட்டாளாக்க முயற்சி செய்யாதே.” மறுபுறம் இன்னும் வெற்றியின் மீது நம்பிக்கை கொண்டிருந்த பைத்தியங்களையும் நான் புறந்தள்ளினேன். போரில் வென்றாலும் தோற்றாலும் எனக்கு எல்லாம் ஒன்றுதான். நான் விரும்பிய ஒரே விசயம் ஒரு புதிய வாழ்வைத் தொடங்குவது மட்டும்தான்.

புறநகர்ப்பகுதியிலுள்ள வீட்டுக்குச் சென்றபோது இதுதான் காரணம் என்று தெரிந்திராத காய்ச்சலால் நான் பாதிக்கப் பட்டேன். இடைவிடாது சுழலுவதைப் போல் தோன்றிய மேற் கூரையை வெறித்தபடி படுத்துக் கிடக்கையில், சொனோகோவின் பெயரை அது ஏதோவொரு புனித யந்திரம் என்பதைப்போலத் தொடர்ச்சியாக முணுமுணுத்தேன். கடைசியாக நான் படுக்கை யிலிருந்து எழ முடிந்தபோது ஹிரோஷிமாவின் அழிவைப் பற்றிய செய்தியை கேள்விப்பட்டேன்.

அதுதான் எங்களுக்கான இறுதி வாய்ப்பு. அடுத்தது டோக்கியோதான் என்று மக்கள் சொன்னார்கள். மக்கள்

நம்பிக்கையின்மையின் எல்லைகளைத் தொட்டு விட்டதால் தங்களுடைய சமாச்சாரங்களை உற்சாகமான முகங்களோடு எதிர்கொண்டார்கள். ஒரு கணத்திலிருந்து அடுத்ததிற்கு போகையில் எதுவும் நிகழவில்லை. எங்கும் உற்சாகமானதொரு எழுச்சியின் மனநிலை நிரம்பியிருந்தது. ஏற்கனவே வீங்கிய பொம்மை ஊதற்பையை ஒருவர் ஆச்சரியத்தோடு தொடர்ந்து ஊதுவதைப் போலிருந்தது. "இது இப்போது வெடிக்குமா? இது இப்போது வெடிக்குமா?" என்றாலும் கூட ஒவ்வொரு கணத்திலும் எதுவும் நிகழவில்லை. கிட்டத்தட்டப் பத்து நாட்களுக்கு இந்த நிலைமை நீடித்தது. இது இன்னும் சற்று நீண்டிருந்தால், பைத்தியம் பிடிப்பதைத் தவிர வேறு எந்த வழியும் இருந்திருக்காது.

பிறகு ஒரு நாள் சில நேர்த்தியான விமானங்கள் முட்டாள் தனமான எதிர் வான்வழித் தாக்குதல்களின் வழியாக மிதந்து வந்து கோடைக்கால வானின் கீழே பரப்புரைக்கான துண்டுப் பிரசுரங்களை மழையாய்ப் பொழிந்தன. துண்டுப்பிரசுரங்கள் சரணடைவதற்கான வழிவகைகள் பற்றிய செய்திகளைக் கொண்டிருந்தன. அன்று மாலை என் அப்பா தன் அலுவலகத் திலிருந்து நேராகப் புறநகர்ப்பகுதியின் வீட்டுக்கு வந்தார். தோட்டத்தின் வழியாக வந்து முற்றத்தில் அமர்ந்த உடனே சொன்னார்:

"கவனி" என்றார். "அந்த பரப்புரை உண்மைதான்." நம்பத்தகுந்த இடத்திலிருந்து தனக்குக் கிடைத்திருந்த உண்மையான ஆங்கில வாசகங்களின் நகலை அவர் என்னிடம் காட்டினார்.

நான் அந்த நகலை என் கைகளில் எடுத்தேன். ஆனால் அதை வாசிப்பதற்கு நேரம் கிடைக்கும் முன்பே அந்த செய்தியின் உண்மைத்தன்மையை எனக்குள் கிரகித்துக் கொண்டிருந்தேன். அது தோல்வி பற்றிய நிதர்சனம் அல்ல. மாறாக, எனக்கு... எனக்கு மட்டும்... அச்சந்தரும் நாட்கள் ஆரம்பமாகப் போகின்றன என்று அர்த்தம். ஆக, நான் விரும்பினாலும் விரும்பாவிட்டாலும், மேலும் இப்படி ஒரு நாள் வரவே வராது என்று என்னை நம்பச்செய்த எல்லாவற்றையும் மீறி, அடுத்த நாளே நான் மனித இனத்தின் அங்கத்தினனாக ஒரு 'தினசரி வாழ்க்கையைத்' தொடங்க வேண்டியிருக்கும் என்று அர்த்தம். வெறும் வார்த்தைகள் மட்டுமே என்னை எப்படி நடுங்கச் செய்தன!

அத்தியாயம் நான்கு

என்னுடைய எதிர்பார்ப்புகளுக்கு நேர்மாறாக, நான் அச்சங்கொண்டிருந்த தினசரி வாழ்க்கை தான் தொடங்கு வதற்கான சின்னதொரு சமிக்ஞையையும் வழங்கவில்லை. மாறாக, தேசம் ஏதோவொரு வகையிலான குடியுரிமைப் போரில் ஈடுபட்டிருப்பதாகத் தென்பட்டது. உண்மையான போரின்போதிருந்ததைக் காட்டிலும் மக்கள் ‘நாளை’ பற்றி வெகு குறைவாகவே சிந்தித்ததாகத் தோன்றியது.

தன்னுடைய பல்கலைக்கழக சீருடையை எனக்குத் தந்த பள்ளித்தோழன் ராணுவத்திலிருந்து வெளியேற்றப்பட்டான். நான் அவனுடைய சீருடையை அவனுக்கு திருப்பித் தந்தேன். பிறகு சொற்ப காலத்துக்கு நான் என்னுடைய நினைவுகளி லிருந்து என்னுடைய இறந்த காலத்தின் அனைத்து நினைவுகளி லிருந்தும், விடுதலை செய்யப்பட்டதான தோற்றமயக்கத்தைக் கொண்டிருந்தேன்.

என்னுடைய தங்கை இறந்து போனாள். நான் கூடக் கண்ணீர் சிந்த முடியும் என்கிற கண்டுபிடிப்பில் மேலோட்டமான மன அமைதியை எனக்குள் தருவித்துக் கொண்டேன்.

சொனோகோவுக்கு சம்பிரதாய முறையில் நிச்சயம் நடந்தது.

என் தங்கை இறந்த கொஞ்ச நாட்களில் திருமணம் செய்து கொண்டாள். இந்த நிகழ்வுக்கான என் எதிர்வினையை என்னுடைய தோள்களில் இருந்து ஒரு சுமை நீங்கியதைப் போன்ற உணர்வென்று அதை நான் விவரித்தால் சரியாக இருக்குமா? நான் மகிழ்ந்ததைப்போல என்னிடம் நானே பாசாங்கு செய்தேன். காதலில் ஆசைகாட்டி மோசம் செய்தது நான்தான் அவளில்லை என்பதால் இது இயல்பானதுதான் என்று எனக்கு நானே பெருமை பீற்றிக்கொண்டேன்.

விதி என்னை செய்யும்படி நிர்ப்பந்தித்த செயல்களை என்னுடைய விருப்பம் மற்றும் புத்திகூர்மையின் வெற்றிகள் என்று அர்த்தப்படுத்த நான் வெகுகாலம் வற்புறுத்தி வந்தேன். இப்போது இந்தத் தீய பழக்கம் ஒரு வகையில் வெறிபிடித்த முரட்டுத்தனமாக வளர்ந்திருந்தது. நான் புத்திகூர்மை என்றழைத்ததன் இயல்பில் முறைகேடான ஏதோவொன்றின் சாயல் இருந்தது. எதேச்சையான வாய்ப்பால் அரியணையில் அமர்த்தப்பட்ட கள்ளத்தனம் நிரம்பிய போலி உரிமையாளனின் சாயல். இந்த மட்டித்தனமான அடாவடிப் பேர்வழியால் தன்னுடைய முட்டாள்தனம் நிரம்பிய கொடுங்கோன்மையின் மீது ஏவப்பட்ட தவிர்க்க முடியாத பழியுணர்வை முன்கூட்டி அறிய முடியவில்லை.

அடுத்த வருடத்தை நான் நிச்சயமற்று ஆனால் நன்மை மீது மட்டும் நம்பிக்கை கொண்டிருந்த உணர்வுகளோடு கழித்தேன். அக்கறையின்றி நான் செயலாற்றிய என் சட்டப்படிப்புகள் தொடர்ந்தன. மேலும் பல்கலைக்கழகத்துக்கும் என் வீட்டுக்குமிடையில் தானாகவே நான் போனதும் வந்ததும்... எதன் மீதும் நான் அக்கறை கொண்டிருக்கவில்லை. அல்லது வேறெதுவும் என் மீது அக்கறை கொண்டிருக்கவில்லை. ஒரு இளைய பாதிரியைப் போன்ற உலகம் புரிந்ததான புன்னகையை நான் கைவரப் பெற்றிருந்தேன். உயிரோடு இருக்கிறேனா அல்லது இறந்து விட்டேனா என எதுவும் புரியாத உணர்வு எனக்கிருந்தது. போரில் நிகழும் மரணத்தின் இயல்பான மறறும புறத்தூண்டுதலற்ற தற்கொலைக்கான என்னுடைய முன்னாள் விருப்பம் இப்போது முற்றிலும் வேரோடு அழிக்கப்பட்டதாகவும் மறக்கப்பட்டதாகவும் தோன்றியது.

உண்மையான வலியென்பது மிக மெதுவாகத்தான் வரமுடியும். துல்லியமாகச் சொல்வதெனில் அது காசநோயைப் போன்றது.

நோய்க்குறிகள் பற்றி நோயாளி தெரிந்து கொள்ளுமுன்பே மிகுந்த இக்கட்டான நிலைமைக்கு வந்திருக்கும். ஒருநாள் நானொரு புத்தகக்கடையில் நின்றேன். மெல்ல மெல்ல புதிய வெளியீடுகள் மீண்டும் அங்கே தலைகாட்டத் தொடங்கியிருந்தன. முரட்டுத் தனமாக தாள்கள் பிணைக்கப்பட்டிருந்த ஒரு மொழிபெயர்ப்பை எடுக்க நேர்ந்தது. பிரெஞ்சு எழுத்தாளர் ஒருவரின் மிகைப் படுத்தப்பட்ட கட்டுரைகளின் தொகுப்பு. புத்தகத்தை நான் மனம் போன போக்கில் திறக்க அந்தப் பக்கத்தில் இருந்த ஒரு வரி என் கண்களில் சுடர் விட்டெரிந்தது. கூர்மையான அசௌகரியத்தின் உணர்வு என்னைப் புத்தகத்தை மூட நிர்ப் பந்தித்து அதை மீண்டும் அடுக்கில் வைக்கச் செய்தது.

மறுநாள் காலை பள்ளிக்குப் போகும் வழியில் எதுவோ என்னை சட்டென்று ஆக்கிரமித்தது. பல்கலைக்கழகத்தின் முதன்மை வாயிலுக்கு அருகிலிருந்த அதே புத்தகக்கடையின் முன் நின்று முந்தைய தினம் நான் பார்த்த புத்தகத்தை வாங்க வைத்தது. குடிமுறை விதிகள் பற்றிய விரிவுரையின்போது நான் புத்தகத்தை திருட்டுத்தனமாக எடுத்து, திறந்து கிடந்த என்னுடைய குறிப்பேட்டின் கீழ் மறைத்து, அதே வரியின் மீது ஆவேசத்தோடு படர்ந்தேன். முந்தைய தினத்தைக் காட்டிலும் அதிகமான அசௌகரியத்தின் துல்லிய உணர்வை அது இப்போது எனக்குத் தந்தது.

...ஒரு பெண்ணினுடைய சக்தியின் அளவென்பது அவள் தன் காதலனை தண்டனைக்குட்படுத்தும் வேதனைகளின் தரா தரத்தைப் பொறுத்தது...

பல்கலைக்கழகத்தில் என்னோடு சுமூகமான உறவிலிருந்த நண்பனொருவன் இருந்தான். வெகுகாலத்துக்கு முன்பு நிறுவப் பட்டதொரு தின்பண்டங்களின் கடை அவனுடைய குடும் பத்துக்குச் சொந்தமாயிருந்தது. முதல் பார்வையில், அவனொரு சுவாரசியமற்ற, சுறுசுறுப்பான மாணவனாகத் தென்பட்டான். வாழ்க்கை மற்றும் மனிதர்கள் குறித்து அவன் கொண்டிருந்த எரிந்து விழும் தொனியிலான குரலும், அவனும் என்னைப் போலவே மெலிந்த தேகக்கட்டைக் கொண்டிருந்தான் என்கிற சங்கதியும் சேர்ந்து, எனக்குள் ஒரு பரிதாபத்துக்குரிய' ஈர்ப்பை உருவாக்கியிருந்தது. ஆனால் என்னுடைய எரிச்சல் ஒரு அபிப் பிராயத்தை உருவாக்கும் மற்றும் சுயதற்காப்புக்கான விருப் பத்தின் காரணமாக உருவானது. இதே மனநிலை அவனுக்குள்

ஏதோவொரு சுயநம்பிக்கையின் திடமான உணர்வில் வேரூன்றியிருப்பதாகத் தோன்றியது. அவனுக்கு எங்கிருந்து இந்த நம்பிக்கை வருகிறது என நான் அதிசயித்தேன். சிறிது காலம் கழித்து நான் இன்னும் கன்னித்தன்மையோடுதான் இருக்கிறேன் என்பதை அவன் யூகித்தான். பொங்கி வழியும் மேன்மையுணர்வு மற்றும் சுயஇகழ்ச்சியின் கலவையான குரலில், தான் விபச்சார விடுதிகளுக்கு சென்று வருவதை அவன் ஒத்துக்கொண்டான். பிறகு இந்த சமாச்சாரம் பற்றிய எனது உணர்வுகளை வெளிப்படுத்தினான்.

"...எனவே நீ எப்போதாவது போக விரும்பினால், என்னை அழை. எப்போது வேண்டுமானாலும் நான் உன்னை அழைத்துப் போகிறேன்."

"உம். நான் போக விரும்பினால், உறுதியாக... ஒருக்கால். நான் கூடிய விரைவில் முடிவெடுக்கிறேன்." நான் பதிலளித்தேன்.

அவன் நாணமுற்றவனாக என்றாலும். வென்றவனாகத் தோற்றமளித்தான். அவனுடைய வெளிப்பாடு என் நாணத்தின் உணர்வைத்தான் பிரதிபலித்தது. எனது தற்போதைய மன நிலையை அவன் முழுமையாக உணர்ந்ததாக நம்பியதாகவும், மிகச்சரியாக இதே போன்ற உணர்வுகளைத் தான் அனுபவித்த காலகட்டத்தைப் பற்றி அவன் நினைவுறுத்தப்பட்டதைப் போலவும் இருந்தது. நான் அலைக்கழிக்கப்படுவதாக உணர்ந் தேன். என் மீது சுமத்தப்பட்ட உணர்வுகளை உண்மையாகப் பெற்றிருக்க விரும்பிய, எனக்குள் ஏற்கனவே நன்கு ஊறியிருந்த, அலைக்கழிப்பின் உணர்வு.

போலியான நாணமென்பதும் ஒருவகையான சுயநலம்தான், ஒருவரின் சொந்த விருப்பங்களின் பலத்தால் அவசியமானதாக மாறும சுயபாதுகாப்புக்கான ஒரு வழிமுறை. ஆனால் என்னு டைய உண்மையான விருப்பங்கள் சுயசலுகையின் இந்த வடிவத்தைக் கூட அனுமதிக்காத அளவுக்கு வெகு ரகசியமாய் இருந்தன. மேலும் அதே நேரத்தில் கற்பனையான விருப்பங் களும் — அதாவது, பெண்கள் குறித்த எனது எளிமையான மற்றும் சுருக்கமான ஆர்வம் — இதுபோன்ற சுயநலத்துக்குத் தங்களுக்குள் எந்த இடமும் இல்லை என்பதைப் போல எனக்கு வெகு இறுக்கமான சுதந்திரத்தையே அளித்தன. ஆர்வத்தால் ஒரு பயனும் இருப்பதில்லை. உண்மையில், ஒரு மனிதனுக்கு

இருக்கக்கூடிய மிக மோசமான நெறியற்ற விருப்பம் அதுதான்.

பரிதாபத்துக்குரிய ரகசியமானதொரு பயிற்சியை நான் வடிவ மைத்தேன். நிர்வாணமான பெண்களின் படங்களை நிலையாக உற்றுப்பார்ப்பதன் மூலம் என் விருப்பத்தைப் பரிசோதிப்பதை அது உள்ளடக்கி இருந்தது. எளிதாக யூகிக்கும் வகையில், என்னுடைய விருப்பம் ஆமாம் என்றோ இல்லை என்றோ பதில் சொல்லவில்லை. எனது அந்த தீய பழக்கத்தில் ஈடுபடும் போது, முதலில் என் வழக்கமான பகற்கனவுகளை விலக்கி, பிறகு மிகவும் கீழ்த்தரமான நிலைகளில் தோற்றமளிக்கும் பெண்களின் உருவங்களை மனதுக்குள் வலுக்கட்டாயமாக அழைத்து வருவதன் மூலம், நான் என்னுடைய விருப்பத்தை சீரமைக்க முயல்வேன். சில நேரங்களில் என் முயற்சிகள் வெற்றியடைந்ததாகத் தோன்றின. ஆனால் இந்த வெற்றியில் இருந்த ஏதோவொரு பொய்மை என்னுடைய இதயத்தை பொடிப்பொடியாக சிதைத்ததாகத் தோன்றியது.

கடைசியில், ஒன்று நீச்சலடிக்க வேண்டும் அல்லது மூழ்க வேண்டுமென நான் தீர்மானித்தேன். என் நண்பனை ஒரு ஞாயிற்றுக்கிழமை மதியம் ஐந்து மணிக்கு குறிப்பிட்ட தேநீர்க் கடையில் வந்து என்னை சந்திக்குமாறு தொலைபேசியில் கேட்டுக் கொண்டேன். போர் முடிந்த இரண்டாவது வருட ஜனவரியின் நடுவில் இது நிகழ்ந்தது.

"ஆகக் கடைசியில் நீ ஒரு தீர்மானத்துக்கு வந்து விட்டாய், இல்லையா?" அவன் தொலைபேசியில் உற்சாகமாகச் சிரித்தான். "பரவாயில்லை, நான் அங்கே இருப்பேன். கவனி. நான் நிச்சய மாக அங்கே இருப்பேன். நீ வராமல் போனால் உன்னை மன்னிக்கவே மாட்டேன்."

தொலைபேசியை வைத்த பிறகும், அவனுடைய எக்காளச் சிரிப்பின் குரல் என் காதுகளில் எதிரொலித்தது. கண்ணுக்குப் புலப்படாத, திருகியதொரு புன்னகையால் மட்டுமே அவனு டைய எக்காளத்தை எதிர்கொள்ள முடிந்ததென்பதை நான் அறிந்திருந்தேன். என்றாலும் ஒரு நம்பிக்கையின் கீற்றை உணர்ந்தேன். அல்லது சரியாகச் சொல்வதெனில், அதுவொரு கற்பனையான நம்பிக்கை. ஆபத்தான கற்பனை. வீண் தற் பெருமைதான் மக்களை துணிந்து இன்னல்களை சந்திக்கச் செய்யும். என் விசயத்தைப் பொருத்தவரை இருபத்து இரண்டு

வயதில் இன்னும் கன்னிப்பையனாகத்தான் இருக்கிறேன் என்று அறியப்பட விரும்பாத பொதுவான வீண் தற்பெருமைதான் இயங்கியது. இப்போது அதைப் பற்றி நினைக்கும்போது, என் பிறந்தநாளன்றுதான் இந்தத் தேர்வுக்கு என்னை நான் உறுதி செய்து கொண்டது...

மற்றவருடைய மனதைப் படிக்க முயல்வதைப்போல நாங்களிருவரும் ஒருவரையொருவர் உற்றுப்பார்த்தோம். தீவிரமான முகமோ அல்லது அகலமான இளிப்போ இரண்டும் சம அளவில் அபத்தமானதாகவே இருக்குமென்பதை இன்று என் நண்பனும் உணர்ந்திருந்தான். தன்னுடைய உணர்வுகளற்ற உதடுகளிலிருந்து சிகரெட் புகையை வேகவேகமாக ஊதித்தள்ளினான். சம்பிரதாயமாக சில வார்த்தைகளைப் பரிமாறிக் கொண்ட பிறகு இந்தக்கடையில் வழங்கப்படும் தின்பண்டங்களின் மோசமான தரம் குறித்து பொதுப்படையாக பேச ஆரம்பித்தான். சிரத்தையின்றி அதை கேட்டுக் கொண்டிருந்தவன் அவனை இடைமறித்தேன்:

“நீயும் கூட உன்னுடைய முடிவில் தீர்மானமாக இருப்பாய் என நம்புகிறேன். ஏனெனில் முதல் முறை இது போன்றதொரு இடத்துக்கு அழைத்துப் போகக்கூடிய மனிதன் வாழ்நாள் நண்பனாகவோ அல்லது வாழ்நாள் எதிரியாகவோ மாறிப்போவான் எனும் சந்தேகம் எனக்குண்டு.”

“என்னை பயமுறுத்தாதே. நான் எப்பேர்ப்பட்ட கோழை என்பது உனக்குத் தெரியும். ஒரு வாழ்நாள் எதிரியின் கதாபாத்திரத்தை ஏற்று நடிக்க எனக்குத் தெரியாது.”

“உனக்கு இந்தளவுக்கு உன்னைப் பற்றித் தெரிந்திருப்பது நல்ல விசயம்தான்.” தைரியமாக இருப்பதாக காட்டிக்கொள்ள, நான் வேண்டுமென்றே அவனை மட்டம் தட்டிப் பேசினேன்.

“அப்படியானால் சரி” செயற்குழுவின் தலைவனைப் போன்ற கடுமையான தோற்றத்தோடு அவன் சொன்னான்: “நாம் எங்காவது சென்று எதையாவது குடிக்க வேண்டும். புதிதாக ஆரம்பிப்பவனுக்கு அவன் நிதானத்தில் இருப்பது ரொம்ப சிரமமாக இருக்கும்.”

“இல்லை, நான் குடிக்க விரும்பவில்லை.” என் கன்னங்கள்

விறைப்பதை உணர்ந்தேன். “சிறிதளவு மதுவும் எடுத்துக் கொள்ளாமல்தான் நான் போகிறேன். அது இல்லாமல் போகும் தைரியம் எனக்குண்டு.” வேகமாக ஒன்றன்பின் ஒன்றாக மங்கலான சாலை வாகனத்திலும் பிறகு மங்கலான மேலே செல்லும் ரயிலிலும் சவாரி செய்தோம். பரிச்சயமில்லாத நிலையம், பரிச்சயமில்லாத தெரு, அருவருக்கும் குடியிருப்பு மனைகள் வரிசையாய் நின்றிருந்த முனை, மேலும் ஊதா மற்றும் சிவப்பு விளக்குகளின் கீழ் வீங்கியதாகத் தெரிந்த பெண்களின் முகங்கள். தெருவை உருக்குவதுபோல, ஒருவரையொருவர் மௌனமாகக் கடந்து சென்ற வாடிக்கையாளர்கள் தங்களுக்குள் உரசியபடி நடந்தார்கள். அவர்கள் ஏதோ வெறுங்காலில் நடப்பதைப் போல் அவர்களுடைய காலடியோசைகள் சந்தடியற்று இருந் தன. சின்னதொரு விருப்பத்தையும் நான் உணரவில்லை. பாதி மதியத்தின் தீனிகளுக்காக இரைஞ்சும் குழந்தைதான் நான் என்பதைப்போல, மிகத்துல்லியமாக, என்னை உந்தித்தள்ளியது என்னுடைய அசௌகரியத்தின் உணர்வென்பதைத் தவிர்த்து வேறொன்றுமில்லை.

“எந்த இடமானாலும் பரவாயில்லை” என்றேன். “எந்த இடமானாலும் பரவாயில்லை, புரிகிறதா.” அங்கிருந்து திரும்பி பெண்களின் செயற்கையான கம்மிய குரல்களிடமிருந்து தப்பி ஓட வேண்டுமென்பதைப்போல உணர்ந்தேன். “ஒரு நிமிடம் நில், அன்பே; ஒரே ஒரு நிமிடம் நில், அன்பே...”

“இந்த வீட்டிலிருக்கும் பெண்கள் ஆபத்தானவர்கள். உனக்கு அவளைப் பிடித்திருக்கிறதா? கடவுளே, என்னவொரு முகம்! ஆனால் குறைந்தபட்சம் அந்த வீடுதான் சற்றே பாது காப்பானது.”

“முகத்தால் எந்த வித்தியாசமும் விளையப் போவதில்லை.” என்றேன்.

“அப்படியானால் சரி, வித்தியாசமாக இருக்க வேண்டுமென் பதற்காக மட்டும் நான் அழகானவளை எடுத்துக்கொள்கிறேன். பிற்பாடு என் மீது கோபம் கொள்ளாதே.”

நாங்கள் நெருங்கிச் சென்றபோது இரண்டு பெண்கள் ஏதோ அவர்களைப் பேய் பிடித்தது போல எங்களிடம் குதித்தோடி வந்தார்கள். நாங்கள் வீட்டுக்குள் போனோம். உள்ளே நுழைகை யில் எங்கள் தலைகள் மேற்கூரையைத் தொடுவதாகத் தோன்றும் அளவுக்கு அந்த வீடு மிகச் சிறிதாயிருந்தது. தன்னுடைய தங்கப்

பல்லையும் ஈறுகளையும் வெளிப்படுத்திய புன்னகையைத் தந்து, நாட்டுப்புற உச்சரிப்பைக் கொண்டிருந்த மெலிந்தவள் என்னை மூன்று படுக்கைகளுடனான அறைக்கு அழைத்துச் சென்றாள். கடமையுணர்வு என்னை அவளை அணைக்கச் செய்தது. என் கைகளுக்குள் இறுக்கி, நான் அவளை முத்தமிட இருந்தேன். அவளுடைய கனத்த தோள்கள் வெடிச்சிரிப்பால் பித்தேறியதாகக் குலுங்கின.

“அப்ப்ப்ப்ப்படிச் செய்யாதே! உதட்டுச்சாயம் உன் மேல் ஒட்டிக்கொள்ளும். இதோ இதுதான் சரி.”

வேசை தன்னுடைய பெரிய வாயைத் திறந்தாள். அதன் தங்கப்பல் உதட்டுச்சாயத்தில் தீற்றியிருந்தது. தன் உறுதியான நாவை ஒரு குச்சியைப்போல வெளியே நீட்டினாள். அவளு டைய எடுத்துக்காட்டை வழிமொழிந்து, நானும் என் நாவை வெளியே நீட்டினேன். எங்கள் நாவுகளின் நுனிகள் தொட்டுக் கொண்டன.

அதிதீவிர வலியை நினைவுறுத்தும் உணர்வுக்குறை ஒன்றிருப் பதாக சொன்னால் அனேகமாக நான் புரிந்து கொள்ளப்படாமல் போகலாம். இது போன்றதொரு வலியால், வெகு முனைப்பான, என்றாலும் துளிகூட உணரமுடியாத வலியால், என்னுடைய மொத்த உடம்பும் மரத்துப்போவதை நான் உணர்ந்தேன். தலையணையின் மீது என் தலையை சாய்த்தேன்.

பத்து நிமிடங்களுக்குப் பிறகு என் இயலாமை குறித்து எந்தச் சந்தேகமும் இருக்கவில்லை. என் முழங்கால்கள் அவமானத்தால் நடுங்கிக் கொண்டிருந்தன.

நடந்தது எதைப் பற்றியும் என் நண்பனுக்கு எந்த சந்தேகமும் இல்லையென்று நான் யூகித்தேன். மேலும் ஆச்சரியப்படும் வகையில், அடுத்த சில நாட்களில் நோயிலிருந்து மீண்டு வருவதைப் போன்ற உற்சாகமற்ற உணர்வுகளுக்கு என்னை முழுதாய் ஒப்புக்கொடுத்தேன். பயமென்னும் கடுந்துயரத்தோடு பெயர் தெரியாத நோயால் பாதிக்கப்பட்ட மனிதனைப் போலிருந்தேன். அது குணப்படுத்த முடியாததாக இருந்தாலும், வெறுமனே நோயின் பெயரைத் தெரிந்து கொள்வது கூட தற்காலிக விடுதலையின் ஆச்சரிய உணர்வை அவனுக்குத் தருகிறது. மேலும், தன்னுடைய மனதுக்குள் அவன் தப்பிக்கவியலாத

தொரு நம்பிக்கையை இன்னுமதிகமாக முன்னுணருகிறான். அது, தன் தனித்த இயல்பில், நிரந்தர விடுதலையின் உணர்வை அவனுக்கு அதிகமாகத் தருகிறது. அனேகமாக நானும் கூட தகர்த்தெறிய வாய்ப்பேயில்லாதவொரு அடியை எதிர்பார்க்கும் இடத்துக்கு நகர்ந்திருந்தேன். அல்லது வேறு வழியில் அதைப் பற்றி சொல்வதென்றால், தப்பிக்க வாய்ப்பில்லாத விடுதலையின் அதீத உணர்வு.

தொடர்ந்த வாரங்களில் என் நண்பனை பள்ளியில் பலமுறை சந்தித்தேன். ஆனால் இருவருமே அந்த சம்பவத்தைப் பற்றி ஒரு தடவை கூட ஆலோசிக்கவில்லை. ஒரு மாதத்துக்குப் பிறகு மாலைவேளையில் என்னைச் சந்திக்க அவன் வந்தான். மற்றொரு மாணவனின் துணையோடு, எங்களுக்குப் பொதுவாக அறிமுகமான ஒருவன். அவன் பெயர் ட்டி (ஆங்கில எழுத்து T), பெண்களின் மாபெரும் காதலன், வீண் தற்பெருமையால் நிரம்பி, எந்தப் பெண்ணையும் வெறும் பதினைந்து நிமிடங்களில் தன்னால் சரிக்கட்ட முடியும் என்று சதா அலம்பித் திரிபவன். சொல்லி முடிக்குமுன்பே எங்களுடைய உரையாடல் தவிர்க்க முடியாத களத்துக்குக் கீழிறங்கியது.

"இனியும் அது இல்லாமல் நான் இருக்கமுடியாது என்னால் என்னைக் கட்டுப்படுத்தவே முடியவில்லை," என்னை நெருக்கமாகப் பார்த்தபடி, ட்டி சொன்னான். "என்னுடைய நண்பர்களில் யாராவது ஆண்மையற்றவர்களாக இருந்தால் உண்மையாகவே நான் அவர்கள் மீது பொறாமைப்படுவேன். அதற்கும் மேல், நான் அவர்கள் முன் மண்டியிடுவேன்."

என்னுடைய முகம் நிறம் மாறுவதைக் கண்ட என் நண்பன் உரையாடலை ஒரு புதிய தளத்துக்குத் திருப்பி, ட்டியிடம் சொன்னான்:

"மார்செல் ப்ரௌஸ்ட் எழுதிய புத்தகத்தை எனக்குக் கடன் தருவதாக நீ வாக்களித்தாய், நினைவிருக்கிறதா? அது சுவாரசியமாக இருக்கிறதா?"

"அது சுவாரசியமாக இருக்கிறதென்றுதான் நான் சொல்லுவேன். ப்ரௌஸ்ட் ஒரு சோடோமைட்டாக இருந்தார்." அவனொரு அந்நியமொழி வார்த்தையைப் பயன்படுத்தினான். "பணியாட்களோடு அவருக்கு தொடர்பிருந்தது.

“சோடோமைட் என்றால் என்ன?” என்று கேட்டேன். அப்பாவியைப் போல பாசாங்கு செய்வதன் மூலம் நான் நம்பிக்கையிழந்தவனாக காற்றைத் துழாவிக் கொண்டிருப்பதை உணர்ந்தேன். இந்த சிறிய கேள்வியை ஆதரவாகப் பற்றிக்கொண்டு அவர்களுடைய எண்ணங்களைப் பற்றிய ஏதாவது தடயத்தை, என் மானக்கேட்டை அவர்கள் சந்தேகிக்கவில்லை என்பதற்கான ஏதாவது அறிகுறியைக் கண்டடைய முயன்றேன்.

“சோடோமைட் என்றால் சோடோமைட்தான். உனக்குத் தெரியாதா? அதுதான் தன்ஷோகுகா.”

“ஓ... ஆனால் ப்ரௌஸ்ட் அப்படியிருந்தார் என நான் ஒரு போதும் கேள்விப்பட்டதில்லை.”

என்னுடைய குரல் நடுங்கிக் கொண்டிருந்ததென்பதை என்னால் சொல்ல முடியும். புண்பட்டதாகத் தோற்றம் தந்தால் என் துணைவர்களுக்கு உறுதியான சான்றினை நானே தந்ததாக இருக்கும். வெளித்தோற்றத்துக்கு இப்படியொரு மானங்கெட்ட சமநிலையைப் பேண முடிந்ததை அசிங்கமாக உணர்ந்தேன். என் நண்பன் என்னுடைய ரகசியத்தை மோப்பம் பிடித்து விட்டது வெளிப்படையாகத் தெரிந்தது. என் முகத்தைப் பார்ப்பதைத் தவிர்க்க தன்னாலான அனைத்தையும் அவன் செய்து கொண்டிருந்தான் என்று எனக்கு எப்படியோ தோன்றியது.

இறுதியில் என் சபிக்கப்பட்ட விருந்தாளிகள் பதினோரு மணிக்குக் கிளம்பினார்கள். தூக்கமற்ற அந்த இரவில் என்னுடைய அறைக்குள் என்னை நானே அடைத்துக்கொண்டேன். புகைமண்டலமென உதிரம் ஆவியாகி அலைந்திடும் கனவுகள் கடைசியாக வந்து என்னைத் தேற்றும்வரை நான் தேம்பியழுது கொண்டிருந்தேன். பிறகு, என்னுடைய மிக நெருங்கிய நண்பர்களான, வருத்தம் கொள்ளச்செய்யும் அந்தக் கொடூரமான கனவு களிடம், என்னை நான் முழுமையாக ஒப்படைத்தேன்.

ஏதாவதொரு மாற்றம் அவசியமானதாக இருந்தது. பழைய நண்பனொருவனின் வீட்டில் நிகழ்ந்த சந்திப்புகளுக்கு, சோம்பலான உரையாடலையும் வெறுமையான பிற்பொழுதுகளையும் தவிர்த்து அவை என் மூளையில் எதையும் மிச்சம் வைக்கப் போவதில்லை என்பது தெரிந்தும், அடிக்கடி சென்று வரத் தொடங்கினேன். நான் அங்கே போனது ஏனென்றால் அந்தக் கொண்டாட்டங்களுக்கு வந்த உயர்குடி மனிதர்கள்

என்னுடைய வகுப்புத்தோழர்களைப் போலல்லாது, ஆச்சரியப்படும் வகையில் தோழமையோடும் எளிதில் அறிந்து கொள்ளக்கூடியவர்களாகவும் இருப்பதாகத் தோன்றி னார்கள். அவர்களில் நிறைய புதுபாணிகளால் ஈர்க்கப்பட்ட இளம்பெண்கள் இருந்தார்கள். ஒரு புகழ்பெற்ற *சோப்ரானோ*, வளர்ந்துவரும் பெண் பியானோ இசைப்பாளர், மேலும் சமீபத்தில்தான் திருமணம் ஆகியிருந்த நிறைய இளம் மனைவிகள். அங்கே நடனமிருக்கும்; சிறிது குடியும் மேலும் தொட்டுப் பிடிக்கும் ஆட்டத்தின் காமம்சார்ந்த வடிவத்தை உட்படுத்திய முட்டாள்தனமான விளையாட்டுகளை விளை யாடுவதும் இருக்கும். சில சமயங்களில் கொண்டாட்டங்கள் விடியும்வரை நீடிக்கும். அதிகாலை வேளைகளில் நடனமாடிக் கொண்டிருக்கையில் உறக்கம் கவிழ்வதை நாங்கள் அறிந்து கொள்வோம். பிறகு விழித்திருக்க வேண்டி நாங்கள் ஒரு ஆட்டத்தை விளையாடுவோம், தரையில் மெத்தைகளை விசிறி இசைப்பெட்டி சட்டென்று நிற்கும்வரை அவற்றைச் சுற்றி வட்டமாக நடனமாடுவோம். இந்தச் சைகையின்போது இருவர் இருவராக தலையணையின் மீது அமருவோம். தங்களுக்கென ஓர் இடத்தைப் பிடித்துக்கொள்ள முடியாதவர் ஏதாவது சாகசம் செய்யவேண்டும். நடனமாடுபவர்கள் மெத்தைகளின் மீது கும்பலாகச் சென்று வீழ்வது மாபெரும் கிளர்ச்சியை உண்டாக்கியது. விளையாட்டு தொடருகையில், பலமுறை இது நிகழ்த்தப்பட்டபோது, பெண்கள் கூட தங்களுடைய தோற்றம் குறித்து அக்கறையற்றவர்களாகத் தோன்றினார்கள்.

அனேகமாக அவர்களுக்கு சற்று போதையாயிருந்ததுதான் காரணமாயிருக்கலாம். ஆனால் ஒருமுறை அங்கிருந்த பெண் களில் மிகுந்த அழகோடிருந்தவள் அதீத உற்சாகத்தோடு சிரிப்பதை நான் எப்படியெல்லாம் பார்த்தேனென்பது எனக்கு நினைவிருக்கிறது. மெத்தையைப் பிடிக்கத் தோற்றுப்போன குழப்பத்தில் தனது பாவாடை தொடைகளுக்கு ரொம்ப மேலே ஏறிக்கிடப்பதை அவள் கவனித்திருக்கவில்லை. அவளுடைய தொடைகளின் சதை வெண்மையாக பளபளத்தது. சிறிது காலத்துக்கு முன்பு இது நிகழ்ந்திருந்தால், அனேகமாக இப்படி யொரு சூழ்நிலையில், தங்களுடைய விருப்பங்களை விட்டு விலகி யோடும் மற்ற இளைஞர்களின் வழியைப் பின்பற்றியிருப்பேன். மேலும் ஒருகணமும் மறந்திராத என் கதாபாத்திரத்தை ஏற்று நடிப்பதற்கான அனைத்துத் திறமைகளையும் பயன்படுத்தி

உடனடியாக என் கண்களை வேறுபக்கம் திருப்பியிருப்பேன். ஆனால் அந்த குறிப்பிட்ட தினத்துக்குப் பிறகு நான் மாறி யிருந்தேன். சின்னதொரு வெட்க உணர்வுமின்றி — அதாவது, என்னோடு உடன்பிறந்த வெட்கமின்மை பற்றிய சின்னதொரு வெட்க உணர்வுமின்றி — அந்த வெண்மையான தொடைகளை ஏதோவொரு உயிரற்ற பொருளின் ஒரு பகுதியை மட்டும் ஆராய்வது போல பொறுமையாக உற்றுப்பார்த்தேன்.

வெகுநேரம் எதையாவது உற்றுப்பார்ப்பதால் வரும் கசப்பான வலியால் திடீரென நான் தாக்கப்பட்டேன். வலி அறிவித்தது: நீ மனிதஜென்மம் கிடையாது. நீ இயல்பாகப் புணர்ச்சியில் ஈடுபட முடியாததொரு ஜென்மம். நீயொரு மனிதத்தன்மையற்ற, ஏதொ வொரு வினோதமான, பரிதாபத்துக்குரிய பிராணி என்பதைத் தாண்டி வேறொன்றுமில்லை.

அதிர்ஷ்டவசமாக, குடிமுறை அரசுப்பணி தேர்வுகளுக்குத் தயாராக வேண்டிய நேரம் நெருங்கியிருக்க நான் என்னுடைய மொத்த சக்தியையும் அவற்றுக்குத் தயாராவதில் அலுப்போடு செலவிட வேண்டியிருந்தது. தன்னிச்சையாக, உடல்ரீதியாகவும் மனரீதியாகவும், அதிகம் துன்புறுத்தும் சமாச்சாரங்களை விட்டு தொலைதூரம் விலகி நிற்க இது என்னைத் தயாராக்கியது. ஆனால் இந்த கவனச்சிதைவு கூட ஆரம்பத்தில் கொஞ்சகாலம் தான் பயனளிப்பதாக இருந்தது.

அந்த இரவு எனக்குள் தட்டியெழுப்பிய தோல்வியின் உணர்வு மெல்ல மெல்லத் திரும்பி வந்து என் வாழ்வின் அனைத்து முனைகளிலும் படர்ந்தது. நான் சோர்வடைந்தேன். முடிவற்றதாய்த் தொடர்ந்த பல நாட்களுக்கு நான் எதுவும் செய்ய இயலாதவனாய் இருந்தேன். எனக்குள் கொஞ்சமாவது ஆண்மை இருப்பதை எனக்கு நானே நிரூபிப்பதற்கான தேவை நாளுக்கு நாள் அதிகரித்துக்கொண்டே போனது. இத்தகைய ஆதாரம் இல்லாமல் நான் தொடர்ந்து வாழமுடியாது என்றும் தோன்றியது. என்றாலும் என்னுடைய இயல்பான வக்கிரத்தை உணருவதற்கான தடயத்தை என்னால் எங்கும் கண்டுபிடிக்க முடியவில்லை. இங்கே என்னுடைய இயல்புக்கு மாறான விருப்பங்களை, அவற்றின் மிதமான வடிவங்களில் கூட பூர்த்தி செய்ய எந்த வாய்ப்புமில்லை.

வசந்தகாலம் வந்தது. மேலும் என்னுடைய அமைதியான

புறத்தோற்றத்தின் பின்னணியில் ஒரு மூர்க்கமான பதட்டம் உருவாகிக் கொண்டிருந்தது. தன்னுடைய வெறுப்பை தூசு படிந்த காற்றால் வெளிப்படுத்துவதைப்போல, பருவகாலம் கூட என் மீது குரோதம் கொண்டிருப்பதாகத் தோன்றியது. ஒரு தானியங்கி வாகனம் கிட்டத்தட்ட என்னை உராய்ந்து சென்றால், என் மனதுக்குள் நான் அதை மட்டம் தட்டி உரத்த குரலில் சொல்லுவேன்: "அட, நீ ஏன் ஒரு படி மேலே சென்று என் மீது ஏற்றக்கூடாது?"

நானாகவே என் மீது சுமத்திக்கொண்ட விடாமுயற்சியுடனான படிப்பிலும் ஸ்பார்ட்டனைப் போன்ற வாழ்விலும் மகிழ்ச்சி யடைந்தேன். படிப்பில் மனமொன்றாத தருணங்களில் நடப்பதற் காக வெளியே போவேன். என்னுடைய ரத்தச்சிவப்பான கண்களை மனிதர்கள் கேள்விக்குறியோடு பார்ப்பதை நான் பலமுறை உணர்ந்திருக்கிறேன். ஒரு பார்வையாளர் நான் உற்சாகமான நாட்களை ஒவ்வொன்றாக குவித்துக் கொண்டிருப்பதாக நினைத்தாலும் கூட, உண்மையில் நான் கவனக்குறைவின் அரித்தழிக்கும் அயர்ச்சியையும், விரயத்தை யும், ஒட்டுமொத்தமாக சீரழிக்கும் சோம்பலையும், மேலும் நாளை என்பதைப் பற்றி எதுவுமே அறிந்திராத ஒரு வாழ்க்கை முறையையும்தான் கற்றுக்கொண்டிருந்தேன். ஆனால் பிறகு வசந்தகாலம் முடியவிருந்த ஒரு மதியநேரம் பேருந்தில் நான் பயணித்தபோது, என் மூச்சை மொத்தமாகக் கொள்ளை கொண் டதாகத் தோன்றிய இதயத்துடிப்பை சட்டென்று உணர்ந்தேன்.

அது ஏனென்றால், நின்று கொண்டிருந்த பயணிகளிடையே பார்த்தபோது, வாகனத்தின் எதிர்முனையில் சொனோகோ அமர்ந்திருக்கும் காட்சி கணநேரத்தில் என்னைக் கடந்து போனது. அங்கே குழந்தையைப் போன்ற அவள் கண்ணிமைகளின் கீழே, விவரிக்கவியலாத ஆழமான மென்மையோடு, தீர்க்கத்தோடும் பணிவோடுமிருந்த அவள் கண்களை என்னால் பார்க்க முடிந்தது. பயணிகளில் ஒருவர் தன் கைப்பிடியை விட்டு வெளி வாசலை நோக்கி நகர்ந்தபோது நான் எழுந்து நிற்கும் புள்ளியில் இருந்தேன். பிறகு அந்தப் பெண்ணின் முகத்தை முழுமையாகப் பார்த்தேன். அது சொனோகோ இல்லை.

என் இதயம் இன்னும் படபடத்துக் கொண்டிருந்தது. அந்த இதயத்துடிப்புகள் எல்லாம் வெறுமனே ஆச்சரியத்தாலோ அல்லது குற்ற உணர்ச்சியினாலோ உருவானவை என எனக்கு நானே

விளக்கம் சொல்வது எளிதாயிருந்தது. ஆனால் இப்படியொரு விளக்கத்தால் கூட அந்தநேரம் நானனுபவித்த உணர்வின் தூய்மையை அழிக்க முடியவில்லை. மார்ச் ஒன்பதன்று காலையில் சொனோகோவைப் பார்த்தபோது நான் உணர்ந்த மனவெழுச்சி சட்டென்று என் நினைவுக்கு வந்தது. இப்போது உணர்ந்ததும் துல்லியமாக அந்தவுணர்வுதான்; அதே உணர்வு தான். என் இதயத்தைத் துளைத்த துயரத்தின் உணர் வையும் கூட இது ஒத்ததாகவே இருந்தது.

இந்த சிறிய சம்பவம் மறக்கமுடியாத ஒன்றாக மாறியது. அடுத்த சில தினங்களில் உயிர்ப்பான மனவெழுச்சியின் இரைச்சலை எனக்குள் கிளர்த்தியது. நிச்சயமாக நான் சொனோகோவோடு இன்னும் காதலில் இருக்கிறேன் என்பது உண்மையாக இருக்கமுடியாது. நிச்சயமாக ஒரு பெண்ணைக் காதலிக்கும் திறமையும் எனக்குக் கிடையாது. முந்தைய தினம் வரை இந்த நம்பிக்கைகள் மட்டுமே என்னுடைய உண்மையான மற்றும் கீழ்ப்படிதலுடைய தொண்டர்களாக இருந்தன. அவற்றின் விசுவாசம் பற்றி நான் எப்போதும் உறுதியாக நம்பினேன். ஆனால் இப்போது அவையும் கூட எனக்கெதிராக கலகம் செய்து கொண்டிருந்தன.

இந்த வகையில் எனது நினைவுகள் சட்டென்று என் மீதானத் தங்களுடைய ஆதிக்கத்தை மீட்டெடுத்தன. கடுமையான வேதனையின் வடிவத்தை ஏற்றுக்கொண்ட பிறழ்வு மனநிலை. இரண்டு வருடங்களுக்கு முன்பே நேர்த்தியாகத் துப்புரவு செய்து நான் வெளியே எறிந்திருக்க வேண்டிய ‘அற்பமான’ நினைவுகள் இப்போது அதிசயிக்கும் வகையில் பெரிதாக வளர்ந்து— முழுதாக மறக்கப்பட்ட ஒரு வேசையின் மகன் திடீரென்று நன்கு வளர்ந்தவனாக எதிரே வருவதைப்போலவே — என் கண்களின் எதிரே மீண்டும் உயிரூட்டப்பட்டிருந்தன. இந்த நினைவுகள், பல்வேறு தருணங்களில் நான் கண்டுபிடித்ததைப்போன்ற ‘இனிய உணர்வுகளைக்’ கொண்டோ, அல்லது பிற்காலத்தில் அவற்றை அப்புறப்படுத்த நான் பயன்படுத்திய தொழில்முறை உணர்வுகளைக் கொண்டோ தீற்றப்பட்டிருக்கவில்லை. மாறாக, அவை நேரடியான, எளிதில் புலப்படும் வாதையின் காற்றைப்போல முழுதாய் ஊடுருவிப் பரவியிருந்தன. எனக்கு இருந்த உணர்வு குற்றவுணர்ச்சிதான் என்றால், எண்ணற்ற முன்னோடிகளால் ஏற்கனவே நன்கு புலப்படுத்தப்பட்ட பாதையைப் பின்பற்றுவதன் மூலம், அதைத் தாங்கிக்கொள்ளும்

வழியை எளிதாக நான் கண்டுபிடித்திருக்கக்கூடும். ஆனால் விசித்திரமாக என்னுடைய வலி, ஒரு துளிகூட குற்றவுணர்ச்சியாக இல்லாமல், தெள்ளத்தெளிவான மரணவேதனையாய் இருந்தது. வீதியை சூரியன் மற்றும் அதன் நிழலின் கண்கூசச் செய்யும் வேறுபாடென்பதாக இரண்டாகப் பிரிக்கும் தீவிரமான கோடைக்காலச் சூரியவொளியின் பிரதிபலிப்பை சாளரத்தின் வழியே கட்டாயப்படுத்தி பார்க்கச் சொல்வதைப் போலிருந்தது.

மழைக்காலத்தின் முகிலார்ந்த ஒரு மதியநேரத்தில் நான் அஸாபுவின் ஒரு சந்தில் நடந்து போக நேர்ந்தது. இது நான் அதிகம் வந்திருக்காத நகரத்தின் பகுதி. திடீரென, எனக்குப் பின்னாலிருந்து யாரோ என் பெயரை அழைத்தார்கள். அது சொனோகோதான். சுற்றுமுற்றும் பார்த்து அவளைக் கண்டு கொண்டபோது நான் ஆச்சரியம் கொள்ளவில்லை. ஏனெனில் அந்த நேரத்தில் வாகனத்தில் போன இன்னொரு பெண்ணை அவளென்று நான் தவறாகப் புரிந்து கொள்ளவும் நேர்ந்திருந்தது. வெகு காலம் முன்பே அதை நான் முன்னுணர்ந்திருந்தேன் என்பதைப்போல. இந்த எதிர்ப்படுதலின் வாய்ப்பு எனக்கு மிக இயல்பானதாகத் தோன்றியது. இந்தத் தருணத்தைப் பற்றிய அனைத்தையும் வெகுகாலத்துக்கு முன்பே நான் அறிந்திருந்ததைப் போல உணர்ந்தேன்.

அவளொரு எளிமையான உடையை அணிந்திருந்தாள். கச்சிதமான சுவர் ஒப்பனைத்தாளையொத்த மலர்களின் வடிவமைப்பில், மேலும் கழுத்தின் வி வடிவத்தினருகே இருந்த ஏதோ பின்னலாடை தவிர்த்து வேறெந்த நகையும் இல்லை. தான் இப்போது திருமணமானவள் என்பதைப் பறைசாற்றும் எதுவும் அவளிடம் தென்படவில்லை. ஒரு கூடையை ஏந்தியிருந்ததாலும், இன்னொரு கூடையை ஏந்திய முதிய பணிப்பெண்ணொருத்தியால் தொடரப்பட்டதாலும், அனேகமாக அவள் தன் குடும்பத்துக்கான பங்கீடுகளை பெற்று திரும்பிக் கொண்டிருந்தாள். அந்தப் பெண்மணியை வீட்டுக்கு அனுப்பிவிட்டு என்னோடு பேசியபடி தொடர்ந்து நடந்தாள்.

“நீ சற்றே மெலிந்து விட்டாய், இல்லையா?”

“ஆ தேர்வுகளுக்காகப் படித்ததற்கு நன்றி.”

“அதனால்? தயவு செய்து உன்னுடைய உடல்நலனைப்

பார்த்துக்கொள்.”

பிறகு கொஞ்ச நேரத்துக்கு நாங்கள் மௌனமாயிருந்தோம். குண்டுவீச்சுக்குத் தப்பிய அமைதியான குடியிருப்பு வீதியின் மேல் மென்மையான சூரியவொளி பொழியத் தொடங்கியது. ஒரு சமையலறையின் பின்பக்கவழியாக ஆடியசைந்து வெளி யேறிய ஈரமான வாத்தொன்று சாக்கடையில் குவாக் எனச் சத்த மிட்டபடி எங்களுக்கு முன்னால் சென்றது. நான் மகிழ்ச்சியாக உணர்ந்தேன்.

“இப்போதெல்லாம் நீ என்ன வாசிக்கிறாய்?” என்றேன்.

“புதினங்களைக் கேட்கிறாயா? சரி, டனிஸாகியின் சிலர் முட்செடிகளை விரும்புகிறார்களை நான் வாசித்திருக்கிறேன், பிறகு...”

நான் இடைமறித்தேன். “நீ இன்னும் வாசிக்கவில்லையா?” அப்போது புகழ்பெற்றிருந்த ஒரு புதினத்தின் பெயரைச் சொல்லிக் கேட்டேன்.

“நிர்வாணமான பெண்களோடிருக்குமே அதுவா?” என்றாள்.

“ஹ்ம்ம்” ஆச்சரியத்தோடு சொன்னேன்.

“அது அருவருப்பாய் இருக்கிறது — அட்டையிலிருக்கும் அந்த படம்.”

இரண்டு வருடங்களுக்கு முன்னால் ஒருவரின் முகத்தை நேருக்கு நேர் பார்த்து ‘நிர்வாணமான பெண்’ என்று சொல்ல நிச்சயமாக அவளால் ஒருபோதும் முடிந்திருக்காது. அவள் அந்த வார்த்தைகளைப் பயன்படுத்தினாள் என்கிற ஒற்றை விசயம் மட்டுமே, அவை அற்பமானவையாக இருந்தாலும் கூட, இதற்குமேலும் நானறிந்த கன்னிப்பெண்ணாக சொனோகோ இருக்கவில்லை என்னும் வலிமிகுந்த தெளிவான புரிதலை உடனழைத்து வந்தது.

வீதியின் ஒரு முனையை நாங்கள் அடைந்தபோது நின்று அவள் சொன்னாள்: “இங்கேதான் நான் விடைபெற வேண்டும். என் வீடு இந்த வீதியின் கடைசியில் இருக்கிறது.”

அவளைப் பிரியும் எண்ணம் தந்த வலியை உணர்ந்து, நான் என்

கண்களைத் தாழ்த்தி அவள் கையிலிருந்த வாளியைப் பார்த்தேன். அது கொன்யாகுவால் நிறைந்திருந்தது, சூரிய வொளியில் மிதந்த நெருக்கமான, கூழ்போன்ற திரள், கடற்கரையில் சூரியனால் வாட்டப்பட்ட பெண்ணின் தோல் போலத் தோற்றமளித்தது.

"சூரியனில் வெகுநேரம் வைத்திருந்தால் சாப்பிட முடியாத அளவுக்கு கொன்யாகு கெட்டுப்போகும்" என்றேன்.

"அதுவும் சரிதான்" உரத்த நகைச்சுவையான குரலில் சொனோகோ பதில் சொன்னாள். "அதுவொரு மாபெரும் பொறுப்புணர்வு."

"சரி, போய் வருகிறேன்."

"சரி, வாழ்த்துகள்" அவள் விலகி நடக்க ஆரம்பித்தாள்.

நான் அவளைத் திரும்ப அழைத்து தன் குடும்பத்தைப் பார்க்க எப்போதாவது சென்றாளா என விசாரித்தேன். வரும் சனிக் கிழமை தான் அங்கே செல்லவிருப்பதாக அவள் இயல்பாகச் சொன்னாள்.

பிறகு நாங்கள் பிரிந்தோம். மேலும் முதன்முறையாக நானொரு முக்கியமான விசயத்தைக் கவனித்தேன். இன்று அவள் என்னை மன்னித்து விட்டதாக எனக்குத் தோன்றியது. ஏன் அவள் என்னை மன்னித்தாள்? இத்தகையப் பெருந்தன்மையை விட பெரிய அவமானம் வேறெதுவும் இருக்கமுடியுமா? ஆனால், எனக்கு நானே சொல்லிக்கொண்டேன். இன்னும் ஒரேயொருமுறை தெளிவாக அவளால் நான் அவமானப்படுத்தப்பட்டால் என்னு டைய வலி ஒருவேளை குணமாகலாம்.

சனிக்கிழமை வருவதற்கு ரொம்ப காலம் ஆனதாகத் தோன்றி யது. கியோட்டோவிலிருந்த பல்கலைக்கழகத்துக்கு குசானோ போய்க்கொண்டிருந்தான், ஆனால் அதிர்ஷ்டம் என்பதாக வீட்டுக்கு வந்திருந்தான். சனியன்று மதியம் நான் அவனை பார்க்கப்போனேன்.

நாங்கள் பேசிக்கொண்டிருந்தபோது என் காதுகளின் மீது என்னையே சந்தேகம் கொள்ள வைக்கும் ஓர் ஓசையை நான் கேட்டேன். அது பியானோவின் ஓசை. இசைப்பது இப்போது முதிர்ச்சியற்றதாக இருக்கவில்லை. ஆனால் முழுமையானதாக, தாராளமாகவும், பூரணத்துவத்தோடும், பிரகாசத்தோடும்

வழிந்தோடிப் படருவதாகத் தோன்றிய அதிர்வுகளால் நிறைந் திருந்தது.

"யாரது வாசிப்பது?" என்று கேட்டேன்.

"சொனோகோதான். அவள் இன்று இங்கே வந்திருக்கிறாள்." எதுவும் அறிந்திராமல் குசானோ பதிலளித்தான்.

வலிமிகுந்த விசையோடு, ஒவ்வொன்றாக, எல்லா நினைவு களும் திரும்பி வந்தன.

என் மீது அவனுக்கிருந்த நல்லெண்ணத்தின் காரணமாக, சொனோகோவை மறைமுகமாக நான் நிராகரித்தது பற்றி குசானோ எப்போதும் ஒருவார்த்தை கூடச் சொன்னதில்லை என்கிற விசயத்தால், நான் பெரிதும் சோர்வடைந்தேன். அந்த சமயத்தில் அவள் குறைந்தபட்சம் கொஞ்சமாவது காயப்பட்டி ருந்தாள் என்பதற்கான ஏதாவதொரு தரவு எனக்குத் தேவையா யிருந்தது. எனக்கிருந்ததைப் போலவே அவளுக்குள்ளும் ஏதாவது துக்கத்தைக் கண்டுபிடிக்க நான் விரும்பினேன். ஆனால் மீண்டும் ஒரு முறை 'காலம்' இடையீடு செய்தது, எனக்கும் சொனோகோவுக்கும் குசானோவுக்குமிடையில் களைகளைப் போல செழித்து வளர்ந்திருந்தது. மேலும் பெருமை அல்லது கர்வம் அல்லது முன்ஜாக்கிரதை ஆகியவையின் நிறமற்று, எந்த உணர்வுகளையும் தெளிவாக வெளிப்படுத்துவதென்பது எங்களுக்கு சாத்தியமற்றதாகிப் போயிருந்தது.

பியானோவின் இசை நின்றது. அவளை எங்களோடு இணைந்து கொள்ள அழைக்கலாமா என்று கேட்கும் நகைத் திறன் குசானோவுக்கு இருந்தது. அவன் வெளியே சென்று சீக்கிரமே அவளோடு திரும்பி வந்தான். பெரிதும் அர்த்தமற்ற சிரிப்புகளோடு, சொனோகோவின் கணவன் பணிபுரிந்த அயல் நாட்டு அலுவலகத்தில் எங்களுக்கு அறிமுகமான மனிதர்கள் பற்றி நாங்கள் மூவரும் கிசுகிசுக்கத் தொடங்கினோம்.

சிறிது நேரம் கழித்து குசானாவின் அம்மா அவனை அழைக்க அவன் அவளிடம் சென்றான். சொனோகோவும் நானும் மட்டும், இரண்டு வருடங்களுக்கு முன்பு அந்த நாளில் நாங்கள் இருந்ததைப் போலவே, ஒன்றாகத் தனித்து விடப்பட்டோம்.

குழந்தைத்தனத்துக்குச் சற்றும் குறைவில்லாத தற்பெருமை

யோடு, எப்படி தன் கணவனுடைய முயற்சிகள்தான் குசானோவின் வீட்டை ஆக்கிரமிப்புப்படைகளின் மீள்கேள்விகளிலிருந்து காப்பாற்றியது என்பதை, சொனோகோ என்னிடம் சொன்னாள். ஆரம்பத்திலிருந்தே அவள் வீண்பெருமை பேசுவது எனக்குப் பிடித்திருந்தது. அதிகமான அடக்கத்தோடு இருக்கும் பெண்ணிடம் எந்தக் கவர்ச்சியும் இருப்பதில்லை. போலவே இறுமாப்புடன் இருக்கும் பெண்ணிடமும், மேலும் சொனோகோவின் அமைதியான எல்லைக்குட்பட்ட பிதற்றல் பெண்மையின் அப்பாவித்தனம் நிரம்பிய, விரும்பத்தகுந்த குணத்தைக் கொண்டிருந்தது.

"அதோடு" இன்னும் அமைதியாகப் பேசுகிறவளாகவே அவள் கேட்டாள்: "எனக்குத் தேவையாயிருக்கிற, உன்னை கேட்க ஆசைப்படுகிற, ஆனால் இதற்கு முன் கேட்க முடியாமல் போன ஒரு விசயம் இருக்கிறது. நாம் ஏன் திருமணம் செய்து கொள்ளவில்லை என்பது எனக்கு ஆச்சரியமாயிருக்கிறது. நீ என் அண்ணனுக்கு அனுப்பிய பதில் கிடைத்த பிறகு இந்த உலகத்தைப் பற்றிய எதையும் என்னால் புரிந்து கொள்ள முடியவில்லை. ஒவ்வொரு நாளும் மென்மேலும் ஆச்சரியப்படுவதைத் தவிர நான் வேறொன்றும் செய்யவில்லை. இப்போது கூட ஏன் நாம் திருமணம் செய்து கொண்டிருக்கக்கூடாது என்பது எனக்குப் புரியவில்லை."

கோபமான தோற்றத்தோடு, மெலிதாய்ச் சிவந்திருந்த தன் கன்னங்களைக் காட்டுவதாக அவள் தன் முகத்தை என்னிடமிருந்து சற்றே திருப்பிக்கொண்டாள். பிறகு சத்தமாக வாசிப்பதைப் போல தொடர்ந்து பேசினாள்:

"நீ என்னை விரும்பவில்லை என்பதாலா?"

தெளிவானதொரு வியாபார விசாரணையைப் போல அவளுடைய கேள்வி நேரிடையாக இருந்தது. என் இதயம் ஒரு மாதிரி வன்முறையான மற்றும் பரிதாபத்துக்குரிய சந்தோசத்தால் அதற்கு பதிலளித்தது. பிறகு மின்னற்பொழுதில் இந்தக் கொடூர சந்தோசம் வலியாக மாறியது. உண்மையான, மிக நுட்பமான வலி. அந்த வலியின் குறிப்பிட்டதொரு பகுதி நியாயமானது, ஆனால் இதைத் தாண்டி, இரண்டு வருடங்களுக்கு முன்பு நிகழ்ந்த 'அற்ப' நிகழ்வுகளை மீட்டெடுப்பது என் மனதை வலிக்கச் செய்யும் என்பதைக் கண்டுகொண்டதில் இருந்த

காயப்பட்ட பெருமையின் துயரமும் இருந்தது. நான் அவளிட மிருந்து விடுதலை பெற்றவனாக இருக்க விரும்பினேன். ஆனால் எப்போதும் போல அது எனக்குச் சாத்தியமற்றது என்பதையும் உணர்ந்தேன்.

"இன்னும் கூட உனக்கு இந்த உலகத்தைப் பற்றி எதுவும் தெரியாது" நான் அவளிடம் சொன்னேன்: "உலகாய விசயங்கள் பற்றிய உன்னுடைய அறியாமை, உன்னைப் பற்றிய நல்ல விசயங்களில் அதுவும் ஒன்று. ஆனால் கவனி, காதலில் இருக்கும் இரு நபர்கள் எப்போதும் திருமணம் செய்து கொள்வார்கள் என்பதாக மட்டும் இந்த உலகம் அமைந்திருக்கவில்லை. அதைத்தான் நான் துல்லியமாக உன் அண்ணனுக்கு எழுதினேன். தவிரவும்" — பெண்மையுடனான ஒரு விசயத்தை நான் சொல்லப்போவதை உணர்ந்து வாயை மூடிக்கொள்ள விரும்பினேன். ஆனால் முடியவில்லை — "தவிரவும், திருமண மென்பது கேள்விக்கு அப்பாற்பட்டது என அந்தக் கடிதத்தில் நான் எங்கும் தீர்க்கமாகக் குறிப்பிடவில்லை. நான் சொன் னதைப் போல, எனக்கு இன்னும் இருபத்தியோரு வயது கூட ஆகியிருக்கவில்லை. இன்னும் மாணவனாகத்தானிருந்தேன். மேலும் அப்போது எல்லாம் திடீரென்று நிகழ்ந்தது. பிறகு நான் தயங்கிக்கொண்டிருக்கையில் நீ வேகவேகமாகச் சென்று திருமணம் செய்து கொண்டாய்."

"நல்லது. என்னளவில், நான் அது குறித்து வருத்தப்பட எந்தக் காரணமுமில்லை. என் கணவர் என்னைக் காதலிக்கிறார். நானும் அவரைக் காதலிக்கிறேன். இதற்கு மேலும் நான் கேட்பதற்கு எதுவுமில்லை. என்றாலும் — இப்படி நினைப்பது தவறாகவும் இருக்கலாம், ஆனால் சில நேரங்களில் — அதை எப்படிச் சொல்வதென்று எனக்குத் தெரியவில்லை — சிலநேரங்களில் என் கற்பனையில் வேறொரு வாழ்க்கையை வாழும் மற்றொரு நானைப் பார்க்கிறேன். பிறகு பயங்கரக் குழப்பத்தோடு, நான் சொல்லக்கூடாத ஏதோவொன்றை சொல்லப்போவதாக உணர்கிறேன். நான் யோசிக்கக்கூடாத ஏதோவொன்றை யோசிக்கப் போவதாக உணர்ந்து, என்னால் அதைத் தாங்கிக் கொள்ள முடியாமல் உடைந்து போகிறேன். இதுபோன்ற நேரங்களில் என் கணவர் ரொம்ப உதவியாயிருக்கிறார். ஒரு குழந்தையைப்போல — என்னை மென்மையாக நடத்துகிறார்."

"பாவனையாகக்கூட தெரியலாம், ஆனால் நான் என்ன நினைக் கிறேன் என்று சொல்லட்டுமா? அந்த நேரங்களில் நீ என்னை

வெறுக்கிறாய். நீ என்னை மிகத்தீவிரமாக வெறுக் கிறாய்."

சொனோகோவுக்கு வெறுப்பு என்பதன் அர்த்தம் கூடத் தெரிந்திருக்கவில்லை.

மென்மையாகவும், தீர்க்கமாகவும், தன் உதடுகளை அதிருப்தி யால் பிதுக்குவதைப்போல பாசாங்கு செய்து, அவள் சொன் னாள்: "நீ விரும்பும் எதை வேண்டுமானாலும் யோசிக்க உனக்கு உரிமையுண்டு."

"நாம் மீண்டும் ஒருமுறை சந்திக்க முடியாதா, நாம் இருவர் மட்டும் தனியாக?"

சட்டென்று, ஏதோ என்னை முன்னோக்கிச் செலுத்துவதைப் போல, நான் அவளிடம் கெஞ்சிக்கொண்டிருப்பதை உணர்ந் தேன். "நீ அசிங்கப்படும் அளவுக்கு எதுவும் இருக்காது. உன் முகத்தைப் பார்ப்பதில் நான் திருப்தியடைவேன். உன்னை எதுவும் சொல்ல எனக்கு எந்த உரிமையுமில்லை. நீ ஒரு வார்த்தைக் கூடப் பேசாவிட்டாலும் பரவாயில்லை. வெறும் முப்பது நிமிடங்கள் என்பது கூடப் போதுமானது."

"அப்படியொரு சந்திப்பால் என்ன பயன்? மேலும் எப்படிப் பார்த்தாலும், நாம் ஒருமுறை சந்தித்தால், மீண்டும் சந்திக்கலாம் என்று நீ சொல்லமாட்டாயா என்ன? வீட்டில் என் மாமியார் ரொம்பக் கண்டிப்பாக நடந்து கொள்பவள். நான் வெளியே போகும் ஒவ்வொரு முறையும் எங்கே போகிறேன் என்றும் எப்போது திரும்புவேன் என்பதையும் தவறாமல் கேட்பாள். இப்படி அசௌகர்யமான உணர்வுகளோடு சந்திப்பதென்பது— ஆனால் ஒருவேளை..." அவளது பேச்சு ஒருகணம் தடுமாறியது. "நல்லது. மனித மனம் என்று ஒன்றுண்டு. அதனைத் துடிக்கச் செய்வது எது என்பது யாருக்கும் தெரியாது."

"அதுவும் சரிதான். ஆனால் எப்போதும் போல நீ இன்னும் திரு குழப்பவாதியாகத்தான் இருக்கிறாய், இல்லையா? ஏன் விசயங்களைப் பற்றி இன்னும் உன்னால் உற்சாகமாகவும் இயல்பாகவும் சிந்திக்க முடிவதில்லை?" (எப்படிப்பட்ட பொய் களை நான் சொல்லிக்கொண்டிருந்தேன்!)

"ஒரு ஆணைப் பொறுத்தவரையில் அது சரிதான். ஆனால் ஒரு திருமணமான பெண்ணுக்கு அப்படியில்லை. உனக்கென

ஒரு மனைவி வரும்போது இதை நீ சரியாகப் புரிந்துகொள்வாய். இதுபோன்ற விசயங்களில் மிகுந்த கவனத்தோடிருப்பது சாத்திய மென்று நான் நினைக்கவில்லை.”

“இப்போது உன்னுடைய குரல் யாரோவொருவரின் மூத்த தமக்கை அறிவுரை சொல்வதைப்போல் ஒலிக்கிறது.”

அதேநேரத்தில் குசானோ திரும்பிவர எங்கள் உரையாடல் தடைபட்டது.

எங்களுடைய உரையாடலின்போதும் என் மூளை முடிவற்ற சந்தேகங்களின் கூட்டத்தால் நிறைந்திருந்தது. சொனோகோவைச் சந்திக்க விரும்பும் என் மனநிலை நேர்மையான ஒன்றுதானெனக் கடவுளின் மீது சத்தியம் செய்தேன். ஆனால் அதற்குள் நிச்சயமாக மெலிதானதொரு பாலியல் விருப்பமும் இருக்கவில்லை. அப்படியென்றால், என்னை அவளைச் சந்திக்க வேண்டுமென ஆசைப்பட வைத்தது என்ன மாதிரியான விருப்பம்? இந்த தீவிர உணர்வு நிச்சயம் பாலியல் சார்ந்த விருப்பமில்லை எனும் சூழலில், மீண்டும் இது சுயவஞ்சகமாக மட்டும்தான் இருக்குமா? முதலில், எவ்வகையிலும் பாலியல் விருப்பம் எதுவுமில்லாத காதல் என்றொரு சங்கதி இருக்கமுடியுமா? அப்படியென்றால் அது தெளிவாகவும் வெளிப்படையாகவும் அபத்தமாகத்தானே இருக்கும்?

ஆனால் மற்றொரு சிந்தனையும் எனக்குள் தோன்றியது. எல்லா அபத்தங்களையும் மீறி மேலேறி வரும் சக்தி மனிதவுணர்வுக்கு இருக்கும் என்பதை நாம் ஒப்புக்கொண்டால், அப்படிப்பட்ட மனிதவுணர்வுகளின் அபத்தங்களையே மீறி மேலேறி வரும் சக்தி அதற்குக் கிடையாது என்று எப்படி விவாதிக்க முடியும்?

என் விதியைத் தீர்மானித்த அந்த இரவிலிருந்து பெண்களை நான் திறமையாகத் தவிர்க்கத் தொடங்கினேன். அந்த இரவுக்குப் பிறகு ஒரு பெண்ணின் உதடுகளைக்கூட நான் தொட்டிருக்கவில்லை — வெகு வெளிப்படையாக என் விருப்பத்துக்குரியதாக இருந்த எபிபிக்களின் உதடுகளை இன்னும் குறைவாகத்தான் தொட்டி ருந்தேன் — அவ்வாறு செய்யாமலிருப்பது கடுமையாகத் தோன்றும் சூழ்நிலையில் நான் இருந்தால் கூட. எனவே, கோடைக்காலத்தின் வருகை வசந்தத்தைக் காட்டிலும் அதிகமாய்

என் தனிமையைப் பயமுறுத்தியது. என் பாலியல் விருப்பங்களின் பாய்ந்தோடும் குதிரைகளை முழுமையான கோடைக்காலம் சாட்டையால் வெளுத்து வாங்கியது. என் தசைகளை உண்டு சித்திரவதை செய்தது. அதைத் தாங்கிக்கொள்ள சில சமயங்களில் ஒருநாளைக்கு ஐந்துமுறை கூட நான் என் தீய பழக்கத்திடம் புகலிடம் தேட வேண்டியிருந்தது.

என்னுடைய அறியாமை, பிறழ்ச்சியை எளிய உயிரியல் கோட்பாடென்பதாக முழுமையாக விளக்கும் ஹிர்ஷ்ஃபெல்டின் தத்துவங்களால் அகற்றப்பட்டது. அந்தத் தீர்மானமான இரவும் கூட இயற்கையான நிகழ்வுதானென்றும் அதில் அவமானப்பட எந்தக் காரணமுமில்லை என்பதை இப்போது நான் உணர்ந்தேன். ஒருபோதும் குதப்புணர்ச்சிக்கான ஆசையாக மாறாதபோதும் ஆய்வாளர்களால் கிட்டத்தட்ட அதற்குச் சமமானதாக பரவலாக நிறுவப்பட்டிருந்த எபிபிக்களின் மீது எனக்கிருந்த கற்பனையான காமம் நன்கு வரையறுக்கப்பட்ட வடிவத்தை வந்தடைந்திருந்தது. நான் உணர்ந்ததைப் போன்ற இதே உத்வேகம் ஜெர்மானியர்களிடம் வழக்கத்தில் இல்லாத ஒன்றாக இல்லை என்றும் சொல்லப்படுகிறது. இதை பிரதி நிதித்துவப்படுத்தும் ஆகச்சிறந்த வகைமாதிரி கவுண்ட் வான் ப்ளேட்டனின் நாட்குறிப்புதான். வின்கில்மேனும் கிட்டத்தட்ட இதே கதைதான். மேலும், மறுமலர்ச்சிக்கால இத்தாலிக்குத் திரும்பினால், மைக்கேல் ஏஞ்செலோவும் என்னுடையதை ஒத்த வகையிலான உணர்வுகளைக் கொண்டிருந்தார் என்பது தெளிவாக இருக்கிறது.

ஆனால் இந்த அறிவியல் கோட்பாடுகளை அறிவுப்பூர்வமாகப் புரிந்துகொண்டதால் என்னுடைய உணர்ச்சிவயமான வாழ்க்கை சரியான பாதைக்குத் திரும்பியது என்று அர்த்தமில்லை. என் விசயத்தில் பிறழ்வும் யதார்த்தமாக மாறுவதென்பது சிரமமான ஒன்றாக இருந்தது. ஏனெனில் எனக்கு இருந்த உணர்வு உடலின்பத்தைத் தாண்டிச் செல்லவில்லை. கண்மூடித்தனமாக, உதவிக்கு யாருமில்லாமல் போராடுகிற, வீணாக அல்லல்படும் இருண்மையின் உணர்வென்பதைத் தாண்டி வேறெங்கும் அது செல்லவில்லை. கவர்ச்சியான எபிபியால் எனக்குள் எழுந்த ஆர்வம் கூட வெறும் பாலுறவுக்கான விருப்பத்தோடு அரை குறையாகநின்றுபோனது.மேலோட்டமானதொருவிளக்கத்தைத் தருவதென்றால், என் ஆன்மா இன்னும் சொனோகோவுக்குச் சொந்தமானதாக இருந்தது. நான் இந்தக் கருத்தியலை அப்படியே

ஒத்துக்கொள்கிறேன் என்றாகாவிட்டாலும், ஆன்மாவுக்கும் உடலுக்குமிடையில் நடக்கும் போராட்டத்தின் இடைக்கால வரைபடத்தைத் தக்கபடி பயன்படுத்தி என்னுடைய அர்த்தத் தைத் தெளிவாக்க முடியும். என் ஆன்மாவுக்கும் தசைக்கும் இடையில் தூய்மையான மற்றும் எளிமையானதொரு பிளவு இருந்தது. என்னைப் பொறுத்தளவில், தெய்வீகத்தின் மீது நான் கொண்டிருந்த காதல், மரணமற்ற விசயங்களின் மீது நான் கொண்டிருந்த காதல், இயல்புநிலையின் மீது நான் கொண்டிருந்த காதல் என அனைத்தின் மறுபிறப்பாகவும் சொனோகோவே தோன்றினாள்.

ஆனால் இதுபோன்ற எளிமையான விளக்கத்தால் பிரச்சினை களைப் புறந்தள்ள முடிவதில்லை. நிலையான ஒழுங்கு முறை களின் மீது உணர்வுகளுக்கு ஈர்ப்பிருப்பதில்லை. மாறாக, ஈத்தரில் இருக்கும் நுண்ணிய சமாச்சாரங்களைப்போல், அவை சுதந்திரமாகப் பறக்கின்றன. மனம் போன போக்கில் மிதக் கின்றன. மேலும் என்றென்றும் தள்ளாடுவதையே விரும்பு கின்றன.

நானும் சொனோகோவும் விழித்துக்கொள்ளுமுன் ஒரு வருடம் கடந்து போனது. குடிமுறை அரசுப்பணிக்கானத் தேர்வுகளில் வென்று நான் பல்கலைக்கழகத்திலிருந்து தேர்ச்சி பெற்றிருந்தேன். அமைச்சரவைகளில் ஒன்றில் நிர்வாகப்பணியும் கிடைத்திருந்தது. அந்த வருடத்தில் பலமுறை நாங்கள் சந்தித்தோம். அவ்வப் போது எதேச்சையாக என்பதைப்போல, அவ்வப்போது ஏதாவது அற்பமான வேலையை சாக்காக வைத்து, ஆனால் இரண்டு அல்லது மூன்று மாதங்களுக்கு ஒருமுறைதான். அதுவும் கூட பகல்நேரத்தில் ஒருமணி நேரம் போலத்தான். எதுவும் சொல்லிக்கொள்ளும்படி நடக்காமல், அதேபோல் பிரிவதுமாக சந்தித்துக் கொண்டிருந்தோம். அவ்வளவுதான். என்னுடைய நடத்தையை யாரும் கண்டித்திருக்க முடியாது. அதோடு சொனோகோவும் ஒன்றுக்கும் உதவாத முந்தைய நினைவுகளைப் பேசுவதையும் எங்களுடைய தற்போதையச் சூழல் குறித்து அடக்கத்தோடு கேலி செய்வதையும் தாண்டி வேறெங்கும் செல்லத் துணியவில்லை. எங்களுடைய உறவைக் கள்ளத்தொடர்பு என ஒருபோதும் சொல்ல முடியாது. அதை ஒருவகையான உறவு என்றழைக்கவும் சிலர் தயங்கக்கூடும். நாங்கள் சந்திக்கும்போது கூட, ஒவ்வொரு விடைபெறுதலையும் எப்படி தெள்ளத்தெளிவான முறிவாக மாற்றமுடியும் என்பதைத்

தாண்டி, வேறெதையும் சிந்திக்க மாட்டோம்.

நான் இதில் திருப்தியாய் உணர்ந்தேன். அதையும் மீறி, இந்த முறையற்ற உறவிலிருந்த செழுமையான மர்மத்துக்காக நான் எதற்கோ நன்றிக்கடன் பட்டிருந்தேன். சொனோகோவைப் பற்றிச் சிந்திக்காமல் நான் ஒருநாள் கூட இருந்ததில்லை. மேலும் ஒவ்வொரு முறை அவளைச் சந்திக்கும்போதும் அமைதியான தொரு சந்தோசத்தை நான் அனுபவித்தேன். எங்களுடைய முன்தீர்மானிக்கப்பட்ட சந்திப்புகளின் இனிமையான பதற்றமும் தூய்மையான பொருத்தமும் இணைந்து என் வாழ்வின் அனைத்து மூலைகளுக்கும் படர்ந்து அதன் மீது தெளிவான அதே சமயம் கட்டுக்கடங்காத மற்றும் நுட்பமானதொரு ஒழுக் கத்தைச் சுமத்தியது.

ஆனால் ஒரு வருடம் கடந்தபிறகு நாங்கள் விழித்துக் கொண்டோம். நாங்கள் இன்னும் குழந்தைகள் காப்பகத்தில் இல்லை என்பதையும் முதிர்ந்தவர்களின் மாளிகையொன்றின் குடிமக்களாகிப் போயிருப்பதையும் நாங்கள் கண்டுபிடித்தோம். அங்கே எப்படிப் பார்த்தாலும் பாதி மட்டுமே திறந்த எந்தக் கதவையும் உடனடியாக பழுதுபார்க்க வேண்டியிருந்தது. எங்களுடைய உறவும் இதுபோன்ற ஒரு கதவுதான், எப்போதும் ஒரு கட்டத்துக்கு மேல் அதைத் திறக்கமுடியாது. மேலும் சீக்கிரமாகவோ அல்லது சற்று காலந்தாழ்த்தியோ நிச்சயமாகப் பழுதுபார்ப்பதை வேண்டி நிற்கும். இதைத்தாண்டி, குழந்தை களைக் குதூகலப்படுத்தும் சலிப்பான விளையாட்டுகளைப் பெரியவர்களால் சகித்துக்கொள்ள முடிவதில்லை என்கிற சங்கதி யும் உண்டு. ஒவ்வொன்றாக நாங்கள் ஆய்வு செய்த அனைத்து சந்திப்புகளும், ஒத்த பரிமாணம் மற்றும் கனத்தோடு ஒன்றின் மேல் ஒன்றாக அடுக்கப்பட்டாலும் தங்களுடைய முனைகள் இம்மியளவும் மாறாமல் ஒத்திருக்கும் சீட்டுக்கட்டைப்போல ஒரேமாதிரியான விசயங்களைக் கொண்டிருந்தன என்பதைத் தவிர வேறொன்றுமில்லை.

மேலதிகமாக, இந்த உறவில் நான் மட்டுமே புரிந்து கொள்ளக் கூடிய முறையற்றதொரு சந்தோசத்தையும் தந்திரமாக அனுபவித்து வந்தேன். என்னுடைய ஒழுங்கீனம் மிக நுணுக்கமானதாக, உலகின் சாதாரணக் குற்றங்களிலிருந்து ஒரு படி மேலே சென்று, வெகு நேர்த்தியான நஞ்சைப்போல தூய்மையான சீரழிவாக இருந்தது. மேலும் ஒழுங்கீனம்தான் என்னுடைய

இயல்பின் அடிப்படையாகவும் முழுமுதற் கொள்கையாகவும் இருந்ததால், ஒரு பெண்ணுடனான குற்றம் சொல்லவியலாத உறவில், எனது நன்மதிப்புக்குரிய நடத்தையில், மேலும் உயரிய கொள்கைகளையுடைய மனிதனாக நம்பப்படுவதில், நல்லொழுக்கம் நிரம்பிய இந்த என் நடத்தையில் ரகசியமான பாவத்தின் உண்மையான கொடூரம் நிரம்பிய தீவிர உணர்வை நான் கண்டுபிடித்தேன்.

எங்களுடைய கைகளை ஒருவரை நோக்கி மற்றொருவர் நீட்டி இணைந்த கைகளால் எதையோ தாங்கிப் பிடித்திருந்தோம். ஆனால் நாங்கள் கையில் பிடித்திருந்த பொருள் ஒரு வாயுவைப் போலிருந்தது. அது இருப்பதாக நீங்கள் நம்பினால் இருந்தது. ஆனால் அதன் இருப்பு குறித்து சந்தேகம் கொண்டால் மறைந்து போனது. அதைத் தாங்கிப்பிடிக்கும் வேலை முதல் பார்வைக்கு எளிதாகத் தோன்றியது. ஆனால் உண்மையில் அதை நிறைவேற்ற திறன்மிக்க நுண்மையான கணக்கீடும் குறைபாடின்றி செய்துமுடிக்கும் திறமையும் தேவைப்பட்டது. எங்களுடைய கைகளின் இடைவெளிக்குள் செயற்கையானதொரு 'இயல்புநிலையை' நான் உயிர்கொடுத்து உருவாக்கியிருந்தேன். மேலும் கட்டற்ற கற்பனையுடனான 'காதலை' ஒவ்வொரு கணமும் தாங்கி நிறுத்த முயலும் அபாயகரமானதொரு திட்டத்தில் பங்கெடுக்க சொனோகோவையும் இணங்கச் செய்தேன். திட்டத்தை என்னவென்று உணராமலே அவள் அதன் ஒரு பகுதியாய் மாறியிருந்ததாகத் தோன்றியது. அவள் பக்கமிருந்த புரிதலுக்கான குறைபாடுதான் அனேகமாக அவளுடைய ஆதரவு இதற்கு வெகு தீர்க்கமாக இருந்ததற்கான ஒரே காரணம் எனலாம்.

ஆனால் இந்தப் பெயரற்ற ஆபத்தின் விபரீத சக்தியை, துல்லியமாக அளவிடக்கூடிய அடர்த்தியைப் பெற்றிருப்பதில் வழக்கமான உலகத்தின் நேர்த்தியற்ற ஆபத்துகளிலிருந்து முற்றிலும் வேறுபட்ட இந்த ஆபத்தை, சொனோகோவும் கூட மங்கலாகத் தெரிந்து கொள்ளும் காலம் வந்தது.

கோடைக்காலத்தின் இறுதியின் ஒருநாளில், மலைப்பிரதேச ஓய்வகம் ஒன்றிலிருந்து அப்போதுதான் திரும்பியிருந்த சொனோகோவை, காக் டி'ஓர் என்றழைக்கப்பட்ட உணவகத்தில் நான் சந்தித்தேன். நாங்கள் சந்தித்த மறுகணம் குடிமுறை அரசுப் பணியிலிருந்து நான் விலகி விட்டதை அவளிடம் தெரிவித்தேன்.

“இப்போது நீ என்ன செய்யப்போகிறாய்?”

“ஓ, எதிர்காலம் தன்னைத்தானே பார்த்துக்கொள்ளும்.”

“சரி, ஆச்சரியம்தான்.” இந்த விசயம் பற்றி சொல்வதற்கு அவளிடம் வேறெதுவும் இல்லை. இதுபோன்று ஒருவர் விசயத்தில் மற்றவர் தலையிடாமல் இருப்பதற்கான இங்கிதம் ஏற்கனவே எங்களுக்குள் நன்கு நிறுவப்பட்டிருந்தது.

மலைப்பிரதேச சூரியனால் சொனோகோ நன்றாக கருத்திருந் தாள் அவளுடைய மார்புகளின் மேலிருந்த பளபளப்பான வெண்மையை அவளது தோல் இழந்திருந்தது. அவள் மோதிரத்தில் இருந்த பெரிய முத்து வெப்பம் காரணமாக மங்கி இருளடைந்திருந்தது. எப்போதும் சோகம் மற்றும் செயலின்மையின் கலவையாக இருக்கும் அவளுடைய உரத்த குரலின் சப்தம் அந்தப் பருவத்துக்கு மிகப் பொருத்தமானதாக இருந்தது.

கொஞ்ச நேரத்துக்கு நாங்கள் மீண்டும் அர்த்தமற்ற முடிவற்றுச் சுழலும் அக்கறையில்லாத உரையாடலைத் தொடர்ந்தோம். சில நேரங்களில் வெறுமையான காற்றில் நிகழும் மாபெரும் சறுக்கல் என்பதைத்தாண்டி அது வேறொன்றுமில்லை எனத் தோன்றியது. இரண்டு வழிப்போக்கர்களுக்கிடையே நிகழும் உரையாடலை நாங்கள் ஒட்டுக்கேட்கிறோம் எனும் உணர்வை எங்களுக்கு அது தந்தது. ஒரு மகிழ்ச்சியான கனவிலிருந்து எழ விரும்பாமல் பொறுமையற்று மீண்டும் தூங்க முயலும் ஒருவனுக்கு அந்தக் கனவை மீண்டும் கைப்பற்றுவது சாத்தியமில்லாத ஒன்றாக மாறிப்போவதைப்போல தூக்கத் துக்கும் விழிப்புக்குமான எல்லையில் இருக்கும்போது உணர் வதைப் போன்ற உணர்ச்சி. எங்களுடைய கனவுகளில் ஆணவத்தோடு குறுக்கிட்ட அசௌகரியமான விழிப்புணர் வாலும் நினைவுகளின் வாயிற்படியில் நின்று பார்க்கப்பட்ட கனவுகளின் வீணான பரவசத்தாலும் கேடுவிளைவிக்கும் மோசமான வைரஸ்களால் பாதிக்கப்பட்டதைப்போல எப்படி யெல்லாம் எங்களது இதயங்கள் உண்ணப்பட்டன என்பதை நான் கண்டுகொண்டேன். ஏற்கனவே முடிவு செய்ததைப்போல குறிப்பிட்ட ஒரு சமிக்ஞையின்போது எங்கள் இருவருடைய இதயத்தையும் நோய் ஒரே சமயத்தில் தாக்கியது. சந்தோசத்தை வெளிப்படுத்துவதுதான் எங்கள் எதிர்வினையாக இருந்தது. எந்தத் தருணத்திலும் மற்றவர் என்ன சொல்லி விடுவாரோ

என்று இருவருமே பயம் கொண்டிருந்ததைப்போல, அடுத்தடுத்து மேலோட்டமான நகைச்சுவைத் துணுக்குகளாக சொல்லிக் கொண்டிருந்தோம்.

வெயில்பட்ட அவள் மேனிநிறம் சின்னதாய் ஒவ்வாமையைப் புகுத்தினாலும் கூட, நாகரிகமாக மேலிழுத்துக் கட்டிய கேசத்தின் கீழிருந்த அவளுடைய மெலிதாய் ஈரமான கண்களி லிருந்து இளமையான கண்ணிமைகளிலிருந்து சற்றே கனத்த உதடுகளிலிருந்து எப்போதும் போல பேரமைதி வழிந்து கொண்டிருந்தது. மற்ற பெண்கள் எங்கள் மேசையைக் கடந்து சென்ற போதெல்லாம் சொனோகோவை உற்று கவனித்தார்கள். பரிசாரகனொருவன் அறைக்குள் அலைந்து கொண்டிருந்தான். அவனுடைய கையிலிருந்த வெள்ளிநிறத் தட்டின் மீது அன்னத்தின் வடிவில் செதுக்கப்பட்ட பெரிய பனிக்கட்டியில் குளிரூட்டப்பட்ட பின்னுணவு இனிப்புவகைகள் சீராக அடுக்கப்பட்டிருந்தன. தன்னுடைய நெகிழிக் கைப்பையின் பிடியையும், விரலில் மின்னிய மோதிரத்தையும் சொனோகோ மென்மையான சலசலப்போடு உருட்டிக்கொண்டிருந்தாள்.

"உனக்கு அலுப்பாயிருக்கிறதா?" என்றேன்.

"அப்படிச் சொல்லாதே."

அவளுடைய குரலின் தொனி முழுக்கவும் சற்றே வித்தியாச மான அலுப்பால் நிறைந்திருந்தது. அதைக் குதூகலம் என்றும் சொல்லலாம். தன் தலையைத் திருப்பி ஜன்னலின் வழியாக வெளியே தெரிந்த கோடைக்கால வீதியைப் பார்த்தாள். அவள் மறுபடியும் பேசியபோது வார்த்தைகள் மெதுவாக வெளி வந்தன.

"சிலநேரங்களில் எனக்கு குழப்பமாயிருக்கிறது. நாம் ஏன் இப்படிச் சந்திக்கிறோம் என ஆச்சரியப்படுகிறேன். ஆனாலும் கடைசியில் நான் உன்னை மீண்டும் சந்திப்பதில்தான் வந்து முடிகிறது."

"அனேகமாகக் குறைந்தபட்சம் இதுவொரு அர்த்தமற்ற கழித்தல் குறியாக இல்லை என்பதால் இருக்கலாம். ஒருவேளை நிச்சயம் இதுவொரு அர்த்தமற்ற கூட்டல்குறி என்பதால் கூட."

"ஆனால் எனக்குக் கணவன் என்றொருவன் இருக்கிறான் என்பதை நினைவில் கொள். கூட்டல்குறி அர்த்தமற்றதாக இருந்தாலும், எந்த கூட்டல்குறிக்கும் அங்கே இடமே இருக்கக் கூடாது."

"அலுப்பூட்டும் கணக்கு, இல்லையா?"

கடைசியில் சந்தேகத்தின் நுழைவாயிலுக்கு சொனோகோ வந்து சேர்ந்ததாக நான் அனுமானித்தேன். பாதி மட்டுமே திறக்க முடிந்த கதவை அப்படியே விடமுடியாது என்று அவள் எண்ண ஆரம்பித்திருந்தாள். அனேகமாக, இதுபோல தடுமாற்றத்தைக் கண்டு உணர்ச்சிவசப்படும் பழக்கமென்பது, சொனோகோவுக்கும் எனக்கும் பொதுவாயிருந்த உணர்வுகளின் பெரும்பாலான பகுதியை, இப்போது ஆக்கிரமிக்க வந்திருந்தது. விசயங்களை அவை எப்படி இருக்கின்றனவோ அப்படியே ஒருவர் ஏற்றுக்கொள்ள விரும்பும் வயதை நான் இன்னும் வந்தடைந்திருக்கவில்லை.

என்றாலும் பெயரற்ற எனது பயம் சொனோகோவை அவளறியாமலே தாக்கியிருப்பதற்கான தெளிவான ஆதாரத்தை சட்டென்று நான் எதிர்கொள்ள நேர்ந்ததைப் போலிருந்தது. மேலும், நாங்களிருவரும் பொதுவாகப் பகிர்ந்து கொண்ட ஒரே உடைமை பயத்துக்கான அறிகுறி மட்டுமே. மீண்டும் இந்த பயத்துக்காக சொனோகோ குரல்கொடுத்தாள். நான் அதைக் கவனிக்காமல் இருக்க முயன்றேன். ஆனால் என் வாய் பொறுப்பற்ற பதில்களைத் தந்தது.

"இப்படியே நாம் தொடர்ந்தால்," அவள் சொன்னாள். "என்ன நடக்குமென்று நினைக்கிறாய்? நாம் தப்பிக்க முடியாத ஏதோவொரு முனைக்கு தள்ளப்பட மாட்டோமா?"

"நான் உன்னை மதிக்கிறேன் என்று நினைக்கிறேன். யார் முன்னாலும் நாம் அசிங்கப்பட எதுவுமில்லை. இரு நண்பர்கள் சந்திப்பதில் என்ன தவறிருக்க முடியும்?"

"இதுவரைக்கும் அப்படித்தான் இருந்திருக்கிறது. நீ சொல்வதைப் போலத்தான். நீ ரொம்ப மரியாதையாக நடந்து கொண்டாய் என்று நினைக்கிறேன். ஆனால் எனக்கு எதிர் காலத்தைப் பற்றித் தெரியாது. அசிங்கப்படும் அளவுக்கு ஒரு சின்ன விசயத்தைக் கூட நாம் செய்யவில்லை என்றபோதும் எப்படியோ எனக்கு மோசமான கனவுகளாக வருகின்றன. பிறகு

கடவுள் என்னை என் வருங்கால பாவங்களுக்காகத் தண்டிப்பதை உணருகிறேன்."

எதிர்காலம் எனும் இந்த வார்த்தையின் தீர்க்கமான உச்சரிப்பு என்னை நடுங்கச்செய்தது.

"நாம் இதைத் தொடர்ந்தால்" அவள் தொடர்ந்தாள்: "ஒருநாள் நம் இருவரையும் சங்கடம் கொள்ளச்செய்யும் ஏதாவது நடந்து விடுமோ என நான் அச்சம் கொள்கிறேன். அப்படி சங்கடம் நிகழ்ந்தபிறகு வருந்தி என்ன பயன்? நாம் செய்து கொண்டி ருப்பது நெருப்போடு விளையாடுவதைப் போன்றதுதான் இல்லையா?"

"நெருப்போடு விளையாடுவது என்று சொல்லும்போது நீ என்ன அர்த்தத்தில் சொல்கிறாய்?"

"ஹ்ம்ம்.. எல்லா அர்த்தத்திலும்தான்."

"ஆனால் நாம் செய்து கொண்டிருப்பதை நெருப்போடு விளையாடுவதென்பதாக நீ கருதமுடியாது. இது வெறுமனே நீரோடு விளயாடுவதைப் போலத்தான்."

அவள் புன்னகைக்கவில்லை. எங்கள் உரையாடலின்போதான தற்காலிக அமைதிகளிலும் அவள் தன் உதடுகளைக் கோபத் தோடு கடித்துக் கொண்டிருந்தாள்.

"சமீபமாக நானொரு கேவலமான பெண் என்றெல்லாம் யோசிக்க ஆரம்பித்திருக்கிறேன். அசுத்தமான ஆன்மாவைக் கொண்ட மோசமான பெண் என்றல்லாது வேறு எப்படியும் என்னால் என்னைப் பற்றி யோசிக்க முடியவில்லை. என்னுடைய கனவுகளில் கூட என் கணவனைத் தவிர யாரைப் பற்றியும் நான் சிந்திக்கக்கூடாது. இந்த இலையுதிர்காலத்தின்போது ஞானஸ்நானம் செய்து கொள்ள முடிவெடுத்து இருக்கிறேன்."

இதுபோன்ற சோம்பல் நிரம்பிய வாக்குமூலத்தில், ஓரளவு அவளுடைய வார்த்தைகளின் ஒலியால் உண்டான மயக்கத்தின் காரணமாக, தான் சொன்னதற்கு எதிரான அர்த்தத்தைத் தரும் பெண்மையின் முரண்பாட்டை சொனோகோ வந்தடைந் திருந்தாள் என்றும், உணர்விழந்த நிலையில் தான் சொல்லக் கூடாததை அவள் சொல்ல விரும்பினாள் என்பதையும் நான் யூகித்தேன். என்னைப் பொருத்தவரையில், அது குறித்துக் கொண் டாடுவதற்கோ புலம்புவதற்கோ எனக்கு எந்த உரிமையுமில்லை.

முதற்காரணமாக, அவளுடைய கணவனைப் பற்றி சின்னதொரு பொறாமையும் கொண்டிராத நிலையில், நான் எப்படி இந்த உரிமைகளை ஒத்துக்கொள்வதன் மூலமோ நிராகரிப்பதன் மூலமோ அவற்றை எனக்கானவையாக நடைமுறைப்படுத்த முடியும்? நான் அமைதியாக இருந்தேன். கோடைக்காலத்தின் உச்சியில் வெளுத்தும் மெலிந்தும் கிடந்த என் கைகளைப் பார்ப்பதும் என்னை நம்பிக்கையின்மையால் நிரப்பியது.

"அப்படியானால் இப்போது?" கடைசியாக நான் பேசினேன்.

"இப்போது?" அவள் தன் கண்களைத் தாழ்த்தினாள்.

"ஆம், இப்போது நீ யாரைப் பற்றி நினைத்துக் கொண்டிருக்கிறாய்?"

"...என் கணவனைத்தான்."

"அப்படியென்றால் ஞானஸ்நானம் செய்துகொள்ள வேண்டிய அவசியமில்லை, அப்படித்தானே?"

"ஓ.. செய்யத்தான் வேண்டும்!... எனக்கு பயமாயிருக்கிறது. நான் பயங்கரமாக உலுக்கப்படுவதாக உணர்கிறேன்."

"அப்படியென்றால், இப்போது?"

"இப்போது?"

சொனோகோ தன் உயிர்ப்பற்ற கண்களை நிதானமின்றி யாரிடமோ உதவி கேட்பதைப்போல உயர்த்தினாள். அவளுடைய கண்களின் கருவிழியில் நான் இதற்கு முன் பார்த்திராத ஒரு அழகைக் கண்டுபிடித்தேன். பொங்கிவழியும் உணர்வுகளோடு தொடர்ச்சியாகப் பாடும் அருவிகளைப் போன்ற ஆழமான, சிமிட்டாத, உயிரைக்கொல்லும் விழிகள். ஒவ்வொருமுறையும் அவள் அந்தக் கண்களை என்பக்கம் திருப்பியபோதெல்லாம் நான் வார்த்தைகளற்று தவித்தேன். திடீரென்று மேசையின் எதிர்ப்புறமிருந்த சாம்பல்தட்டை நெருங்கி பாதி புகைத்த என் சிகரெட்டை அதில் புதைத்தேன். அவ்வாறு நான் செய்தபோது மேசையின் நடுவிலிருந்த மெல்லிய பூந்தொட்டி நடுங்கி மேசையை நீரால் நனைத்தது.

பரிசாரகன் வந்து குளறுபடிகளைச் சுத்தம் செய்தான். நீரில் நனைந்து சுருங்கிய மேசைத்துணியால் துடைக்கும் காட்சி எங்களுக்குள் மன உளைச்சலை விதைத்து, சற்று முன்னதாகவே அங்கிருந்து கிளம்புவதற்கான காரணத்தைத் தந்தது.

கோடைக்கால வீதிகள் எரிச்சலூட்டும் வகையில் கூட்டமாக இருந்தன. ஆரோக்கியமாகத் தென்பட்ட காதலர்கள், நிமிர்ந்த நெஞ்சோடும், வெறும் கைகளை வீசிக்கொண்டும் கடந்து போனார்கள். அவர்கள் ஒவ்வொருவரும் என்னை இகழ்வதாக உணர்ந்தேன். அந்த இகழ்ச்சி எனக்குள் எரிந்து கொண்டிருந்த பலத்த கோடைக்காலச் சூரியவொளியை ஒத்திருந்தது.

நாங்கள் பிரியும் நேரத்துக்கு முப்பது நிமிடங்கள் இருந்தன. பிரிவின் வலியால்தானா என்று என்னால் துல்லியமாகச் சொல்ல முடியவில்லை. ஆனால், ஒரு மாதிரியான தீவிர உணர்ச்சியை நினைவுறுத்தும் மங்கலான, பதட்டமான எரிச்சலின் காரணமாக, தைல ஓவியங்களைப்போல அந்த அரை மணி நேரத்தின் மீது அடர்த்தியான வர்ணங்களைப் பூசி விகாரப் படுத்திப் பார்க்கும் உணர்வு எனக்குள் உருவாகியிருந்தது. ரும்பாவின் கட்டுப்பாடற்ற இசையை வீதியெங்கும் இறைத்த ஒலிபெருக்கிகள் நிரம்பிய நடன அரங்கின் முன்னால் நான் நின்றேன். வெகுகாலம் முன்பு நான் வாசித்த கவிதையின் ஒரு வரி சட்டென்று என் நினைவில் இடறியது:

...ஆனால் எப்போதும் அது முடிவற்ற ஒரு நடனம்தான்...

மற்றவையெல்லாம் நான் மறந்து விட்டேன். அது ஆந்த்ரே சாலமனின் கவிதையாகத்தான் இருக்கவேண்டும்...

இப்படிப்பட்ட இடம் அவளுடைய அனுபவத்துக்கு அப்பாற் பட்டத்தாக இருந்தாலும், சொனோகோ ஆமோதிப்பதாகத் தலையசைத்து முப்பது நிமிடங்கள் நடனமாடுவதற்காக என் னோடு நடன அரங்கத்துக்குள் நுழைந்தாள்.

தங்களுடைய மதிய உணவு நேரங்களை தங்கள் சந்தோசத்துக்கு ஏற்ப அதிகரித்துக்கொண்டு, தினமும் ஒரு மணி நேரம் அல்லது இரண்டு மணி நேரம் நடனமாட வரும் அலுவலக வேலை யாட்களால் அரங்கம் நிறைந்திருந்தது. இறுக்கமான வெப்பம் எங்களை முகத்தில் சட்டென்று அறைந்தது. திறந்தவெளிக் காற்றை அடைத்துக் கொண்டிருந்த கனமான திரைச்சீலைகளாலும்

பழுதடைந்த காற்றோட்ட அமைப்பாலும் தூண்டப்பட்டு அந்த இடத்துக்குள் சேகரமாகியிருந்த கொதிக்கும் காய்ச்சலையொத்த வெப்பம், பிரகாசமான விளக்குகளின் எதிரில், தூசுதுரும்பு களாலான வெண்மையான புகைமண்டலத்தை உருவாக்கிக் கொண்டிருந்தது. வெப்பத்தைக் கண்டுகொள்ளாமல், வியர்வை, மோசமான வாசனை திரவியங்கள் மற்றும் மலிவான பூச்சுகளின் நாற்றத்தை வெளியேற்றியபடி, அங்கே நடனமாடிக் கொண்டி ருந்தவர்கள் என்ன மாதிரியான மக்கள் என்பதைச் சொல்ல வேண்டிய அவசியமிருக்காது. சொனோகோவை அங்கே அழைத்து வந்ததற்காக நான் வருந்தினேன்.

ஆனால் திரும்பிப்போக முடியாத அளவுக்கு காலம் கடந்திருந்தது. மனமே இல்லாமல், நாங்கள் நடனமாடும் கூட்டத்தினூடாக முன்னேறிச் சென்றோம். அரிதாகத் தென்பட்ட மின்விசிறிகளும் மெலிதான காற்றைக்கூட வெளியிடவில்லை. கன்னங்களை வியர்வை வடியும் கன்னங்களோடு உரசிய படி, இளைஞர்கள் தொகுப்பாளினிகளோடு ஆடிக் கொண்டி ருந்தார்கள். பெண்களுடைய மூக்குகளின் பக்கவாட்டுப் பகுதிகள் இருளடைந்து கிடந்தன, மேலும் வியர்வையால் பிசைந்த அவர்களுடைய முகப்பூச்சு தோலின் மீது பருக்களைப் போலத் திரண்டிருந்தது. அவர்கள் அணிந்திருந்த உடைகளின் பின்புறங்கள் சற்று முன்பு பார்த்த மேசைத்துணியைக் காட்டிலும் மோசமாக அழுக்கடைந்தும் வியர்வையில் ஊறியும் கிடந்தன.

ஒருவர் நடனமாடினாலும் ஆடாவிட்டாலும் வியர்வை உடல் முழுதும் படர்ந்தது. சொனோகோ காற்றுக்கு திணறுவதைப் போல சின்னச் சின்னதாக மூச்சுவிட்டுக் கொண்டிருந்தாள்.

சுத்தமான காற்றின் சுவாசத்துக்காக ஏங்கி, செயற்கையான, காலத்துக்குப் பொருந்தாத மலர்கள் பின்னிய வளைந்த வாயிலின் வழியாக முற்றத்துக்குச் சென்று, அங்கே கிடந்த இரண்டு கரடுமுரடான இருக்கைகளில் அமர்ந்தோம். இங்கே கொஞ்சம் சுத்தமான காற்று கிடைத்தது. போதுமான அளவுக்கு என்றாலும், நிழலில் கிடந்த இருக்கைகளைத் தீண்டுமளவுக்கு கடுமையான வெப்பத்தை அங்கிருந்த கற்காரைத் தரை பிரதி பலித்துக் கொண்டிருந்தது.

கொக்கொகோலாவின் பாகுபோன்ற இனிமையால் எங்கள் வாய்கள் பிசுபிசுவென்றிருந்தன. எல்லாவற்றைப் பற்றியும்

நானுணர்ந்த அதே இகழ்ச்சியின் துயரத்தால் சொனோகோவும் மௌனமாகியிருந்ததாகத் தோன்றியது. சிறிது நேரம் கழித்து இந்த மௌனத்தைத் தாங்கிக்கொள்ள முடியாதவனாக நான் சுற்றுமுற்றும் பார்க்கத் தொடங்கினேன்.

தனது கைக்குட்டையால் தன்னுடைய முலைகளுக்கு விசிறியபடி குண்டாயிருந்த ஒரு பெண் சோம்பலாக சுவரின் மீது சாய்ந்திருந்தாள். வாத்தியக்குழு மிதமிஞ்சிய ஆற்றலைக் கொண்டதாய்த் தோற்றமளித்ததொரு குயிக்ஸ்டெப்பை இசைத்துக் கொண்டிருந்தது. முற்றத்தில் தொட்டிக்குள்ளிருந்த சில பச்சையம் நிரம்பிய செடிவகைகள் தங்கள் எல்லைக்குட்பட்ட காய்ந்த நிலத்தை மீறி ஒருபுறமாக சாய்ந்து வளர்ந்திருந்தன. சூரியவொளியோடு போட்டியிட விரும்பாமல் பந்தலின் கீழ் நிழலில் கிடந்த எல்லா இருக்கைகளும் ஆக்கிரமிக்கப்பட்டிருந்தன.

என்றாலும், தாங்கள் மட்டும் அங்கு தனித்திருந்ததைப்போல ஒரு குழு மட்டும் முழுமையாகச் சூரியவொளியில் அமர்ந்து, தங்களுக்குள் பேசிக்கொண்டிருந்தார்கள். இரண்டு பெண்களையும் இரண்டு இளைஞர்களையும் கொண்டிருந்தது அந்தக் குழு. பெண்களில் ஒருத்தி தவறான முறையில் சிகரெட்டைப் புகைத்துக் கொண்டிருந்தாள். ஒவ்வொரு இழுப்புக்குப் பிறகும் சிறிய மூச்சடைப்புடன் கூடிய இருமலை வெளிப்படுத்தினாள். அவளுக்குப் புகைத்துப் பழக்கமில்லை என்பதை அது தெளிவுபடுத்தியது. கோடைக்கால கிமோனோவுக்கான மூலப் பொருட்களால் தயாரிக்கப்பட்டதைப் போன்ற வினோதமான ஆடைகளை இரண்டு பெண்களும் அணிந்திருந்தார்கள். உடைகளுக்குக் கைகள் இல்லாமல் இருந்தன. அங்குமிங்குமாக பூச்சிக்கடிகளின் அடையாளங்களோடு மீன்காரிகளைப் போல சிவப்பாக இருந்த கரங்களை அவை வெளிப்படுத்தின. ஒவ்வொரு முறையும் நாகரிகமில்லாத நகைச்சுவையை அந்த பையன்கள் சொன்னபோது பெண்கள் தங்களுக்குள் பார்த்துக்கொண்டு அசட்டுத்தனமாக பேயைப்போல உரத்துச் சிரித்தார்கள். தங்களின் தலைமீது அடித்துக்கொண்டிருந்த தீவிரமான சூரியனைப் பற்றி குறிப்பாக எந்தவிதத்திலும் அவர்கள் கவலை கொண்டதாகத் தெரியவில்லை.

பையன்களில் ஒருவன் அலோகா சட்டை அணிந்திருந்தான். நகரத்தில் அப்போதிருந்த இளம் முரடர்களின் குழுக்களினடுவே

பரவலாயிருந்த உடை அதுதான். அவனுடைய முகம் வெளுத்து தந்திரமானவனாகத் தெரிந்தான். ஆனால் பலமான கைகளைப் பெற்றிருந்தான். அவ்வப்போது தோன்றி மறைவதாய் கீழ்த்தரமான புன்னகையொன்று எப்போதைக்குமாக அவனுடைய உதடுகளில் ஒட்டியிருந்தது. பெண்களை அவர்களுடைய மார்பின் மீது தன் விரலால் குத்துவது மூலம் சிரிக்க வைத்துக் கொண்டிருந்தான்.

பிறகு என்னுடைய கவனம் மற்ற பையன் மீது திரும்பியது. இருபத்து ஒன்று அல்லது இரண்டு வயதான, கரடுமுரடான ஆனால் நேர்த்தியான இயல்புகளைக் கொண்ட கரிய இளைஞன். அவன் தன் சட்டையைக் கழற்றிவிட்டு அங்கே அரை நிர்வாணமாக நின்றிருந்தான். தன் உடலின் பாதியில் முறுக்கிக் கட்டியிருந்த இடுப்புப்பட்டையை மீண்டும் மீண்டும் திருகிக் கொண்டிருந்தான். பருத்தியாலான அந்த முரட்டு வஸ்து வியர்வையில் ஊறித்தோய்ந்து மெலிதான சாம்பல் நிறத்துக்கு மாறியிருந்தது. இடைப்பட்டையை திருகும் வேலையில் அவன் வேண்டுமென்றே பொழுதை வீணாக்கியதாகத் தோன்றியது. மேலும் தொடர்ச்சியாகத் தன் கூட்டாளிகளின் பேச்சிலும் சிரிப்பிலும் கலந்து கொண்டான். நன்கு வளர்ந்த மற்றும் இறுகத் தைத்த, புடைத்து நிற்கும் தசைகளை அவனுடைய நிர்வாண மார்பு காட்டியது. ஓர் ஆழமான வெடிப்பு அவனது மார்பின் திண்மையான தசைகளினூடாக அடிவயிற்றினை நோக்கிப் பாய்ந்தது. அடர்த்தியான, சங்கிலிகளையொத்த அவனது உடலின் தசைநார்கள் வெவ்வேறு திசைகளிலிருந்து அவனுடைய மார்பின் பக்கவாட்டுப் பகுதிகளுக்குப் பரவி இறுக்கமான சுருள்களாக ஒன்றோடொன்று பிணைந்து கிடந்தன. பருத்தியாலான அழுக்கு இடுப்புப்பட்டையின் ஒவ்வொரு சுழற்சிக்கும், மென்மையான அவன் உடலின் அழகான சதைத்திரள், தீர்க்கமாகவும் இறுக்கமாகவும் சிறைப் பிடிக்கப்பட்டது. சூரியனால் கருத்த அவனுடைய திறந்த தோள்கள் எண்ணெயால் மெழுகப்பட்டதைப்போல் தோற்றம் தந்தன. மேலும் அவன் அக்குள்களின் வெடிப்புகளிலிருந்து நெளிவுகளோடும் தங்கத்தின் ஒளிர்வோடு பிரகாசிக்கவும் செய்த கருமையான புதர்கள் சூரியவொளியைக் குடிப்பதாக வெளியே தலைகாட்டின.

இதைப் பார்த்ததில், எல்லாவற்றுக்கும் மேலாக அவனது கெட்டியான மார்பில் பச்சை குத்தியிருந்த பியோனியைப் பார்த்ததில், பாலுறவு சார்ந்த விருப்பத்தால் நான் சுற்றி வளைக்கப்பட்டேன். தாபத்துடனான என் பார்வை அந்த

மென்மையற்ற மற்றும் காட்டுமிராண்டித்தனமான, ஆனால் ஒப்பிடமுடியாத அழகோடிருந்த உடலின் மீது நிலைத்திருந்தது. அதன் உரிமையாளன் அங்கே சூரியனின் கீழே சிரித்துக் கொண்டிருந்தான். தன் தலையை அவன் உலுக்கியபோது அடர்த்தியான, திண்மையான கழுத்தை என்னால் பார்க்க முடிந்தது. விசித்திரமானதொரு நடுக்கம் என் இதயத்தின் அடியாழத்தில் ஓடியது. அதற்குப்பிறகு என்னால் என் கண்களை அவனை விட்டு விலக்கவே முடியவில்லை.

சொனோகோவின் இருப்பை நான் மறந்திருந்தேன். ஒரே ஒரு விசயத்தைப் பற்றி மட்டும்தான் நான் யோசித்துக் கொண்டி ருந்தேன். அவன் இருந்ததைப் போல அப்படியே, அரை நிர்வாணமாக, உயர் கோடைக்கால வீதிகளுக்குச் சென்று எதிரிகளின் கூட்டத்தோடு சண்டையில் ஈடுபடுவதை. கூரிய கத்தி இடுப்புப்பட்டையைக் கிழித்து உள்நுழைந்து அந்த உடலைக் கூறுபோடுவதை. அழுக்கான இடுப்புப்பட்டை ரத்தத்தால் அழகாக வர்ணம் பூசப்பட்டிருப்பதை. ஜன்னல் கதவுகளைக் கொண்ட புதுமையானதொரு நோயர் சாதனத்தில் அவனுடைய கோரமான பிணத்தை ஏற்றி திரும்பவும் இங்கே கொண்டு வருவதை...

“இன்னும் வெறும் ஐந்து நிமிடங்கள்தான் இருக்கின்றன” சொனோகோவின் உரத்த, சோகமான குரல் என் காதுகளை வந்தடைந்தது. ஆச்சரியத்தோடு நான் அவள்புறம் திரும்பினேன்.

இந்தத் தருணத்தில் எனக்குள்ளிருந்த ஏதோவொன்று இரக்கமற்ற சக்தியால் இரண்டாகக் கிழித்தெறியப்பட்டது. உயிரோடிருக்கும் ஒரு மரத்தின் கீழ் இடிமுழக்கம் வீழ்ந்து அதனைத் துண்டுதுண்டாக பிளப்பதை ஒத்திருந்தது. சின்னச் சின்ன துண்டுகளை இணைத்து எனது சக்தியனைத்தையும் திரட்டி இப்போது வரை நான் கட்டிக்கொண்டிருந்த கட்டிடம் பரிதாபகரமாக தரையில் வீழ்ந்து நொறுங்கும் சத்தத்தை நான் கேட்டேன். என்னுடைய இருப்பு ஏதோ ஒரு வகையிலான அச்சந்தரும் இன்மையாக மாறிப்போன தருணத்தைக் கண்ணுற்ற தாய் நான் உணர்ந்தேன். என் கண்களை மூடினேன். சில கணங் களுக்குப் பிறகு என்னுடைய இறுக்கமான கடமையுணர்வின் மீதான பிடிப்பை மீட்டெடுத்தேன்.

“ஐந்து நிமிடங்கள்தானா? இப்படியொரு இடத்துக்கு உன்னை அழைத்துவந்தது தவறு. நீ கோபமாக இருக்கிறாயா? இப்படிப்பட்ட

தாழ்ந்த மனிதர்களின் ஆபாசங்களை உன்னைப்போன்ற ஆட்கள் பார்க்கவே கூடாது. இந்த நடன அரங்கில் இதுபோன்ற வெறியர்களின் கும்பல்களை ஏற்றுக்கொள்ளும் வழக்கமில்லை என்றும் எவ்வளவுதான் மட்டுறுத்தப்பட்டாலும் அதை கண்டு கொள்ளாமல் வலுக்கட்டாயமாக உள்ளே நுழைந்து தங்கள் இஷ்டப்படி நடனமாட ஆரம்பித்து விடுகிறார்கள் எனவும் நான் கேள்விப்பட்டுள்ளேன்."

ஆனால் அவர்களைப் பார்த்துக்கொண்டிருந்த நபர் நான் ஒருவன் மட்டும்தான். சொனோகோ அவர்களைக் கவனித்திருக்கவில்லை. பார்க்கக்கூடாத விசயங்களைப் பார்க்காமல் இருக்க அவள் பழகியிருந்தாள். நடனத்தைப் பார்த்தபடி நின்று கொண்டிருந்த வியர்வை படிந்த முதுகுகளின் வரிசையில் நினைவிழந்த வளாக வெறுமனே தன் கண்களை நிலைநிறுத்தியிருந்தாள்.

ஆனாலும் கூட, அவளுக்குத் தெரியாமலேயே, அந்த இடமும் அதன் சூழலும் சொனோகோவின் இதயத்திலும் ஒரு வகையான வேதியியல் மாற்றத்தை உண்டு பண்ணியிருந்தது. சிறிது நேரம் கழித்து புன்னகைக்கான அடையாளத்தைப் போன்ற ஏதோ வொன்று, தான் சொல்லவிருப்பதை முன்கூட்டியே அவள் ரசிப்பதைப்போல, அவளது சிவந்த உதடுகளில் தோன்றியது.

"கேட்பதற்கு வேடிக்கையான சமாச்சாரம்தான், நீ ஏற்கனவே அதை அனுபவத்திருக்கிறாய், இல்லையா? நிச்சயமாக நீ அதை ஏற்கனவே செய்திருக்கிறாய், உண்மைதானே?"

நான் முற்றிலும் தீர்ந்து போயிருந்தேன். என்றாலும் சின்ன தொரு தூண்டுதலாலும் சட்டென உயிர்பெறும் ஏதோவொரு இயந்திரம் என் மனதுக்குள் இன்னும் இயங்கிக் கொண்டிருந்தது. உண்மையைப் போல தோற்றந்தரும் ஒரு பதிலை யோசிக்குமுன்பே அது சொல்ல வைத்தது.

"உம்ம்ம்... நான் ஏற்கனவே அனுபவித்திருக்கிறேன். இதைச் சொல்வதற்கு என்னை மன்னித்துவிடு."

"எப்போது?"

"கடந்த வசந்தகாலத்தில்."

"யாரோடு?"

அவளுடைய கேள்வியிலிருந்த வெகுளித்தனம் மற்றும் நுட்பத்தின் கலவை என்னை வியப்பிலாழ்த்தியது. பெயர் கூடத் தனக்குத் தெரிந்திராத ஒரு பெண்ணோடு என்னைத் தொடர் படுத்திப் பார்க்கவும் அவள் இயலாதவளாக இருந்தாள்.

“என்னால் அவள் பெயரைச் சொல்லமுடியாது.”

“பரவாயில்லை, யாரவள்?”

“தயவுசெய்து என்னைக் கேட்காதே.”

அனேகமாக என் வார்த்தைகளின் பின்னிருந்த அதீத வெறுமையுடனான இறைஞ்சுதலின் தொனியை கேட்க நேர்ந்ததன் காரணமாக, அச்சங்கொண்டதைப்போல், அவள் உடனடியாக மௌனமானாள். என் முகத்திலிருந்து ரத்தம் எப்படி வற்றிப் போனதென்பதை அவள் பார்க்காமல் இருக்க என்னாலான அனைத்து முயற்சிகளையும் செய்து கொண்டிருந் தேன். பிரிவதற்கானத் தருணம் ஆவலோடு காத்து நின்றது. இழிந்ததொரு ப்ளூ இசை காலத்தோடு இறுகப்பிணைந்து ஒலித்துக்கொண்டிருந்தது. ஒலிப்பெருக்கியிலிருந்து கசிந்த உணர்ச்சிவயமான குரலின் ஒலிக்குள் நாங்கள் அசையமுடியாமல் அகப்பட்டிருந்தோம்.

கிட்டத்தட்ட ஒரே சமயத்தில் நானும் சொனோகோவும் எங்களுடைய கைக்கடிகாரங்களைப் பார்த்தோம்...

நேரம் ஆகியிருந்தது. நான் எழும்போது, சூரியனில் மிதந்த இருக்கைகளை இன்னொரு முறை திருட்டுத்தனமாக நோட்ட மிட்டேன். அந்தக்குழு நடனமாடச்சென்றிருப்பதை உணரமுடிந்த நிலையில், கொழுந்துவிட்டெரியும் சூரியவொளியில் இருக்கை கள் காலியாக நின்றிருந்தன. மேசையின் மேற்பகுதியில் சிதறிக் கிடந்த ஏதோவொரு மதுபானம் பிரகாசமான, அச்சந்தரும் பிரதிபலிப்புகளை வீசிக் கொண்டிருந்தது.

குறிப்புகள்

மாபெரும் நிலநடுக்கம் (Great Earthquake)	செப்டம்பர் 1, 1923 அன்று ஜப்பானின் ஹொன்ஷூ தீவில் நிகழ்ந்த மாபெரும் நிலநடுக்கம். டோக்கியோ மற்றும் யோகோஹாமா ஆகிய இரு நகரங்கள் பெரிதும் பாதிக்கப்பட்டன. கிட்டத்தட்ட இரண்டு லட்சம் மக்கள் இறந்ததாக சொல்லப்படுகிறது.
கிமோனோ (Kimono)	ஜப்பானின் பாரம்பரிய உடை.
டோகோனோமா (Tokonoma)	கலைப்பொருட்களை அடுக்கி வைப்பதற்காக வரவேற்பறையில் ஒதுக்கப்பட்ட இடம். விருந்தினர்களை அமர வைக்கும்போது மிக முக்கியமானவரை டோகோனோமாவைப் பார்ப்பதுபோல இருத்துவதுதான் ஜப்பானிய பாரம்பரியம்.

கபுக்கி (Kabuki)	பாரம்பரிய நடனநாட்டிய நிகழ்ச்சி.
ஹனாடென்ஷா (Hana-densha)	பெண்கள் மட்டும் பயணிக்க அனுமதிக்கப்படும் ஒருவகையான ரயில் வாகனம்.
ஜோன் ஆப் ஆர்க் (Joan of Arc)	பிரான்சைச் சேர்ந்த வீராங்கனை (1412–1431). ஆங்கிலேயர்களுக்கும் பிரான்சுக்குமிடையில் நிகழ்ந்த நூற்றாண்டு போரில் முக்கியப் பங்காற்றியவள். தன் பத்தொன்பதாவது வயதில் உயிரோடு எரித்துக் கொல்லப்பட்டாள்.
லாபாஸ் (La-Bas)	பிரெஞ்சு எழுத்தாளரான ஹைஸ்மேன்ஸால் 1891இல் எழுதப்பட்ட புதினம். பேய்த்தன்மைகளை வழிபடுவது குறித்து விரிவாகப் பேசியதால் சர்ச்சைக்குள்ளானது.
ஹைஸ்மேன்ஸ் (Huysmans)	ஜோரிஸ்கார்ல் ஹைஸ்மேன்ஸ் (1848–1907). பிரெஞ்சு எழுத்தாளர்.
கில்ஸ் தே ராய்ஸ் (Gilles De Rais)	கில்ஸ் தே மாண்ட்மொரென்சி லாவல் (1412–1440). ஜோன் ஆப் ஆர்க்கோடு சேர்ந்து போராடியவர். பல குழந்தைகளின் மீது வன்முறை செலுத்தி கொலை செய்ததாக பிற்பாடு ஒப்புக்கொண்டவர்.
மெய்ட் ஆப் ஆர்லியன்ஸ் (Maid of Orleans)	ஜோன் ஆப் ஆர்க்கின் பட்டப்பெயர்.
அகஸ்தினிய தத்துவம் (Augustinian theory)	மேற்கில் கிருத்துவத்தைப் பரப்ப பெரிதும் உதவிய ஹிப்போவின் புனித அகஸ்டினை (354-430) பின்தொடர்பவர்களின் கோட்பாடுகள்.

சோக்யோகுசாய் தென்கட்சு (Shokyokusai Tenkatsu)	போருக்கு முந்தைய ஜப்பானில் மாய மந்திர நிகழ்ச்சிகள் நடத்தியவர் (1886–1944).
அபோகாலிப்ஸின் புகழ்மிக்க ஹார்லட் (Great Harlot of Apocalypse)	பாபிலோனின் வேசி என்று விவிலியத்தின் "வெளிப்பாடு" எனும் அதிகாரத்தில் குறிப்பிடப்படும் தீய சக்தி.
ஒபி (Obi)	கிமோனோவின் ஒரு பகுதி. ஆண்களுக்கான போர்ப்பயிற்சி உடைகளில் இடைக்கச்சையாகவும் அணியப்படுவது.
க்ரீப் தே சைன் (Crepe De Chine)	முழுக்க பட்டினால் நெய்யப்படும் ஒரு வகை ஆடை.
டிரஷர் ஐலேண்ட் (Treasure Island)	ராபர்ட் லூயிஸ் ஸ்டீபன்சனின் புகழ்பெற்ற புதினம்.
ஃப்ரா டியவோலோ (Fra Diavolo)	மிச்சேல் பெஸ்ஸாவின் (1771–1806) பட்டப்பெயர். புகழ்பெற்ற கெரில்ல போராளி. நேப்பல்ஸை பிரான்ஸ் ஆக்கிரமித்ததை எதிர்த்துப் போராடியவர்.
ஹீலியோகாபாலஸ் (Heliogabalus)	எலகாபாலஸின் (203–222) மற்றொரு பெயர். ரோமப்பேரரசர். மதம் மற்றும் பாலுறவு சார்ந்த அவதூறுகளுக்கு ஆளாகிக் கொலை செய்யப்பட்டார்.
ஆண்டெர்சன் (Andersen)	ஹான்ஸ் கிரிஸ்டியன் ஆண்டெர்சன் (1805–1875). டானிஷ் எழுத்தாளர்.
வைல்ட் (Wilde)	ஆஸ்கர் வைல்ட் (1854–1900). ஐரிஷ் எழுத்தாளர்.
அமேசான்கள் (Amazons)	கிரேக்க புராணங்களில் குறிப்பிடப்பட்டுள்ள பெண் போராளிகளின் இனம்.

ஓமிகோஷி (Omikoshi)	கடவுள்களையும் ஆன்மாக்களையும் தூக்கிச்செல்ல உதவும் புனிதப்பேழை.
மெய்ஜி (Meiji)	டோக்கியோவில் உள்ள மெய்ஜி ஜிங்கு பேஸ்பால் விளையாட்டு மைதானம்.
கெய்டோ ரெனி (Guido Reni)	இத்தாலிய பர்ரோக் பாணி ஓவியர் (1575–1642).
ஹாட்ரியன் (Hadrian)	ரோமப் பேரரசர் (76–138).
அண்டினௌஸ் (Antinous)	ஹாட்ரியனின் காதலன் (111–130). மரணித்த பிறகு கடவுளாக வழிபாடு செய்யப்பட்டான்.
ஹிர்ஷ்ஃபெல்ட் (Hirschfeld)	மாக்னஸ் ஹிர்ஷ்ஃபெல்ட் (1868–1935). யூத/ஜெர்மானிய மருத்துவர் மற்றும் பாலியல் ஆய்வாளர். ஓரினப் புணர்ச்சியாளர்கள் மற்றும் மூன்றாம் பாலினத்தை சேர்ந்தவர்களின் உரிமைகளுக்காக முதன்முதலில் போராடிய அறிவியல் மனிதவுரிமை குழுமத்தை நிறுவியவர்.
எண்டிமியோன் (Endymion)	கிரேக்க புராணக்கதைகளின்படி நிலவு தேவதை செலினின் காதலன்.
ஸெல்கோவா (Zelkova)	ஜப்பான், கிழக்கு சீனா, கொரியா மற்றும் தைவான் ஆகிய நாடுகளில் அழகுக்காக வளர்க்கப்படும் மரம். போன்சாயிலும் பயன்படும்.
ஐயோனியன் (Ionian)	தத்துவம், கலை மற்றும் காமத்தில் பெரும் ஈடுபாடு கொண்டிருந்த கிரேக்க இனம். ஆசியா மைனர் பகுதியில் வாழ்ந்தார்கள் என்று நம்பப்படுகிறது.

சாம்ராஜ்ய தினம் (Empire Day)	பிப்ரவரி 11 ஜப்பான் உருவானதையும் அதன் முதல் பேரரசர் ஜிம்மு ஆட்சிக்கு வந்ததையும் கொண்டாடும் தேசிய விடுமுறை தினம்.
ஸ்பார்டன் (Spartan)	அதிபயங்கர பயிற்சி முறைகளைக் கடைபிடித்த பழங்கால கிரேக்க போர் வீரர்கள்.
ஜென்ரோகு காலம் (Genroku Period)	ஜப்பானிய மறுமலர்ச்சி காலம் (1688–1704). கியோட்டோ, ஒசாகா மற்றும் டோக்கியோ ஆகிய நகரங்களை முன்னிறுத்தி பொருளாதார ரீதியாக ஜப்பானில் மறுமலர்ச்சி உருவான காலகட்டம்.
தொகுதி (Block)	தூரத்தை அளக்கப் பயன்படும் முறை. ஒரு தொகுதி = 660 அடிகள்.
தே சாத் (De Sade)	மார்க்கஸ் தே சாத் (1740–1840). பிரெஞ்சு தத்துவவியலாளர் மற்றும் எழுத்தாளர். கட்டற்ற காமம் பற்றிய படைப்புகளுக்காக சர்ச்சைக்குள்ளானார்.
ஸ்டீபன் ஸ்வெய்க் (Stephan Zweig)	ஆஸ்திரிய எழுத்தாளர் (1881–1942).
பிளேட்டோனிய காதல் (Platonic Love)	மணமாகாதவர்களிடையே உண்டாகும் பாலியல் உணர்வுகளைக் கொண்டிராத காதல். பிளேட்டோவின் “சிம்போசியம்” இது பற்றி விரிவாக உரையாடுகிறது.
விட்மேன் (Whitman)	வால்ட் விட்மேன் (1819–1892). அமெரிக்க கவிஞர்.
கோப்பர்நிகஸ் (Copernicus)	நிக்கோலஸ் கோப்பர்நிகஸ் (1473–1543). மறுமலர்ச்சிக்கால வானவியல் நிபுணர்.

சமிசென் (Samisen)	மூன்று நரம்புகளாலான ஜப்பானிய வாத்தியக்கருவி.
கின்ஸா (Ginza)	டோக்கியோவில் உள்ள மாகாணம். சர்வதேச அளவில் புகழ்பெற்ற வணிகவீதிகளை உள்ளடக்கிய பகுதி.
பாறை இறால் (Spiny Lobster)	ஆற்று நண்டுகளைப் போல தோற்றமளிக்கும் கடினமான தோலைக் கொண்ட நண்டு இனம்.
ரெட் ரைடிங் ஹூட் மற்றும் ஓநாய் (Red riding Hood and wolf)	ஓர் இளம்பெண்ணுக்கும் மோசமான ஓநாய்க்கும் இடையேயான ஐரோப்பிய தேவதைக்கதை. 1697இல் முதல்முறையாக சார்லஸ் பெர்ரால்டால் பதிப்பிக்கப்பட்டது.
மாஜோங் (Mahjong)	சீன கதாபாத்திரங்களையும் குறியீடுகளையும் கொண்ட 144 ஓடுகளை வைத்து மூன்று அல்லது நான்கு நபர்கள் ஆடும் விளையாட்டு.
ஜெண்டார்மே (Gendarme)	பிரெஞ்சு காவல்துறை அதிகாரி
பார்மோசன் (Formosan)	தைவான் நாட்டு பழங்குடி இன மக்களின் மொழி
வாண்டன் ரத்தம் (Wanton Blood)	ரோமியோ அண்ட் ஜூலியட்டில் ஷேக்ஸ்பியரால் பயன்படுத்தப்பட்ட வார்த்தைகள். தன்னை மணக்கக் காத்திருக்கும் ரோமியோவை எண்ணும்போது ஜூலியட்டின் கன்னங்கள் வாண்டன் ரததத்தால் சிவக்கின்றன. நாணத்தை அழகியலோடு விவரிக்கும் சொல்.
பூர்ச்ச மரங்கள் (Silver Birch)	பெரும்பாலும் ஐரோப்பாவிலும் ஒரு சில ஆசிய நாடுகளிலும் காணப்படும் மரங்கள். பின்லாந்து நாட்டின் தேசிய மரம்.

மதியநேரபீரங்கி (Noon-Gun)	நேரத்தை அறிவிக்க வெடிக்கப்படும் பீரங்கி. ஞாயிற்றுக்கிழமை மற்றும் விடுமுறை தினங்களைத் தவிர்த்து ஒவ்வோரு நாளும் மிகச்சரியாக மதியம் பனிரெண்டு மணிக்கு முழங்கும்.
மார்செல் ப்ரௌஸ்ட் (Marcel Proust)	பிரெஞ்சு எழுத்தாளர் (1871–1922).
சோடோமைட் (Sodomite)	குதவழிப் புணர்ச்சியாளர்
தன்ஷோகுகா (Danshouka)	தன்பால் புணர்ச்சியில் ஈடுபாடு கொண்ட ஆண் என்கிற அர்த்தத்தில் மிஷிமாவால் உருவாக்கப்பட்ட வார்த்தை.
சோப்ரானோ (Soprano)	உச்சஸ்தாயியில் பாடும் செவ்வியல் பாடகி
அஸாபு (Azabu)	டோக்கியோவில் இருக்கும் மாகாணம்
கொன்யாகு (Konnyaku)	பாம்பின் பாதம் அல்லது யானைக் கிழங்கு என்றழைக்கப்படும் ஒருவகை காய்கறி
கவுண்ட் வான் ப்ளேட்டன் (Count Van Platten)	ஆகஸ்ட் வான் ப்ளேட்டன் ஹாலர்முண்டே (1796–1835). ஜெர்மானிய கவிஞர்.
வின்கில்மேன் (Wincklemann)	யோகன் ஜொயாக்கிம் வின்கில்மேன் (1717–1768). ஜெர்மானிய கட்டடக்கலை வல்லுனர் மற்றும் நுண்களை வரலாற்றியலாளர்.
குயிக்ஸ்டெப் (Quickstep)	பால்ரூம் நடனங்களில் ஒருவகை. இன்றைய ஸ்விங் நடனத்தின் முன்னோடி என்றும் சொல்லலாம்.

பியோனி (Peony)	ஒருவகை மலர். அஸ்க்லெப்சியஸ் எனும் மருத்துவத்துக்கான கிரேக்கக் கடவுளின் சீடன் பியோன். தன் மாணவனின் மீது பொறாமை கொண்ட அஸ்க்லெப்சியஸின் கோபத்திலிருந்து பியோனைக் காக்க அவனை ஒரு மலராக ஜீயஸ் தெய்வம் மாற்றியதாக புராணம் சொல்கிறது. உடலில் பியோனியை பச்சை குத்திக்கொண்டால் செல்வமும் அதிர்ஷ்டமும் பெருகும் என்பது நம்பிக்கை.
இழிந்ததொரு ப்ளூ இசை (Vulgar Blues)	சமூகத்தில் பொதுவாக ஒதுக்கி வைக்கப்பட்ட விசயங்களை அல்லது மனிதர்களைப் பற்றி பாடும் இசைவடிவம்.